அக்கானி

(நாவல்)

AF766293

இலா. வின்சென்ட்

பாரதி
புத்தகாலயம்

Akkani (Novel) (In Tamil)
Ila. Vincent
First Published : November, 2022

Published by

BHARATHI PUTHAKALAYAM

7, Elango Salai, Teynampet, Chennai - 600 018
Email: bharathiputhakalayam@gmail.com | www.thamizhbooks.com

அக்கானி (நாவல்)

இலா. வின்சென்ட்

முதற் பதிப்பு : நவம்பர், 2022

வெளியீடு

பாரதி புத்தகாலயம்

7, இளங்கோ சாலை, தேனாம்பேட்டை, சென்னை - 600 018.
தொலைபேசி : 044 24330024, 24330024 விற்பனை: 24332924.

விற்பனை நிலையங்கள்

அருப்புக்கோட்டை: கதவுஎண் 49 A/4 மெயின் ரோடு, தெற்கு தெரு - 9994173551
ஈரோடு: 39: 39 ஸ்டேட் பாங்க் சாலை - 9245448353
கரூர்: நாரத கானசபா அருகில் (TNGEA OFFICE)- 9442706676
காரைக்குடி : 12, 2 வது தெரு, கம்பன் மணிமண்டபம் பின்புறம் - 9443406150
கும்பகோணம்: 352, ரயில் நிலையம் எதிரில் - 9443995061
கோவை: 77, மசக்காளிபாளையம் ரோடு, பீளமேடு - 8903707294
சிதம்பரம்: 22A / 18B தேரடி கடைத் தெரு, கீழவீதி அருகில் - 9994399347
செங்கல்பட்டு: 1 D ஜி.எஸ்.டி சாலை - 044 27426964
சேலம்: 15, வித்யாலயா சாலை சாலை | பாலம் 35, அத்வைத ஆஸ்ரமம் சாலை 0427 2335952
தஞ்சாவூர்: காந்திஜி வணிக வளாகம் காந்திஜி சாலை - 9655542400
திண்டுக்கல்: பேருந்து நிலையம் - 9942331105, 9976053719
திருச்சி: வெண்மணி இல்லம், கரூர் புறவழிச்சாலை - 9994289492
திருநெல்வேலி: 25A, ராஜேந்திரநகர் - 9442149981
திருப்பூர்: 447, அவினாசி சாலை - 9486105018
திருவண்ணாமலை: முத்தம்மாள் நகர்
திருவல்லிக்கேணி: 48, தேரடி தெரு - 9444428358
திருவாரூர்: 35, நேதாஜி சாலை - 9442540543
நாகர்கோவில்: 699 கே.பி.ரோடு R.V.புரம் - 9443450111
நெய்வேலி: பேருந்து நிலையம் அருகில், - 9443659147
பழனி: பேருந்து நிலையம் அருகில் - 7010760693
பாண்டிச்சேரி : கிழக்கு கடற்கரைச்சாலை, இலாசுப்பேட்டை, 9486102777
பெரம்பூர்: 52, கூக்ஸ் ரோடு - 9444373716
மதுரை: 37A, பெரியார் பேருந்து நிலையம் - 045 22324674 & சர்வோதயா மெயின்ரோடு
வடபழனி: பேருந்து நிலையம் எதிரில் அடையார் ஆனந்தபவன் மாடியில் - 9444476967
விருதுநகர்: 131, கச்சேரி சாலை - 0456 2245300
வேலூர்: பேஸ் III, சத்துவாச்சாரி - 9442553893

நினைத்த நூல்கள்... நினைத்த நேரத்தில்...
BharathiTV | www.bookday.in

thamizhbooks.com
8778073949

அச்சு : கிளிட்டோ பிரிண்ட், சென்னை - 600 018.

இந்நாவல்

பூட்டேற்றி மக்களுக்கு...

அணிந்துரை

அக்கானி என்பது பனையின் சுண்ணாம்பு தடவிய கலயங்களில் வடியும் கள். தெளிந்த அக்கானியில் மாங்காய்ப் பிஞ்சைத் தல்லிப் போட்டுக் குடித்தால் ருசி ஆளைத் தூக்கும். இந்த அக்கானியைத் தரும் பனையையும், பனை தரும் பதநீரையும் வாழ்வாகக் கொண்ட பனைத் தொழிலாளர்களையும் அவர்கள் குடும்பங்களையும் கதை மாந்தர்களாகக் கொண்ட நாவல்தான் அக்கானி. எளிய மக்கள் கதாநாயகர்களாக உயரும் நாவல்.

இந்த நாவலை தோழர் இலா. வின்சென்ட் அவர்கள் அக்கானி மணம் வீசப் படைத்திருக்கிறார். பாத்திரங்கள் மட்டுமல்ல, அக்கானியோடு வாழும் மக்களின் மொழி, உணவு வகைகள், அவர்கள் வாழும் குடில்கள், எல்லாவற்றையும் அருமையாக வரைந்து காட்டுகிறார் தோழர் வின்சென்ட்.

தங்கையா, நேசம், தெரசம்மா, ஞானமுத்து என அவர் நாவலில் சித்தரிக்கும் பாத்திரங்கள் பனைமக்கள் வாழ்வோடு பின்னிப்பிணைந்தவை. இந்த நாவலின் மிகச் சிறப்பான அம்சம், அதில் பயன்படுத்தப்படும் மொழி, வாசிக்க வாசிக்க அது வியப்பு ஊட்டுகிறது.

'சூட்டு' என்று ஒரு சொல்லைப் பயன்படுத்தியிருக்கிறார் ஆசிரியர். சூட்டு என்பதை இந்தத் தலைமுறையினர் அறிய மாட்டார்கள். இன்று இது டார்ச் லைட்டாக உருமாறியுள்ளது. தென்னம்பாளையைக் கிழித்து ஒன்றாகக் கட்டி ஒரு முனையில் தீ வைத்தால் அதுதான் சூட்டு, அதை வீசும்போது நெருப்புப் பிடிக்கும். வழியில் பூச்சி, பொட்டு கிடந்தால் தெரியும்.

ஏழ்மையில் கிடக்கும் மக்களைக் கல்வி எப்படி எழுச்சி கொள்ளச் செய்கிறது என்பதைக் காட்டுகிறது நாவல். கல்வியோடு சேர்ந்து மார்க்சியமும், கம்யூனிஸ்ட் இயக்கமும் எப்படி மக்களை எழுச்சி கொள்ள வைக்கின்றன என்றும் சொல்லுகிறது. அண்ணல் அம்பேத்கர் சிந்தனைகள் அந்த மக்களிடையே எப்படி சமத்துவத்துக்கு வழிகோலுகின்றன என்றெல்லாம் தெளிவுபடுத்துகிறார் ஆசிரியர்.

அன்றைய யுகத்தில் 'தாழக்கிடப்பாரைத் தற்காப்பதே தருமம்' என்று தர்மத்துக்குப் புது இலக்கணம் வகுத்த வைகுண்டசாமியின் சமத்துவச் சிந்தனைப்போர் பற்றியும் நாவல் சொல்லுகிறது.

மார்க்சியத்தின் தாக்கத்தால் பனைத் தொழிலாளர் ஒன்று சேரவும், போராடவும் உரிமை பெறும் முயற்சிகள் நாவலில் விளக்கப்படுகின்றன.

சாதி ஒற்றுமை சுட்டிக்காட்டப்படுகிறது. அகால மரணமடைந்த பனைத் தொழிலாளர்களுக்கு உதவித்தொகை கேட்டுப் போராடுகிறார்கள் தொழிலாளிகள். இது எவ்வளவு சமூக உயர்வுக்கு அடிப்படை.

"மாநில அரசே, மத்திய அரசே அஞ்சாயிரம் கொடு, அகால மரணமடையும் பனைஏறி குடும்பத்துக்கு அஞ்சாயிரம் கொடு".

வாசுதேவன் வந்தார் "எவிடே அந்த ஜான்சிராணி" என அவர் கிளாராவைத் தேடுவதில் ஆயிரம் உட்பொருள் அடங்கியிருக்கின்றன. சாதிய சமத்துவத்தின் சிகரம் இப்படிச் சுட்டப்படுகிறது.

மார்க்சிஸ்ட் கட்சியின் பூட்டேற்றி கிளையின் தோற்றம், தேர்தலில் அது முனைப்புக்காட்டுதல் எல்லாமே சமூகத்தை செங்குத்து உயரத்தில் தூக்குகின்றன. கட்சியும் கம்யூனிஸ்ட் இயக்கமும் நாடெங்கும் விரிகின்றன.

முடிவாக "ஏழைகள் மீதும் பாட்டாளிகள் மீதும் அன்பும், அக்கறையும் வைத்திருக்கிற ஒருத்தரு மார்க்சியத்தையும், லெனினியத்தையும் படிச்சாத் தீ பிழம்பு ஆயிருவாரு. அதெக் கூடப்பிறப்புகளின் கரைச்சலோ, காதலியின் கண்ணீரோ தணிக்க முடியாது. ஒரு புரட்சியில் முங்கி எழும்பினால்தான் அது தணியும்" என்று முடிகிறதே, இதுதான் நாவலின் உச்சத்திலும் உச்சம்.

இந்த நாவல், இன்றைய யுகத்தில் கட்டாயத்தேவை. மொத்தத்தில் 'அக்கானி' மேற்கு குமரி மாவட்டப் பனைத் தொழிலாளர்களின் வாழ்வையும் போராட்டங்களையும், வளர்ச்சியையும் சித்தரிக்கும் அருமையான நாவல். தமிழ் நாவல் உலகத்தில் இந்த நாவல் நீண்ட காலம் வியந்து பேசப்படும். நண்பர் இலா. வின்செண்ட் அவர்களை மனமார வாழ்த்துகிறேன். அவர் நாவலில் பயன்படுத்தி இருக்கும் மொழிக்காகவும் மண்ணின் மணத்திற்காகவும் பாராட்டுகிறேன்.

(பொன்னீலன்)

என் கடன்

தங்களின் கைகளில் தவழ்வது அக்கானி புதினம். இது குமரி மாவட்டம் விளவன்கோடு (கிள்ளியூர்) தாலுக்காவிலுள்ள பூட்டேற்றி என்னும் ஊரைக் கதைக்களமாகக் கொண்டது. அங்கு 1958 முதல் 1974 வரை வாழ்ந்த மக்களின் பண்பாட்டுக் கூறுகளைப் பதிவு செய்துள்ளேன். உண்மைகள் மட்டுமல்ல, புனைவுகளும் கலந்த புதினம் இது. இடைச்செருகலாக 1978 காலத்தை ஒட்டிய சில நிகழ்வுகள் இடம் பெற்றுள்ளன. குறிப்பாக விடுதலை இறையியல் சிந்தனைப்போக்கு, அருள்தந்தை எம்.எக்ஸ். ராஜாமணி, தோழர் ஜி.எஸ். மணி, தோழர் டி.கொச்சுமணி ஆகியவர்களோடு நடந்த சந்திப்பு, பூட்டேற்றி மார்க்சிஸ்ட் கம்யூனிஸ்ட் கட்சியின் தோற்றம், பனையேறிகளின் போராட்டம். இக் கால வழுக்கள் கதையோட்டத்தையும், பாத்திரப்படைப்புகளையும் வலுவாக்கின. இவற்றுக்கு வாசகர் உலகம் வழுவமைதி காணும் என நம்புகிறேன்.

புதின ஆக்கத்துக்கு விழுந்தையம்பலம் என்.சார்லஸ், அரசகுளம் எஸ். லாசர், என் இணையர் பி. லைசம்மாள் ஆகியோர் உதவினர். இவர்கள் சொன்ன தகவல்கள் புதினத்தில் பொலிவுற்றிருப்பதைக் காணலாம்.

எனது பூட்டேற்றி நண்பன் எஸ். சார்லஸ் வட்டாரச் சொற்களைத் திருத்தித் தந்தான். நாற்பது ஆண்டுகளுக்கு மேலாக மார்க்சிஸ்ட் கம்யூனிஸ்ட் கட்சியை அங்கு நிலைக்கச் செய்ததில் பெரும்பங்காற்றியவன் அவன். இவர்களோடு தோழர் டி. வில்சன், தோழர் முள்ளங்கினாவிளை பால்ராசு போன்றவர்களுக்கும் என் நன்றியை உரித்தாக்குகிறேன்.

தோழர் சேத்திரா பாலகிருஷ்ணன் சில நூல்கள் தந்து உதவினார். பகவான் வைகுண்டர் அருள்நூல், வைகுண்டசாமி ஞான மொழிகள், சி.ஆர். டி.எஸ் வெளியிட்ட எம்.எக்ஸ்.ஆர். ஓர் இலட்சியவாதி. அதோடு புதினத்தைப் படித்துச் சில ஆலோசனைகளையும் வழங்கினார். அவருக்கு நன்றி.

இப்புதினத்தைச் செழுமைப்படுத்துவதில் பெரும் பங்காற்றியவர் தோழர் சகஸ்ரநாமம். அவர நாவலைப் படித்து சில திருத்தங்களைச் சொன்னார். அவற்றை ஏற்றுத் திருத்தம் செய்துள்ளேன். புதினத்துக்கு ‘அக்கானி’ என்று பெயர் சூட்டியதே அவர்தான். அவருக்கு என் நெஞ்சார்ந்த நன்றி.

எல்லாவற்றுக்கும் மேலாக, இந்த எளியவனின் புதினத்துக்கு அருமையான ஓர் அணிந்துரை வழங்கியவர் சாகித்திய அகாதெமி விருதாளர் பொன்னீலன். இவர் இந்திய எழுத்தாளர்களில் குறிப்பிடத்தக்கவர். அவர்தம் முதிர்ந்த படைப்பாற்றலையும் சிந்தனைத்திறனையும் பலரும் பாராட்டி வியந்ததுண்டு. தோழருக்கு என் நன்றியை உரித்தாக்குகிறேன்.

புதினத்துக்கு மிகப்பொருத்தமாகவும், அழகாகவும் தனக்கே உரித்தான கலைநயத்தோடும், ஓவியம் தந்த கலைச்செம்மல் பொன் ரகுநாதன், என் ஒவ்வொரு படைப்புக்கும் ஊக்கமூட்டி உதவும் சேலம் லவ்-ஓ. நாகராஜன், திரு.எஸ். ராஜமாணிக்கம், கவிஞர் பொன். குமார், குமரி ஆதவன், கணினியில் அச்சிட்டுத் தந்த என் அன்புக்குரிய வைஷ்ணவி கம்ப்யூட்டர்ஸ் செல்வம், சிஸ்டெக் கம்யூட்டர் பிரிண்ட்ஸ் என்.பாலசுந்தரம், இப்புதினத்தை வெளியிடும் பாரதி புத்தகாலய நிறுவனத்தார், குறிப்பாக தோழர் நாகராஜன் ஆகியோருக்கு அன்புகலந்த நன்றியை உரித்தாக்குகிறேன். இதைப்படித்து உங்கள் மதிப்பீடுகளை அனுப்ப வேண்டுகிறேன். நன்றி.

இலா. வின்சென்ட்

ilaavinsalem@gmail.com

போன்: *94437 31435*

ஒன்று

"அக்... கா.. அக்கா ....''

பதற்றமாக இருந்தது குரல். கேட்டதும் தங்கையாவும் மனைவி நேசமும் முற்றத்துக்கு வந்தனர். கையில் சிம்னி விளக்கோடு நின்றிருந்தார் தெரசம்மாள்; அவரது பெயர் தெரசம்மாள் என்று பலருக்கும் தெரியாது. ஞானமுத்து அவரைக் கல்யாணம் செய்துவந்த நாளிலிருந்து ஆப்பியோட்டா என்றே அழைத்தனர். ஆப்பிகோடு அவர் பிறந்த ஊர். அவர்கூட அவரது கொழுந்தன் பொன்னையனும் வந்திருந்தார்.

"என்ன ஆப்பியோட்டா.. இந்த ராத்ரில..'' வினவினார் நேசம். "அவிய பனெ ஏறிண்டு இன்னும் வீட்டுக்கு வரேல பாத்துக்க... போட்டுவச்ச சோறு அப்டியே கெடக்குது" வருத்தத்தோடு சொன்னார் தெரசம்மாள். உடனே பொன்னையன் முகத்தைப் பார்த்தார் தங்கையா. அவரோ, "நாங் வாற சமயம் அவென் காட்டு வெளயில நின்னாங் .... ஒரு அனக்கம் காட்டீண்டு வந்தெங். பெறவு எங்கப் போனானோ?"

"யாருட்டயும் செல்லாத ஒரு எடத்துக்கும் போமாட்டானெ... கோவிலுக்கிட்ட பாத்தியளா?''.

"பாத்தொம்... அங்கயும் இல்ல'' தழுதழுத்த தெரசாவின் கண்கள் கலங்கின. கையால் கண்களை அவர் துடைப்பதிலிருந்து அதைத் தெரிய முடிந்தது.

"நேசம் ஆக்கத்திய எடு'' என்றார் தங்கையா. பலருக்குத் தங்கையனின் மனைவி பெயர் நேசம்மாள் என்பது தெரியாது. செந்தரையா, செந்தரையா என்றே அழைப்பார்கள். அவர் பிறந்த ஊர் செந்தரை. தங்கையா மட்டும்தான் நேசம் என்று சுருக்கி அழைப்பார். நேசம் ஆக்கத்தியைக் கொண்டுவந்து கொடுத்தார். வெளியே மட்டையோடு கிடந்த பனையோலை ஒன்றை எடுத்து வெட்டினார் தங்கையா.

மட்டைத்துண்டுகள், ஓலை, அலுவாச்சி மூன்றையும் நீளமாக அடுக்கி பனை நாரால் இறுக்கிக்கட்டினார். "இந்தச் சூட்டெக்

கொளுத்தும் ஓய்” கொளுத்தினார் பொன்னையா. சூட்டு எரிந்து பாதை காட்டியது. பொன்னையாவும், தங்கையாவும்கூட பனையேறிகள்தான்.

“பேடிச்சாத ஆப்பியோட்டா... நீ நம்ம வீட்ல இரு... நாங்க பாத்தீண்டு வாறம். வாரும் ஓய்....” அழைத்தபடி காலை எட்டி வைத்தார் தங்கையா. தெரசம்மாளின் மனசு சமாதானமாகவில்லை.

“எனக்குப் பேடியாருக்கு மச்சினா... நானும் கூட வாறங்”

“செரி... வா.. *ஆத்தியம் காட்டு வெளயிலப் பாப்பொம்..”

சூட்டை மேலும் கீழுமாக ஆட்டிக்கொண்டு நடந்தார் தங்கையா. இருவரும் பின்தொடர்ந்தனர்.

காட்டு விளையில் மரச்சீனி வைத்திருந்தார்கள். அதன் ஓரத்தில் சின்னச்சின்னப் பாறைகள்; அவற்றுக்கிடையே ஐந்தாறு உயரமான பனைமரங்கள். விளைக்குள் நுழைந்தபோது, சூட்டு வெளிச்சத்தில் பாளை அருவாத்தி கீழே கிடப்பது தெரிந்தது. அதைக் கையிலெடுத்தார் தங்கையா. இரண்டடி முன்னால் வைத்ததும் அருவாப்பெட்டி உடைந்து கிடந்ததைப் பார்த்தார்கள். அசம்பாவிதம் நடந்திருக்குமோ? மூன்று பேரின் இதயங்களும் சற்று வேகமாக அடித்தன. பனை மூட்டைச் சுற்றி வேறெதுவும் கண்ணில் படவில்லை. ‘இதெல்லாம் இப்டி போட்டூண்டு எங்க போனாங்?’ சந்தேகத்தோடு கண்களை அங்குமிங்கும் திருப்பினார் தங்கையா.

அதற்குள் “அய்யோ என் ராசா! என் ராசா!” மரச்சீனி விளைக்குள்ளிருந்து நேசத்தின் கதறல்.

நாலைந்து மூடு மரச்சீனி கம்புகள் ஒடிய .. நடுவே மல்லாந்து கிடந்தார் ஞானமுத்து. கணவன் தலையை மடிமேல் தூக்கிவைத்து “இஞ்சேருங்க.. இஞ்சேருங்க” அழைத்தபடியே முகத்தை அசைத்துப்பார்த்தார் தெரசம்மாள். பேச்சு மூச்சு அற்றவராய் ஞானமுத்து.

“அய்யோ ... அய்யோ” உரத்த சத்தத்தில் அலறினார் தெரசம்மாள். அந்த இரவின் அலறல், அமைதியில் இளைப்பாறிக் கொண்டிருந்த ஊராரைத் திடுக்கிட்டு விழிக்கச்செய்தது. இந்தச் சத்தம் எங்கிருந்து வந்தது? யாருக்கு என்ன நேர்ந்தது? என்று தெரியாது. சிலர் அங்கும் இங்குமாக ஓடி, தேடிக் கொண்டிருந்தார்கள்.

★ ஆத்தியம் - முதலில்

தங்கையாவும் பொன்னையாவும் ஞானமுத்தைத் தூக்கி வந்து வீட்டில் கிடத்தினார்கள். சூட்டை அணைத்து முற்றத்தில் போட்டார் பொன்னையா. தெரசம்மாள், மூத்த மகள் ரபேக்காள், மகன் மைக்கேல், அவனது இரு தங்கைகள் நால்வரும் ஞானமுத்தைச் சுற்றி நின்று அழுதார்கள். அவர்களின் அழுகையும் கண்ணீரும் வீட்டை நிரப்பியதால் இருட்டு வெளியேறியது. சிம்னி விளக்கோடும், ராந்தல் விளக்கோடும் பலர் உள்ளே நுழைந்தனர்.

வைத்தியர் வந்தார். ஞானமுத்தின் நாடியைப் பிடித்துப் பார்த்தார். பின்பு ஒரு பொடியை மூக்கில் வைத்து ஊதினார். சிலநொடிகளில் கண் விழித்தார் ஞானமுத்து. "அப்பா அப்பா" என அழைத்தபடி பிள்ளைகள் சூழ்ந்தார்கள். அவரால் பேச முடியவில்லை என்பதைத் தெரிய சற்று நேரமாயிற்று. வைத்தியர் ஒரு தைலத்தை உச்சந்தலையில் வைத்துத் தேய்த்தார். அதையே வாய்க்குள்ளும் விட்டார். அது வயிற்றுக்குள் இறங்க, தொண்டையிலிருந்து நெஞ்சுவரைத் தடவித்தடவிக் கொடுத்தார். ஞானமுத்து உடம்பை வலப்பக்கமாகத் திருப்பி இடுப்பிலும், பின் கழுத்திலும் விரல்களை வைத்து அழுத்திஅழுத்திச் சோதித்தார். பின்பு அவர் ஒரு தைலத்தைத் தங்கையாவிடம் கொடுத்து கழுத்திலிருந்து இடுப்பு மூணாரம்வரை தேய்க்கச் சொன்னார்.

கஷாயத்துக்கான மருந்துகளை எழுதிய தாளையும் குளிகைகள் வைத்திருந்த பொதியையும் பொன்னையனிடம் கொடுத்த வைத்தியர், "காலத்த மருந்தெ வேண்டி கஷாயம் வச்சிக்குடுங்க... பாப்பொம்" என்றார்.

"பேடிச்சியதுக்கு ஒண்ணும் இல்லியே" எனக் கேட்டார் தங்கையா.

"பெறங்கழுத்தில நல்ல அடி... மூணார எலும்பும் முறிஞ்சிருக்கு. மூணு நாளு கழிஞ்சிதாந் செல்ல முடியும் பாத்துக்க" என்று கூறிய அவர், இப்படி அடிபட்டால் நோயாளிக்கு என்ன நடக்கும் என்பதைச் சொல்லும் ஒரு சாத்திரத்தைப் பாடினார். அது ஒன்றிரண்டு பேருக்கு மட்டும், அதுவும் அரைகுறையாகப் புரிந்திருக்கும்.

"ம்.... ம்... வெள்ளங் கேட்டா. கஞ்சித்தெளிவெ செறு அனப்போட குடுங்க...ம்" கிளம்பிய வைத்தியர், கூடி நின்றவர்களைப் பார்த்து, "அவிய அவிய சோலியெளப் பாருங்க ஓய்" என்றார்.

அவ்வளவுதான்... ஞானமுத்து பிழைத்துக்கொள்வார் என்ற நம்பிக்கையோடு ஊர்மக்கள் வீட்டுக்குத் திரும்பினர்.

தங்கையாவின் மனைவி நேசமும், மகள் கிளாராவும் இரவு முழுவதும் அங்கேயே இருந்தார்கள். குழந்தைகள் தவிர யாரும் அன்று உறங்கவில்லை.

மூன்று நாட்கள் கடந்தன. ஞானமுத்துக்குப் பார்க்க முடிந்தது; மூச்சு விட முடிந்தது அவ்வளவுதான்; கைகால்களைத் தூக்கவோ, அசைக்கவோ இயலவில்லை. உதடு மெல்ல அசைகிறது. நாக்கோ உள்ளே விழுந்து கிடக்கிறது. மனைவி, குழந்தைகளிடம் எதையோ சொல்ல எத்தனிக்கிறார். கண்கள் யாரையோ தேடுகின்றன. “மக்களா?” எனக் கேட்டபடி பிள்ளைகளை அவர் கண் பார்வையில் படும் விதத்தில் நிறுத்தினார் தெரசம்மாள். அவர்களைப் பார்த்த ஞானமுத்தின் கண்களிலிருந்து நீர் வழிந்தோடியது. அதைத் துடைத்தபடி நின்றிருந்தார் தெரசம்மாள்.

அப்போது மனுவேல் ஆசானை தங்கையா அழைத்து வந்தார். வைத்தியர் உட்பட அனைவரும் எழுந்து அவருக்கு மரியாதை செய்தனர். ஆசான், ஒடிவுமுறிவு சிகிச்சையில் புகழ் பெற்றவர். அவரிடம் அடவு, வர்மம் படித்த சிஷ்யர்கள் பலர் உண்டு. அவர் தொடுவர்மம் தொன்னூற்று எட்டும், படுவர்மம் பதினெட்டும் தெரிந்தவர் என்பார்கள்.

அப்போது மனுவேல் ஆசானுக்கு நாற்பது வயதிருக்கும். அவர் பத்மநாதப்பிள்ளை நாயருக்கு வண்டியோட்டி. வண்டியோட்டி என்பதை விட பாதுகாவலர் என்பதே பொருந்தும். முத்தாரம்மன் கோவிலுக்குச் சற்றுக் கிழக்கே இருந்தது நாயர் வீடு. எங்கு கிளம்பினாலும் பட்டு வேட்டி, பட்டுச்சட்டை, ஜரிகை போட்ட நேரியதுடன்தான் நாயர் கிளம்புவார். கழுத்தில் தங்கச் சங்கிலியும் இடது கை விரல்களில் மோதிரமும் அவரது சதையோடு ஒட்டிப்போனவை.

நட்டாலத்திலுள்ள தனது மகளுக்கு நெல்லும் தேங்காயும் ஒரு மாட்டு வண்டியில் ஏற்றிவிட்டார்; கொஞ்சம் பணமும் மடியில் வைத்திருந்தார். பின்னால் ஒரு வண்டியில் அவர். முதல் வண்டி கண்ணில் படும்படியான இடைவெளியில் நாயர் இருந்த வண்டியை ஓட்டிச்சென்றார் மனுவேல் ஆசான்.

இரண்டு மைல் தூரத்தில் ஒரு காட்டுப்பகுதி. * கொல்லாம் படப்புகளும், மண் சரிந்த இடுவைகளும் அங்கு அதிகம். பகலில் நடமாடவே மக்கள் அச்சப்படுவார்கள். திடீரென்று ஆயுதங்களோடு வந்த ஆறு திருடர்கள் முதல் வண்டியை மறித்தார்கள். ஒரு அடி பட்டதும் வண்டியோட்டி ஓடிவிட்டான். நெல் மூட்டைகளையும், தேங்காய்களையும் கண்ணிமைக்கும் நேரத்தில் திருடர்கள் கடத்திவிட்டார்கள்.

பதுங்கியிருந்த நான்கு பேர் மிகத் தந்திரமாக ஆசான் வண்டியின் பின்னால் வந்தனர். ஒரே வெட்டு, நாயரின் வலதுகால் பிளந்து ரத்தம் பீறிட்டது. அலறித்துடித்தார் நாயர். அவரிடமிருந்த நகையையும், பணத்தையும் பறித்துக்கொண்டு ஓடினான் ஒருவன். வண்டியின் முன்பகுதியிலிருந்து கர்ணம் அடித்து, பின்பகுதியின் கீழே குதித்தார் ஆசான். அவரைக் குத்தவந்தன மூன்று கடாரிகள்.

தனது குறுந்தடியைச் சுழற்றினார் ஆசான். கடாரிகள் தெறித்து விழுந்தன. அவர்களின் வர்மத் தலங்களில் தட்டிவிட்டார் ஆசான். மூவரும் சாய்ந்து, தரையில் பிணம்போல் கிடந்தனர்.

நாயரை வீட்டுக்கு அழைத்துவந்து, வராந்தாவில் படுக்க வைத்தார் ஆசான். காலைப் பொருத்தி சுற்றிலும் மூங்கில் சீளிகளை வைத்து இறுக்கக்கட்டி மருந்திட்டார். நாயர் சற்று ஆசுவாசமானார்.

ஒரு மணி நேரம் ஆகியிருக்கும். “இந்நா ஓங்க பணமும் உருப்படியும்; தேங்காயும் நெல்லும் முத்தத்தில எறக்கி வச்சிருக்கம்.... எங்க ஆளுவளெ பெழைக்க வச்சிருங்க” என்று புலம்பியபடி ஆசானின் காலடியில் விழுந்துகிடந்தனர் இரண்டு திருடர்கள்.

“யாமானுக்கக் காலு போனதுக்கு .... ஓங்க கையளெ வெட்டி வைய்ங்கல” கண்டிப்பான குரலில் சொன்னார் ஆசான்.

“யாமானே, மாப்பு தரணம்....மாப்பு தரணம்... கொல்லருது... எங்களெக் கொல்லருது” விம்மி விம்மிக் கெஞ்சினார்கள். யோசித்தார் நாயர். கருணை காட்டுவாரா, கடாரியைத் தூக்குவாரா? பதற்றமாகவே இருந்தது திருடர்களுக்கு. சில நொடிகளில் அவர்,

“ஆசானெ... ஈ நாயிட மோனுவளெ ஷெமிக்கணம்....” என்று கூறினார். நெஞ்சில் கைவைத்த திருடர்கள் இழுத்த மூச்சை நிம்மதியோடு வெளியே விட்டார்கள்.

---

* கொல்லாம் படப்பு - முந்திரி மரங்கள் அடர்ந்த பகுதி

மயங்கிக்கிடந்தவர்கள் அருகே வந்தார் ஆசான். "ஒங்க முண்டுவளெ உரிஞ்சி அவனுவளெ மூடுங்கல" உத்தரவிட்டார். உடுத்தியிருந்ததை உருவி இரண்டு பேரை மூடிவிட்டு, *குறியமுண்டோடு நின்றார்கள் திருடர்கள்.

முண்டுக்குள் கையை விட்டு தான் தட்டிய வர்மத்தலத்தில் என்னவோ செய்தார். முதல் நபரின் கால்கள் அசைந்தன. மற்ற இருவரையும் இப்படியே எழுப்பிவிட்டார் மனுவேல் ஆசான்.

தன் உயிரைக் காப்பாற்றிய வர்மாணி மனுவேல் ஆசானுக்கு ஒரு வயலை எழுதிக்கொடுத்தார் பத்மநாதப்பிள்ளை. அதுதான் தேவயானை வயல். மக்கள் உச்சரிக்க உச்சரிக்கத் தேவயானை என்பது தெவ்வானை ஆயிற்று ......

அப்படிப்பட்ட வர்மாணி மனுவேல் ஆசானும் நாடி பார்த்தார். பின்பு வைத்தியரிடம் எதையோ விசாரித்தார். வைத்தியரோ ஞானமுத்தின் கழுத்தையும், முதுகையும் காட்டினார்.

சில நொடிகள் அமைதியாயிருந்த ஆசான், "ஆஸ்பத்திரிக்குக் கொண்டு பெய்ப் பாருங்க" என்றார்.

"ஒம்மெயும் வைத்தியரையும் மிஞ்சியதுக்கு யாரு இருக்கினம்..? ஒங்களால முடிஞ்ச வைத்தியத்தெ செய்ங்க. நடக்கியது நடக்கட்டும்" என்றார் தங்கையா.

"செல்லியதெக் கேளும் ஓய் .... நெய்யூருக்கோ, கோட்டாறுக்கோ கொண்டுபோற வழியெப் பாருங்க" என்று சொல்லிவிட்டு ஆசான், வைத்தியருடன் கிளம்பினார்.

'இவர்களால் கைவிடப்பட்டவர்கள் பிழைப்பது அரிது' அதனால் ஒரு கனத்த மௌனம் நிலவியது. ஒருவரை ஒருவர் பார்ப்பதும் என்ன சொல்வதென்று தவிப்பதுமாக இருந்தனர். அந்நேரத்தில்

"ஓய்... கருங்கய்க்குப் பெய் ஒரு காரு பிடிச்சிண்டு வாரும்" எனப் பொன்னையாவிடம் கூறினார் தங்கையா. அவரும் புறப்பட்டார். தங்கையாவும், தெரசம்மாளும் வியாபாரியார் வீட்டுக்குச் சென்றார்கள். அவர் ஒரு ஜவுளி வியாபாரி. வேட்டிகள், சேலைகள், டவ்வல்கள், ஜாக்கெட் துணிகள் விற்பார். நெசவாளிகள் நெய்த வேட்டிகளை அவரிடம் கொடுத்து, நூலும் கூலியும் வாங்கிச் செல்வதும் உண்டு. சொத்துக்களும் கொஞ்சம் இருந்தது. ஊரில்

---

* குறியமுண்டு - கோவணம்

யாருக்கேனும் அவசரத்தேவை ஏற்பட்டால் உதவுவார். அவரிடம் ஞானமுத்தின் ஆபத்தான நிலையைக் கூறி, இருவரும் பணம் வாங்கி வந்தனர்.

ஒரு கயிற்றுக்கட்டிலில் ஞானமுத்தைப் படுக்கவைத்து, ஒரு மைல் தூரம் தூக்கிச்சென்றார்கள். கட்டிலை இறக்கிவைத்த சற்றுநேரத்தில் கார் வந்தது. பின் சீட்டில் ஞானமுத்து, கூடவே தெரசம்மாள், மைக்கேல், தங்கையா, நேசம். கார் புறப்பட்டது.

நெய்யூர் ஆஸ்பத்திரியில் ஞானமுத்தைச் சேர்த்துவிட்டு தங்கையாவும் நேசமும் வீட்டுக்குத் திரும்பினார்கள். டாக்டர்கள் தீவிரச் சிகிச்சை அளித்தார்கள் என்றும், அம்மாவுக்குத் துணையாக மைக்கேல் ஆஸ்பத்திரியில் இருக்கிறான் என்றும் அவர்கள் தெரிவித்தார்கள்.

ஞானமுத்து வீட்டிலேயே தங்கையாவின் மகள் கிளாரா தங்கினாள். இரவில் கஞ்சி காய்ச்சி, ரபேக்காளையும் தங்கைகளையும் குடிக்க வைத்தாள். மறுநாள் ரபேக்கா பள்ளிக்குப் போகவில்லை. வீட்டு வேலைகளும், தங்கைகளைக் கவனிப்பதும் அவளுக்குச் சரியாக இருந்தன. இரவில் அவர்களுக்கு நேசமோ, கிளாராவோதான் துணை.

ஐந்தாவது நாள் ஆஸ்பத்திரியில் ஞானமுத்து கை விரல்களை மடக்கி நிமிர்த்திக் கொண்டிருந்தார்; கஞ்சியும் அதிகமாகக் குடித்தார். அழைத்தால் தலையை மெல்ல அவர் அசைப்பதுபோல் தெரசம்மாளுக்குத் தோன்றியது. நலம் விசாரிக்க வந்தனர் தெரசம்மாளின் தம்பியும் மனைவியும். அவர்களிடம் "வீட்டிலண்டு வந்த பெறவு, இப்ப எள்ளுப்போலக் கொள்ளாம் பாத்துக்க" என்றார். "இனி பையப்பையக் கொறஞ்சிரும் அக்கா கவலெப்படாத... கடவுளு கைவிடமாட்டாரு" என தம்பி ஆறுதல் கூறினார். இவர்போல் நெருக்கமான பலர் ஆஸ்பத்திரிக்கு வந்து சென்றனர்.

இதில் ஆச்சரியப்படத்தக்கது. மைக்கேலின் பள்ளி ஆசிரியர் ஒருவர் ஞானமுத்தைப் பார்க்கவந்தது. அவர் பெயர் ஜோசப். அவரது ஆங்கிலக் கையெழுத்து அழகாகவும், சித்திர வேலைப்பாடுகளோடும் இருக்கும். ஆறாம் வகுப்பில் அவனுக்கு ஆங்கிலப்பாடம் போதித்தார்.

மைக்கேலைப் பார்த்ததும் குடையை மடக்கினார் ஜோசப். "சார் வாருங்க" அழைத்துவந்து அப்பாவின் அருகேவிட்டான் மைக்கேல். ஆசிரியருக்கும் அவனுக்கும் சொல்லிக் கொள்ளத்தக்க நெருக்கம்

எதுவும இல்லை. ‘மத்த வாத்தியாருவ ஒருத்தரும் வராத இவரு மட்டும் வந்துருக்காரே?’ யோசித்தபோது அவருடனான ஒரு கசப்பான அனுபவம் மட்டுமே அவன் நினைவுக்கு வந்தது.

திங்கட்கிழமை இரண்டாவது பாடவேளை ஆங்கிலம். அன்று நான்கு வரி நோட்டில் அரைப்பக்கம் கையெழுத்து எழுதி வரவேண்டும். மாணவர்கள் நோட்டுகளை டெஸ்க்மேல் வைப்பார்கள். பெஞ்ச் லீடர்கள் அவற்றை எடுத்து ஆசிரியரின் மேசைமீது வைப்பது வழக்கம். மேலோட்டமாக ஆசிரியர் பார்த்த போது அன்று நோட்டுகள் குறைவாக இருந்தன. வருகைப் பதிவேட்டை எடுத்தார். வருகையின் எண்ணிக்கை நாற்பத்து ஐந்து. நோட்டுகளை எண்ணினார்; நாற்பது மட்டுமே இருந்தது.

கறுத்தது ஆசிரியர் முகம். மேசையின் விளிம்பில் சாய்ந்து நின்று கொண்டு பிரம்பை எடுத்தார்.

“நோட்டு வய்க்காதவிய நில்லுங்க” நான்குபேர் எழுந்தார்கள்.

“இன்னும் ஒண்ணு இருக்கே... எழும்புதியா, அடி வேண்டுதியா?” மிரட்டியும் அந்த மாணவன் எழுந்து நிற்கவில்லை.

“யாருல அது?” குறுக்கும் நெடுக்குமாக நடந்த ஆசிரியர், ‘ஆல் ஸ்டேன்ஸ் அப்” உத்தரவிட்டார். எல்லாரும் எழுந்து நின்றார்கள்.

“இப்ப கிளாஸ் லீடர் நோட்டு வச்சவிய பெயரெப் படிப்பான். ஒவ்வொருத்தரா உட்காரணும். அன்டர் ஸ்டேண்ட்”

கிளாஸ் லீடர் நாற்பது பெயர்களைப் படித்தான். நாற்பது பேர் உட்கார்ந்தார்கள். எஞ்சி நின்றது ஐந்து பேர். அவர்களில் உண்மையை ஒத்துக்கொண்டவர்கள் நான்கு பேர். அவர்களும் அமர்ந்தனர். மீதி ஒருத்தன். அவன் மைக்கேல்.

சினத்தால் சிவந்தது ஆசிரியர் முகம். அவன் கையைப் பிடித்து வெளியே இழுத்தார். தட்டுத் தடுமாறி ஒரு பலியாட்டைப் போல் அவர் பின்னால் போனான் மைக்கேல். இடக்கையால் அவனைத் தூக்கிப்பிடித்து அடி, அடியென்று அடித்தார். “அய்யோ .... அம்மா!” இந்த அபயக்குரல் ஒரே ஒருமுறை மட்டும் அவன் வாயிலிருந்து தெறித்தது. அதன் பிறகு அவனிடமிருந்து சத்தம் இல்லை. நினைவிழந்து அவர் கையில் தொங்கிக்கொண்டிருந்தான். அச்சத்தில் உறைந்துபோன நாற்பத்து நான்கு பேரும் மௌனத்தை மென்று விழுங்கிக் கொண்டிருந்தார்கள். பிரம்பும் ஒடிந்தது; மைக்கேலும் சுருண்டுவிழுந்தான்.

மணி அடித்தது; ஆசிரியர் வெளியேறினார். ஒரு மாணவி, எட்டாம் வகுப்பிலிருந்த அவனது அக்கா ரபேக்காளை அழைத்து வந்தாள். தண்ணீரை மைக்கேல் முகத்தில் தெளித்தாள் ரபேக்கா. கண் விழித்தான் அவன். அடுத்த கணம் அவன் பெஞ்சிலிருந்த மாணவர்களின் நோட்டுகளைச் சோதனை செய்தாள் அக்கா. மைக்கேலுக்கு அடுத்திருந்த மாணவனின் நோட்டுகளோடு கலந்து இருந்தது மைக்கேலின் நோட்டு. அந்த மாணவனையும் மைக்கேலையும் அழைத்துக்கொண்டு ஆசிரியர் அறைக்கு வந்தாள் ரபேக்கா.

நோட்டைக் கொடுத்தான் மைக்கேல். பார்த்தார் ஆசிரியர். எழுதப்பட்டிருந்தது. மணியடித்த சில நிமிடங்களில் அடிபட்ட இவன் எழுதியிருக்க முடியாது. வேறு யாரேனும் எழுதிக் கொடுத்திருப்பார்களோ என்றால், இந்தக் கையெழுத்தும் போனவாரம் அவன் எழுதியிருந்ததும் ஒன்றுபோலவே இருந்தது.

“சார், அவென் நோட்டுண்ணு தெரியாத யென் நோட்ல சேத்து வச்சிருக்கியங்.. மன்னிச்சிருங்க சார்” பயந்தபடி சொன்னான் அந்த மாணவன்.

மைக்கேலுக்குக் கொடுத்த அடிகள் அனைத்தையும் திருப்பி இவனுக்குக் கொடுக்க அவசரப்பட்டது அவரது உணர்வு. ‘ஏற்கனவே தவறு செய்யாத ஒருவனை அடித்துவிட்டாய்... மீண்டும் இன்னொருவனைத் தண்டிப்பது சரியா?’ எனக் கேட்டது மனச்சாட்சி.

மைக்கேலின் நிக்கரையும், சட்டையையும் தூக்கிப்பிடித்தார் ஆசிரியர். குண்டியிலிருந்து உப்புக்குத்திக் கால்வரை அடிபட்ட இடங்கள் தணத்துச் சிவந்துகிடந்தன. ‘அவனிடம் மன்னிப்பு கேள்’ என்றது மனச்சாட்சி. ஆசிரியச் செருக்கு அதை ஏற்கவில்லை.

குற்ற உணர்வு, அவர் தேகத்தில் இருந்த நீர்மத்தைக் கண்ணுக்குப் பாய்ச்சியது. கைகளை மடக்கி மேசையின் மீது வைத்துத் தலைகுனிந்தார் ஆசிரியர்.....

அவர்தான் இந்த ஜோசப். இருந்தாலும் ‘இது என் ஆசிரியர்’ என்ற பெருமிதத்தோடு அப்பாவுக்கும் அம்மாவுக்கும் அறிமுகப்படுத்தினான் மைக்கேல்.

ஞானமுத்தின் முகத்தில் சுருக்கம் விழுந்தது. கண்களில் நீர் ததும்பியது; உதட்டை மெல்ல அசைத்த அவர், ஆசிரியரிடம் ஏதோ

சொல்ல முயல்வதுபோல் தோன்றியது. 'நாங் பெழச்சமாட்டெனங்;.. செத்திட்டா.. என் பெண்டாட்டியும் மக்களும் எப்டிக் கஞ்சி குடிப்பினம்... யாரு பாப்பினம்..... நாலு மக்களயும் படிச்ச வச்சணன்னு பனெ ஏறினெங் .... அவியளுக்கு ஒண்ணும் சம்பாரிச்சி வச்சாத போறெனே... யென் பெண்டாட்டி ஒத்தைக்குக் கஸ்டப்படுவாளே... யென் மவெங் படிச்சி உத்தியோவம் பாத்தா யென் பெண்ணுவ பௌச்சிரும்..... அவனெ மட்டும் படிச்ச வச்சிருங்க சார்' எனச்சொல்ல நினைக்கிறாரோ? ஊகித்த ஆசிரியர்.

“ஒமக்குச் செணம் சொகமாயிரும் ஓய் .... தைரியமாரும். மிக்கேலு படிச்சி பெரிய ஆளா வருவாங். நாலு மக்களும் நல்லாருப்பினம்” என்று சொல்லி மைக்கேல் பக்கம் திரும்பினார்.

'அப்பாவைக் கவனிக்க அம்மா இருக்கினுமே.... நீ பள்ளிக்கு வரலாமே' என ஆசிரியர் நினைப்பாரோ? என்றொரு பயம் மைக்கேலுக்கு. “அம்மெ பேடிச்சியா சார்... அவளுக்குத் தொணெக்கிருக்கியங். செணம் பள்ளிக்கு வந்திருவென் சார்” உறுதி கூறினான். அவனது தோளில் கை வைத்தபடி தெரசம்மாள் அருகே வந்த ஆசிரியர். பத்து ரூபாயை எடுத்து, தாயின் கையில் கொடுத்துவிட்டு “கௌம்பியன்” என்றார்.

அங்கிருந்து அவர் திரும்பியபோது தப்புச் செய்யாத மைக்கேலை அன்று அடித்ததற்குப் பரிகாரம் செய்து விட்டதுபோல் அவருக்கு ஒரு திருப்தி. அடுத்த நொடியே 'அவனெ அடிச்சதுக்குப் பரிகாரம் பத்து ரூபாயா? நோயாளிகளைப் பார்க்க வருவோரில் சிலர் ஒரு ரூபாயோ, இரண்டு ரூபாயோ, ஏன் அதற்கு மேலேயோ கொடுத்துச் செல்வதுண்டு. அது ஒரு மனிதாபிமானச்செயல். அதைத்தான் நீயும் செய்துள்ளாய். இது எப்படிப் பரிகாரம் ஆகும்?' என்ற கேள்வியை எழுப்பியது நெஞ்சு. வெட்கி, முகத்தைத் குடைக்குள் மறைத்தபடி நடந்தார் ஆசிரியர்.

தங்கையா, ரபேக்காளையும் தங்கைகளையும் ஆஸ்பத்திரிக்கு அழைத்து வந்தார். நர்ஸ்களிடமும் தெரசம்மாளிடமும் விசாரித்து விவரங்களை அறிந்தார். ஞானமுத்தின் அருகே வந்து முகத்தைப் பார்த்தபடியே சற்றுநேரம் நின்றார். ஞானமுத்து உடல்நிலையில் முன்னேற்றம் இருப்பதாக அவருக்குத் தெரியவில்லை. பிழைப்பானா, பிழைக்கமாட்டானா? என்ற சந்தேகம் அவரை அலைக்கழித்தது. தங்கையனின் சின்னம்மா மகன்தான் ஞானமுத்து.

இருவரும் ஒன்றாகப் பனையேறப் பழகியவர்கள். மத்தியானம் கட்டாந்தரை புளியமரம் நிழலில் டவ்வலை விரித்துப் படுப்பார்கள்.

கதைகள் பேசிப்பேசிப் பொழுதைப் போக்குவார்கள். இருவரின் குழந்தைகளும் ஒன்றாகப் பள்ளிக்குப் போகும், ஒன்றாக விளையாடும். அவற்றை நினைத்து உருகினார் தங்கையன். ‘கடவுளே காப்பாத்து’ என மனத்துக்குள் வேண்டிக்கொண்டார். பின்பு பிள்ளைகளோடு வீட்டுக்குத் திரும்பினார் தங்கையா.

நள்ளிரவு, தெரசம்மாள் கண்ணயர்ந்து சுவரில் சாய்ந்தபடி தூங்கிவிட்டார். விடியலில்தான் முழிப்பு வந்தது. எழுந்து கணவரைப் பார்த்தார்; படபடத்தது நெஞ்சு. ஞானமுத்தின் பாதி கண்கள் மட்டுமே திறந்திருந்தன. தொண்டைக்குழியில் உயிர் நின்று பதைபதைத்தது. “இஞ்சேருங்க.... இஞ்சேருங்க” அழைத்துப் பார்த்தாள்; எந்த உணர்வும் இல்லை. பதறிப்போய் ஓடினார் டாக்டரிடம். டாக்டர்களும், நர்சுகளும் வந்து என்னென்னவோ செய்து பார்த்தார்கள்; எந்தப் பலனும் இல்லை. சற்றுநேரத்தில் பிரிந்தது ஞானமுத்தின் உயிர்.

பலத்த சத்தம் போட முடியாத ஆஸ்பத்ரி சூழல், “யென் ராசா.. அ.அ..” கொடூர வலியின் இறுக்கத்தில் தெரசம்மாளின் இதயம் வெடித்துவிடப் போவதுபோல் வேகமாக வீங்கிக்கொண்டிருந்தது. மைக்கேலோ விம்மி விம்மி கண்ணீர் வடித்தான்.

ஞானமுத்தின் உடல் வீடு வந்து சேர்ந்தபோது ஊராரும், உறவினர்களும் வீட்டைச் சுற்றி நின்றிருந்தார்கள். உடலை வீட்டில் வைத்ததும் “கோ”வென்று பீறிட்டுக் கிளம்பியது சத்தம். அழுகையும், கூடிநின்றவர்களின் புலம்பலும் பெருமூச்சும் வீட்டை எரியும்* அக்கானி அடுப்பாக்கின. அவ்வளவு வெப்பம் சூழ்ந்தது வீட்டில்.

வெளியே உட்கார்ந்திருந்த ஒருவர், “கடலுக்கு மீனு பிடிக்கப் போனவனும், பனையில அக்கானி எடுக்கப் போனவனும் திரும்பி வந்தாத்தாங் உண்டுணு சிம்மாவா செல்லிவச்சினம்” என்றார்.

“ம்... இனிமே இவிய கதி ...? மிக்கேலுப் பய தலையெடுத்தாத்தான் உண்டு. அவென் படிச்சி... ஒரு சோலிக்குப் பெய் அக்கா, தக்கச்சியளக் காப்பாத்துவானா?” சந்தேகம் தொனிக்கக் கூறினார் பரஞ்சோதியார். இவர் கள் வியாபாரி. ஆடு, மாடுகளுக்கு பொட்டு பொடி வைத்தியம் பார்ப்பார்.

வைத்தியரும், ஆசானும் வந்தனர். அப்போது தலைப்பாகை

---

* அக்கானி - பதநீர்

கட்டி, நெற்றியில் கீழிருந்து மேல்நோக்கி நாமம் போட்டிருந்த சிவலிங்கமும் வந்தார். ஆசானின் அருகே அமர்ந்த அவர், "ஆயான ....இருபத்தொண்ணு நாளு தாண்டியது கஸ்டன்னு சென்னிய... பதினெட்டு நாளுக்குள்ளயே முடிஞ்சுபோச்சுதே" எனப் புலம்பத் தொடங்கினார். ஆசான் அதற்குப் பதில் சொல்லும் நிலையில் இல்லை. "ம்.... ஆவ வேண்டியதெப்பாருங்க...' எனக்கூறி அமைதியாக இருந்தார்.

சிலுவை, மெழுகுத்திரிகள், பிரார்த்தனைப் புத்தகம் ஆகியவற்றோடு வந்தார் உபதேசியார். மெழுகுத்திரிகளைக் கொளுத்தி வைத்தார். தங்கையாவும் கையிலிருந்த சாம்பிராணித்திரிகளைக் கொளுத்திவைத்தார். ஜெபமாலையைக் கையில் எடுத்த உபதேசியார், "பிதாவுக்கும், சுதனுக்கும், இஸ்பிரீத்து சாந்துக்கும் தோத்திரம் உண்டாகக்கடவது" என்றார். தொடர்ந்து "ஆமென்" என்றனர். கர்த்தர் கற்பித்த ஜெபம், மங்கள வார்த்தை ஜெபம், எனத் தொடர்ந்தது பிரார்த்தனை. செபங்கள் இறந்தவர் உயிரைப் பரலோகத்தில் சேர்க்க உதவுமோ, இல்லையோ, கூடியிருந்தவர்களின் துக்கத்தின் தீவிரத்தைக் குறைத்தன. எல்லாரும் அழுகையை நிறுத்தி, ஜெபத்தை முணுமுணுத்தார்கள்.

மரணம் மக்களின் பசி அறியுமா? மைக்கேலும், தங்கைகளும் சுருண்டு, விழுந்து கிடந்தார்கள். அவர்களின் வயிறுகள் வற்றிப் போயிருந்தன. மூவரையும் எழுப்பி தன் வீட்டுக்கு அழைத்து வந்தாள் கிளாரா. இருந்த சாப்பாட்டை அவர்களுக்குப் பங்கிட்டுக் கொடுத்தாள். பின்பு பாயை விரித்து அவர்களோடு படுத்துக் கொண்டாள்.

காலையில் குளிப்பாட்ட ஞானமுத்து உடலைத் தூக்கிய போது, திண்ணையில் நின்றிருந்த பெண்கள் ஓலமிட்டு அழுதார்கள். முற்றத்து மூலையில் வண்ணார் மாற்றுத்துணிகளால் மறைப்பு உண்டாக்கினார். உடலை பெஞ்சில் உட்காரவைத்தபடி சாய்த்துப் பிடித்தார்கள். நாவிதர் முகத்து முடிகளை மழித்தார். குளிப்பாட்டி கோடி துணிகள் போட்டு, கொண்டுவந்து பெட்டியில் வைத்தார்கள்.

பத்து மணிக்கெல்லாம் உடல் கோவிலின் நடுப்பகுதியில் வைக்கப்பட்டது. ஆசிரியர் ஜோசப் பூசைக்கு வந்திருந்தார். அவர் வீட்டிலிருந்து கோவிலுக்கு இரண்டு மைல் தூரம். குடையின் உதவியோடு நடந்தே வந்தார். மைக்கேலுக்குத் தன்னால் ஏற்பட்ட காயங்களைவிட இரண்டு மைல் நடந்தது சிரமமாக அவருக்குத்

தெரியவில்லை. பூசையை முடித்தார் குருவானவர். பின்பு பிரார்த்தனை செய்தபடி சடலத்தைச் சுற்றி வந்து தூபம் காட்டினார். தொடர்ந்து தீர்த்தம் தெளித்து மந்திரித்தார். பெட்டியைத் தூக்கச் சிலர் தயாராயினர்.

மைக்கேல் சிலுவையைப் பிடித்தபடி முன்னால் செல்ல, பின்னால் பெட்டியை ஆறு ஏழுபேர் தூக்கி வந்தார்கள். தொடர்ந்து ஊரார், உறவினர்கள்.

பன்னிரெண்டு வயதில் தந்தையை இழந்து, சிலுவை சுமந்து செல்லும் மைக்கேலைப் பார்த்ததும் ஆசிரியர் நெஞ்சம் உருகியது. 'உனக்குத் தந்தைபோல் நானிருப்பேன்' மனத்துள் தீர்மானித்தவராய் அவன் அருகே சென்று, அவனோடு நடந்தார்.

உடலைச் சிமித்தேரியில் அடக்கினர். பின்பு வண்ணார், நாவிதர், குழிவெட்டி ஆகியோருக்குச் செய்ய வேண்டிய சம்பிரதாய முறைகளைச் செய்தனர். எல்லாம் முடிந்தது.

ஆசிரியர் மைக்கேலின் தோளைப் பிடித்தபடி வீட்டிற்கு வந்தார். அப்போது பொன்னையாவின் மனைவி, சிறு பயறும், அரிசியும் போட்டுக் காய்ச்சிய கஞ்சிப்பானையைத் திண்ணையில் வைத்தார். தங்கையா, பனை ஓலையில் பட்டைகள் பிடித்துப் போட்டார்.

ஒரு பட்டையில் கஞ்சியை ஊற்றி மைக்கேலுக்குக் கொடுத்தார் ஆசிரியர். அவரும் ஒரு பட்டை குடித்தார். மற்றவர்களும் குடித்துமுடித்தனர்.

மெல்ல வீட்டுக்குள் நுழைந்தார் ஆசிரியர். அவரைப் பார்த்ததும், ஒருக்கழித்துப் படுத்திருந்த தெரசம்மாள், எழுந்து சுவரில் சாய்ந்தார். சற்றுநேரம் ஆறுதல் வார்த்தைகள் சொன்ன ஆசிரியர், "நாளெய்க்கு வேண்டாம்..... விட்ருங்க... மத்தினா மிக்கேலப் பள்ளிக்கு விடுங்க" எனக் கேட்டுக்கொண்டார். தெரசம்மாள் 'ஆம்' என்பது போல் தலையசைத்தார்.

ஞானமுத்தின் ஆஸ்பத்திரி செலவுக்கு மூன்று பேரிடம் கடன் வாங்கியிருந்தார்கள். அவர்களில் வியாபாரியார் கொடுக்கும்போதே சொன்னார், "ஒரு மாசத்ல தந்தா *பலிசெ தராண்டாம்; அதுக்குப் பெறவு தந்தா பலிசெ கேப்பென்" மற்ற இருவரும் அவசரத்துக்குக் கைமாற்றாகக் கொடுத்தவர்கள். மாதம் ஒன்று ஆயிற்று. எல்லாருக்கும் கொடுத்தாக வேண்டிய கட்டாயம். வீட்டுச் செலவுக்கும்

* பலிசெ- வட்டி

தெரசம்மாளிடம் காசில்லை; காட்டு விளையை விற்பது குறித்து தங்கையாவிடமும் பொன்னையாவிடமும் பேசியிருந்தார். மூவரும் கூடிப் பேசி விற்பது என்ற முடிவுக்கு வந்தனர். தெரசம்மாளுக்கு மீதி இருந்தது வீட்டடியும், மரச்சீனி வைக்கும் ஒரு கண்டமும்தான். இனி பிள்ளைகளுக்கு அக்கானி குடிக்க ஒரு பனைகூட இல்லை.

வியாபாரியிடமே விலை பேசி முடித்திருந்தார் தங்கையா. தனக்கு வரவேண்டியது போக மீதிப்பணத்தைத் தெரசம்மாளிடம் கொடுத்தார் வியாபாரியார். அதைக் கொண்டு மற்ற இருவர் கடனையும் அடைத்தார்கள். மிச்சமிருந்த காசில் ரபேக்காவுக்கு ஒரு சின்ன கம்மல் வாங்கிப்போட்டார் தெரசம்மாள்.

ஞானமுத்தின் மனைவியும் மக்களும் சோறு தின்ன வழியறியாது தவிப்பதைப் பார்த்தார் தங்கையா. ஒருசமயம் தனக்கு ஏதாவது அசம்பாவிதம் நடந்தால் தனது மனைவியும் மக்களும் கைவிடப்படுவார்களோ? ஒரு கலக்கம் அவருக்குள். இப்போதே நேசம் ஆஸ்த்மாவால் உயிர்வதை அனுபவிக்கிறாள். அவளின் நோய்க்குப் பண்டுவம் பார்த்தும், அக்கானி காய்ச்சியும் மூத்த மகள் கிளாராளின் படிப்பு....?

இரண்டு

அன்று பள்ளியிலிருந்து வந்து வீட்டுக்குள் நுழைந்த கிளாரா "அம்மா... அம்..மா.. அம்மா" அலறினாள்.

பின் கதவின் மேல்பகுதியை ஒரு கையாலும், பக்கவாட்டை இன்னொரு கையாலும் பிடித்துத் தொங்கிக்கொண்டிருந்தார் நேசம். கதவை உரசியபடி விழுந்தும் எழுந்தும் தள்ளாடிக் கொண்டிருந்தது அவரது தலை, காதை அறுத்துக்கொண்டு விழுந்துவிடுமோ என அஞ்சும்படி பாம்படங்கள் ஆடின. மூச்சை உள்ளே இழுக்க முடியாமலும் வெளியே விட முடியாமலும் திணறினார். அம்மாவைப் பார்த்துப் பயந்துபோன கிளாராளின் உடம்பு நடுங்கியது. இதற்கு முன்பு இப்படி ஒரு வேதனைக் காட்சியை அவள் கண்டதில்லை. அம்மா செத்துப் போயிருவாளோ? அஞ்சினாள். "அம்மா... ஏன்ம்மா ..... இப்டி இழுக்கிய" தழுதழுத்தது கிளாராளின் குரல்.

"ஒண்ணுமில்ல.. குடிச்ச ஒரு கிண்ணி வெள்ளம் அனத்திக்குடு மோள..."

படபடப்போடு அடுக்களைக்குப் போய் தண்ணீரைக் கொதிக்கவைத்து, அதை எடுத்துவந்து அம்மா முன் வைத்தாள் கிளாரா. தாய் குடிக்கக் குடிக்க.... தொண்டையிலிருந்து வயிறுவரை தடவிவிட்டாள் மகள். பின்பு மெல்லப் பிடித்துச் சுவர் ஓரத்தில் உட்காரவைத்தாள். நேசம் நெஞ்சைப் பிடித்தபடி இருமினார். வாய் நிறைய எச்சிலும் கவ்வமும். ஒரு சிரட்டையில் மண்ணைப் போட்டுக் கொண்டு வந்து அம்மாவின் வாய் முன் காட்டினாள். வாயிலிருந்த எச்சிலையும், கவ்வத்தையும் துப்பினார் நேசம். அதை அருகில் வைத்த கிளாரா,

"எப்டி செமச்சிய...? பேடியாருக்கு... அப்பனெ விளிச்சட்டா?"

"வேண்டாம் மக்கா!"

"பின்னெ வைத்தியரு மாமா வீட்டுக்குப் போவ்லாம்....

எழுந்திரும்மா ..."

"நடக்க முடியேல மக்கா" என்றார்.

கிளாரா, தங்கை அமலாவிடம் “அம்மையெப் பாத்துக்க” எனக் கூறிவிட்டுக் கிளம்பினாள் வைத்தியர் வீட்டுக்கு.

சற்று நேரத்தில் வைத்தியருடன் வந்தாள் கிளாரா. நேசத்தின் நாடியைப் பிடித்துப்பார்த்தார் வைத்தியர். பின்பு ஆள்காட்டி விரலோடு சேர்ந்த மூன்று விரல்களையும் தரையில் தட்டினார். வைத்திய சாஸ்திரத்திலுள்ள சூத்திரம் ஒன்றை முணுமுணுத்த அவர், “குட்டியே கரண்டியிருக்கா?”

“இருக்கு மாமா” ஒரு சங்கை எடுத்துக் கொடுத்தாள் கிளாரா. அது நிறைய மருந்தை ஊற்றி, “செந்தரையா குடி” என்றார். குடித்தார் நேசம். அதே மருந்தை மூக்கிலும் உறிஞ்ச வைத்தார். பின்பு கிளாராவிடம் “இதில ஒரு கரண்டி காலத்தயும் ராத்திரியும் ஆகாரத்துக்குப் பெறவு குடு” எனக் கூறிவிட்டு, ஒரு தாளை எடுத்து, கஷாயத்துக்கான மருந்துகளை எழுதினார். “இந்த....” தாளை அவள் கையில் கொடுத்த வைத்தியர், “இந்த மருந்து ஒழிவாறெக் கடையில கிட்டும். வேண்டிய கஷாயம் போட்டு, இந்தக் குளியெயில ரெண்டெ உரவிக்குடு” குளிகைகளைத் தாளில் மடித்து, கிளாராளின் கையில் கொடுத்தார். கிளாராளை வெளியே அழைத்துவந்த வைத்தியர், “அஞ்சாறு நாளெய்க்கு கொம்மயெ அக்கானி காய்ச்ச விடாத ... பொகெயும் வெக்கெயும் அவுளுக்குக் கேடு மக்கா... பத்திரமா பாத்துக்க... செணம் சொகமாயிரும்” அறிவுறுத்தி விட்டுக் கிளம்பினார்.

குறுக்கே போனால் கூட ஒழிபாறை, ஒரு மைலுக்குமேல் தூரம். நடப்பதா, ஓடுவதா? கிளாரா குழம்பினாள். அதற்குள் தாய், “இருட்டியதுக்கு மின்ன வந்திரு மக்கா” என்றார்.

இருட்டின் நுனியில் ஓடி ஓடி நடந்தாள்; நடந்து நடந்து ஓடினாள் கிளாரா. வாய் “அந்தோணியாரே, அம்மயெச் சொகமாக்கும்” வேண்டிக்கொண்டிருந்தது.

மருந்துடன் வந்தாள் கிளாரா. சற்றும் தாமதிக்காது கஷாயம் போட்டு, குளிகைகளை உரசி, அம்மாவுக்குக் கொடுத்தாள்.

துணி மூட்டை ஒன்றைத் தாயின் தலைக்கு வைக்க எத்தனித்தபோது, “அந்த டிரங்குப்பெட்டியெ எடு மக்கா” என்றார் நேசம்.

டிரங்குப் பெட்டிமேல் துணி மூட்டை. அதன்மேல் இரு கைகளையும் நீட்டி வைத்து, தலையைச் சாய்த்தார் நேசம். மூச்சு

இழுக்க இழுக்க கள்ளியங்காட்டுக் கொல்லனின் துருத்திபோல் நேசத்தின் நெஞ்சு ஊதியும் சுருங்கியும் பதைபதைத்தது.

இரவு எட்டு மணி. அருவாப்பெட்டியை அவிழ்த்து வைத்த தங்கையா, வீட்டுக்குள் நுழைந்தார். வரும் வழியில் வைத்தியரைச் சந்தித்திருந்தார். அவர்தான் நேசத்தின் சுகக்கேட்டைப் பற்றித் தெரிவித்தவர். அதனால் வாடிய முகத்தோடு வந்த அவர் பரிவோடு அழைத்தார் “நேசம்... நேசம்”

“ம்...ம்” என்று மட்டுமே நேசத்தால் சொல்லமுடிந்தது. “இருந்த இருப்புக்கு இப்பக் கொஞ்சம் கொள்ளாம் அப்பா” என்றாள் கிளாரா. மனைவியின் அருகே சென்று அவர் மூச்சிழுக்கச் சிரமப்படுவதைக் கண்டு மிகவும் வருந்தினார். பக்கத்தில் இருந்த சிரட்டையில் கவ்வம் நிரம்பியிருந்தது. அதை எடுத்துக் குப்பைக்குழியில் கொட்டி, புது மண்ணைப் போட்டுக் கொண்டு வந்து வைத்தார்.

நேசம் சற்றுக் கண் அயர்ந்ததும் திண்ணைக்கு வந்தார் தங்கையன். பீடியைப் பற்ற வைத்த அவர் யோசனையில் மூழ்கினார். ‘நாளெய்க்கு யாரு வந்து அக்கானி எடுக்கியது? அதெக் காய்ச்சி யாரு கருப்பட்டி அக்கியது? யாரெ விளிச்சிலாம்?’ எதுவும் அவருக்குப் பிடிபடவில்லை ..... அப்படியே சரிந்து உறங்கிவிட்டார்.

ஆலய மணி ஒலித்தது. காலை ஐந்து மணி என்பதற்கான அறிவிப்பு அது. பெரும்பாலான பெண்கள் விழித்தெழுவார்கள். வெளிச்சம் விழுவதற்குள் காலைக்கடன்களை முடித்து, வீடு திரும்புவார்கள். பனையேறிகளும் தயாராகிவிடுவார்கள்.

தங்கையாவும் எழுந்து, ஒரு பீடியை இழுத்து முடித்தார். வேட்டியின் ஒரு பகுதியை முன்னால் விட்டு, மற்ற பகுதியை மடித்து இடுப்பில் சுற்றிக் கட்டினார். தொங்கிக் கொண்டிருந்த முன்பகுதியைக் குத்து மறுவால் போட்டு பின் முதுகு மடிப்பில் சொருகிவிட்டார். பின்பு மிருக்குத்தடியில் இறுக்கமாகக் கட்டியிருந்த சட்டத்தில் வெள்ளைக்கல் பொடியைத் தூவினார். அதில் தேய்த்து அருவாக்கத்தியையும் ஆக்கத்தியையும் கூராக்கினார். வெள்ளி நிறமாகி இரண்டும் பளபளத்தன. இரண்டையும் நகத்தில் வைத்துக் கூர் பார்த்தபோது கொஞ்சம் பிசகினால் விரல் துண்டாகிவிடும் போலிருந்தது. அடுத்து இடுப்பில் அருவாப்பெட்டியைக் கட்டினார். கட்டிய கயிற்றுக்கும் அருவாப்பெட்டிக்கும் இடையே கடுப்பைச் சொருகினார். அது பாளைகளை இடுக்கி தோதுபடுத்தும் கருவி.

பெட்டிக்குள் மூன்று அறைகள். மூன்றில் பாளை அருவாக்கத்தியும் ஆக்கத்தியும். இன்னொன்றில் சுண்ணாம்புப்பெட்டி, அடுத்ததில் வெள்ளைக்கல்பொடி, பீடி, தீப்பெட்டி போன்றவை. மிருக்குத்-தடியைத் தோளில் வைத்து, கலக்கு மட்டையோடு இருந்த குடுவையை அதில் தொங்கவிட்டார் தங்கையன். அப்போது,

"அப்பா" ஒரு சட்டி கஞ்சித்தெளிவை நீட்டினாள் கிளாரா. தினமும் இந்நேரத்தில் நேசம்தான் தருவார். இன்று மூத்த மகள் தருகிறாள். இனம்புரியாத ஒரு வலியோடு வாங்கிக்குடித்தார். வாயைத் துடைத்ததும், "மக்கா... அம்மெயப் பாத்துக்க" எனச் சொல்லிச் சென்றார்.

அம்மாவுக்குக் கஷாயம் வைத்துக் கொடுத்ததும் கிளாரா, குடமும் தோண்டியுமாகத் தண்ணீர் எடுக்கப்போனாள். இரண்டு குடங்களோடு நிறுத்தினாள். அதற்குள் குளித்துவந்தாள் அமலா. அவள் சாப்பிட ஒரு சட்டியில் பழஞ்சியை எடுத்துவைத்தாள் கிளாரா. அமலா சாப்பிட்டு பாவாடை, சட்டை போட்டதும் அவளுக்குத் தலைசீவி, இரட்டை ஜடை பின்னி பள்ளிக்கு அனுப்பிவைத்தாள்.

ஒரு பானையும் சும்மாடும் எடுத்துக்கொண்டு கிளாரா நடந்தாள் வடலிவிளைக்கு. பனையிலிருந்து இறங்கினார் தங்கையன். குடுவையில் இருந்த அக்கானியைப் பானையில் ஊற்றினார். அதற்குள் சும்மாட்டைத் தலையில் வைத்தாள் கிளாரா. பானையைத் தூக்கி அவள் தலையில் வைத்த தங்கையன் கேட்டார் "அமலா பள்ளிக்குப் போனாளா?"

"ம்" என்ற கிளாரா, ஒரு கையைப் பானையில் பிடித்தபடி வீட்டுக்கு நடந்தாள். 'பத்து மணிக்குக் கொசவன்விளைக்கு வருவியா?' கேட்க நினைத்தார் தங்கையன்.

'வீட்டு வேலயளெ செய்யக் கட்டாயப்படுத்துவதாக நெனச்சிருவாளோ?' தயக்கத்தில் வாய் மூடிநின்றார்.

பத்து மணிக்குக் கொசவன்விளையில் கிளாரா. அக்கானிப் பானையைத் தூக்கிவைத்த தங்கையன், மகள் மீது பதிந்திருந்த கண்களை மூடமுடியாது இன்னொரு பனைமரம்போல் நின்றிருந்தார்.

கிளாரா எட்டாம் வகுப்பு. அமலா ஆறாம் வகுப்பு. 'இரண்டு மக்களும் பனெ ஏறிகளெ நம்பாத, படிப்பெ நம்பி வாழணம்.

காலேஜ் படிச்சி... பெரிய உத்தியோவம் பாக்கணும்.' இதையே பிள்ளைகளிடம் அடிக்கடிச் சொல்வார் தங்கையன். பிள்ளைகளோ வண்ணமயமான கனவுகளில் பறப்பார்கள். இன்று என் மூத்த மகளால் பள்ளிக்குப் போக இயலவில்லையே ..... என்ற வருத்தத்தில்தான் மரமானார் தங்கையன்.

அம்மா, அக்கானி காய்ச்சுவதைப் பலமுறை பார்த்திருப்பாள் கிளாரா. இருப்பினும் அது தெரிந்தும் தெரியாததுபோல் இருந்தது. அதனால் விவரங்களை அவள் அம்மாவிடம் கேட்டறிந்தாள்.

முன்னடுப்பில் ஒன்றும், பின்னடுப்பில் ஒன்றுமாகப் பானைகளை வைத்தாள். பானைகளின் வாய்ப்பகுதியில் சில்லாட்டையை வைத்து, அக்கானியை ஊற்றி வடிகட்டினாள். எறும்புகள், மீறுகள், தேனீக்கள், பிட்டான்கள், அலுவாச்சித் துண்டுகள் என ஒவ்வொன்றிலும் ஒரு கையளவு இருந்தது.

ஒரு இணுக்கு ஓலையில் நெருப்பைப் பற்றவைத்து, அது எரியத்தொடங்கியதும் அதன்மேல் சுள்ளிகளைப் போட்டாள். அவை எரிய, முக்கோண வடிவில் அடுக்கினாள் பனை மட்டைகளை. பின்பு ஓரத்தில் போட்டிருந்த சருகுகளை உள்ளே தள்ளி, கிண்டிவிட்டாள். 'தகதக' வென எரிந்தது அடுப்பு.

மஞ்சள் பருவத்துக்கு வந்தது அக்கானி. பின்னடுப்பில் இருந்ததைத் தூக்கி முன்னடுப்புப் பானையில் ஊற்றி விட்டு, பின்னடுப்பில் கஞ்சிப்பானையை வைத்தாள்.

"கஞ்சிப்பானெய * விர்த்தியா கழுவினியா மக்கா?"

"ஓங் கழுவுனங்"

பயினி ஆவதற்கு முன்பே, கஞ்சி கொதித்துப் பதப்பட்டது. ஒரு சட்டியில் கஞ்சியை வடித்துப் பத்திரப்படுத்தினாள்.

பயினிப்பானையை இறக்கி, ஒரு சும்மாட்டில் வைத்து, துடுப்பைப் போட்டுக் கிண்டத் தொடங்கினாள். 'கடக் கடக்' எனச் சத்தம். பானை விளிம்பில் துடுப்புப் பட்டு வரும் சத்தம் அது. "நில்லு மக்கா .... வாறேங்". அவசர அவசரமாக வந்த நேசம், பானை விளிம்பில் துடுப்புப் படாதபடி கிண்டிக்காட்டினார். "மதி.. மதி நீ எழுந்திரிம்மா" என்றாள் கிளாரா. நேசம் எழுந்ததும் அவளே கிண்டினாள். பயினி பக்குவப்பட்டதும் கிளாரா துடுப்போடு அம்மாவிடம் வந்து "பாரும்மா" என்றாள். துடுப்பிலிருந்த

* விர்த்தியா - சுத்தமாக

பயினியைச் சுண்டு விரலில் எடுத்து, பெருவிரலால் உருட்டி, உருட்டிப்பார்த்த நேசம் சொன்னார். “ம்.... மதிட்டி செரட்டெய எடுத்து வச்சி ஊத்து’.

அடுப்படியில் சின்னதாக ஆறு குழிகள். நான்கில் சிரட்டைகளை வைத்தாள் கிளாரா . உள்ளே இருந்த தாய், “மக்கா, சீலாந்தி எலெயப் பிய்ச்சி செரட்டெய்க்குள்ள வய்யி” அவளுக்குக் கேட்கும்படி கூறினார். வெளியே போய் பூவரசம் இலைகளைப் பறித்து வந்தாள் கிளாரா. அவற்றைக் கையால் துண்டாக்கி, சிரட்டையின் நடுப்பகுதியில் இருந்த ஓட்டை அடையும் விதத்தில் வைத்தாள். துடுப்பிலும், பானையிலும் ஆங்காங்கே ஒட்டியிருந்தவற்றைச் சுரண்டி இன்னொரு சிரட்டையில் போட்டாள். அது ஒரு சில்லுக்கருப்பட்டியானது. ‘இது எனக்கும் அமலாளுக்கும்’ மனக்கணக்கிட்டாள் கிளாரா.

அவள் கணக்குத் தப்பாகிவிட்டது. “மக்கா கண்ணுவச்சியா?” நேசம் கேட்டார். தனது அறியாமைக்கு வெட்கப்பட்ட கிளாரா, “வச்சிரியங்” என்றாள். சில்லுக்கருப்பட்டியை எடுத்து கைக்குள் வைத்து உருட்டி, ஒவ்வொரு கருப்பட்டிக்கும் நடுவில் கண் வைத்தாள். கையில் ஒட்டியிருந்ததை நக்கியபடி திண்ணைக்கு வந்தாள் கிளாரா.

மணி ஐந்து, “மகளே..... மீனு இல்லீங்கி கொப்பன் ஒரு பிடி சோறுகூட தின்னமாட்டினம் பாத்துக்க. கடைக்குப்பெய் மீனும் அரைச்சியதும் அரெப்பக்கா அரியும் வேண்டீண்டு வாறியா?”

“ஓங்” சம்மதம் தெரிவித்த கிளாரா, அம்மாவிடமிருந்து காசை வாங்கி, தோண்டியும் பெட்டியுமாகக் கடைக்கு நடந்தாள்.

ஒன்றரை மைல் தூரத்தில் கடை. அம்மா சொல்ல மறந்தது மரச்சீனிக்கிழங்கு. அதையும் சேர்த்து வாங்கிவந்தாள் அவள்.

வீட்டில் நுழையும்போது அமலா, “என்ன மீனு?”

“சாளெ”

“நேத்திக்கும் சாளெதான்” சலித்துக் கொண்டவள் ‘தும் தும்’ எனக் காலால் தரையைப் பலமாக மிதித்தபடி போய்ப் புத்தகத்தைத் திறந்தாள்.

மீனைக் கழுவி சட்டியில் போட்ட கிளாரா, அரைச்சியதை எடுத்தாள். அது கூம்பு வடிவிலான ஒரு சின்னப்பொதியில்

இருந்தது. பிரித்துக் கொட்டினாள் அம்மியில். இரண்டு வற்றல், கொஞ்சம் மல்லி, ஒரு வெங்காயம், ஒரு நுள்ளு சீரகம், ஒரு நுள்ளு வெந்தயம், ஒரு துண்டு மஞ்சள். அவற்றைக் குழவியால் இரண்டு இழுப்பு இழுத்து வழித்துப் போட்டாள் சட்டியில் . புளி தீர்ந்து போயிருந்தது. ஓடிச்சென்று வீட்டின் பின்னால் நின்ற மரத்திலிருந்து ரெண்டு பச்சைப்புளிகளைப் பறித்து மீன் சட்டியில் இட்டாள். ஒரு அடுப்பில் கிழங்கும், இன்னொரு அடுப்பில் மீனும் வெந்தன.

அன்று அம்மாவுக்குக் கஷாயம் காய்ச்சியதிலிருந்து இரவு எல்லாருக்கும் சாப்பாடு கொடுத்ததுவரை கிளாராளுக்கு ஓயாத வேலை. உடம்போ களைத்துப்போயிற்று. மூட்டுகளில் வலி. பதிமூன்றே வயதான சின்னப்பெண் அவள்; சோர்ந்து பாயில் சரிந்து விட்டாள். மனம், தாயை அவள் கண்ணுக்குள் நிற்க வைத்தது.

‘இன்னு நான் செய்த வேலயளெ தெனமும் அம்மா செய்யியா. எம்பிடு நோவும்; எம்பிடு அலுப்பிருக்கும்? அடுக்களெ பொகயும், தீயும் அவ ஈரக் கொலெய்க்குள்ளதானெ அடஞ்சி கெடக்கிது. இதெல்லாம் ஒரு பெண்டாட்டி செய்யணம்னு அப்பா நெனச்சியாரு. அம்மாவுக்கு நோய்நொடி வந்தாலோ துடிச்சிப்போயிறாரு. மாத்து வழி ஒண்ணும் அவருகிட்ட இல்ல; தாங்க முடியாத பாரத்த அம்மா செமந்துகிட்டே இருக்கியா.....’ இந்த இதய உறுத்தலோடு கிளாரா இமைகளை மூடினாள்.

ஒரு வாரத்தில் நேசம்மாளுக்கு இழுப்புக் குறைந்தது. விளைகளுக்குப் போய்ச் சருகு அரித்து, சுள்ளி பொறுக்கிவந்தார்.

இந்தச் சருகையும் சுள்ளிகளையும் வைத்து அடுப்பைப் பற்றவைக்கலாம். அக்கானி காய்ச்ச முடியாது. பனையேறி வீட்டுக்கு விறகுதான் பிரச்சினை. மா, புளி போன்ற மரங்களின் விறகுத்துண்டுகள் நின்று எரியும். இரண்டு துண்டுகளை அடுப்பில் வைத்துவிட்டு, வேறுவேலை பார்க்கலாம். மற்ற விறகுகளை வைத்தால் அடுப்பின் முன்பு அமர்ந்து தள்ளித்தள்ளிவிட வேண்டும்; அணைந்துவிட்டால் குனிந்து ஊதவேண்டும். வெக்கையும் புகையும் மூக்கில் ஏறும்.

அதனால் பதினைந்து நாட்களாக நேசம் கணவனிடம் சொல்லி வந்தாள். அன்றும் “இஞ்சேருங்க..... வெறவு தீந்து போச்சி... என்ன செய்ய?” எனக் கேட்டார். அப்போதுதான் சின்ன புளியமரம் ஒன்றை விலைபேசி முடித்திருந்தது தங்கையனின் நினைவுக்கு வந்தது. பாதி பணம் கொடுத்திருந்தார். மீதியையும் கொடுத்தால்

வெட்டிவிடலாம். உடனே கொடுத்துவிடக் கையில் பணமில்லை. ‘சம்பாதிச்சிய சக்கறமெல்லாம் வெறவு வேண்டியே தீந்திரும் போலருக்கு’ என மனத்துக்குள் நொந்துகொண்டார். இருப்பினும் கடன் வாங்கி மீதிக் காசைக் கொடுத்தார் தங்கையா.

மறுநாள் அந்தப் புளியமரம் அரக்கப்பட்டது. கொம்புகள், கிளைகள், குற்றிகள் என அது வீடு வந்துசேர்ந்தது.

திங்கள் அதிகாலை கோயில் மணி ஒலித்தது. கஞ்சித்தெளிவோடு கணவன் முன் நின்றார் நேசம். விடியலில் மனைவி முகத்தில் விழித்ததில் தங்கையாவுக்கு மகிழ்ச்சி. ஆனாலும் அவர் நினைவெல்லாம் கிளாராளைச் சுற்றியே இருந்தது.

“ஒனக்கு முடியுமெங்கி குட்டியெ பள்ளிக்குப் போவச்செல்லு”

“ஓங் செல்லியங்” இதற்குமேல் எந்த உறுதியும் நேசத்தால் தர இயலவில்லை .

கிளாராளும் அமலாவும் குளித்துவிட்டு வந்தார்கள். இருவருக்கும் பழஞ்சி கொடுத்தார் நேசம். அதைக் குடித்த இருவரும் பாவாடை, சட்டை போட்டார்கள். தலைசீவி, இரட்டை ஜடை பின்னிவிட்டார் நேசம். அமலா புத்தகங்களுடன் கிளம்பினாள். திண்ணையில் அமர்ந்து சில நிமிடங்கள் யோசித்தாள் கிளாரா. பின்பு ஒரு முடிவுக்கு வந்தாள். பானையும் சும்மாடும் எடுத்துக் கொண்டு போனாள் வடலிவிளைக்கு, கலங்கிப்போனார் நேசம். “குட்டியே, எங்கட்டிப்போற? நில்லுட்டி” உத்திரவிடும் தொனியில் சொன்னார் தாய். காதில் விழாததுபோல் நடந்தாள் கிளாரா. வேகமாகப் போய் அவளை இடைமறித்து நின்ற தாய், தன் இரு கைகளாலும் மகளின் கன்னங்களைத் தடவி, “பள்ளிக்குப் போ மகளே... நீ காலேஜுக்குப் பெய் பெரிய படிப்பெல்லாம் படிக்கணம் மக்கா... நம்ம எடத்ல ஒருத்தளும் பாக்காத பெரிய உத்தியோவம் நீ பாக்கணம் மோளே... கொப்பன் அறிஞ்சா கொன்னுப் போட்டுருவினம் மக்கா.... போ..... மக்கா...” எனச் சொல்லச்சொல்ல தாயின் முகத்தையே பரிவோடு பார்த்துக்கொண்டிருந்தாள் கிளாரா. கலக்கமடைந்த நேசம்,

“அவிய கேட்டா... என்ன செல்லுவெங் .... அய்யோ .. இவ ஒத்தக்கால்ல நிக்கியாளே.... அய்யோ...” இழுத்துப் பேசிய நேசம்மாளுக்கு மூச்சு வாங்கியது. மீண்டும் இழுப்பு வந்துவிடக்கூடாது என்ற பயத்தில் அம்மாவின் கையைப் பிடித்து. “வாம்மா” அழைத்துவந்தாள் வீட்டுக்கு. திண்ணையில் அமர்ந்தாள்

கிளாரா. உள்ளே சென்ற தாய், கிளாராளின் புத்தகங்களை எடுத்துவந்து அவளது மடியில் வைத்தார். முந்தியில் முடிந்து வைத்திருந்த நாலணா காசை எடுத்து அவள் கையில் திணித்து, "ஒனக்கு இஷ்டப்பட்டதெ வேண்டிக்க மக்கா! பள்ளிக்குப்போ...." என்றார்.

அந்தக் காசைப் பார்த்துக்கொண்டே சுவரில் சாய்ந்தாள் கிளாரா. 'நாலணா காசுக்கு வேண்டி நான் பள்ளிக்குப் போவேலண்ணு அற்பமா நெனச்சிட்டாளே யென் அம்மா....' வருந்திய கிளாரா முகம் கரிச்சட்டியாய் மாறியது.

"போவுட்டி" அம்மாவின் அதிகாரக்குரல்.

"முடியாதும்மா...." மகளின் பிடிவாதக்குரல். தாய் ஒரு திசையையும், கிளாரா இன்னொரு திசையையும் பார்த்தபடி அமர்ந்துகொண்டனர்.

சற்று நேரத்தில் பானை, சும்மாட்டுடன் கிளம்பினார் நேசம். பத்து மணிக்கும் அவரே அக்கானி எடுத்துவந்தார். அக்கானியை வடிகட்டி அடுப்பில் வைத்தபோதுதான் தெரிந்தது, கஞ்சி காய்க்கத் தண்ணீர் இல்லையென்று. குடத்தையும் தோண்டியையும் எடுத்துக் கொண்டு தண்ணீர் கோரப்போனார்.

திரும்பி வந்த நேசத்தின் நெஞ்சு கோவத்தில் கொதித்தது. காரணம், அக்கானி காய்ச்சிக்கொண்டிருந்தாள் கிளாரா . "பெணேய்" சீற்றத்தோடு அவளை இழுத்து வெளியே தள்ளினார் நேசம். "அடுப்பங்கரையில கெடந்து நீங்க வெந்திரப்படாதுன்னு தாம்பெணேய நாங் இப்டி கஸ்டப்படியென்.... நீ.. நீ..." வெளக்குமாற்றை எடுத்து அடி அடியென்று அடித்தார். அடிகளை வாங்கிக்கொண்டே பின்வாங்கி நடந்து சித்தி வீட்டில் தஞ்சமானாள் கிளாரா.

வெடி வைத்துப் பாறைகளைத் தகர்க்கும் சத்தம். புதிதாகக் கட்டப்பட்டுவரும் கோவிலுக்குக் கல் உடைக்கிறார்கள் என்பது தெரிந்தது. கிளாரா அங்கு சென்றாள். கீறல் விட்டிருக்கும் பாறைகளை *அலவாங்கால் நெம்புவதையும், பெரிய கற்களைக் கூடத்தால் உடைப்பதையும் பார்த்தாள். இன்னொரு பக்கம் மூன்று

பேர் தமரு அடித்துக்கொண்டிருந்தார்கள். அந்தக் குழிகளில்தான் மருந்தும் திரியும் அடைத்து வெடிக்கச் செய்வார்கள். இந்த

* அலவாங்கு - பெரிய கடப்பாரை, கூடம் - சம்மட்டி

உழைப்பாளிகளின் வெற்றுடம்புகளில் பாத்திக்கட்டி ஓடியது வியர்வை.

அவர்களை நினைத்தபடியே கோவிலுக்கு வந்தாள் கிளாரா. ஜன்னல்களுக்கும் கதவுகளுக்கும் மேலே கருங்கல் சுவர். நாலாபக்கமும் உயர்ந்து கொண்டிருந்தது. கொத்தனார்களும் கையாட்களும் சாரத்தில் நின்று, சுண்ணாம்புச் சாந்தால் கற்களை ஒட்டிக் கொண்டிருந்தார்கள். அவர்கள் போட்டிருந்த பனியன்களை உடலோடு ஒட்டி வைத்திருந்தது வெயில். 'எம்பிடு கஸ்டப்பட்டு இந்தக் கோவிலெக் கட்டினம். கொற தீந்தெங்கி ஆயிரம் பேரு ஒண்ணாருந்து பூசெபாக்கிலாம்' தனக்குள் கணக்கிட்டு வியந்தாள். கோவிலைச் சுற்றியே பொழுதைப் போக்கிவிட்டு, கஞ்சி குடிக்கும் நேரத்தில் வீட்டுக்கு வந்தாள் கிளாரா.

இரவு, மாடவிளக்கு வெளிச்சத்தில் அமலா படித்துக் கொண்டிருந்தாள். நேசம் ஒரு மூலையில், கிளாரா இன்னொரு மூலையில். சுவரில் சாய்ந்து கால்களை மடக்கி உட்கார்ந்திருந்தாள் கிளாரா. பனையேறிவிட்டு வந்தார் தங்கையன். அவர் சாப்பிடச் சோறும் கஞ்சித்தெளிவும் வைத்தார் நேசம். சோற்றைப் பிசைந்த தங்கையா, "ரெண்டு பிறாவிசியம் கேட்டென்... ஒரு வேளம் கூட நீ மறுபடி செல்லேல...?"

தலைகுனிந்தார் நேசம். மூவர் கண்களும் ஒன்றையொன்று பார்த்துக்கொண்டன. யார் பதில் சொல்வது, என்ன சொல்வது? மூவருக்கும் தயக்கம். கேட்டது நேசத்திடம். அதனால் பதில் சொல்ல வேண்டிய கட்டாயம் அவருக்கு.

"அந்நா இருக்கியால்ல. நீங்களே கேளுங்க" என்றார் நேசம். "கிளாரா........." தங்கையன் அழைப்பதற்குள் "நான் பள்ளிக்குப் போவேலப்பா" பதிலளித்தாள் அவள். தங்கையனுக்கு முட்டிக்கொண்டு வந்தது கோவம். அதை அடக்கிய அவர் நிதானமாக, "காலத்த பள்ளிக்குப் போயிரு" என்றார். போறேன் என்று சொல்லும்படி தாயும், தங்கையும் சைகை காட்டினார்கள். அப்படி அவள் சொல்வாள் என்பதே இவர்கள் இருவரின் நம்பிக்கை. அதற்கு மாறாக, "போமாட்டென்.. போமாட்டேன்... போமாட்டேன்" உறுதியோடு கூறினாள் கிளாரா. ஆவேசத்தோடு எழுந்த தங்கையா வெளியே சென்றார். 'என்ன கொடுமெ நடக்கப்போவுதோ?' பயந்த இருவரும் கிளாராளுக்கு அறிவுரை கூறினார்கள். காதைப் பொத்திக்கொண்டாள் அவள்.

ஒரு புளிய மிளாருடன் வந்தார் தங்கையன். கண்ணிமைக்கும் நேரத்தில் 'பளார் பளார்' விழுந்தன அடிகள். பல்லைக் கடித்தபடி கைகளில், கால்களில், முதுகில் வாங்கிக்கொண்டாள் கிளாரா. ஒரு சின்ன முனகலோ, விம்மலோ கூட அவளிடமிருந்து வரவில்லை. மிளார் பட்ட இடங்களில் எழுந்த வலியின் அனலை மௌனத்தால் ஆற்ற முயற்சித்தாள் அவள்.

கிளாராளின் மௌனம் மேலும் அவருக்கு ஆத்திரமூட்டியது. மிளாரை எடுத்து மீண்டும் அடிக்க ஓங்கினார். தங்கையனின் கையைப்பிடித்த அமலா, "அப்பா... விட்டிருங்கப்பா.. விட்டிருங்க" எனக் கெஞ்சினாள். "இப்டி அடி வேண்டிச் சாவியதுக்கா ஒன்னெப்பெத்தேங்" தரையில் அடித்து அடித்து அழுதார் நேசம்.

யாரும் சாப்பிடவில்லை. அந்தந்த இடங்களில் சுருண்டு கிடந்தார்கள். இமைகள் மூடியிருப்பினும், உறக்கமோ, வெகுதொலைவில் நின்றது.

மெல்ல எழும்பினார் நேசம். விளக்கை ஏந்தியபடி கிளாராளின் அருகே வந்தார். துணியை விலக்கி அவளின் கைகள், கால்கள், முதுகு என ஒவ்வொரு இடமாய் உற்றுஉற்றுப் பார்த்தார். கொள்ளிக்கம்பால் சூடு வைத்ததுபோல் சிவந்திருந்தது மேனி. "என்ன ஜென்மமோ.... எம்பிடு அடி.. எப்டி நொந்திருக்கும். பாவி மட்ட.... மிண்டினாளா? ஒரு சொட்டுக் கண்ணீர் விட்டாளா?" என விசும்பி விசும்பி, காயத்திருமேனி தைலத்தால் மகளின் காயங்களைக் கழுவினார்.

ஒரு மாதம் உருண்டது. அன்று காலை திண்ணையில் அமர்ந்திருந்தாள் கிளாரா. பள்ளிக்குப் புறப்பட்டாள் அமலா. இளையவள் பள்ளிக்குப் போக, மூத்தவள் முடமாகிக் கிடக்கும் நிலையைத் தாயால் சகித்துக்கொள்ள முடியவில்லை. கிளாரா மீதிருந்த எரிச்சலில்,

"குட்டியே, இந்த வயசில படிச்சப் போவாம கொப்பங்கூட பனெ ஏறப்போறதுக்குக் கங்கணம் கட்டுதியா?" வேடிக்கையாகத் தான் கேட்டார் நேசம். ஆனால் அதன் விளைவு விபரீதமாக இருந்தது. 'அப்பனுக்குச் சொகமில்லீங்கி பனையும் யேறுவேங்' தனக்குள் கறுவிய கிளாரா, திண்ணையிலிருந்து எழுந்தாள்.

முன்புறப் பாவாடையைக் கையால் சுருக்கி, குத்து மறுவால் போட்டு, முதுகில் சொருகினாள். திண்ணை ஓரத்தில் கிடந்த

பழைய அருவாப்பெட்டியை இடுப்பில் கட்டி, மிருக்குத்தடியைத் தோளில் வைத்துவிட்டு நடந்தாள். நேசத்துக்குச் சிரிப்புதான் வந்தது. “குட்டியே, பெண்ணு மரமேறி, மாப்பிள நீக்கோலின்னு செல்லுவினம்” நேசத்தின் பேச்சில் கிண்டலின் தொனி .

இதை மத்தியானம் கணவரிடம் கூறினார் நேசம். அது சிரிப்புக்குரிய விசயமாக அவருக்குப் படவில்லை. தீவிரமாக அவரைச் சிந்திக்க வைத்தது. மனைவியிடம் “இந்த வருசம் முடியியது வரைக்கும் பள்ளிக்குப் போறது பத்தி அவளுக்கிட்ட ஒரு வேளமும் பேசப்படாது பாத்துக்க” உத்தரவிட்டார்.

தண்ணீர் கோருவது, குளிப்பது, மீன் வாங்குவது, குழம்பு வைப்பது கிளாராவின் வேலை. மீதி நேரம் ஓய்வு. பாதி நேரம் சோம்பேறியாக வாழ அவளுக்கு விருப்பமில்லை. நாலு காசு சம்பாதிக்கும் விதத்தில் ஏதாவது செய்ய நினைத்தாள். ஒன்றும் பிடிபடவில்லை .

இரவு மழையின் தூறல், காற்றின் உத்தரவை மீறி அது நிகழ்ந்ததோ? சீற்றத்துடன் வந்தது காற்று. நீர்த்துளிகளையும், கருமேகங்களையும் துரத்தியடித்தது. ஒரு வேளை மேகம் சரணடைய மறுத்திருக்கலாம். அதனால் விட்டுவிட்டுத் தூறல்; விட்டுவிட்டுத் துரத்தல்.

உள்ளே பாயில் படுத்திருந்தாலும், வீட்டுக்கு வெளியே விழித்திருந்தன கிளாராவின் கண்கள். அதனால் மழைத்துளிகளின் விழுதலையும், காற்றின் ஆரவாரத்தையும் அவளால் அறிய முடிந்தது. அது புது யோசனை ஒன்றை அவளுக்குத் தந்தது. அதைக் காலையில் நிறைவேற்ற மனக்கணக்குப் போட்டாள். பின்புதான் அவளுக்குத் தூக்கம் வந்தது.

விடியலில் தங்கையன் கிளம்பினார். “கா.... கா” சத்தத்துடன் கூட்டம் கூட்டமாய்ப் பறந்தன காகங்கள். ஒரு பெட்டியுடன் முற்றத்தில் நின்றிருந்தாள் கிளாரா. இனிப்பின் தூதுவர்கள் வந்து அவளின் மென்மையான விரல்களைப் பிடித்து வழிநடத்திச் சென்றார்கள். மனுவேல் ஆசான்விளை முன்பு வந்து நின்றாள் அவள்.

இருட்டும் வெளிச்சமும் புணர்ந்து விலகும் தருணம். அடர்ந்த வனம்போல் இருண்டு கிடந்தது விளை. உள்ளே பல இன மாமரங்கள். அவற்றில் பழுத்துத் தொங்கும் பழங்களின் மணத்தில்

மயங்கிப்போனாள் கிளாரா. அந்த விளையின் மண்ணை உருட்டி வாயில் போட்டால் கூட பழம்போல் இனிக்கும் என்பார்கள். கிளாராளும் மண்ணை உருட்டி வாயில் போட்டுப்பார்த்தாள். இனிப்பே இல்லை. ஊர்ப்பேச்சு உண்மையாக இருக்குமா? சில நிமிடங்கள் சிந்தித்தாள். பின்புதான், இரவில் பெய்த மழை, மண்ணின் மதுரச்சுவையைக் களவாடித் தின்றிருக்கலாம் என்ற தெளிவுக்கு வந்தாள்.

இந்நேரத்தில் கீழே விழுந்து கிடக்கும் சருகுகளுக்கும் சுள்ளிகளுக்கும் இடையே விசப்பூச்சிகள் பதுங்கியிருக்கும். இலைகள் சலசலத்தால் பாம்பின் ஊர்தல் என்று பொருள். இப்போது பொறுக்குவதா, வெளிச்சம் விழுந்த பின்பு பொறுக்குவதா? தயக்கம் கிளாராளுக்கு. ‘சூரியன் சுடத்தொடங்கினா வெளெய்க்க ஒடையக்கார வந்திருவினம். நமக்கு ஒரு பழம்கூடக் கிட்டாது. இதான் சரியான நேரம்’. தைரியமாக நுழைந்தாள் கிளாரா. விளையின் இருபுறமும் மாமரங்கள். பழங்களின் வாசனையை வைத்து, இது கற்கண்டு வருக்கை, இது செங்கவருக்கை, இது வெள்ளரி வருக்கை, இது வாழைக்காய்ச்சி, இது பாண்டி, இது புளிச்சி மாங்கா என இனங்கண்டாள் கிளாரா.

குனிந்து நடக்கிறாளா, உட்கார்ந்து ஊர்கிறாளா? எனத் துல்லியப்படுத்த முடியாத விதத்தில் கிளாராளின் நகர்தல். காகம், மைனா, மரங்கொத்தி, * நரிச்சி, அணில் போன்றவை கொத்திய பழங்கள் கையில் சிக்கின. இதற்கிடையில் மரத்திலிருந்த நீர்த்துளிகள் விழுந்து அவள் தலையை நனைத்தன. பாவாடையால் துவட்டிவிட்டு மீண்டும் நகர்ந்தாள். நன்கு பழுத்த பழங்கள் சில கிடைத்தன. அவள் கையிலிருந்த பெட்டி நிறைந்தது. அவற்றோடு ஆங்காங்கே கிடந்த சுள்ளிகளையும் பொறுக்கிக்கொண்டு வீட்டுக்கு வந்தாள் கிளாரா.

கடி பட்டிருந்த பகுதிகளை ஆக்கத்தியால் சீவித்தள்ளினாள் கிளாரா. நல்லதைத் துண்டாக்கிச் சட்டியில் போட்டாள். ஓடிவந்து ஒரு துண்டை எடுத்து வாய்க்குள் அமுக்கினாள் அமலா. வாசனை நேசத்தின் சுவாசப்பையை ரம்மியமாக்கியது. “அந்தக் கற்கண்டு வருக்கயெ வெட்டுட்டி” என்றார். வெட்டிக் கொடுத்தாள் கிளாரா. “தேனடயெக் கடிச்சமாதிரி இருக்குட்டி... நம்ம கற்கண்டு வருக்கய்க்கும் செங்கவருக்கய்க்கும் இருக்கிய ருசி.... வேற எந்தப்

---

* நரிச்சி - வெளவால் இனத்தில் சிறியது

பழத்துக்கும் இல்லட்டி...." மூவரும் ருசித்து ருசித்துத் தின்றார்கள். மூன்று கீற்றுகளை அப்பாவுக்கென்று எடுத்துவைத்தாள் கிளாரா.

அடுத்த நாளும் போய் பழங்கள், சுள்ளிகளோடு வந்தாள் கிளாரா. மூன்றாம் நாள் அவள் போனபோது விளைக்குள் டார்ச்லைட் வெளிச்சம். உன்னிப்போடு பார்த்தாள். விளையின் உரிமையாளர்கள். மனுவேல் ஆசானின் இளைய மகளும், அவள் கணவனும். 'இப்ப என்னத்துக்கு வந்தினம்? என்னெப் பிடிச்சவா? நான் வாறதும் போறதும் இவியளுக்கு எப்டித் தெரியும்? மண்ணில் யென்பாதம் பதிஞ்சிருக்குமோ? ..... ஊகூம்.... இனி இந்த வெளெ ஒத்துவராது' திரும்பினாள் கிளாரா.

மாலையில் தோழிகளுடன் கிளாரா குளிக்கப்போனாள். ஓரளவு சமதளத்திலான நீண்ட பாறை. அடுத்து ஒரு கண்டம். அதில் மூன்று புளிய மரங்கள். அவற்றுக்கு நூறு வயதிருக்கும்; போடு விழுந்தவை. உச்சியில் தளிர்களும் இலைகளும் குடுமிகள்போல் நின்று சிலுப்பின. அடுத்து, சற்று உயர்ந்து, சாய்வாகக் கிடக்கும் இன்னொரு பாறை. அதில் ஏறி இறங்கினால் இருபக்கமும் காய்கறித் தோட்டம். அதற்குள் மிளகாய், கத்தரிக்காய், வழுதுணங்காய், வெண்டைக்காய், சீனியவரைக்காய் செடிகளின் அலங்காரம்; புடலங்காய், பாகற்காய்க் கொடிகளின் தோரணங்கள். தொடர்ந்து பச்சைக் கரங்களை விரித்து நிற்கும் வாழை மரங்கள்.

பனையேறியோ, நெசவாளியோ அல்லாத நாடார்கள், நடுதலைகளோ, வாழை மரங்களோ நட்டிருப்பார்கள். நாயர்களிடமிருந்து பாட்டத்துக்கு வாங்கப்பட்ட நிலங்கள் அவை.

அடுத்துத் தென்னந்தோப்புகள். தோப்பின் நாலாப்பக்கமும் ஐந்தடி உயரக் கையாலை. அதன் உச்சியில் கிளை பரப்பிய திருக்குக் கள்ளிகள். அவற்றின் கீழே வயல்களில் ஆளுயரத்திற்கு வளர்ந்து அறுவடைக்குத் தயாராக நிற்கும் சம்பாப்பயிர். மூன்று பெரிய வயல்களின் வரப்புவழி நடந்தால் புதுக்குளம். இருபக்கம் பாறைகளையும், இருபக்கம் மண்கரைகளையும் எல்லையாகக் கொண்டது குளம். மண்கரைகளில் வரிசையாகத் தென்னை மரங்கள்.

கிளாராளும் தோழிகளும் துணியை அலவி காயப் போட்டனர்; பின்பு குளித்துவிட்டு வீட்டுக்குத் திரும்பினார்கள். வரும்போது தோழிகள் முன்னே செல்ல பின்னால் வந்தாள் கிளாரா. வயல்களுக்கு மேற்குப்பகுதியில் கிடந்த தென்னந்தோப்பு ஒன்றை

நோட்டமிட்டாள் அவள். கையாலைக்கு வெளியே நின்று குதித்துக் குதித்து எட்டிப்பார்த்தாள். ஒன்றும் தெரியவில்லை. உள்ளே செல்வதற்கான வழியை மட்டும் கண்டறிந்தாள்.

‘நான் குதிச்சதெ யாருங்கிலும் பாத்திருப்பினுமோ?’ என்ற சந்தேகத்தில் திரும்பினாள். எதிரில் இருந்த நடுதலைக் கண்டத்தில் அத்தை புஷ்பாவின் கணவர், கத்தரிக்காய்களைப் பறித்து ஒரு கடவத்தில் போட்டுக் கொண்டிருந்தார். அவர் தன்னைக் கவனிக்கவில்லை என்பது தெரிந்தது. ஆனாலும் ஒரு பேச்சுக்கொடுக்க எண்ணிய கிளாரா, “ஓய் மாமா ... கெழக்கப் பாரும்.... நெல்லெல்லாம் வெளஞ்சி கெடக்கு... அறுக்கியதுக்கு ஒம்ம விளிச்சேலியா?”

“விளிச்சினம் மக்கா..... மத்தினா அறுக்கணம் பாத்துக்க....” என்றார். அவரைச் சமாளித்துவிட்டோம் என்ற நினைப்பில் நடந்தாள் கிளாரா.

மறுநாள் விடியலில் தோப்புக்குள் பதுங்கிப் பதுங்கி நுழைந்தாள் கிளாரா. உள்ளே மனித அரவம் இல்லை. ஆங்காங்கே, தேங்காய்கள், ஓலைகள் கிடந்தன. எல்லாவற்றையும் எடுத்துவிட ஆசைப்பட்டது மனம். வீடுதேடி வந்து பிடித்துவிடுவார்கள் என எச்சரித்தது மானம். ‘ரெண்டு தேங்கா, ரெண்டு ஓலெ மட்டும் எடுக்கிலாம்’ எனத் தீர்மானித்தாள். ஒவ்வொன்றாகத் தூக்கி கையாலைக்கு வெளியே போட்டாள். அடுத்த நொடியில் வெளியேறினாள். வலக்கையில் தேங்காய்களை வைத்து நெஞ்சோடு அணைத்துக்கொண்டாள். இடக்கையால் ஓலைகளின் நுனிப் பகுதியைப் பிடித்து இழுத்துவந்தாள்.

அடுத்தநாள் இன்னொரு தோப்பு. இரண்டு தேங்காய்கள், இரண்டு ஓலைகள் கிடைத்தன. இப்போது வீட்டுக்குள் நான்கு தேங்காய்கள்; வெளியே நான்கு ஓலைகள். வேலையைத் தொடங்கினாள் கிளாரா.

நான்கு ஓலைகளையும் ஒவ்வொன்றாய் இழுத்துவந்து வீட்டு முற்றத்தில் போட்டாள் கிளாரா. ஆக்கத்தியால் ஓலைகளைக் கீறி ஈக்கிலை எடுத்தாள். அவற்றைச் சுத்தப்படுத்திக் கட்டியபோது நான்கு விளக்குமாறுகள் கிடைத்தன. அதைப் பார்த்த நேசம், “நமக்குத் தூத்துக்கூட்ட ஒரு தொறப்பா வேணும் மக்கா” என்றார். ஒன்றை அம்மா கையில் கொடுத்துவிட்டு மீதி மூன்றையும் திண்ணையில் சாய்த்து வைத்தாள்.

அடுத்து, நான்கு தேங்காய்களையும் தொலித்தாள் கிளாரா. "ஒண்ணெ மட்டும் ஒடெச்சிக் குடுக்கா" சட்டியுடன் வந்து நின்றாள் அமலா. தங்கைக்காக உடைத்தாள். "தேங்கா வெள்ளம் குடிச்சி எம்பிடு நாளாச்சி" 'மடமட' வென்று சட்டியிலிருந்ததைக் குடித்து முடித்த அமலா, "என் செல்ல அக்கால்ல.... நாளெய்க்கு தேங்கா வச்சி சம்மந்தி அரச்சிக்குடு. உச்சைக்கு சோத்ல வெரவித் தின்னுவெங்...." கெஞ்சுவதுபோல் கேட்டாள்.

"ஓங்" என்றாள் கிளாரா. 'மூணு தேங்கா, மூணு தொறப்பா. எப்டியும் இண்ணு இரண்டு ரூபா கொறயாத கிட்டும்... கூரெயில செருவி வச்சிரணம்' என நினைத்துக்கொண்ட கிளாரா, "அம்மா கடெய்க்குப் போறெங்" சொல்லிவிட்டு, மீன் வாங்கும் *தோண்டியை எடுத்தாள். அதற்குள் "மக்கா வீட்ல காலணா சக்கறம் கூட இல்ல... பாத்துக்க... கையில இருக்கியத வித்து, கெழங்கும் மீனும் வேண்டீண்டு வந்திரு" தாய் கூறியது காதில் விழுந்தது. சோர்ந்துபோன கிளாரா "நாலு காசு சேக்க விடமாட்டியளே" முணுமுணுத்துக் கொண்டே நடந்தாள் கடைக்கு. அம்மா சொன்னவற்றை வாங்கிவந்தாள்.

சாப்பிட அமர்ந்தார் தங்கையா. வெறுங்கறியில் தேங்காய் வாசனை. வழக்கமாக ஞாயிற்றுக்கிழமைகளில்தான் வெறுங்கறி. வற்றல் மிளகு, உப்பு, புளி, உள்ளி அரைத்து, தண்ணீரில் கலக்கிச் சுடவைத்து, சோற்றில் ஊற்றுவது வெறுங்கறி. என்றைக்காவது ஒருநாள் தேங்காய்ப் பிண்ணாக்கு வாங்கி அவற்றோடு சேர்த்து அரைப்பார்கள். தேங்காய் சேர்ப்பதே இல்லை. அன்று தேங்காய் வாசனை வந்ததும் அவருக்குச் சந்தேகம்.

"ம்..... நேசம்... அண்ணெய்க்கு மாங்கா ... இண்ணெய்க்கு தேங்காயா? அவெ நம்மெ ஏமாத்தப் பாக்கியா... ஓர்மிச்சி நடந்துக்க...." மனைவியை எச்சரித்தார். அதை நம்ப முடியாத நேசம், "என்ன செல்லுதிய?"

"நம்ம நாக்குக்கு ருசியெக் காட்டீண்டு பள்ளிக்குக் கள்ள மடிச்சிருவா பாத்துக்க"

"பையச் செல்லுங்க... அவ காதில விழுந்திரும். அடுத்த வருசம் இழுத்தீண்டு பெய் பள்ளில விடியனா, இல்லியா... பாருங்க..."

"ம்.... ம்... பாக்கியங்"

---

* தோண்டி-பனை ஓலையில் பிடியோடு செய்யப்பட்ட பை போன்றது

மூன்று

வைகாசி பிறந்தது. பள்ளி திறக்கப் பத்து நாட்கள் இருந்தன. ஆனாலும் பள்ளிக்குழந்தைகளிடம் பரபரப்பு . தனக்குத் தேவையான புத்தகம், நோட்டுகளின் பட்டியலை அமலா தந்தையிடம் கொடுத்தாள். கிளாரா யோசித்தாள். 'வேலயளெ அம்மா செய்யியா நாங் வெட்டியாத்தாங் வீட்லருக்கணம். அதுக்குப் பள்ளிக்கே போவ்லாம்' என்ற முடிவுக்கு வந்தாள். தனக்குத் தேவையானதையும் எழுதி தந்தையிடம் கொடுத்தாள். நேசத்துக்கும், தங்கையனுக்கும் பேரானந்தம்.

கருங்கலில் மூன்று கடைகளில்தான் புத்தகம், நோட்டு விற்பனை. பள்ளி திறப்பதற்கு முந்திய சனிக்கிழமை என்பதால் கூட்டம் அதிகம். அரைமணி நேரம் காத்து நின்று அனைத்தையும் வாங்கினார் தங்கையன்.

கிளாராளும், அமலாவும் அவரவர்க்குரிய புத்தகம், நோட்டுகளை எடுத்து பெயர்கள் எழுதினர். அதோடு சீருடைகளைத் துவைத்து, மடித்தும் வைத்தனர்.

நாலைந்து பனைகளில் மட்டும் பாளை வந்திருந்தது. அவற்றை இடுக்கிக் கட்டினார் தங்கையன். இன்னும் சிலதில் கற்களுக்கு இடையேயிருந்து தலைநீட்டும் சாரைப்பாம்பைப்போல் மட்டைகளுக்கு இடையே பாளைகள் முகம் காட்டின. ஒருவாரம் கழித்து எடுக்கலாம் எனப் பொறுத்திருந்தார்.

அந்தி தொடங்கி நள்ளிரவுவரை விட்டுவிட்டுப் பெய்தது மழை. அவ்வப்போது, அச்சுறுத்தும் இடியும் மின்னலும். காலையில் மஞ்சள் வெயில், மழை நின்றுவிட்டது என்று குடத்தை இடுப்பில் வைத்து, தண்ணீர் எடுக்கப்போனார் நேசம். திரும்பி வரும்போது மீண்டும் பெய்தது மழை. நனைந்தார் நேசம். வீட்டுக்கு வந்ததும் ஒரே தும்மல், அதைப் பெரிதாக நினைக்காது வேலைகளைச் செய்தார் அவர்.

இரவில் மீண்டும் தூறலும் குளிர்காற்றும். நேசத்தின் தேகம் ஜில்லிட்டது. மெல்ல மெல்ல இழுப்பு அவரைக் கவ்விப்பிடித்தது; சுவரோடு டிரங் பெட்டியைச் சரித்து வைத்து, சாய்ந்துகிடந்தார். இழுத்து இழுத்து வெயிலில் வெட்டிப்போட்ட வாழை இலைபோல் சுருங்கிப்போனது அவர் உடம்பு.

தங்கையன் வைத்தியரை அழைத்து வந்தார். இதற்கு முன்பு கொடுத்த அதே மருந்துகள்தான். அன்று அவரே மருந்து வாங்கி வந்தார்; கஷாயம் போட்டார். குளிகைகளை உரசினார்; நேசத்தை குடிக்கவைத்தார். நாளை பள்ளிகள் திறப்பு. கிளாராளைப் பள்ளிக்கு அனுப்பிவிட வேண்டும் என்ற மன உறுதியோடு இவற்றைச் செய்தார்.

நேசத்தின் உடல் நலம் விசாரிக்க வந்தார் பரஞ்சோதியார். விசாரித்து ஆறுதல் கூறிய அவர் கடைசியாக, "ஓய், கொசவன் வெளய்யில பாளெ வந்திருக்கு. இடுக்கிக் கட்டப்பாதா?" ஒரு கேள்வியைக் கேட்டார். "நேத்தே 'கடஞ்செலக்கு' வெட்டிவிட்டேன்" என்றார் தங்கையா. பனையின், ஒரு பாளையிலிருந்து இன்னொரு பாளை வந்திருக்கும் இடத்துக்குப் பிடித்துத் தாவிச்செல்லும் வகையில் மட்டைகளில் இருக்கும் கருக்குகளைச் சீவி, கருக்கோடு ஒட்டிய ஓலைப்பகுதியையும் வெட்டி தோதுப்படுத்துவது. இதுவே முதற்கட்ட வேலை. பின்பு அருவாக்கத்தியால் பாளையின் நுனியை அறுத்துவிட்டு கடுப்பால் பாளையை மெல்ல மெல்ல நசுக்கி, இடுக்கிவிடுவர். பாளையிலிருந்து சொட்டும் அக்கானி விழும் விதத்தில் கலயத்தை வைத்து, மேல்மட்டையில் அதைக் கட்டிவிடுவர். அதைத்தான் செய்து விட்டதாகக் கூறினார் தங்கையா. ஆனாலும் மனைவியைக் கவனிக்க முடியாத அளவுக்கு வேலைகள் அதிகரிப்பதை உணரத் தவறவில்லை அவர்.

பூமி வெளுத்தது. நேசத்துக்கு மருந்து கொடுத்துவிட்டுக் கொசுவன்விளைக்குச் சென்றார் தங்கையன். சற்றுநேரத்தில் அமலா புத்தகங்களோடு கிளம்பினாள்.

"நில்லுட்டி.... நானும் வாறேன்" புத்தகம் நோட்டுகளைக் கையில் ஏந்தித் திரும்பினாள் கிளாரா.

"ச்சூ.... உம்... ம் , ச்சூ.... உம்..ம்" இழுப்புச்சத்தம். அம்மாவை நோக்கின அவளது கண்கள். "மக்கா... ஒரு கிண்ணி கஞ்சி காய்ச்சி குடுத்தீண்டு போ.. மோளே" தழுதழுத்தார் நேசம்.

புத்தகங்களைக் கீழே வைத்தாள் கிளாரா. அடுக்களைக்குப் போய் இரண்டு கையளவு அரிசியைப் போட்டுக் காய்ச்சினாள். ஒரு சட்டியில் ஊற்றி அம்மா முன் வைத்தாள். ஒரு அகப்பையை அதில் போட்டபடி "அம்பிடயும் குடிச்சிரும்மா" கூறியபடியே ஓடினாள் கிளாரா.

வழிநெடுகிலும், பள்ளியிலும் தாயைப் பற்றிய கவலை கிளாராளுக்கு. இப்படி ஒரு வாரம் ஓடியது.

வைத்தியர் கொடுத்த மருந்து முடிந்தது. இழுப்புக் குறையவில்லை. எலிசபெத்தும், தங்கையாவின் தங்கை புஷ்பாவும் வந்தார்கள். வருந்திய முகத்தோடு புஷ்பா, “மயினி கோயிலுக்கு மேக்க இருக்கியாளே அன்னம்மா... அவளுக்கு இப்டித்தான் இழுப்புப் பிடிச்சி படாதபாடுபட்டா பாத்துக்க... ஒடுக்கம் சுண்டவெள ஆஸ்பத்ரிக்குப் போன பெறவுதான் கொறஞ்சுதாம்” என்றார். அதை உறுதிப்படுத்துவதுபோல் எலிசபெத், “அக்கா... மச்சினனெக் கூட்டீண்டு ஒரு எட்டுப் பெயிண்டு வாறியளா? தூரம் அதியம். மூணு நாலு மைலு நடக்கணம் பாத்துக்க” என்றார்.

நடந்து பழக்கப்பட்ட நமக்கு இது பெரிய தூரமில்லை என்பதை எடுத்துரைப்பவர்போல் புஷ்பா, “என்னா அதிய தூரம் ..... கருங்கெச் சந்தெயத் தாண்ட்னா.. சுண்டவெள.... காலத்த வெள்ளனிய போனா.. உச்சைக்குமின்ன... வீட்டுக்கு வந்திர்லாம்” இவற்றைக் கேட்டு ஒரு புரிதலுக்கு வந்த நேசம். “அவிய வந்ததும் செல்லியன் மயினி” என்று கூறி அவர்களை அனுப்பிவைத்தார். ‘இப்பதான் அக்கானி ஊற ஆரம்பிச்சிருக்கு. இப்பளே அவியள அலயவிட்டா... வருசம் முழுக்கக் கஷ்டப்படணும்’ என்ற எண்ணத்தில் சிக்கியிருந்தார் அவர். ஆனாலும் இரவில் கணவரோடு வைத்தியர் மருந்தைத் தொடர்வதா? சுண்டவிளைக்குச் செல்வதா? என்பது பற்றிக் கலந்து பேசினார். பேச்சைப் பாதியில் நிறுத்தி விட்டுத் திண்ணைக்குப் போன தங்கையன், பீடியைப் பற்ற வைத்தார். புகை வளையங்கள் கிடைத்தனவே தவிர, ஒரு முடிவு கிடைத்தபாடில்லை.

தந்தை, ஆஸ்பத்திரிக்குப் போலாம் எனச் சொல்லாததும், பாதியில் திண்ணைக்குச் சென்றுவிட்டதும் கிளாராளுக்கு வருத்தமளித்தது. தாயின் அருகே சென்றாள். “மோளே” ஒரு ஏக்கத்தோடு மகள்மேல் குத்திட்டு நின்றன தாயின் கண்கள். ‘அம்மய்க்க உயிரு எனக்கக் கையில இருக்கியது போலயில்ல பாக்கியா...’ “பேடிச்சாத அம்மா... நாங் இருக்கியன்” என்று நம்பிக்கையளித்து நேசத்தைத் தூங்கவைத்தாள் கிளாரா.

காலையில் கஞ்சி காய்ச்சி வைத்துவிட்டுத் தங்கையன் பனையேறப்போனார். அமலா வழக்கம்போல் பள்ளிக்கு விரைந்தாள். கிளாரா தாயிடம்,

“எழுந்திரிச்சி துணியெ மாத்தும்மா!”

“யேன் மக்கா?”

“ஆஸ்பத்திரிக்குப் போவெம்....”

துணிகளை மாற்றினார் நேசம். நடந்தனர் இருவரும்.

களைப்படையும்போது நிழல்களில் இளைப்பாறியும், நாக்கு வறளும்போது சாயை வாங்கிக்கொடுத்தும் சுண்டவிளைவரை அம்மாவை நடத்தி வந்தாள் கிளாரா.

அரைமணி நேரத்தில் டாக்டரைப் பார்க்க முடிந்தது. ஓர் அறைக்குள் நேசத்தைக் கூட்டிச்சென்றனர். சற்று நேரத்தில் வெளியே வந்தார் நேசம். இழுப்பின் தீவிரம் கொஞ்சம் குறைந்திருந்தது. ஒரு வாரம் கழித்து வரச்சொன்னார் டாக்டர். மருந்து மாத்திரைகளுடன் இருவரும் வீடு வந்துசேர்ந்தனர்.

மறுநாள் விடியல், ஆலயமணி ஒலித்தது. கஞ்சித்தெளிவோடு கிளாரா. அவள் முகத்தைப் பார்க்காது வாங்கிக் குடித்த தங்கையன், மகள் மீதான அதிகாரத்தை இழந்துவிட்டவர் போல் வெறுமையில் திரும்பி நடந்தார். “டடக்... டடக்” கடுப்புக்கம்புகள் ஒன்றையொன்று இடித்துக்கொள்ளும் சத்தம் மட்டுமே கேட்டது. அவர் போகப்போக அந்தச் சத்தமும் ஓசையிழந்தது. அன்றிலிருந்து படிப்பை நிறுத்தினாள் கிளாரா.

இப்போது ஞானமுத்தின் மூத்த மகள் ரபேக்காவும், படிப்பை நிறுத்திவிட்டு அண்டி ஆபீசுக்குப் போனாள். இரண்டு, மூன்று நாட்கள் அண்டி* தல்லியிருப்பாள்; அதற்குள் அவளது விரல்கள், பொள்ளி, சிவந்து சீழ் வடிந்திருந்தன. அதைப்பார்த்த தாய், “அய்யோ... எப்டிப் பொள்ளிருக்கு? அதான் அண்டியாபீசுக்குப் போவாதேன்னு சென்னெங் கேட்டியா?” கடிந்தபடி மருந்து எண்ணெய் எடுத்துவந்து அவளது விரல்களில் தடவினார்.

“ஏன் இப்டி ஒப்பாரி வச்சியா? தல்லீண்டு இருக்கச்சில அண்டி தோடுலண்டு பால் வடிஞ்சி விழும்.... அது வெரல்லப் பட்டுப் பொள்ளிப்போச்சி.. ஆத்தியம் எல்லாருக்கும் இப்டித்தான் இருந்துதாம். ரெண்டு மூணு நாளில ஆறிப்போச்சாம்” விளக்கினாள் ரபேக்கா.

தாய் சமாதானமாகவில்லை. ‘சின்னப்பெண்ணெ சோலிக்கு விட்டூண்டு, நீ வீட்டிலருந்து தின்னியது, ஒரு அம்மெய்க்கு

---

* அண்டி - முந்திரிக்கொட்டை, தல்லி - உடைத்து, அடித்து

அழகா?' எனக் கேட்டு, மனச்சாட்சி அவளைக் குத்தியது. தானும் சம்பாதிக்க வேண்டும் என்ற எண்ணத்தை அது தெரசம்மாளுக்குக் கொடுத்தது.

ஒரு சிலரிடம் யோசனை கேட்டுவிட்டு, நேசத்தின் வீட்டுக்கு வந்தார் தெரசம்மாள்.

"அக்கா.. சொகந்தானா?"

"வா.. ஆப்பியோட்டா.. என்ன ஒத்தைக்கு வந்திருக்க... மக்க எங்கெ?"

"வீட்ல கெடக்கினம்"

"ரபேக்கா அண்டியாபீசுக்குப் போனாளா?"

"ம்... போனாக்கா.... அவளெச் சோலிக்கு விட்டீண்டு என்னால சிம்மா வீட்ல கெடக்க முடியேலக்கா..... கருங்கெச் சந்தேலண்டு வெத்தலயும் பாக்கும் வேண்டி அந்திக்கடெயில வித்தா.. நாலணா, எட்டணா கிட்டுன்னு செல்லினம்..."

"கிட்டும். அந்திக்கடெய்க்குப் போறதுக்கு.... எனயத்துக்கோ, புத்தந்தொறெய்க்கோ போவுலாமெ..... கழிஞ்ச பொதனாச்ச நானும் மக்களும் அம்மெயப் பாக்க செந்தரைக்குப் போனெம். அண்ணன் என்னெப் புத்தந்தொறெய்க்கு மீனு வேண்டக் கூட்டீண்டு போனான். அங்க பாத்தா நாலஞ்சி பெண்ணாப் பெறந்தவிய அரி, கெழங்கு வெறவுண்ணு வித்திண்டு இருந்தினம். எல்லாம் நம்மாளுவ ..."

"ஆங்.. எங்கெ உள்ளவிய?"

"அருவெ, விழுந்தாம்பலம், ஒழிவாறே, தெருவுக்கடெ தொழிக்கோடு எடங்கள்ல உள்ளவியளாம். இருட்டியதுக்கு மின்ன வித்தீண்டு எங்ககூட வீட்டுக்கு வந்தினம் ... பிள்ளெப் பயலெ கூட்டிண்டு ஒரு நாளு பெய்ப் பாக்குதியா?"

"சிம்மாப் போறதுக்கா?"

"வெறவோ, ஓலயோ கொண்டு போ.. யாவாராம் எப்டின்னு அன்னெழிச்சிப்பாரு..... பெறவு தோணியதுபோலச் செய்" என்று கூறியபடி உள்ளே போய் ஒரு கருப்பட்டியும் இரண்டு காய்ச்சிக்காய்க் கிழங்குகளும் எடுத்து வந்து "இந்நா" என்று நீட்டினார் நேசம்.

"ஒரு சஞ்சியிருந்தா குடுக்கா"

ஒரு துணிப்பையை எடுத்துக் கொடுத்தார் நேசம். அதில் கருப்பட்டியையும், கிழங்கையும் போட்டபடி வீட்டுக்கு நடந்தார் தெரசம்மாள். ஒழிபாறை கனகத்தோடு புத்தன்துறைக்குப் போகத் தொடங்கினார் அவர்.

மைக்கேலை அழைத்துக் கொண்டு தலைமையாசிரியரிடம் சென்றார் ஜோசப் ஆசிரியர். மைக்கேலின் அப்பா இறந்தது; அம்மா கடல் புறத்தில் அரிசி விற்பது, அக்கா அண்டியாபீஸ் போவது என வீட்டு நிலையை எடுத்துக்கூறி, மத்தியானம் அவனுக்குக் கஞ்சி கொடுக்கக் கேட்டுக்கொண்டார். பள்ளியில் தொடக்கப்பள்ளி மாணவர்களுக்கு மட்டுமே கஞ்சி. நடுநிலைப்பள்ளி மாணவர்களுக்குக் கொடுப்பது இல்லை. இருப்பினும் ஆசிரியரின் வேண்டுகோளை ஏற்று, மைக்கேலுக்குக் கஞ்சி கிடைக்க ஏற்பாடு செய்தார் தலைமையாசிரியர்.

இதை மைக்கேல் சொன்னதும் தாய்க்கு அளவில்லாத சந்தோசம். ஆனாலும் இரவில் நல்ல சாப்பாடு அவனுக்கு இல்லையே என்ற கவலை அவருக்கிருந்தது. மூன்று பெண்களையும் வாழவைக்க வேண்டியவன் அவன். இன்று ஆரோக்கியமாக வாழ்ந்தால்தானே நாளை அவன் உழைக்க முடியும். இந்த எண்ணத்தோடு ஞாயிறு பூசை முடிந்ததும் உபதேசியாருக்காகக் காத்துநின்றார். துணைக்குக் கிளாராவும் கூட நின்றாள். உபதேசியார் வெளியே வந்தார். உடனே கிளாரா, "ஒபதேசியாரே, சின்னம்மா விளிச்சியா" என்றாள். அவர் பக்கத்தில் வந்ததும்,

"ஒண்ணுமில்ல அண்ணா... என் வீட்டு நெலமெ உமக்குத் தெரியும்...." கண்களில் நீர் வழிந்தது. "பிராத்தனிக்கு போவச்சில யென் பிள்ளப்பயலயும் கூட்டிண்டு போவுரா?" எனக் கெஞ்சிய குரலில் கேட்டார்.

அன்னதானம் செய்யும் தர்மச்செயல் பிரார்த்தனை. கோயில் உறுப்பினர்கள், குறிப்பிட்ட நாளைச் சொல்லித் தங்கள் வீட்டில் பிரார்த்தனை செய்யும்படி உபதேசியாரைக் கேட்பார்கள். உடனே அவர், "எத்தனெ பேரு?" எனக் கேட்பார். ஐந்து பேர் என்றோ, ஏழுபேர் என்றோ சொல்வார்கள். அந்தக் குறிப்பிட்ட நாளில், அவர்கள் சொன்ன எண்ணிக்கையில் ஏழைகளை அவர் அழைத்துச் செல்வார்.

வீட்டில் கிறிஸ்தவப்படம் இருக்கும். அதன் கீழே மெழுகுத்திரிகளைக் கொளுத்திவைத்து, நெருப்புச்சட்டியில்

சாம்பிராணிப் பொடிகளைத் தூவுவார். பிரார்த்தனை தொடங்கும். கடைசியில் அந்தக் குடும்பத்தார் சுகம் பெறவும், நினைத்த காரியங்கள் நடக்கவும் வேண்டுதல் செய்வார். இது அரை மணி நேரத்திலிருந்து ஒரு மணி நேரத்திற்குள் முடிந்துவிடும்.

பின்பு உணவு பரிமாறுவார்கள். மீன் அல்லது இறைச்சி உட்பட சில கூட்டுகள் இருக்கும். எல்லாரும் வயிறாரச் சாப்பிடுவார்கள்.

சில நொடிகள் யோசித்த உபதேசியார் "மத்தினா ஒரு பிரார்த்தனெயிருக்கு. அந்திக்கு அஞ்சு மணிக்கு யென் வீட்டுக்கு வரச்செல்லு...." என்றார்.

"வாரத்துக்கு ஒரு நாளாவது ராத்ரி நல்ல சோறு அவுனுக்குக் கிட்டும் சின்னம்மா... கவலெப்படாத" என்றாள் கிளாரா. இருவரும் வீட்டுக்கு நடந்தனர்.

சனிக்கிழமை சந்தை நாள். முந்தின நாள் இரவே மூன்று குழந்தைகளும் கனவு காணும். 'அம்மா மாங்கா வேண்டீண்டு வருவாளா, * சக்கைப் பழம் வேண்டி வருவாளா? இல்லை தோயயா, வடயா, மோதவமா? ஆளுக்கு ஒண்ணு தருவாளா, பாதி பாதி பிய்ச்சித் தருவாளா? வந்ததும் நாருப்பெட்டியெ எறக்கி, இருக்கியதெ எடுத்துத் தின்னணும்'

குழந்தைகள் விழிக்கும் முன்பே நாருப் பெட்டியுடன். கிளம்பினார் தெரசம்மாள். கைக்குத்தல் அரிசியும், பருத்த கிழங்கும் வாங்கும் அவசரம். நேரம் பிந்தினால் அவை கிடைக்காது. மீனவப்பெண்கள் ரேசன் அரிசியை விட கைக்குத்தல் அரிசியைத்தான் விரும்பி வாங்குவார்கள். கள் குடிக்கும் மோகத்திலிருக்கும் ஆண்கள் சிலருண்டு. அவர்கள், கடலில் வீசிய வலையோ, வள்ளமோ, கரை ஒதுங்கும்போது ஒரு பிடி மீனை எடுத்து வருவார்கள். பிடிக்குள் பெரிய மீன்களும் இருக்கும். சின்ன மீன்களும் இருக்கும். அப்படியே கொடுத்து, தோலோடு வேகவைத்த கிழங்கை வாங்கிச்செல்வார்கள். இப்படிக் கிடைக்கும் மீன்களில் தங்களுக்குப் போக மீதியைப் பொன்னையா வீட்டுக்கு விற்றுவிடுவார் தெரசம்மாள்.

தாய் சந்தைக்குப் போன சற்றுநேரத்தில் ரபேக்கா அண்டியாபீஸ் போனாள். பின்புதான் ஆர அமர எழும்பினார்கள் மைக்கேலும் தங்கைகளும். வெயிலடிக்கத் தொடங்கியதும் அவர்கள் வயிற்றில் பசி கொதித்தது. பானையில் பருக்கைகள் இருக்கிறதா என்று

---

* சக்கைப்பழம் - பலாப்பழம்

தேடினார்கள்; கஞ்சித்தெளிவுதான் இருந்தது. ஆளுக்கு ஒரு தவி, இரண்டு தவி கோரிக் குடித்துவிட்டு வெளியே அம்மாவின் வருகைக்காகக் காத்திருந்தார்கள்.

"அண்ணா, அம்மெ எப்ப வருவா?" மூத்தவள் கேட்டாள்.

"இப்ப பாதி தூரம் வந்திருப்பா"

"வா... நாம போவ்லாம்"

"இருட்டி.. இன்னும் நேரம் ஆவேல பாத்துக்க"

சற்றுநேரம் பொறுத்தார்கள். பசி பொறுமையிழக்கச் செய்தது. மூவரும் நடந்தார்கள். வீட்டிலிருந்து இறங்கி இறங்கி விளைகளைத் தாண்டி வயல்வரப்புக்கு வந்தார்கள். அடுத்து ஒரு தேரி . அதன் நடுவே ஒரு புளியமரம். அங்கிருந்து பார்த்தால் சந்தைக்குப் போனவர்கள் திரும்பி வருவது தெரியும். தேரியின் சரிவில் இருந்த ஒத்தையடிப்பாதையே சந்தைக்குப் போகும் வழி.

தெரசம்மாள் வருவது தெரிந்தது. "அம்மா, அம்மா" விளித்தபடியே இரு மகள்களும் ஓடிப்போனார்கள்; அம்மாவைக் கட்டிப்பிடித்தார்கள். கடைக்குட்டியைத் தூக்கி தன் இடுப்பில் வைத்தார் தெரசம்மாள். மூவரும் புளியமர நிழலுக்கு வந்தனர். நாருப் பெட்டியை இறக்கினார் தாய். "ஆ... சக்கெ" இரண்டு சிறுமிகளும் சக்கையை வேகமாகத் தூக்கினார்கள். தாய், ஆக்கத்தி எடுத்துச் சக்கையை வெட்டினார். ஒரு பாதியை நான்கு துண்டுகளாக்கி வைத்தார். 'கொள கொள' வென்றிருந்தன சுளைகள். சுளைகளை ஒவ்வொன்றாக மைக்கேல் பறிக்கப்பறிக்க, அவன் கையிலிருந்து எடுத்துத் தின்றார்கள் தங்கைகள். அவர்கள் தின்பதைப் பார்த்துப் பூரித்துப் புன்னகைத்தான் மைக்கேல்.

"சக்கெ கூளனாம்மா?" மைக்கேல் கேட்டான்.

"ஓங் மக்கா... வருக்கெச் சக்கெ வேண்ட நமக்கு ஏதில சக்கறம்?"

"ம்... இதே... மதிம்மா..." என்ற மைக்கேலுக்கு "அண்ணா, இந்நா" ஒரு சுளையை நீட்டினாள் இளையவள். உடனே மூத்தவளும் நீட்டினாள்; இரண்டையும் வாங்கித் தின்றான்.

இளையவள் ஏதோ தப்புச் செய்ததுபோல் "அம்மா... ஒரு கொட்டெய விழுங்கிட்டெங்" எனக் கூறித்தவித்தாள்.

"குட்டியே நாளெய்க்கு வவுத்துக்குள்ள பிலாவுமரம் வளரும் பாத்துக்க" என்று சிரித்தான் மைக்கேல். "இல்ல மக்கா..... சிம்மா

செல்லியான்'' அவளை அணைத்து முத்தமிட்டாள் தாய். மூத்த தங்கை மௌனமாக இருந்தாள். அவளைச் சிரிக்க வைக்க நினைத்த மைக்கேல் "ஏன் குட்டி மிண்டாத இருக்கய?'' கேட்டு முடிப்பதற்குள், இடுப்பிலிருந்து அக்குள் வரைக்கும் விரல்களை ஊரவிட்டுச் சிரிப்புக்காட்டினான். அவள் கூச்சப்பட்டு ஓடினாள். உடனே தாய், "ஏன் மோன அவள இக்கிலு காட்டிய..? அவ பயந்து ஓடியா.... நில்லு மோள'' மகள் நிற்க, எல்லாரும் ஒன்றாக வீடு வந்து சேர்ந்தனர்.

பள்ளி செல்லும்போது, வீட்டில் பழஞ்சி இருக்குதோ, இல்லையோ மூவரும் தங்கையா வீட்டுக்கு வருவார்கள். அக்கானி குடிக்கவைத்து அவர்களைப் பள்ளிக்கு அனுப்புவாள் கிளாரா.

நேசத்துக்கு இழுப்பு குறைந்தது; உடம்போ மெலிந்து போயிற்று. அதனால் முற்றிலும் குணமாகிவிட்டது என்று சொல்லிவிட முடியாது; மெல்ல நடமாடத் தொடங்கினார்.

மாசி மாதம் பெரும்பாலான பனைகளில் ஊற்று நின்று விடும். தங்கையனுக்கு நான்கு பனைகளில் அக்கானி கிடைத்தது. அவர் அதைப் பரஞ்சோதியாருக்கு விற்றுவிடுவார். நேசத்துக்கும் கிளாராளுக்கும் ஓய்வு என்றே சொல்லலாம். பனையேறி வீட்டுப் பெண்களுக்கு ஓய்வு கிடைத்தாலும், அது நீடிப்பதில்லை. பங்குனி வந்தால் புதிய வேலைகளும் கூட வரும்.

கொசுவன் விளையில் ஏழு வடலிகள். ஒவ்வொன்றிலும் ஆறு ஏழு பத்தைகள் அறுக்கலாம். முதல் வடலியில் தங்கையன் ஐந்து பத்தைகளையே அறுத்தார். தவிட்டு நிறமும் வெள்ளையும் கலந்து, பளபளப்பும் குளிர்ச்சியும் மிக்கதாக அவை இருந்தன. மீதி ஆறு வடலிகளில் இருந்தவற்றையும் அறுத்துப்போட்டார். பத்தையோடு மட்டையும் ஓலையும் சேர்ந்து நீளமாக கிடந்தது ஒவ்வொன்றும். அவற்றை நேசமும் கிளாராளும் சுமந்துவந்தனர்.

வீட்டின் பின்புறம் எல்லாம் குவிந்துகிடந்தன. மட்டைகளிலிருந்த ஓலைகளை ஒருபுறமும், பத்தைகளை இன்னொரு புறமுமாகத் துண்டாக்கிப் போடுவது கிளாராவின் வேலை. ஒவ்வொன்றையும் தனித்தனியாக அடுக்கும் வேலை நேசத்துக்கு. இருட்டுவதற்குள் இருவர் வேலையும் முடிந்தது.

மறுநாள் ஒரு கல்லின் அருகே பத்தைகளைப் போட்டாள் கிளாரா. பின்பு கொட்டுவடியும், ஒரு சட்டியில் தண்ணீரும்

கொண்டு வந்தாள். குறுங்கட்டியில் அமர்ந்து தொடங்கினாள் வேலையை.

பத்தை ஒன்றைக் கல்லில் வைத்து, கொட்டுவடியால் அடித்தாள், சதைப்பகுதிகள் நீங்கி, தும்புகள் தெரிந்தன. மேல் தோலை உரித்தெடுத்தாள். மீண்டும் அதை மெல்ல, மெல்ல அடிக்க, அவள் கையில் அழகிய தும்புகள். சின்னக் கம்பிகள்போல் இருந்த அவற்றை ஒரு கட்டுக்கட்டிப் போட்டாள். இரண்டு நாட்களில் கொசவன்விளை பத்தைகள் தும்புகளாயின.

மறுநாளே வடலிவிளை பத்தைகளையும் அறுத்துப் போட்டார் தங்கையன். தாயும் மகளும் எடுத்துவந்தனர். அந்தப் பத்தைகளையும் அடிக்கத் தொடங்கினாள் கிளாரா. அவள் அருகே இருந்த நேசத்திடம், "நம்ம மிக்கேலுக்க தள்ளெ ஆப்பியோட்டா இருக்கியால்ல... அவ அம்பது ஓலெ கேட்டா வெட்டிக்குடுக்கணம்... நீ உச்சைக்கு கொசவன் வெளெய்க்கு வந்திரு!" என்று சொல்லிவிட்டுச் சென்றார் தங்கையன்.

ஓலைகளை மத்தியானம் வாக்கில் வெட்டிமுடித்தார் தங்கையா. பின்பு மட்டைகளை இடப்பக்கம் ஒன்று, வலப்பக்கம் ஒன்று எனப் போட்டு, நடுவிலுள்ள ஓலைப்பகுதியை, மிதித்துச் சமன்படுத்தி, நீள்வரிசையில் அடுக்கிக்கொண்டிருந்தார். அப்போது வந்தார் நேசம்.

பனைகளைச் சுற்றிச் சில்லாட்டைகள், கொதும்புகள், அலுவாச்சிகள், காய்ந்த ஓலைகள். இரண்டு மரங்களின் மூட்டில் மட்டும் பனங்காய்கள் சிதறிக்கிடந்தன.

கீழே கிடந்தவற்றைப் பொறுக்கி கடவத்தில் போட்டார் நேசம். "பனங்காயெ அந்த மூலையில் தள்ளிவிடு. பழுத்த பெறவு பனவண்டி போட்டுருலாம்" என்றார் தங்கையா.

கடைசியாக வீட்டடி பனைகள். அங்கு நின்ற மூன்றில் ஒன்று பருவப்பனை. அதில் நொங்கும், காய்களும். பனையின் கழுத்தில் ஆரம் கிடப்பதைப்போல் வட்ட வடிவில் தொங்கின. மற்ற இரண்டும் அலவுப்பனைகள். அவற்றில் அக்கானி ஊறும். அவற்றிலிருந்து பனங்காயோ, ஓலையோ வெட்டும்போது கூரையின் மீதோ, குடத்தின் மீதோ விழக்கூடும். முன் எச்சரிக்கையாக நேசம், "இஞ்சேருங்க..... பனங்காயோ, ஓலையோ விழுந்தா கூரையும் பொத்துப்போவும், பானையும் ஒடெஞ்சிரும் பாத்துக்களுங்க.... இதுவளெ ... இஞ்சறெத் தள்ளி வச்சிரியங்.."

கூறிவிட்டு, எல்லாவற்றையும் பாதுகாப்பான இடத்தில் தூக்கிவைத்தார். சற்று நேரத்தில் பருவப்பனையின் காய்களையும், அலவுப்பனையில் ஓலைகளையும் வெட்டிப்போட்டார் தங்கையா. எல்லாவற்றையும் பொறுக்கி வீட்டின் பின்பக்கம் குவித்தார் நேசம்.

மறுநாள் சனிக்கிழமை. கருங்கல் சந்தை. அதை மனத்தில் கொண்டே பத்தைத் தும்புகளை ஐந்து கட்டுகளாகக் கட்டி வீட்டில் வைத்தாள் கிளாரா. 'இதெ வித்து கெடச்சிய காசில அமலாளுக்கும் எனக்கும் துணி எடுக்கணம்' மெதுவாகச் சொல்லிக்கொண்டு அம்மாவைப் பார்த்தாள். நேசம் கிழங்கு வெட்டிக் கொண்டிருந்தார். "அம்மா, நாளெய்க்கு சந்தெய்க்குப் பெய்ப் பத்தெத் தும்பெ வித்தீண்டு வரட்டா?" கேட்டாள் கிளாரா. அம்மாவோ "நாளெய்க்குக் கொப்பென் சந்தைக்குப் போவினம்.. கூட நீயும் போ..... தும்பு விக்கிய சக்கறத்தெ அவிய கையில குடு மக்கா .... ஒனக்கு ஒரு..." முடிப்பதற்குள் "நேசம்...!" அழைத்தார் தங்கையா. வெளியே சென்றார் நேசம்.

'ம்கும். எம்பிடு பத்தெ அடிச்சென்.. நாலணா காசு அவ கையில இருந்தீண்டு போட்டுண்ணு விடுனுமா?' எரிச்சலடைந்தாள் கிளாரா.

சந்தைக்குத் தந்தையும் மகளும் போனார்கள். தந்தை தலையில் கருப்புக்கட்டி; மகளின் தலையில் பத்தைத்தும்பு. கூனாலு மூடு அருகில் இருந்தே வியாபாரிகள். தலைச்சுமடுகளில் ஒரு கையை வைத்து விற்க வருவோரை வழிநடத்திச்செல்லும் தரகர்கள். கையால் எடை போட்டுத் துல்லியமாகச் சொல்லும் உதவியாட்கள். ஒரு சில வியாபாரிகளிடம் முக்காலித்தராசுகள். வேறு சிலரிடம் வில் தராசுகள். தங்கையன் தனக்கு நம்பகமான வியாபாரியிடம் கருப்பட்டியையும், தும்பையும் கொடுத்துப் பணத்தைப் பெற்றுக் கொண்டார். பத்தைத்தும்பு விற்ற பணத்தைக் கிளாராளிடம் கொடுத்தார் தங்கையன். அவளுக்கு நிரம்ப சந்தோசம்.

நேராக ஒரு ஓட்டலுக்குள் நுழைந்தார் தங்கையன். தயங்கியபடி வெளியே நின்றாள் கிளாரா. "வா.. மக்கா" விளித்தார் தந்தை. உள்ளே நுழைந்தாள் கிளாரா.

இருவரும் பெஞ்சில் அமர்ந்தனர். "ரெண்டு ஆப்பம்" என்றார் தங்கையா. ஆளுக்கு இரண்டு ஆப்பம் வைத்த சர்வர், கெழங்கா, சாம்பாரா?"

“கெழங்கு” என்றார் தங்கையா. அன்றுதான் ஆப்பத்தையும், உருளைக்கிழங்கு குழம்பையும் அவள் பார்த்தாள்..... ருசித்தாள். புதிய ருசியின் மணம் அவள் நாக்குவழி தலைக்கு ஏறியது. இன்னும் ஒரு ஆப்பம் தின்ன ஆசையாக இருந்தது. கேட்பதற்கு அவள் வாயைத் திறந்தபோது, “சாய” என்றார் தங்கையன். அருகே வந்தார் சர்வர். அவரிடம் “ஒரு சாய... ஒரு வெள்ளெச்சாய” என்றார். இரண்டும் வந்தன. சாயையைத் தந்தை குடித்தார். வெள்ளைச்சாயையை மகள் குடித்தாள். இரண்டு மடக்குக் குடித்ததும் ‘பாலில் சுடுவெள்ளத்தை ஊற்றி, சீனி போட்டுக் கலக்கியது’ என்பது அவளுக்குப் புரிந்தது. இருவரும் வெளியே வந்தனர்.

கருங்கல் முக்கு. தொடுவெட்டி செல்லும் பஸ்கள் நிற்கும் இடத்தில் இருவரும் நின்றனர். சற்று நேரத்தில் ஒரு பயோனியர் பஸ் வந்தது. பக்கத்தில் நின்றவரிடம், “இது பள்ளியாடி போகுமா?” எனக்கேட்டார் தங்கையன். அவர் “போவும், போவும் ஏறுங்க” என்றார். இருவரும் பஸ்ஸில் ஏறி அமர்ந்தனர்.

பஸ்சின் இளஞ்சூடும், இருக்கை ஆடி ஆடித் தாலாட்டிச் செல்வதும், வெளியே மரங்கள், வீடுகள் எல்லாம் ஓடிக்கொண்டிருக்கும் அதிசயமும் அவளை ஆச்சரியப்பட வைத்தது. இதுபற்றி அப்பாவிடம் கேட்க நினைத்தாள். ‘அவர் கோவப்படுவாரா, மாட்டாரா?’ சந்தேகம் தெளிவதற்குள் இறங்கும் இடம் வந்தது.

பள்ளியாடி நிறுத்தத்திலிருந்து கொஞ்ச தூரம் நடந்தார்கள். ஒரு அழகான நகைக்கடை. தங்கச்சங்கிலிகள், கம்மல்கள், மோதிரங்கள், வளையல்கள் எல்லாம் தகதகவென மின்னின. பொன்னுலகில் புகுந்ததுபோல் கிளாராளுக்கு ஒரு பிரமை. அதுபோல் வெள்ளியில் கொலுசுகள், தண்டைகள், மோதிரங்கள், மூக்குத்திகள், தட்டுகள், பாத்திரங்கள். சுற்றிப்பார்த்து பரவசப்பட்டாள் கிளாரா.

“பிள்ளைக்கு ஒரு கம்மலு வேணம்” கேட்டார் தங்கையன். ஒரு பெட்டியைத் திறந்து பல மாதிரிகளில் வடிவமைக்கப்பட்ட கம்மல்களைக் காட்டினார் பணியாளர். “ஒனக்குப் பிடிச்சதெ எடுத்துக்க மக்கா” என்றார் தந்தை. வாங்கியோ, வாங்காமலோ கடையிலிருந்த எல்லாவற்றையும் போட்டுப்பார்க்க வேண்டும் போலிருந்தது மகளுக்கு. ஒரு ஜிமிக்கிக் கம்மலை எடுத்தாள் அவள். அதை அவளுடைய காதுகளில் போட்டு “பிள்ளே இஞ்சபாரு” கண்ணாடியைக் காட்டினார் பணியாளர்; பார்த்தாள்; தலையை

அசைத்தாள். ஒருமுறை தலையை அசைத்தால் பலமுறை ஆடியது ஜிமிக்கி. "பிடிச்சிதா?" தந்தை கேட்டார். புன்னகைத்த கிளாரா, சற்றுத்தலையைக் குனிந்தபடி கண்களை மேலே உயர்த்தி, ஜிமிக்கியை மட்டும் ஆட்டினாள்.

தங்கையா பணத்தைக் கொடுத்தார். இளம் சிவப்பு ஜிகினா தாளைக் கையில் வைத்திருந்த பணியாளர், "பிள்ளே, இதில வச்சித்தாறேங். வீட்டில பெய் போட்டுக்க" என்றார். கம்மலைக் கழற்ற காதில் கைகளை வைத்தாள் கிளாரா. "வேண்டாம் மக்கா. காதிலயே கெடக்கட்டும்" என்றார் தங்கையன்.

இருவரும் வெளியே வந்தனர். தன் கையிலிருந்த காசை எடுத்து "இந்நா" நீட்டினாள் கிளாரா.. "வேண்டாம் மக்கா... அம்மா குடுத்த சக்கறமும் கருப்பிட்டி வித்த சக்கறமும் இருந்துது.. அதிலயே மிச்சம்.. இஞ்சபாரு" தன் மடியை விரித்துக்காட்டினார் தங்கையன்.

கசிந்தன கிளாராவின் கண்கள். அம்மாவும் அப்பாவும் தன்மீது எவ்வளவு அன்பு வைத்திருக்கிறார்கள் என்பதை நினைத்து உருகினாள். 'எம்பிடடு நாளா நெனச்சி நெனச்சி... ஒவ்வொரு கருப்பிட்டியா சேத்துச்சேத்து இந்தக் கம்மலெ வேண்டித் தந்திருக்கினம்' அப்பாவின் கையைப்பிடித்து, அடிக்கடி அவர் முகத்தை அண்ணாந்து பார்த்துப்பார்த்து நடந்தாள் அவள்.. அவள் நினைவுக்கூண்டிலிருந்து, ஆப்பம் சாப்பிட்டது. பஸ் ஏறியது, கம்மல் போட்டது என ஒவ்வொரு சிட்டுக்குருவியாகப் பறந்து அவள் தலையைச் சுற்றி வட்டமிட்டது..

"அம்மா, அம்மா" அழைத்தபடியே வீட்டில் நுழைந்தாள் கிளாரா. ஒவ்வொரு காதையும் காட்டிக்காட்டி அம்மாவின் முகத்தில் முத்தங்கள் பொழிந்தாள்.. "மக்ளே! ஒன் மொகத்துக்கு ஜிமிக்கி அழகாருக்குட்டி..... ஆங். சின்னம்மா தேடீண்டிருந்தா பாத்துக்க.... காட்டீண்டு வந்திரு மக்கா" அவளை அனுப்பினார் நேசம். கிலுகிலுவென்று ஜிமிக்கி சிரிக்க, துள்ளிக்குதித்து ஓடினாள் கிளாரா.

அவள் போனதும், பொறாமையில் முகம் வீங்கிப்போன அமலா,

"அவ ஒருத்தியத்தான் நீங்க பெத்தியளா?"

"ஒனக்கு அடுத்த வருசம் வேண்டித்தருவம் மக்ளே" நேசம் சமாதானப்படுத்த முயன்றும் அமலா மூக்கைச் சீந்திச்சீந்தி அழுதாள். அவள் கண்ணீரைத் துடைத்து, கைகளைப் பிடித்த நேசம்,

“இப்ப சக்கறம் இல்ல மக்ளே... கரையாத..... அப்பனாண அடுத்த வருசம் வேண்டித் தந்திருவம்....” சத்தியம் செய்தார் நேசம்.

அம்மா பேச்சில் திருப்தியடையவில்லை அமலா. வீட்டு மூலையில் உட்கார்ந்து விம்மிக் கொண்டிருந்தாள். வாசற்படியில் அமர்ந்த நேசம், “ஒரு சாமானம் வேண்டினா.... ரெண்டு பேருக்கும் வேண்டணம்... அதுவும் ஒண்ணுபோல வேண்டணம். இல்லீங்கி கெடய்ச்சியது வரெ ஒருத்தி அடங்கமாட்டா” என்று சற்று காட்டமாகப் பேசினார்.

அடுத்த நாள் ஞாயிற்றுக்கிழமை. கோயிலுக்குப் போக மூவரும் துணி மாற்றிக்கொண்டிருந்தனர். அமலாளுக்குப் பாசம் பொங்கியது. அக்கா... அக்கா.... அழைத்தாள்.

“என்னட்டி”

“இண்ணு மாத்திரம் கோயிலுக்குப்போடத் தாறியா?”

“எதெக் கேக்கிய?”

“ஒன் கம்மலெ... வந்த ஒடனே.. தந்திரியன்” கெஞ்சினாள் அமலா.

இந்தக் கம்மலைச் சிநேகிதிகளிடம் காட்டி, அம்மா அப்பாவைப் பெருமைப்படுத்த நினைத்திருந்தாள் கிளாரா.

“அக்கா..... அக்கா” கிளாராவின் காதருகே வந்து, கண்களை உருட்டி உருட்டிக் கம்மலைப் பார்த்தாள். அவளின் நச்சரிப்பு குறையட்டும் என நினைத்தாளா அல்லது அன்பு கனிந்ததா? தெரியாது.. கம்மலைக் கழற்றி அமலாளிடம் கொடுத்துவிட்டு, அவள் காதிலிருந்த குச்சியை வாங்கித் தன் காதில் சொருகினாள் கிளாரா.

நான்கு

தெரசம்மாளும் ஒழிபாறை கனகமும் வழக்கம்போல் புத்தன்துறைக்கு நடந்தார்கள். இருவர் தலைகளிலும் கைக்குத்தல் அரிசியும், மணம் கமழும் மரச்சீனிக் கிழங்கும் நிரம்பிய கடவம். வில்லாரிவிளை முக்கில் நின்றுவிட்டன அவர்களின் கால்கள். காரணம் போலீஸ் கெடுபிடி. முக்கில் இயங்கிய ஒரு காப்பிக்கடையும் * முறுக்கான் கடையும் மூடப்பட்டிருந்தன. நூற்று நாற்பத்து நான்கு தடையுத்தரவாம். போலீஸ் வாகனம் அறிவித்தது. கிழக்கு நோக்கித் திரும்பியபோது, புதர்களிடையேயிருந்து புகை. எரிந்தது காய்ந்த செடி கொடிகளா? வேறு ஏதேனுமா தெரியவில்லை. என்ன நடந்தது என்று விசாரித்தபோது, "நாடான்மாருக்கும் முக்குவமாருக்கும் சண்டெ" என்றார் ஒருவர். "கள்ளு விக்கிய எடத்தில வந்த வாய்த்தகராறு முத்தி அடிதடியா மாறிப்போச்சி" என்றார் இன்னொருவர். "ஓய்... தொறைக்குப் போ முடியாதா?" என்று கேட்டார் கனகம். "ஒன்னெயும் ஓங் கடவத்தையும் தூக்கிக் கடல்ல போடுவினம் போறியா?" சற்று கோவத்தோடு கேட்டார். அவரே மீண்டும் "சண்டெ தீந்த பெறவு தொறைக்குப் போவ்லாம்... இப்ப நடெயக் கட்டுங்க" என்றார்.

இருவருக்கும் கஸ்டமானது தலைச்சுமடு. வெந்த கிழங்கைத் தின்றுவிடலாம். அரிசியை என்ன செய்வது? வீட்டுக்குச் சுமந்து சென்று மீண்டும் கொண்டு வருவது சங்கடம்தான். தெரசம்மாள் கனகத்திடம், "அக்கா.... அரி கனக்குதக்கா.. இஞ்ச இருக்கிய வீடுவள்ள வச்சிண்டு போவ்லாமா?"

"சண்டெ தீந்து, நாம வாறதுக்கு மின்ன வீட்டில உள்ளவிய கஞ்சி வச்சி தீத்திருவினம் பாத்துக்க... கஸ்டத்தப் பாக்காத செமந்திருவம்..." என்றார் கனகம். இருவரும் கடவத்தோடு நடந்தனர். கீழ்குளம் பிடாகை அருகே ஓடிய வாய்க்கால் கரையில் கடவங்களை இறக்கினர். தென்னைமர நிழலும் மெல்லிய பூங்காற்றும் அவர்கள் மனத்தை லேசாக்கின. அப்போது கனகத்துக்கு ஒரு வியாபார யோசனை, "செந்தரையா இவுனுவ சண்டெ தீரிய வரெய்க்கும் சும்மா இருக்கியதுக்கு .... நாம அரியெ வேண்டி காஞ்சாம்புறத்துக்கோ, தூத்தூருக்கோ கொண்டு போவ்லாம்... அங்க நல்ல பைசா குடுக்கினுமாம் பாத்துக்க".

---

* முறுக்கான்கடை - வெற்றிலை, பாக்கு போன்றவை விற்கும் பெட்டிக்கடை.

“போவ்லாம்... அம்பிடு அரிக்கு எங்க போறது...?”

“ரேசன் அரியெ விக்கினுமெ... அதெ வேண்டுவம். நாலணாயோ... எட்டணாயோ சேத்துக்குடுத்தா குடுக்காதயா போவினம்? ஒனக்கு மூணு பெண்ணுவ... செணம் நாலு பணம் நேடப்பாரு செந்தரையா!” என முடித்தார் கனகம்.

தனது மூன்று பெண்களும் தெரசம்மாளின் கண்முன் நின்றார்கள். ரபேக்கா பிராயமாகி ஒருவாரம்தான் ஆகியிருந்தது. அந்தச் சடங்கைக்கூட எளிமையாக நடத்தியிருந்தார். கணவனின் கூடப்பிறப்புகளுக்கும் தன் கூடப்பிறப்புகளுக்கும் மட்டுமே தெரிவித்தார். தங்கையா வீட்டாரும் கலந்து கொண்டனர். நான்காவது நாளே அவள் அண்டியாபீஸ் போனாள். ‘அவகூட வேலெ செய்யிய பெண்ணுவ கழுத்தில மாலை போட்டுண்டு போவினம். இவ கழுத்து மட்டும் மூளியா கெடக்கு. நாலு காசு சேந்தெங்கி அரெப்பவுனுக்காவது ஒரு சின்ன மாலெ எடுக்கணம்’ என எண்ணினாள். அதற்காகவே அரிசி வியாபாரியானார் தெரசம்மாள்.

பூட்டேற்றி ரேசன் கடையிலிருந்து உத்தேசமாக இருநூறு அடி தள்ளி நாரு பெட்டியுடன் நின்றார் தெரசம்மாள். அட்டைதாரர்கள் அரிசியும் சீனியும் வாங்கிவருவார்கள். சீனியை அருகில் இருந்த மளிகைக்கடையில் விற்றுவிடுவார்கள். அரிசியை முழுவதும் விற்போரும் உண்டு; பாதி விற்போரும் உண்டு; அவர்களிடம் அரிசியை வாங்கிக் கணக்கிட்டு காசைக் கொடுத்தார். இதுபோல் ஒழிபாறை ரேசன் கடையிலிருந்து கனகமும் வாங்கியிருந்தார்.

இருவரும் அரிசி கடவத்தோடு காஞ்சாம்புறம் கிளம்பினர். அடியில் அரிசி, அதன்மேல் துணி, அதன்மேல் மரச்சீனி கிழங்கு. விழுந்தையம்பலம், குஞ்சாகோடு, வேங்கோடு தாண்டி கைசூண்டி முக்குக்கு வந்தனர். அங்கிருந்து முஞ்சிறைவரை போலீஸ் கெடுபிடி எனத் தகவல். பையப்பைய ஒதுங்கி ஒதுங்கி கணபதியான் கடவை அடைந்தார்கள். குழித்துறை வழியாக வரும் தாமிரபரணி நதி தேங்காய்ப்பட்டணம் கடலில் கலக்கிறது. அதன் குறுக்கேயுள்ள கடவு இது. தேங்காய்ப்பட்டணம் அங்கிருந்து இரண்டு மைல் இருக்கும். இக்கரையிலிருந்து அக்கரைக்குச் செல்ல ஒரு * வள்ளம். இருவரும் வரும்போது, மூங்கில் குச்சியை ஊன்றி வள்ளத்தை நகர்த்திவிட்டார் வள்ளம் ஓட்டி. கரையை ஒட்டியிருந்த

* வள்ளம் - படகு

நிலப்பகுதியில் பசுங்காய்களைச் சுமந்துநின்ற தென்னை மரங்களும், பழுத்த பாக்குகள் தொங்கிய கமுகு மரங்களும் குளிர்ச்சியூட்டின. கயிறுகட்டி வெற்றிலைக்கொடியை மேல் நோக்கிப் படர விட்டிருந்தனர். கரையோரங்களில் வாழைகள், பெயரிடப்படாத செடிகள், கொடிகள். இதுபோல் பச்சையம் கொலுவிருப்பதை அவர்கள் கண்டதில்லை, வியந்து நின்றனர்.

வள்ளம் திரும்பி வருவதற்குள் இன்னும் மூன்று பேர் அரிசி கடவங்களுடன் வந்தனர். அவர்கள் கடவத்தின் மேல்பகுதியில் கத்தரிக்காய்களும், பச்சை மிளகுகளும். வள்ளம் ஓட்டி புன்னகைத்தார். தினமும் இப்படி ஐம்பதுக்கும் மேற்பட்ட கடவங்களைக் கரை சேர்ப்பவர்; இவை கேரளத்துக்குக் கடத்தப்படும் அரிசியென்று அவருக்குத் தெரியும். அனைவரையும் அக்கரையில் இறக்கிவிட்டார். அங்கு போலீஸ் கெடுபிடி அதிகம். எங்கே பதுங்கியிருப்பார்கள், எப்போது வருவார்கள் என்பதை அறிய இயலாது. பயத்தோடு வேகமாக நடந்து காஞ்சாம்புறத்தில் ஒரு கடையில் கடவங்களை இறக்கினர். கடைக்காரர் அளந்து முடிப்பதும் காசு கொடுப்பதும் விரைவில் நடந்தது. தெரசம்மாள் கடவத்தில் கிடந்த கிழங்கு ஒன்றை வெட்ட, ஆளுக்கொரு துண்டாகத் தின்றபடி இருவரும் வந்தனர்.

பதினைந்து நாட்கள் அரிசி விற்றார் தெரசம்மாள். காசு கொஞ்சம் தேறியது. தான் நினைத்ததுபோல் ஒரு சின்னப் பவுன்மாலை வாங்கிவந்தார். வெளிறிய சிவப்பு நிறத் தாளிலிருந்து மாலையை எடுத்து ரபேக்காளிடம் கொடுத்தார் தெரசம்மாள். அவள் பூரித்த முகத்தோடு கழுத்தில் போட்டாள். "இப்ப நல்ல ★சந்தமாருக்கு மக்கா" மனநெகிழ்ந்தார் தெரசம்மாள்.

கடைக்குட்டிகள் இரண்டும் சங்கிலியில் தொங்கிய குருசைத் தொட்டுத் தொட்டு மகிழ்ந்தனர். மைக்கேல் புதிதாக மின்னிய சங்கிலியைக் கவனிக்கவில்லை. அம்மா காதில் கிடந்த பாம்படத்தையும், அக்கா காதில் கிடந்த கம்மலையும் மாறி, மாறிப் பார்த்தான். அம்மாவிடம் பல நாட்களாகக் கேட்க அவனுக்கு ஆசை. இப்போது கேட்டான்.

"அம்மா, அக்கா காதில கெடக்கிய கம்மலு காதோட சேந்திருக்கு... ஒனக்கக் காது நீண்டு தோள்வர யேன் தொங்குது?"

"யெங் காதில கெடக்கியது பாம்படம் மோன... சின்னப் பெண்ணா இருக்கிய சமயத்ல... அக்காளுக்குக் குத்ன மாதிரிதாங்

எனக்கும் காது குத்திச்சினம்... பெறவு அந்த ஓட்டெயில பஞ்சிமேல துணியெச் சுத்திக் கட்ன தக்கயெக் காதில துறுத்திச்சினம். பிராயமான பெறவு ஒரு நாளு ஒரு கொறத்தி வந்தா... அவ ஊசி, ஹேர்பின்னு, வளையலு, பவளமெல்லாம் விக்கியவ. அம்மா அவளுட்டச்செல்லி குணுக்கு போட்டா. கல்யாணம் பேசி முடிச்சதும் பாம்படம் போட்னம். தக்கயும் குணுக்கும் பாம்படமும் போட்டுப்போட்டு காது இம்பிடு எறங்கிப் போச்சி பாத்துக்க...."

"ம்" சலிப்படைந்த மைக்கேல் தாயின் காதில் கிடந்த பாம்படத்தைக் கையால் ஏந்திக் கனம் பார்த்தான். "என்னம்மா இம்பிடு கனக்குது. அம்பிடும் பவுனா?"

"இல்ல மக்கா" உள்ளெ மொழுவு வச்சிருக்கு.... அதான் கனக்குது.

"இம்பிடு கனமா நீயும் நேசம் மூத்தம்மயும்தாங் போட்டிருக்கிதிய. சின்னம்மாளெப் பாத்தியா... அவெ போடவே இல்லெ...."

"கட்டீண்டு வந்த சமயத்ல அவளும் பாம்படந்தான் மக்கா போட்ருந்தா... இஞ்ச வந்த பெறவுதாங் காதெ வெட்டித்தச்சி கம்மலு போட்டா பாத்துக்க... யேன் மக்கா ஒனக்கு யென் பாம்படம் பிடிச்சேலியா?"

"நீ எதெப் போட்டாலும் பிடிக்கும்மா.... யேன் தெரியுமா நீ யென் அம்மா.." சொல்லியபடியே தாயின் கன்னத்தில் முத்தமிட்டான் மைக்கேல். தாயோ மகனை வாரி அணைத்துக்கொண்டார்.

இந்த மகிழ்ச்சி அதிகநாள் நீடித்தது என்று சொல்ல முடியாது. வழக்கம்போல் தெரசம்மாளும் கனகமும் காஞ்சாம்புறம் சென்றனர். கணபதியான் கடவில் இன்னும் நான்கைந்து பேர். எல்லாரும் வள்ளம் ஏறி இறங்கினர். கொஞ்சம் தூரம்தான் போயிருப்பார்கள். அதற்குள் 'திமுதிமு' வெனச் சத்தம். குண்டாந்தடிகளோடு ஓடி வந்தனர் போலீசார். தெரசம்மாளுக்குக் குலை நடுக்கம், பயந்துபோய் திரும்பி ஓடினார். மற்ற ஆண்களும் பெண்களும் கூடவே ஓடினார்கள். தலைச்சுமட்டோடு ஓட எல்லாரும் சிரமப்பட்டனர். "யேய்.... கள்ளப்பயலுவளெ.. நில்லுங்கலெ... யேய்" சத்தம் போட்டபடி போலீசார் துரத்தினர். தென்னை மரத்தில் தடிகளைத் தட்டித்தட்டி மூன்று பேரைச் சுற்றி வளைத்தனர்.

அதற்குள் தெரசம்மாளும் கனகமும் கடவுப் பக்கம் வந்தனர். ஒரு போலீஸ்காரர் லத்தியைத் தூக்கி வீசி எறிந்தார். அது தெரசம்மாளின்

கணுக்காலுக்கு மேலே பட்டது. "அய்யோ என் மாதாவே" அழுதபடி கை, அடிபட்ட இடத்திற்குப் போனது. அதற்குள் தலையிலிருந்த கடவம் சரிய, கீழே குதித்தது கிழங்கு; பாதியளவு அரிசி மண்ணில் கலந்து போயிற்று. மீதி அரிசியைச் சுமந்தபடி நொண்டி நொண்டி ஓடினார் தெரசம்மாள். வள்ளம் ஓட்டி தயாராக நின்றார். "செணம் ஏறும்மா செணம் ஏறு" என்று துரிதப்படுத்தினார். தெரசம்மாள், கடவத்தை வள்ளத்தின் உள்ளே வைத்ததும் கையைப் பிடித்து மேலே தூக்கி உட்காரவைத்தார் வள்ளம் ஓட்டி. தெரசம்மாள் வாழ்வில் சந்தித்திராத சம்பவம் இது. அடங்காத நெஞ்சத்தின் படப்படப்போடும், காலின் வலியோடும் இருந்த அரிசியைக் கைசூண்டியில் ஒரு கடையில் விற்றுவிட்டு, வீடு வந்து சேர்ந்தார் அவர்.

அடிபட்ட இடத்தில் ரத்தம் கசிந்து 'விண்விண்' ணென்று வலித்தது. எலும்பு முறிந்திருக்குமோ எனத் தெரசம்மாளுக்குச் சந்தேகம். இப்போதைக்கு மருந்து போடுவோம். குறையாவிட்டால் இரண்டு நாட்களுக்குப் பின்பு பார்க்கலாம் எனப் பொறுமை கொண்டார். "மிக்கேலு... அந்த மருந்து குப்பியெ எடு மக்கா..." என்றதும், அவன் குப்பியுடன் வந்தான். புண்ணிலும் வீங்கியிருந்த இடங்களிலும் மருந்தைத் தடவினார் தெரசம்மாள். "அம்மா, நாங் தடவட்டா?" கேட்ட மைக்கேலிடம் "நீ படிமோன" என்று சொல்லிவிட்டு தரையில் படுத்தார். தாயின் வேதனையைப் பார்த்து வருந்திய மைக்கேல், அவர் கால்களைத் தன் மடிமேல் வைத்து, சுவரில் சாய்ந்தான்.

"மிக்கேலு.. லே.... மிக்கேலு..." விளிப்பது கேட்டு தாயும் மகனும் கண்களைத் திருப்பினர். மைக்கேல் வெளியே வந்தான். முற்றத்தில் உபதேசியார் நின்றிருந்தார். "இன்னு ஒரு பிரார்த்தன இருக்கில... இருட்டியதுக்கு மின்ன அங்கின வந்திரு" அம்மாவைப் பார்த்தான். 'போ' எனச் சைகை காட்டினார் அவர். "வாறன் மாமா" மைக்கேல் ஒப்புக்கொண்டதும் உபதேசியார் கிளம்பினார்.

மாலை ஐந்தரை மணிக்கெல்லாம் அவர் வீட்டுக்குப் போனான் மைக்கேல். எல்லாரும் அங்கு தயாராக இருந்தனர். கோவிலைக் கூட்டிப் பெருக்கிச் சுத்தம் செய்யும் கோயிலாயி, புத்தி சுவாதீனம் குறைந்தவர்போல் வாழும் இன்னாசி, இன்னும் ஒரு சிறுமி. மொத்தம் ஐந்து பேர்.

உபதேசியார் கையில் ஒரு பை இருக்கும். அதில் ஒரு சிலுவை, மெழுகுத்திரி, சாம்பிராணி, செபப்புத்தகம், டார்ச்லைட் வைத்திருப்பார். வலக்கையில் நீண்ட கம்பு இருக்கும். நாய்கள்

குரைத்தபடி கடிக்க வந்தால், கம்பைத் தட்டித்தட்டி கூட வருபவர்களை முன்னால் அனுப்பிவிட்டு அவர் பின்னால் வருவார்.

அரைமணி நேரப் பயணத்துக்குப்பின்பு வந்தது வீடு. ஒரு பத்து நிமிடம் வீட்டு நிலைமைகளை விசாரித்தார் உபதேசியார். ஏழு மணி வாக்கில் பிரார்த்தனை தொடங்கியது. ஒருவர் மந்திரத்தின் முதல் பகுதியைச் சொல்ல, மற்றவர் அதன் தொடர்ச்சியைப் பின்னால் செபித்தனர். கோழிக்கறி மணத்தது. சிறுமி ரகசியமாக மைக்கேலிடம் "இன்னு கோழி எறச்சி தின்னுலாம்"

"எனக்குத் தெரியும். பராக்குப்பாக்காத செபம் செய், பெறவு குடுப்பினம். எம்பிடு முடியுமோ அம்பிடு வேண்டித் தின்னுக்க" என்றான் மைக்கேல்.

பிரார்த்தனை முடிந்தது. சாப்பாட்டுக்கு அமர்ந்தார்கள். சோறு, கோழி எறச்சி, அவியல், தீயல், பாயாசம், பழம் பரிமாறினார்கள். மைக்கேல் வயறு நிறையத் தின்றான். பழத்தைப் பாக்கெட்டில் பதுக்கிவிட்டுக் கைகழுவப் போனான். உபதேசியார் வெற்றிலை பாக்கு மெல்லும்போது, மைக்கேல் வீட்டாரிடம் "ஒரு பழம் தருவியளா?"

"என்னப் பழக்கம்ல இது.. பிரார்த்தனைக்கு வந்த எடத்ல பழம் கேக்கிய" கண்டித்தார் உபதேசியார். "சின்னப்பிள்ளெ இல்லியா ஆசெப்பட்டுக் கேக்கியான்" என்று சொல்லியபடி அந்த வீட்டம்மா ஒரு பழத்தைக் கொண்டுவந்து கொடுத்தார்.

இரண்டு பழங்களோடு வீட்டுக்குத் திரும்பினான் மைக்கேல். அவனுக்காகத் திண்ணையில் காத்திருந்தார் தெரசம்மாள். வந்ததும் இரண்டு பழங்களையும் அம்மாவிடம் கொடுத்தான். இரண்டாக வெட்டி ஆளுக்குப் பாதி கொடுத்துவிட்டு தானும் பாதியைத் தின்றார் அவர். அன்று மைக்கேலுக்கு மட்டுமே சோறு கிடைத்தது. அம்மா, அக்கா, தங்கைகளுக்குக் கிழங்குத்துண்டுகள் மட்டும்தான்.

ஊரெல்லாம் ஒரே பரபரப்பு. பேய்கள் நடமாட்டம் பற்றிய பரபரப்பு. இரவில் திண்ணையிலோ, முற்றத்திலோ யாரும் உறங்குவதில்லை. சிறுநீர் கழிக்கக்கூட ஒருவர் துணையோடுதான் இன்னொருவர் வருவார். விளக்கில்லாமல் எவரும் எட்டிப் பார்ப்பதில்லை. பெரும்பாலோர் அச்சத்தின் அடிமைகளாயினர்.

சிலர் மந்திரவாதிகளைத் தேடி ஓடினார்கள். சேவல், சாராயம், அரிசி, தேங்காய், பீடி, வெற்றிலை பாக்கு போன்ற

மந்திரவாதப்பொருட்களை வாங்கிவந்தார்கள். வேறு சிலர் சோதிடர்கள் மந்திரித்துக் கொடுத்த தகடுகளை வீட்டுப் படிக்கட்டின் அடியில் புதைத்தார்கள். மூன்று, நான்குபேர் கூடிய இடங்களில் ராப்பாடி ஒருவர் உடுக்கையடித்து 'ஆபத்து வரப்போவுது... ஆபத்து வரப்போவுது' என்று சொன்னதாகப் பேசிக்கொண்டார்கள்.

பெண்கள் சிலர் பங்குத்தந்தையிடம் சென்று, "பேடியாருக்குது சாமி... வீடுவளுக்குப் பெய் மந்திரிச்சி, செபம் செய்ங்க சாமி...." என வேண்டினர். சாமியாருக்கு ஒன்றும் புரியவில்லை. 'வருசத்துக்கு ஒரு தடவெ வீடுகள் மந்திரிச்சியது வழக்கம். அப்டி மந்திரிச்சி ரெண்டு மாசங்கூட ஆவெல. அதுக்குள்ள அடுத்த மந்திரிப்பா?' என எண்ணிய அவர், "பரானப்படாதுங்க... என்ன நடந்துது செல்லுங்க".

"ஒருத்தளும் ஒம்மகிட்ட செல்லேலியா சாமி.... அஞ்சாறு நாளா ஒரு யாக்கி பிள்ளய இடுப்பில வச்சீண்டு, சூட்டெத் தூக்கிப்பிடிச்சீண்டு சுத்திச்சுத்தி வாறாளாம்... எல்லாரும் பேடிச்சிக் கெடக்கினம்".

"யாக்கியா?"

"ஓங்.... நம்ம கர்த்தரெச் சோதிச்சிதே அந்தப் பேய்தான் சாமி யாக்கி.... யாரெல்லாம் ரத்தம் கக்கிச் சாவினுமோ..? யாரெல்லாம் அடிபட்டு விழுவினுமோ?"

"ம்.. ஒண்ணும் பேடிச்சாதிய... நம்ம அந்தோணியாருக்கு அடங்காத பேயா?.... வெரட்டிருலாம்"

அவர்கள் போனதும், 'மொதல்ல இது மூட நம்பிக்கேன்னு நிரூபிக்கணும். அடுத்து ஜனங்க பயத்தெப் போக்கணும், என்ன செய்யலாம்?' சிந்திக்கத் தொடங்கினார் பங்குத்தந்தை.

ஊரார் பயத்தைக் கேள்விப்பட்டாள் கிளாரா. சிரிப்புதான் வந்தது அவளுக்கு. இப்படி ஒரு கதையைக் கட்டிவிட என்ன காரணம்? அது அவளுக்கு மட்டுமே தெரிந்த ரகசியம்... இன்னொருவருக்கும் தெரிந்தது என்றுகூடச் சொல்லலாம்....

முதல் தூக்கம் முடிந்ததும் விழித்தாள் கிளாரா. பழுத்த புளிகளின் சலசலப்பு , மேற்கொண்டு அவளைத் தூங்கவிடவில்லை. குரலை மெதுவாக்கி, "அமலா.. அமலா" தங்கையை எழுப்பினாள். அரைத்தூக்கத்தில் புரண்டாள் அமலா.

“வாட்டி... புளி பெறக்கப்போலாம்” அவள் தோளை அசைத்தாள் கிளாரா.

“நான் வரேல ஒறங்கணம்” கைகளைக் கால்களுக்கு இடையில் போட்டுக் குறுக்கிக்கொண்டாள் உடம்பை. “சோப்பு, சீப்பு, கண்ணாடி, பவுடர் வேண்டணுமா?” படபடவென்று எழுந்தாள் அமலா.

“எல்லாம் வேண்டித்தருவியா?”

“ஓங்குட்டி அம்மெ எழும்பியதுக்கு மின்ன வந்திர்லாம்”

இருவரும் கதவைத் திறந்து கால்களை மெதுவாக வெளியே வைத்தார்கள். மறைத்து வைத்திருந்த பெட்டி, சிரட்டை, மெழுகுத்திரி, தீப்பெட்டி எல்லாம் எடுத்தாள் கிளாரா. பெட்டியைத் தங்கையிடம் கொடுத்தாள்.

ஒரே இருட்டு, ஆகாயத்தில் ஊதைக்காற்றின் ஊர்வலம். மெழுகுத்திரியை அமலாளின் கையில் கொடுத்து, தீப்பெட்டியை உரசினாள் கிளாரா. இருவரின் முகங்களில் மட்டும் பளிச்சிட்டது மஞ்சள் ஒளி. அதற்குள் ஒளியின் நாக்கைக் கடித்துச்சென்றது காற்று. பயந்தாள் அமலா. “வீட்டுக்குப் போலாம்” சிணுங்கினாள். “பேடிச்சாத பாவாடெய மறச்சிப்பிடி” என்றாள் கிளாரா. அப்படியே பிடித்தாள் அவள். மீண்டும் உரசினாள் ; எரிந்தது குச்சி. மெழுகுத்திரியைக் கொளுத்தி, சிரட்டையின் உள்ளே நிற்கவைத்தாள் கிளாரா. அந்த வெளிச்சத்தில் இருவரும் மண்நோகாமல் அடியெடுத்து வைத்தனர்.

ஒவ்வொரு வீட்டையும் ஒட்டி ஒரு புளியமரமாவது நிற்கும். கொஞ்சம் தள்ளி நிற்கும் மரங்களும் உண்டு. வானத்திலிருந்து பார்த்தால், புளியமரங்கள் தம் சாய்ந்த கொம்புகளால் வீடுகளை அணைத்துக்கொண்டு நிற்பதுபோல் தோன்றும். அதன் உயரத்துக்கு மேலே தலையை நீட்டும் பனைமரங்கள். இடையிடையே மண்ணின் மச்சங்கள்போல் பாறைகள்.

இவற்றில் எந்தெந்த மரங்களில் புளிகள் தொளியும்? எந்தெந்த பாதைகளில் பாறைகளில்லை என்பதை எல்லாம் பகல் நேரத்தில் பார்த்து வைத்திருந்தாள் கிளாரா . வீடுகளை ஒட்டி நிற்கும் மரங்களில் பொறுக்கினால், திண்ணையில் படுத்திருப்போரோ, சிறுநீர் கழிக்க வருவோரோ, கெட்ட வார்த்தைகளால் நாறடித்து விடுவார்கள். அதனால் கொஞ்சம் தள்ளி நிற்கும் மரங்களையே கிளாரா தேர்வு செய்திருந்தாள்.

நான்கு புளிய மரத்தடிகளில் சுழன்றார்கள். பெட்டி நிறைய புளி கிடைத்தது. மெல்ல வீட்டுக்குத் திரும்பினார்கள். வீட்டு முற்றத்தில் கால்வைத்தபோது, தூக்கத்தில் முனகியபடி திரும்பினார் தங்கையன். பயத்தில் கிளாரா கையிலிருந்த சிரட்டை, சட்டென்று கீழே விழுந்தது. இருவரும் நிதானமாகக் கண்களை விளக்காக்கி வீட்டின் பின்பக்கம் வந்தார்கள். போகும்போது எப்படிச் சாத்தியிருந்தார்களோ, அப்படியே இருந்தது கதவு. ஒன்றும் நடவாததுபோல் இருவரும் உறங்கினார்கள்.

ஒருநாள் விட்டு ஒருநாள் என மூன்று முறைகள் புளிகள் பொறுக்கினார்கள். ஒருநாள் போன இடத்தில் அடுத்தநாள் போகவில்லை. அதனால் தப்பித்தார்கள். இதைப் பங்குச்சாமியாரிடம் கூறினாள் கிளாரா. "யாக்கி ஊரைச்சுத்தின கதெ இதானா?" வாய்விட்டுச் சிரித்தார் அவர். புளி தொளியும் காலங்களில் அதிகாலை நான்கு ஐந்து மணிக்கெல்லாம் சிலர் விளக்கு ஏந்திய கைகளோடு பொறுக்குவது உண்டு. கிளாராவும் அமலாவும் நள்ளிரவில் போயிருந்தார்கள்; அவ்வளவுதான் வேறுபாடு . அடுத்த நாள் திருப்பலியில் விளக்கமாகப் பிரசங்கித்தார் பங்குத்தந்தை. அதன் பின்பு, காலையில் ஆலயமணி ஒலிப்பதற்கு முன்னும், பின்னும் ஒவ்வொரு வீட்டிலிருந்தும் ஒவ்வொரு இசக்கி பிள்ளையோடும் தீப்பந்தத்தோடும் ஊரைச்சுற்றி வந்தாள்.

புளி ஒரு * கடவம் தேறியது. வீட்டு வேலைகளைச் செய்து கொண்டே புளியின் தோடுகளை உடைத்தாள் கிளாரா. நரம்பும் சதையுமாகப் பிணைந்திருந்தன சுளைகள். மூடிய இமைகளுக்குள் கருவிழி இருப்பதுபோல் சுளைக்குள் கொட்டைகள் இருக்கும். கிளாரா எடுத்தாள் புளிக்குத்தியை. அது, சிறிய மரக்கட்டை ஒன்றில் சுட்டு விரல் அளவிலான அம்புக்குறியைப் பொருத்தியதுபோல் இருக்கும். அம்புக்குறி இரும்பில் செய்தது. அதை வைத்துப் புளியின் சதைப்பகுதியைக் குத்தினாள். இமை திறப்பது போல் சுளை விரிந்து கொட்டை தெரிந்தது. ஒவ்வொன்றாய்க் குத்தி முடித்தாள்.

தோடுகளை அடுப்படியிலும், கொட்டைகளை வீட்டு மூலையிலும் போட்டாள் கிளாரா. புளியைக் கையால் எடைபோட்டுப் பார்த்தாள். இதை விற்றுக் கிடைக்கும் காசில் அமலா கேட்டதெல்லாம் வாங்க முடியாது. கூடுதலாகக் காசு வேண்டும். என்ன செய்வது? தலையை உருட்டினாள்.

---

* கடவம் - பனை ஓலையால் பின்னப்படும் பெட்டி போன்றது

வீட்டிற்குப் பின்னால் நின்ற புளியை உலுக்க முடியுமா? போய்ப்பார்த்தாள் கிளாரா. அது இன்னும் பழுக்கவே இல்லை. ஊரிலுள்ள எல்லா புளிகளும் உலுக்கி முடிந்த பின்புதான் அது பழுக்கும். ஒரு அவசரத்துக்கு உதவவில்லையே எனச் சலித்துக் கொண்டாள்.

ஒரு வாரத்துக்குப் பின்பு ஒரு யோசனை கிடைத்தது. அன்று காலை தங்கையன் கிழக்கு நோக்கிப் புறப்பட்டார். கிளாரா மேற்கு நோக்கிப் புறப்பட்டாள். மேற்கில்தான் கொசுவன்விளை. அதுவரைதான் வீடுகள். அதைத் தாண்டினால் காடுகள். அதிலுள்ள கண்டங்களில் மரச்சீனிகூட வைக்க முடியாது. கொல்லாவின் ஆதிக்கமே அதிகம். ஆங்காங்கே புன்னை, நாவல் மரங்கள் நிற்கும். வயல்களுக்கும் காய்கறித் தோட்டங்களுக்கும் தழை உரமாகும் சீலாந்தி, கொன்னை, புங்கு, வாகை, இலுப்பை. வேம்பு மரங்கள் ஒன்றிரண்டு கண்ணில் படும்.

மழை பெய்தால் மனிதர்கள் குடைபிடிக்கிறார்கள். நனைந்து, நனைந்து புண்படுவதைப் பார்த்தும்கூட பூமிக்கு யாரும் குடை பிடிப்பதில்லை. அதனால் பூமி தனக்கான குடைகளைத் தானே உருவாக்கிப் பிடித்திருந்தது. அவை கிளாராளுக்குக் * கும்முகளாகத் தெரிந்தன. கண்ணில் பட்டவற்றைப் பிடுங்கினாள். வீட்டில் அது அன்றைய குழம்பாயிற்று.

கிளாரா, ஒரு சுற்றுச் சுற்றிவந்தாள். அண்டியோடிருந்த சில கொல்லாம் பழங்கள் கிடைத்தன. வௌவால் கடித்துப் போட்ட புன்னைக்காய்களையும், மண் ஒட்டிக்கிடந்த நாவல் பழங்களையும் எடுத்துப் பெட்டியில் போட்டாள். ஆங்காங்கே கண்ணில் பட்ட சுள்ளிகளையும் பொறுக்கிக்கொண்டு வீட்டுக்கு வந்தாள் கிளாரா.

அண்டியைத் திருகிய கிளாரா, பழத்தைக் அமலாளிடம் கொடுத்தாள். உள்ளே இருந்த நேசம், "பாத்துத் தின்னுட்டி... கொல்லாங்கறெ துணியில பட்டாச் செணம் போவாது பாத்துக்க" கூறியபடியே திண்ணைக்கு வந்தார். நல்ல பழங்களை மூவரும் தின்றனர். நன்கு பழுக்காது கொஞ்சம் காறலாக இருந்தவற்றைக் குப்பைக்குழியில் போட்டனர்.

"அம்மா, ரெண்டு அண்டிச் சுட்டுத் தாறியா?" கேட்டாள் அமலா. "விக்கியதுக்கு வச்சிருக்குட்டி.. இன்னும் நாலஞ்சு நாளு

---

* கும்மு - காளான்

போனாத்தாங் அரெப்பெட்டியாவது கிட்டும்..." என்றாள் கிளாரா. "ம்..கும்..... நீ விக்கியதெ வேண்டி, தல்லி பருப்பெடுத்து முந்திரிப் பருப்புணு கடையில விக்கினம்..... இப்டி கெடச்சியதில ரெண்டு அண்டி தின்னாத்தாங் உண்டு" என்று கூறினாள் அமலா. நேசம் கைநிறைய அண்டிகளை அள்ளி, "வாட்டி... சுட்டுத்தாறேங். தல்லித்தின்னு" என்றார். அமலா அம்மாவுடன் போனாள். இப்படி ஒரு வாரம் அவர்கள் வீட்டில் கொல்லாம் பழமும், அண்டியும் தின்னும் கொண்டாட்டம்.

சனிக்கிழமை கருங்கல் சந்தை. அக்காளும், தங்கையும் புளி, அண்டி, புன்னைக் காய்களோடு நடந்தார்கள். எல்லாவற்றையும் ஒரு வியாபாரியிடம் பேரம் பேசி விற்றாள் கிளாரா.

சந்தையில், தொடுவெட்டி ரோட்டின் கிழக்குப்பக்கம் அழகுப் பொருட்கள். தங்களுக்குப் பிடித்தமான லக்ஸ் சோப்பு, பவுடர், கண்ணாடி, சீப்பு, குஞ்சரம், ரிப்பன், கண் மை எல்லாம் இருவரும் வாங்கினார்கள்.

பக்கத்தில் படக்கடை. அதில் கண்ணாடி போட்ட முருகன், பிள்ளையார், கிருஷ்ணர், இயேசு படங்கள் தொங்கின. கூடவே கண்ணாடி போடாத பெரியசைஸ் காந்தி, நேரு, காமராஜர், கென்னடி, எம்.ஜி.ஆர்., சிவாஜி கணேசன் படங்கள். கிளாரா பிரேம் போட்ட சின்ன இயேசு படம் ஒன்றை வாங்கினாள்.

தாயார் சொல்லி அனுப்பிய ஒரு பக்கா அரிசி, கிழங்கு உட்பட வேறு சில பொருட்களும் வாங்கிவிட்டு, ஒரு ஓட்டலுக்குள் நுழைந்தாள் கிளாரா. முன்பு ஒருமுறை தங்கையா அழைத்துச் சென்ற அதே ஓட்டல்தான். அமலாளுக்குக் கொஞ்சம் பயம். இருப்பினும் அக்காளைத் தொடர்ந்து உள்ளே சென்றாள்.

ஆளுக்கு இரண்டு ஆப்பம். உருளைக்கிழங்கு குழம்பு, வெள்ளைச் சாயை. ருசித்து ருசித்துத்தின்றாள் அமலா. கிளாரா காசைக் கொடுத்தாள். இருவரும் வீடு திரும்பினார்கள்.

வாயில் கையை வைத்து ஊதி, ஊதி, தின்னவற்றின் மணத்தை மூக்கால் ருசித்துக்கொண்டு வந்தாள் அமலா. நாக்கை வாய்க்குள் சுழற்றிச்சுழற்றி நடந்தாள். அது பற்களிடையே சிக்கியவற்றை மீண்டும் மென்று சுவைப்பதற்காக இருந்தது. திடீரென்று நின்றாள் அமலா. அக்காளின் கையைப்பிடித்து நிதானமாகக் கேட்டாள், "அக்கா.... அக்கா..... கிறிஸ்துமசுக்கு ஆப்பஞ்சுட்டுத் தருவியா?" கிளாராளுக்கு ஒன்றும் புரியவில்லை. சில நொடிகள் தங்கையின்

முகத்தைப் பார்த்து நின்றாள். பின்பு, "வாற வெள்ளியாச்ச கிறிஸ்துமசு... இண்ணு போனா.... அஞ்சே நாளுதாங்... அதுக்கு மின்ன எப்டிட்டி?" அக்காளின் கன்னங்களைத் தடவிய அமலா, "ஆசையாருக்குக்கா ஆசையாருக்கு...." கெஞ்சினாள். 'இவளுக்கு ஆப்பம் வேண்டிக்குடுத்தது தப்பாப் போச்சி!... அவளாக் கேட்டா? நீதானெ வேண்டிக்குடுத்தெ...' என்று காரணகாரியங்களைத் தேடிய மனம் சில நிமிடங்கள் தடுமாறியது.... பின்பு தன் கைவசம் இருக்கும் காசைக் கணக்கிட்ட கிளாரா, "செரி.... வா.... அரியும் உளுந்தும் வேண்டீண்டு வருவம்". திரும்பி அரை மைல் தூரம் சந்தைக்கு நடந்து, அரிசியும் உளுந்தும் வாங்கி வீடுவந்து சேர்ந்தார்கள்.

கிளாரா கண்ணாடி, பவுடர், சோப்பு, கண் மை, குஞ்சரம் ஆகியவற்றைச் சுவரின் மேல்பகுதியில் வைத்தாள். ஹேர்பின்கள், சீப்பு, ஊக்குகளை கூரை ஓலையில் சொருகிவிட்டாள். அமலா பவுடரை முகத்தில் அப்பி, கண்ணாடியில் பார்த்தாள். கண், மூக்கு உதடுகள் எனத் தனித்தனியாக மீண்டும் பார்த்து, "நான் அழகி" எனத் தன்னைத்தானே கொண்டாடினாள். கிளாரா, அவளுக்குத் தலைசீவி, ஜடைபின்னி , குஞ்சரத்தைக் கட்டிவிட்டாள். இருப்புக் கொள்ளவில்லை அமலாளுக்கு. சித்தி வீட்டுக்கு ஓடினாள். அவளைப் பார்த்த சித்தி, "குட்டியே அமலா.. இப்ப நீ எம்பிடு சந்தமாருக்கக் குட்டி, பவுடர் போட்ருக்க.... குஞ்சரம் கட்டிருக்க... என்ன விசேசம்"

"கிறிஸ்மஸ் வருதில்ல சின்னம்மா... அக்கா வேண்டிக் குடுத்தா பாத்துக்க..." என்ற அமலா சற்று நேரம் சின்னம்மாப் பிள்ளைகளோடு கொஞ்சி விளையாடினாள்.

கிளாரா, சுவரில் ஒரு ஆணியை அடித்து இயேசு படத்தைத் தொங்கவிட்டாள். கிறிஸ்மஸ் நெருங்கியது. அம்மாவிடம் கிளாரா, "அம்மா, கிறிஸ்துமசுக்குக் அமலா ஆப்பம் கேக்கியா"

"கேக்கியாளங்கி..... காப்பிக் கடையிலண்டு வேண்டிக் குடு மக்கா"

"இல்லம்மா.. வீட்ல சுட்டுத்தர கேக்கியா..."

"நம்ம எடத்தில் ஒருத்தளும் ஆப்பம் சுடியதில்ல பாத்துக்க..."

"நாமெ சுட்டுப் பாப்பொம்... ஆசெயா கேக்கியா அவெ.. நீ ஒங்ஞ்ணு செல்லு... மிச்சத்தெ நான் பாக்கியங்"

"ஒனக்கு முடியுமெங்கி சுடுமக்கா" என்றாள் தாய்.

ஊரில் எண்பத்து இரண்டு வீடுகள். இவற்றில் இருபது வீடுகள் கிழக்கே சற்றுத் தள்ளியிருப்பவை. அவர்களை அய்யாபதிக்காரர்கள் என அழைப்பார்கள். கிறிஸ்தவர் கோயிலோடு நெருக்கமானவை இந்த அறுபத்து இரண்டு வீடுகள்தான். அவற்றில் ஒரே ஒரு வீடுதான் மட்டுப்பாவு. ஆடிட்டர் செல்லக்கண் வீடு அது. அவர், திருவிதாங்கூர் சமஸ்தானத்துத் திவான் சர், சி. பி. ராமசாமி ஐயர் அலுவலகத்தில் ஆடிட்டராகப் பணியாற்றியவர். அவரது மகன் ஆன்டனி ஜூலியன் வழக்குரைஞர். அவர் தக்கலையில் குடும்பத்தோடு குடியேறினார். அதனால் அந்த மட்டுப்பாவு வீட்டை வாடகைக்கு விட்டார்கள். அங்கு பூட்டேற்றி கைத்தறி நெசவாளர் கூட்டுறவு உற்பத்தி விற்பனைச்சங்கம் இயங்கியது. கிறிஸ்தவர்களுக்குள் தென்னிந்தியத் திருச்சபை கிறிஸ்தவர்கள், பெந்தகோஸ்து கிறிஸ்தவர்கள் அடக்கம். இவற்றில் வைத்தியர் வீட்டில் மட்டும்தான் ஆட்டுரல், வாணெலிச்சட்டி, தோசைக்கல், கரண்டி. வியாபாரியார் வீட்டில் ஆட்டுரல், தோசைக்கல், கரண்டி இருந்தன. வாணெலிச்சட்டி இல்லை. மற்ற வீடுகளின் அடுக்களைகள் தாளிப்பு வாசனையை நுகர்ந்ததில்லை. பண்டிகைக் காலங்களில் சில வீடுகளில் எண்ணெய் விட்டுத் தாளிப்பார்கள் அவ்வளவுதான். சோறும் இறைச்சியும் இருந்தாலே அவர்கள் கொண்டாட்டம் குதூகலமாகிவிடும். சிலருக்குத் தோசை, ஆப்பம், பணியாரம் செய்ய ஆசை. அது முடியாத நிலையில் பிட்டும், அப்பளமும் சுட்டுத் திருப்தியடைவார்கள்.

கிறிஸ்துமசுக்கு முந்தின நாள். காலை பத்து மணிக்கு ஊறவைத்த அரிசியும் உளுந்தும் நிரம்பிய சட்டியோடு கிளாராவும் அமலாளும் நடந்தார்கள். ஊரின் தென்பகுதியில் இருந்தது வைத்தியர் வீடு. இருவரும் வாசல் முன் வந்து நின்றனர். கிளாரா, "மாமி... மாமி"

"யாருட்டி.... பிள்ளே நீங்களா?.... வாருங்க... கொப்பனும் கொம்மயும் சொகந்தானா?"

"சொகந்தான் மாமி... தங்கச்சி ஆசயா கேட்டா ... ஆப்பம் சுடணும்.... ஒங்க ஒரலு கிட்டினா... மாவெ.... ஆட்டிருவன் மாமி...."

"இஞ்ச வந்து பாரு மக்கா. ரெண்டு ஒரல்லயும் மருந்து இடிச்சினம் பாத்துக்க..... எம்பிடு செல்லியும் அவிய கேக்கேல.... கல்லடெ செல்லப்பனுக்கு இண்ணெய்க்கே மருந்து குடுக்கணுமாம்...

இண்ணு முழுக்க இதுதான் சோலி. வேற எங்கெயாவது ஆட்டிக்க மக்கா..” என்றார் வைத்தியரின் மனைவி. மருந்தரைக்கும் சத்தம் கேட்டது. இருவரும் ஏமாற்றத்தோடு திரும்பினர்.

‘வியாபாரியார் வீட்டுக்குப் போலாமா?’ தூரத்துச் சொந்தம்தான்; பெரியப்பா மொற. பெரியம்மா எடுத்தெறிஞ்சி பேசும்; ஆயிரம் கேள்விய கேக்கும். பெறவு மானங்கெட்டு வரணும். சட்டியெ தலெயில வச்சீண்டு ஊருக்குக் குறுக்கே மறுக்கே அலையியது மகா கேவலம்!’ என்று எண்ணினாள் கிளாரா. திடீரென்று அவள் மூளைக்குள் மின்னல் பாய்ந்ததுபோல் பெரியவிளை சுசீலா டீச்சர் நினைவுக்கு வந்தார். அமலாளோ சிணுங்கிச் சிணுங்கி அழத் தொடங்கினாள்.

“கரையாத .... சுசீலா டீச்சர் வீட்டுக்குப் போவெம். அவிய ரொம்ப நல்லவிய .... ஆட்ட விடுவினம்”

“ஒரு மைலு நடக்கணுமே.... வெயிலு... தலெ வெடிச்சிரும் போலருக்கு...’

“வெயிலப் பாத்தா ஆப்பம் தின்ன முடியாதுட்டி. நட.... குறுக்கப் போனா.... நாலு எட்ல எத்திர்லாம்....’

நடந்தார்கள்.

மதியம் இரண்டு மணியளவில் ஆட்டிவிட்டு வந்து சேர்ந்தனர். கூடவே டீச்சர் வீட்டில் வெட்டிப் போட்டிருந்த செம்பருத்திக் கொம்புகளையும் எடுத்து வந்திருந்தார்கள். மாவை இறக்கி வைத்தாள் கிளாரா. அமலாளுக்கு அவசரம். அம்மாவிடம் “இஞ்ச பாரும்மா மாவு.... ஆப்பஞ்சுட்டுக்குடு”

“ஆத்தியம் கஞ்சியெக் குடிங்கட்டி... பெறவய்க்கி அதப்பத்தி பேசுவம்....” கஞ்சிச் சட்டியில் அகப்பையைப் போட்டு அவர்கள் முன்பு வைத்தார் நேசம். அவர்கள் குடிக்கும்போது,

“வெறும் மாவெ வச்சி ஆப்பஞ் சுட முடியாதுட்டி.... கள்ளு வேணும், எண்ணெ வேணும். இதுவளெக் கூட வேண்டிருலாம்..... சீனிச்சட்டியும் சட்டுவமும் எங்க பெய் வேண்டுவெ” கேட்டார் நேசம்.

‘நாளைக்கு ஆப்பம் கிட்டாது; ஏப்பந்தான் கிட்டும்’ நிராசையில் மனம் சோர்ந்து போனாள் அமலா.

“கள்ளெ அப்பனுக்கிட்ட கேளு” என்றாள் கிளாரா. தங்கையன் கள் குடிக்க விரும்பினால், பனையிலிருந்து இறக்கிக் கலயத்தோடு கொண்டு வந்து அடுக்களையில் வைப்பார். ஒரு சிரட்டைக் கோரிக் கொள்ளலாம் என நினைத்தார் நேசம். அதற்குள் “இப்ப... குப்பியெக் குடு. எண்ணெ வேண்டீண்டு வாறன்” என்ற கிளாரா தானே ஒரு குப்பியை எடுத்துக்கொண்டு கிளம்பும்போது, “அமலா, அந்த செம்பருத்திக் கொம்புவளெ மித்தத்தில நட்டு, வெள்ளம் ஊத்தீரு” என்று கூறிச்சென்றாள்.

அங்கொன்றும் இங்கொன்றுமாய்ப் பட்டாசு வெடிக்கும் சத்தம். பெண்கள் என்பதால் இவர்களுக்குத் தங்கையன் எதுவும் வாங்கவில்லை. கிளாரா மத்தாப்பு, புஸ்வாணம் வாங்க நினைத்திருந்தாள். ஆப்பம் சுடும் ஆசை அதை மறக்கடித்து விட்டது.

எண்ணெயும் சீனிப் பொதியுமாக வந்தாள் கிளாரா. இனி சீனிச்சட்டியும், கரண்டியும் வேண்டும், பாசம் காட்டினாலும் திருப்பியும் வைத்தியர் வீட்ல பெய் நிக்கியது நல்லாருக்காது. ‘நாலு அறுப்பு அறுத்தா அறுக்கட்டு... வியாபாரி பெரியப்பா வீட்டுக்குப் போவ்லாம்’ என்ற முடிவுக்கு வந்தாள் கிளாரா.

அக்காளும், தங்கையும் புறப்பட்டார்கள். நல்ல வேளை பெரியம்மா இல்லை. அவர் மகள் லீலா இருந்தாள். அவளை ‘அக்கா’ என்றே இருவரும் அழைப்பார்கள். இவர்கள் கேட்டதும் உடனே சொல்லிவிட்டாள், “எங்க வீட்ல சீனிச்சட்டி இல்லெ. தோயக்கல்லும் சட்டுவமும் இருக்கு” என்று. அதோடு நிற்காது. ‘தோசை எப்படிச் சுடுவது? ஆப்பம் எப்படிச் சுடுவது?’ அரைமணி நேரம் இருவருக்கும் பாடம் நடத்தினாள். அதன்பின்பு, “நாங்க காலத்த ஏழு மணிக்குத் தோய சுடுவம்; எட்டு மணி வாக்கில வந்தா கல்லும் சட்டுவமும் தாறோம்”, என்றாள். “ஓங் அக்கா காலத்த வாறம்” சொல்லிவிட்டு இருவரும் திரும்பினர்.

ஆப்பம் சுடும் ஆசை செத்தது என்றே சொல்லலாம். இருப்பினும் கிளாரா நம்பிக்கை இழக்கவில்லை. அவள் விடாப்பிடியானவள். அந்த விடாப்பிடிக்குள் ஒரு மனித ஏக்கம் இருக்கும். என்ன நினைத்தாளோ, தெரியாது. ஒரு சட்டியைக் கழுவிக் கவிழ்த்திவைத்தாள்.

இருட்டியது. கோயிலைத் திறந்து, பெட்ரோமேக்ஸ் லைட்டை எரியவைத்தார் உபதேசியார். கோயிலைச் சுற்றிச் சிறுவர், சிறுமியர் ஓடி விளையாடினர்.

வானில் நீர் மேகங்கள் மட்டுமல்ல தீ மேகங்களும் உண்டு எனக் கருதும் அளவுக்கு வண்ண வண்ண நெருப்புப் பொறிகள் சிதறி, மின்துளிகளாய்ப் பூமிக்கு இறங்கின. வீடுகள் முன்பும் பொதுவழிகளிலும் பட்டாசுகள் வெடிக்கும் உக்கிரமான சத்தங்கள். ஒவ்வொரு வீட்டிலும் வெளிச்சமும் விழித்திருப்பும். மணியோசை, இரவு வழிபாட்டிற்கு அழைத்தது. கோவிலுக்குப் போவதில் தங்கையனுக்கு ஆர்வம் குறைவு. ஒரு கலயம் கள் கொண்டு வந்தார். வேண்டியதைக் குடித்துவிட்டு, மீதியை ஆப்பத்துக்கென்று அடுக்களையில் வைத்தார்; பின்பு திண்ணையில் படுத்துவிட்டார்.

இரவு பத்தரை மணி, பெண்கள் சிலர் வண்ணத்தாள் சுற்றிய ஓலைப் பெட்டிகளில் முளைப்பாரிகளை எடுத்துவந்தனர். கிறிஸ்துமசுக்குப் பத்துநாட்களுக்கு முன்பு, அதாவது ஆகமனக் காலத்து இரண்டாம் வாரத்தில் சட்டிகளில் மண்ணை நிரப்பி, நவதானியங்களை விதைப்பர். அவை முளைத்த பின்பு, சின்ன ஓலைப் பெட்டிகளில் மண்ணோடு வைத்து வளர்ப்பார்கள். கிறிஸ்மஸ் நாளில் முளைத்தண்டுகள் உயர்ந்து தளிர்கள் வளைந்து நிற்கும்.

அவற்றை எடுத்துவரும் பெண்களோடு, ஒரு கையில் செபமாலையும் மறுகையில் மெழுகுவர்த்தியும் ஏந்தியபடி பாதி ஊரே வந்தது. அவர்கள் பாடல் பாடியும், செபம் செய்தும் தங்கள் பக்தியை வெளிப்படுத்தினர். அவர்களோடு தெரசம்மாளும் பிள்ளைகளும் வந்தனர். கோயில் பலிபீடத்தின் ஓரத்தில் அமைக்கப்பட்டிருந்தது பாலன் இயேசுவின் குடில். அதன் முன்பு முளைப்பாரிகளை வரிசையாக வைத்தார்கள். அவர்களோடு நேசம், கிளாரா, அமலா மூவரும் நின்றிருந்தனர். நள்ளிரவு ஒரு மணிக்குத் திருப்பலி முடிந்தது. கிளாராவும் அமலாவும் சிநேகிதிகளோடு பேசிக்கொண்டு நின்றனர். வெளியே லேசான பனிப்பொழிவு. "குட்டியே, மஞ்னு விழுதுட்டி. மேலு தணுக்குது வழியே தெரியேல. செணம் வாருங்க" என்ற நேசம் கோயிலுக்குள் போட்ட முக்காட்டை இறக்காமலே வீட்டுக்கு வந்தார். சாக்குப்பைக்குள் காலைச் சிறை வைத்துத் தூங்கினார். அவருக்கு அருகே கிளாராவும் அமலாவும். இருவருக்கும் தூக்கம் வருமா? இமைகளுக்குள் 'ஆப்பம் ஆப்பம்' என்றே ஏங்கின அவர்கள் கண்கள்.

கிளாரா, அமலாளை எழுப்பினாள். இருவரும் சிம்னி விளக்கோடு வெளியே வந்தனர். கிளாரா, கவிழ்த்தியிருந்த

சட்டியையும், அதற்குள் பதுக்கியிருந்த அருவாக்கத்தியையும் எடுத்தாள்.

“என்னாத்துக்கு இது?” கேட்டாள் அமலா. “இதுதான் சீனிச்சட்டி. இதுதான் சட்டுவம்... மூச்சிக்காட்டாத வா... ஆப்பம் சுடுவம்...’ என்றாள் கிளாரா.

தீ மூட்டி, அடுப்பில் சட்டியை வைத்தாள் கிளாரா. அடுப்பு வெளிச்சம் இருவர் முகங்களிலும் பிரகாசித்தது. அவர்களின் விரிந்த தலைமுடிகளோடு பிணைந்துகிடந்தது அடுக்களை இருட்டு. எண்ணெயில் தோய்த்த துணியால் சட்டியின் உள்பகுதியில் தடவினாள் கிளாரா. பின்பு ஒரு அகப்பை மாவை ஊற்றிச் சட்டியை இரண்டு சுற்றுச்சுற்றி அடுப்பில் வைத்தாள். வானில் தெரிந்த வால் நட்சத்திரத்தை மூன்று அரசர்களும் பார்த்ததுபோல் அந்தச் சட்டியை இமைக்காமல் இருவரும் பார்த்தனர்.

ஆப்பத்தின் ஓரம் கரிய ஆரம்பித்தது. அருவாக்கத்தியால் ஓரத்தை நெம்பிவிட்டாள் கிளாரா. சில நொடிகளில் எல்லாம் கரிந்தது. “போச்சே... போச்சே...” விரக்தியில் பொசுக்கென்று சாய்ந்தாள் அமலா. எல்லாவற்றையும் சுரண்டி எடுத்துவிட்டு, கொஞ்சம் அதிகமாக எண்ணெய் தடவி மீண்டும் அடுப்பில் வைத்தாள் கிளாரா. இப்போது ஆப்பத்தின் நடுப்பகுதிவரை கத்தியால் நெம்பினாள். “ஆ... வருது... வருது... ஆப்பமே வா... வா..” அன்போடு அழைத்தாள் அமலா. ஆனால் மாவு, சட்டியின் நடுவே ஒட்டி, வர மறுத்தது. நடுப்பகுதி போக மிச்சத்தை எடுத்துக் குளோரியின் பாவாடையில் போட்ட கிளாரா “அந்தப் பொதியில * பஞ்சார இருக்குட்டி... அதெத் தொட்டுத்தின்னு” என்றாள். சுடச்சுட அமலா தின்றாள். இப்படிக் கரிந்ததும் கரியாததுமாக எட்டு

ஆப்பங்கள் சுட்டுத்தின்றார்கள். பின்பு இருவரும் தாயின் அருகே படுத்து உறங்கினார்கள்.

இவர்கள் உறங்கினால், ஊரும் உறங்கிவிட வேண்டுமா? கதறியது பன்றி. இவர்கள் வீட்டிலிருந்து நான்கு கண்டங்கள் தாண்டி, கட்டாந்தரை புளியமரத்தடியிலிருந்து அந்தச் சத்தம். இருட்டின் நிழலில் கரும்பாறை போல் கிடந்தது பன்றி.

இரண்டு பேர் அதன் உடலைப் பொசுக்கி, சுத்தம் செய்து, ஓலையின் மேல் தூக்கிப்போட்டார்கள். கழுத்து அறுபட்டது. ஒரு

---

* பஞ்சாரை - சீனி, சர்க்கரை

பானையில் ரத்தத்தைப் பிடித்து, உப்புப் போட்டு மூடி வைத்தார் ஒருவர். அவரே ஈரல்கள், சிறுகுடல், காது, மூக்கு, நாக்கு, மூளை போன்றவற்றை அரிந்து ரத்தத்தில் போட்டார். பின்பு பானையைத் தூக்கி அடுப்பில் வைக்க, அது வேகத்தொடங்கியது.

இறைச்சியைத் துண்டாக்கிப் பன்னிரெண்டு கூறுகளாகப் போட்டார் மற்றொருவர். கொத்திய எலும்புகளைக் கூறுக்கு ஒரு கையளவு என அவரே வைத்தார். ஒவ்வொரு கூறையும் ஓலையில் வைத்துப் பொதியத் தொடங்கினர்.

அதற்குள் ரத்தம் வெந்து கருஞ்சிவப்பானது. அதையும் பன்னிரெண்டாகப் பங்கிட்டார்கள். எடுபிடி வேலை செய்த சிறுவர்களான மைக்கேல், வில்சன் இருவருக்கும் இரண்டு மூன்று துண்டுகள் கிடைத்தன.

ஆளுக்கொரு பங்கை எடுத்துக் கொண்டு திரும்பினார்கள். மற்ற சில வீடுகளில் கோழி. தங்கையன் மாட்டிறைச்சி எடுக்கப் போயிருந்தார். எல்லாருக்கும் வாழ்த்துச் சொல்ல கிழக்கிலிருந்து கையசைத்தான் கதிரவன்.

புஷ்பா நேசத்தின் வீட்டுக்கு வந்து பேசிக்கொண்டிருந்தார். அப்போது பள்ளியிலிருந்து வந்தாள் அமலா. புஷ்பா கேட்டார்,

“என்ன அமலா நாளெய்க்கு லீவா?”

“ஓங் அத்தெ... தை மாசம் ஒண்ணாந்தேதி மட்டும் லீவெக் குடுத்தீண்டு.... நாலஞ்சு நாளு பொங்கலின்னு செல்லினம் அத்தெ.... இன்னெய்க்குப் போகியாம்... நாளெய்க்குச் சூரியப் பொங்கலாம். மத்தினா மாட்டுப் பொங்கலாம். இதெல்லாம் எப்டி அத்தெ கொண்டாடியது?”

“எல்லாத்தயும் சேத்து நாளெய்க்கே கொண்டாடி முடிச்சிரு”

“நமக்கு வயலு இல்லை... கலப்பெ இல்லெ.... மாடு இல்லெ..... பாலு இல்லெ.... நெல்லு இல்லெ... கரும்பு இல்லெ... எப்டிக் கொண்டாடுவங்?”

உடனே நேசம் குறுக்கிட்டார்; “மக்கா.. நீ சென்னதெல்லாம் யாமான் மாருக்குத்தாங் ருக்கு ..... அவிய கொண்டாடினமா. இல்லியான்னு தெரியேல. அவிய மலையாளம் பேசினம்.... நாம தமிழ் பேசியம். நம்ம கன்னியாகுமரி ஜில்லாவெ தமிழ்நாட்டோட

சேத்திட்டினம்... அதனால நமக்கு ஒண்ணும் இல்லீங்கிலம்... கடனெ வேண்டியாவது பொங்கலு வச்சணம்"

"அதுக்கு பச்சரிசி வேணுமாம்!..'

"மக்கா எங்க வீட்ல கொஞ்சம்போல நெல்லிருக்கு" என்றார் புஷ்பா .

"ஆங்... நெல்லிருக்கா?" ஆச்சரியத்துடன் கேட்டாள் அமலா.

"அவிய நாஞ்சி நாட்டுக்கு நெல்லுறுக்கப் போன சமயம் கொண்டு வந்ததில கொஞ்சம் வச்சிருக்கெங்.. அதெ ஒரல்ல போட்டு இடிச்சிக் குடுத்தீங்கி... நாளெய்க்கு உச்சைக்கு பொங்கலு வச்சிருலாம்".

"எல்லாருக்கும் காலத்த பொங்கலு. நமக்கெல்லாம் உச்சைக்குத்தான் குட்டி... பொங்கலு.." என்றார் நேசம். அத்தையின் கையைப் பிடித்துக்கொண்டு, அவர் வீட்டுக்குக் கிளம்பினாள் அமலா.

மறுநாள் பழைய பானையில். தண்ணீர் ஊற்றி, பச்சரியும் சிறுபயறும் போட்டு வேகவைத்தார் புஷ்பா. கொதித்த சற்று நேரத்தில் இரண்டும் வெந்துவிட்டன. கருப்பட்டியை உடைத்துப் போட்டுக் கிண்டி வைத்தார் புஷ்பா. நேசமும், அமலாளும் போனார்கள். இருவரும் கொஞ்சம் கொஞ்சம் சாப்பிட்டுப் பார்த்தார்கள். அமலா, "இதான் பொங்கலா?" எனக்கேட்டாள்.

"குட்டியே...... பாண்டியில இதெ பொங்லுண்ணு செல்லுவினம். நம்ம எடத்தில இதுக்குப் பேரு இடிகஞ்சி. நாலு ஏலக்காயும் பத்து அண்டிப்பருப்பும் போட்டா... நல்ல ருசியாருக்கும்" என்றார் நேசம். உடனே புஷ்பா, "ஒனக்க அம்மா சென்னதெல்லாம் போட்டு அடுத்த வருசம் பொங்கலு வச்சித் தாறேங் மக்கா" என்று அக்கறையோடு சொன்னார் புஷ்பா.

ஐந்து

மைக்கேல் எட்டாம் வகுப்புத் தேர்ச்சி பெற்றான். அவனை ஒன்பதாம் வகுப்பில் சேர்க்க வேண்டும். ஊரிலுள்ள மாணவர்கள் ஐரேணிபுரம் உயர்நிலைப்பள்ளியில் படித்துக்கொண்டிருந்தார்கள். அமலாவும் அங்குதான் படிக்கிறாள். இனி அவள் பத்தாம் வகுப்பு. அவளது பழைய புத்தகங்களை வாங்கியிருந்தான் மைக்கேல்.

ஜோசப் ஆசிரியர், மைக்கேலுக்குத் தேவையான நோட்டுகள், சீருடைகள், பீஸ் கட்டுவதற்கான பணம் ஆகியவற்றைக் கொடுத்திருந்தார். ஏழை மாணவர்க்குப் பள்ளியில் பீஸ் சலுகை இருந்தது; வருமானச் சான்றிதழும் ஒரு விண்ணப்பமும் கொடுத்தால் போதும். மைக்கேலுக்குத் தேவையான சான்றிதழ்களை வாங்கியிருந்தார்கள். தெரசம்மாளும் அவரது தம்பியும் ஐரேணிபுரம் சென்று அவனை, ஒன்பதாம் வகுப்பில் சேர்த்தார்கள். மாமாவின் ஊரை ஒட்டித்தான் பள்ளிக்குச் செல்லும் பாதையிருந்தது. ஆனாலும் எங்கு திரும்பினோம்? எங்கு ஏறினோம்? மைக்கேலுக்கு ஒன்றும் புரியவில்லை. அதனால் பள்ளி திறந்த அன்று அமலாளுடன் கிளம்பினான் மைக்கேல்.

பத்துப் பன்னிரெண்டு விளைகளையும் வீடுகளையும் சுற்றிச் சுற்றிக் கோழிகளின் கொக்கரிப்புக்கும், நாய்களின் குரைப்புக்கும் அஞ்சாது கீழ்நோக்கி இறங்கினார்கள். பார்த்தால் எங்கும் வயல்கள். எஜமானர்களின் மனங்களை உழமுடியாத சாம்பான்கள் வயல்களை உழுது கொண்டிருந்தார்கள். நிர்வாண எருமைகள்; கோவணாண்டி உழவர்கள். கலப்பையின் நுகம் நுழைந்த இடங்களிலிருந்து குழைக்கச்சிகள் மேலெழுந்தன. அந்தக் கம்புகளைப் பொறுக்கி வரப்பில் போட்டனர் சாம்பாத்திகள்.

வரப்பு வழி நடந்த இருவரும் ஒரு மேட்டில் ஏறினார்கள். சின்னச்சின்னப் பாறைகள் ஒன்றோடொன்று ஒட்டியும் ஒட்டாமலும் கிடந்தன. அவற்றுக்கிடையே சப்பாத்திக் கள்ளிகள், நடவக்கள்ளிகள், கற்றாழைகள், சிவப்பு, வெள்ளை நிறப்பூக்களோடு பீநாறிச்செடிகள், பூச்சி முட்கள். பாதை வளைந்து, வளைந்து சென்றதால், மெல்லப் பார்த்துப் பார்த்து நடந்தனர்.

சற்றுத் தூரம் சென்றதும் அவர்கள் கால்கள் ஒரு பாறை மீது ஏறி நின்றன. அது தட்டையாக இருப்பினும் நீளமானது;

நடுப்பகுதியில் ஒரு பெரிய சுனை. அதில் கொஞ்சம் தண்ணீர் இருந்தது. சுனையின் எதிர்பக்கத்தில் நாலைந்து குடிசை வீடுகள் இருந்தன.

"யாரிது அக்கா ?"

"வயல்ல வேலெ செய்யிய சாம்பாம்மாரு வீடுவளாம்" என்றாள் அமலா. பாறை முடியுமிடத்தில் ஓர் அதிசயம். கரிக்கட்டை போல் கறுத்து உருண்டிருந்தது ஒரு பாறை. அதை ஒட்டிக் கறுத்து, பனைமரம்போல் விழுந்துகிடந்தது இன்னொரு பாறை. சாதாரண பாறைக்கும் இதற்கும் உள்ள வித்தியாசத்தைப் புரிய ஆசைப்படுபவன்போல் மைக்கேல்,

"இப்டிக் கறுத்திருக்கு, என்னக்கா இது?"

"வீமனுக்க.. தெண்டாயுதம்"

"ஆங்.. வீமன் எப்ப இஞ்சவந்தாரு?"

"வரேலியாம்... வடக்கிலண்டு தூக்கி எறிஞ்சாராம்...

அது இஞ்ச விழுந்துதாம்...."

"இம்பிடு தூரம் வருமாக்கா?"

"எனக்கு என்னல தெரியும்? போன வருசம் நாங் ஒன்ன மாதிரிதான் கேட்டேன். பதினொன்னு படிச்சிய ஒருத்தி இப்டித்தாஞ் சென்னா .... அந்நா அங்கினதாங் அவெ வீடிருக்கு. வேணுமிங்கிக் கேட்டுப்பாரு..."

"தேச்சியப்டாதக்கா'

சற்றுநேரம் இருவரும் மௌனமாகச் சென்றார்கள். பாறைக்கு வேலிபோட்டதுபோல் குறுக்கிட்டது ஒரு வாய்க்கால். அதில் கணுக்கால் அளவுக்குத் தண்ணீர். இறங்கியதும், காலால் நீரைச் செத்திவிட்டான் மைக்கேல். நீர் தேங்கி நின்ற பகுதிகளில் மீன்களின் விளையாட்டு. இரவின் மின்மினிப்பூச்சிகள்போல் பகலின் பொன்மினிப்பூச்சிகளாய் மீன்கள் நீரில் மின்னின; வேறு வகை வெண்மீன்களும் அசைந்தாடின. வாய்க்காலுக்கு மேலே வந்தார்கள். மைக்கேல் கேட்டான், "இந்த வாய்க்காலுக்கு என்ன பேருக்கா?"

"ஊத்து வாய்க்காலு" கிழக்கு நோக்கிக் கையைக் காட்டிய அமலா, "இப்டியே ஒரு மைலு போனா வெள்ளக்கல்லுவளும்

செம்மண்ணும் கலந்த ஒரு தேரி வரும். அதுக்க அடில ரெண்டு ஊத்திருக்கு"

"அந்த ஊத்ல குளிச்சிருக்கிதியா?"

"ஒரு நாளு அப்பனுக்கக்கூடப் போனம் பாத்துக்க.. ஒண்ணிலப் பெண்ணாப் பெறந்தவியளும், அடுத்ததில ஆணாப் பெறந்தவியளும் குளிச்சினம். அது அதிசயமான ஊத்தில... வெயில் காலத்தில ஜில்லுன்று குளிர்ச்சியாருக்கும். குளிர்காலத்தில லேசா அனப்பபடிக்கும் பாத்துக்க. ஒன்னெ ஒரு நாளு கூட்டிண்டு போவச் செல்லியங்".

"ம்.....ம்" என்றான் மைக்கேல்.

கரையில் வரிசையாக நின்றன தென்னை மரங்கள். அவை இதமான காற்றை வீசின. ஏறுவெயில் பட்ட அவர்கள் உடம்புக்கு அது குளிர்ச்சியைத் தந்தது.

"பிள்ளே" அழைத்தபடி வந்தார் மாமா. அவரது வீடு கொஞ்சம் தூரத்தில்தான் இருந்தது. அக்காள் மகனைப் பாதுகாப்புடன் பள்ளியில் விடும் அக்கறை அவருக்கு. அதனால் வந்திருந்தார்.

'மாமா' குழைந்தான் மைக்கேல். வந்தவர், "என்ன அமலா, கொப்பனும் கொம்மெயும் சொகந்தானா? கொக்கா இப்ப என்ன செய்யியா?" விசாரித்தார். அவளும் வீட்டு நிலையை விவரித்தாள். மூவரும் கதைகள் பேசிப்பேசி நடந்தார்கள்.

இருபக்கமும் வயல்கள். இடதுபக்க வயலை உழுது நாற்று நட மரமடித்திருந்தார்கள். தொளிமட்டத்துக்கு தண்ணீர் நிரம்பியிருந்தது. ஒரு விமானத்தளம்போல் அது காட்சியளித்தது. வானில் பறந்த கொக்குகள் சாய்வாக இறங்கி உட்கார்வதும், ஏற்கனவே உட்கார்ந்திருக்கும் சில கொக்குகள் சாய்வாக மேலே பறப்பதும், விமானங்கள் தளத்தில் இறங்குவதும், தளத்தில் நிற்பவை மேலே பறப்பதுபோலவும் இருந்தது. அந்த வயலில் நாற்றுக்கட்டுகளைச் சாம்பவப்பெண்கள் தூக்கிப் போட்டார்கள்.

வலப்பக்கம் கட்டுகளிலிருந்து குழைகளை எடுத்து, தொளியில் போட்டு சாம்பவர்கள் மிதித்துக் கொண்டிருந்தார்கள்.

"அது என்ன கொழ மாமா' கேட்டான் மைக்கேல்.

"சீலாந்திக் கொழயும், கொன்னெக் கொழயும், ரெண்டும் கிட்டேலிங்கி வேப்பங்கொழெயக் கூட போடுவினம் பாத்துக்க" என்றார் மாமா.

“மிக்கேலூ..... இப்டியே நீ கேட்டுண்டு வந்தா... பள்ளிக்கு எப்பப் பெய்ச் சேரியது... மிண்டாத வாலெ..” எனக் கடிந்து கொண்டாள் அமலா.

மூவரும் வாய்க்கால் கரையிலிருந்து வயல் வரப்புக்குத் திரும்பினார்கள். அது ஒரு விளைக்குள் கொண்டுபோய் விட்டது. அடுத்து, ஒரு தேரியை ஏறி இறங்க வேண்டும். அதற்கான ஒரே வழியாக இருந்தது ஒரு ஓடை. அதன் வழி நடந்தால்தான் உச்சிக்குச் செல்ல முடியும். ஓடை காய்ந்து கிடந்தது. மழைக்காலத்தில்தான் அதில் தண்ணீர் ஓடும். மூவரும் ஓடையில் நடந்தார்கள். இருபுறமும் மரங்களும், புதர்களும் மண்டிக்கிடந்தன. நடுவே மணல். இளம் மஞ்சள் நிறமும் நீல நிறமும் கொண்ட மணல், மனிதக் கால்கள் பட்டுப்பட்டுச் செம்மண் துகள்களாய் மாறியிருந்தன.

கொஞ்ச தூரத்தில், ஓடையின் இடப்பக்கத்தில் மேலே ஏறுவதற்கு மண்ணாலான படிகள் இருந்தன. அவை பத்துப் பன்னிரெண்டு இருக்கும். ஒவ்வொருவராய் ஏறினார்கள். ஓராண்டு அனுபவம் இருந்ததால் அமலா, மடமடவென்று ஏறிவிட்டாள். அதுபோல் மாமாவும் ஏறினார். மைக்கேல் நின்று நின்று மெதுவாக ஏறி முடித்தான். அந்தக் களைப்பில் சாய்ந்து கிடந்த கொல்லாவு மரக்கொம்பில் உட்கார்ந்து தன்னை ஆசுவாசப்படுத்தினான். ஐம்பது அடி தூரத்தில் ஒரு மண் ரோடு. அதில் பாரம் ஏற்றிய மாட்டுவண்டி ஒன்று கடந்துபோனது. அதைப் பார்த்த மைக்கேல்

“அக்கா, இந்த வண்டில ஏறி பள்ளிக்குப் போவ்லாமா?” எனக் கேட்டான். அமலாவுக்குச் சற்று எரிச்சலாக இருந்தது.

“வண்டி பள்ளிக்கு போவாதில... காலுதான் பள்ளிக்குப் போவும். நொண்டாத நட..” என்றாள். மூவரும் கடந்தார்கள் ரோட்டை. அருகே ஒரு முறுக்கான் கடை. அதில் இரண்டு வாழைக்குலைகள் தொங்கின. ஒன்று உருண்டு நீளமாக இருந்த யாத்தம்பழம். இன்னொன்று உருண்டு சின்னதாக இருந்த பாளையங்கோட்டான்.

“மாமா.. பழம்” என்றான் மைக்கேல், மருமகனுக்காக மூன்று யாத்தம் பழங்களை வாங்கினார் மாமா. மூவரும் ஆளுக்கு ஒன்றாக நிதானமாகத் தின்றார்கள். கடைக்கு வெளியே தண்ணீர்ப்பானை இருந்தது. மைக்கேலும் அமலாவும் ஆளுக்கொரு சிரட்டைத் தண்ணீர் குடித்தனர். “மாமா, உச்சைக்கு ஒண்ணும் வேண்டாம்.. இப்பளே வயிறு நெறஞ்சி போச்சி” என்றான் மைக்கேல்.

“யாத்தம்பழம் தின்னா அப்டித்தான் மக்காருக்கும்” என்றார் மாமா. தொடர்ந்தது பள்ளிப்பயணம்.

தனித்தனி விளைகளில் பத்துக்கும் மேற்பட்ட வீடுகள். ஒரு வீட்டின் பின்பு, குஞ்சுகளோடு இரை தேடியது தாய்க்கோழி. இன்னொரு வீட்டைச் சுற்றி உறுமிக்கொண்டு நடந்தன பன்றிகள். மரத்தில் கட்டியிருந்த ஆடுகளை அவிழ்த்துக் கொண்டிருந்தார் மற்றொரு வீட்டுக்காரர்.

அடுத்து வந்தது பனங்காடு. கூட்டம் கூட்டமாய் நின்றன பனைமரங்கள். வேடிக்கை பார்த்தபடி பனை மரங்களைக் கடந்து போனார்கள். வந்தது கொல்லாங்காடு. பெரிய பெரிய கொல்லாவுகள் வளர்ந்து வட்டங்கட்டி நின்றன. அவற்றின் கொம்புகள் கொக்கிபோல் வளைந்து தரையைச் சுரண்டி குழி தோண்டியிருந்தன. உள்ளே கள்ளர்கள் பதுங்கியிருக்கக்கூடும் என்ற அச்சத்தில் அந்த இடத்தை வேகமாகக் கடப்பார்கள் மாணவர்கள். ஒரு சின்ன சலசலப்புக் கேட்டால் கூட புத்தகத்தை நெஞ்சோடு இறுக்கிக்கொண்டு ஓடுவார்கள். மாணவிகள் பயந்து பம்மிப்பம்மி நடப்பார்கள். மிக அடர்த்தியாகப் பிணைந்திருந்தன அவற்றின் கிளைகள்.

“நில்லுல” என்றாள் அமலா; அவளது கண்கள் கூர்மையானவை. ஒரு கொல்லாவின் கிளைகளுக்குள் தாவிச்சென்று எதையோ பொறுக்கிவந்தாள். ஒன்றை மைக்கேலிடம் கொடுத்தாள்.

“என்னக்கா இது?”

“இதாம்ப்ல குருப்பண்டி.. தின்னு பாரு”. இருவரும் தின்பதைப் பார்த்த மாமா,

“கொல்லாவில இருந்த பழத்தெயும் அண்டியயும் பறிச்சவியளுக்கக் கண்ணில படாத நின்ன அண்டிய தொளிஞ்சி விழுந்து, குருத்திருக்கு...’ என்றார். “கொள்ளாம் மாமா” ருசித்து ருசித்துத் தின்றான் மைக்கேல்.

தேரியின் சரிவுக்கு வந்தார்கள். இருபக்கமும் மரச்சீனித் தோட்டம். மரச்சீனிக்கு இடையே பயற்றுச்செடிகள். இரண்டும் ஒரு முழம் அளவுக்கு வளர்ந்திருந்தன. காற்றடித்தது; குளத்தில் வெள்ளிய அலைகள்போல் தோட்டத்தில் பச்சைய அலைகள்.

சுற்றியிருந்த பகுதிகளில் ஆங்காங்கே பாறைகளும் கற்களும். அவற்றைத் தொட்டும் தொடாமலும் பூச்செட்டி, பூச்சி முள்ளு, பொரிஞ்சான், நாயுருவி, நரிச்சப்பை, எருக்கு, காக்கலம், நொச்சி,

கல்லுப்பச்சிலை, தொட்டாளி, எலந்தை, பூலாத்தி, கரிசலாங்கண்ணி, பீநாறி எனப் பலவிதமான செடி கொடிகள். அவை, மஞ்சள், நீலம், சிவப்பு ... வெள்ளை எனப் பூத்து நின்று சிரித்தன. அந்தச் செம்மண் பூமியைப் பசுமைப் பூக்கள் ஆட்சி செய்தன. அதை வியந்து ரசித்தபடி மூவரும் நடந்தார்கள்.

சரிவில் அவர்கள் இறங்கிச் சென்றபோது, ஒரு பெரிய வாய்க்கால் தெரிந்தது. தேரியின் அடிவாரம்தான் வாய்க்காலின் ஒரு பக்கக் கரை. அதனாலோ என்னவோ சரிவில் படுவால்கள். ஒரு படுவாலை எட்டிப்பார்க்க முயன்றான் மைக்கேல்.

“போவாதல..... படுவால்ல விழுந்தா... வாய்க்கால்லப் பெய்த் தேடினாலும் நீ கிட்ட மாட்ட பாத்துக்க...” எச்சரித்தாள் அமலா.

பெருமழைகள் பெய்து, பெய்து தேரியின் சரிவில் உருவான படுகுழிகள் இவை. மரங்களும் முட்களும், புதர்களும் வளர்ந்து அவை அபாயகரமானதாக மாறியிருந்தன. திரும்பி வந்த மைக்கேல் மாமாவோடு நடந்து வாய்க்காலில் இறங்கினான். அகலமாக இருந்தாலும் மாணவர்களின் பாதங்களைப்போல் கல், முள், மேடு, பள்ளம் பற்றிய கவலை இல்லாது நடந்து கொண்டிருந்தது வாய்க்கால். மாமா வேட்டியை மடித்துக் கட்டினார். அமலா பாவாடையைத் தூக்கினாள். மூவரும் வாய்க்காலைக் கடந்தார்கள்.

கரையில் நடந்தபோது, புதுவகையான வாசம் மைக்கேலின் மூக்கில் நுழைந்தது. மூச்சை மெல்ல இழுத்த அவன் “என்ன மாமா சந்தனம் மணக்குது?”

“சந்தனம் இல்ல மக்கா.... கைதைப் பூவு வாசனெ பாத்துக்க... அந்நா கரும்பச்செ நெறத்தில் நீளமா வளர்ந்திருக்கிய எலெயில... நுனி வளெஞ்சிக்குப் பாரு...”

“ஆங்..... பாத்தென் மாமா.... அந்த எலய்க்க நடுவுல அடுக்கடுக்கா முள்ளிருக்கு ... வேரு கூட பருத்து மலப்பாம்பு மாதிரி வளெஞ்சி நெளிஞ்சி கெடக்கு”

“அதான் மக்கா கைதை. அது பூத்திருக்கு. பூவு..... சந்தன நெறத்ல வாழப்பூ சைசில இருக்கும்”

அவர் சொல்லி முடிப்பதற்குள் அமலா குறுக்கிட்டாள்.

“கைதெப் பூவில சின்னதா, வெள்ளயா பூநாகம் இருக்கினு செல்லினம் மாமா...”

"சென்னாப் போருமா? யாரு பாத்தினம். நான் அறிஞ்சதில பூநாகம் கடிச்சி ஒருத்தனும் சாவேல..... பாத்துக்க..... பெண்ணாப் பெறந்தவிய இம்பிடு பெரிய பூவெ தலைல வச்சிரப்பிடாதுண்ணு செல்லியிருப்பினம்"

அவர் சொன்னதில் அமலாளுக்குத் திருப்தி. நடக்கநடக்க எதிர்க்கரையில் பெரியபெரிய கற்றாழைகள் சாம்பல் நிறத்தில் வரிசையாக நின்றன. அவற்றில் ஒன்று பூத்திருந்தது. அது அஞ்சு, ஆறு அடி உயரமிருக்கும். அதைப்பற்றி அறிய மைக்கேலுக்கு ஆசை.

"இது என்ன மாமா... கத்தாளெ நடுவுல கொடிமரம் மாதிரி வளர்ந்திருக்கு?"

"அது கத்தாளப்பூ மிக்கேலு.... இதிலதான் கார்த்திகெ மாசத்தில சொக்கம்பனெ கட்டுவினம்.. இதில் பொரிஞ்சானும், படக்கும் கட்டி வச்சி கொளுத்தி விடுவினம் பாத்துக்க. அது படபடண்ணு வெடிச்சும். பாக்க எம்பிடு அழகாருக்கும் தெரியுமா?"

"ஆங்... இதெ வெட்டித்தாரும் மாமா "

அவன் கேட்டதும் அமலாளுக்கு வந்ததே கோவம்.

"லேய் .... சொக்கம்பனெ வெட்டப்போறியா, பள்ளிக்குப் வாறியா?"

ஆசையை அடக்கிய மைக்கேல், பூவைத் திரும்பிப் பார்த்துப் பார்த்து நடந்தான். கார்த்திகெ வரட்டும் இதெ வெட்டி சொக்கம்பனை கட்டணும் என மனத்துக்குள் தீர்மானித்தான்.

"இதான் மகளே கிள்ளியூர் ஏலா..." என்றார் மாமா. கண்ணுக்கு எட்டிய தூரம் வயல்கள். பெரும்பாலான வயல்களில் நாற்று நட்டிருந்தார்கள். ஆயிரக்கணக்கான பச்சைக்கிளிகள் உட்கார்ந்திருப்பதைப்போல் அந்த நடவுகள் இருந்தன. அதைச் சுற்றி அரைவட்டம்போல் வாழை மரங்கள். அதற்கு மேலே தென்னை மரங்கள்.

இதுபோன்ற வயல்களும் மரங்களும் தங்கள் ஊரில் ஒருவருக்கும் இல்லையே என்ற ஆதங்கத்தில் மைக்கேல். "இதுக்கு ஒடையக்கார யாரு மாமா?"

"யாமான் மாரு".

"அவிய நாயர் தானே, பின்ன யேன் யாமானேண்ணு விளிச்சினம்?"

"அது ஒண்ணுமில்ல மிக்கேலு, நம்மாளுவ 'எஜமான்'ண்ணு விளிச்சி விளிச்சி இப்டி 'யாமான்' ஆகிருக்கும்" என முடித்தார் மாமா.

அதற்குள் பாதை, தென்னை மரங்களுக்கும் வாழை மரங்களுக்கும் நடுவே அழைத்துச் சென்றது. ஒவ்வொரு வயலுக்கும் மேலே ஒவ்வொரு ரக வாழை நட்டிருந்தார்கள். சற்று வித்தியாசமான நிறத்தில் இருந்த ஒரு வாழையைப் பார்த்த மைக்கேல், மாமா இந்தக் கொலையில் இருக்கிய காயெல்லாம் ஏன் செவப்பாருக்கு?"

"அது செந்துளுவென், செவப்பாத்தான்ருக்கும்"

இப்படி ஒவ்வொன்றாய் அவன் கேட்கக் கேட்க அவர், யாத்தன், பாளையங்கோட்டான், ரசகதளி, சிங்கன், மோரீஸ், பூங்கொள்ளி, மொந்தன் - என ஒவ்வொரு ரகமாகச் சொல்லிக் கொண்டே வந்தார்.

அமலா வந்த வழியைத் திரும்பிப் பார்த்தாள். குடைபிடித்தபடி ஒரு முதியவரும் ஒரு மாணவியும் வந்து கொண்டிருந்தார்கள். அவர்கள் நெருங்கி வரவர அவர்களை எங்கேயோ பார்த்ததுபோல் இருந்தது அமலாளுக்கு. வாழை மரங்களை ஒட்டி வந்ததும் குடையை மடக்கினார் முதியவர். அவர், பாஸ்கர பிள்ளை யாமான் என்று தெரிந்தது. கூட வந்தப் பெண் பேத்தியாக இருக்கும் என்று அனுமானித்தாள். அந்தப் பெண்ணின் முகம் பக்கத்தில் நின்ற செந்தெங்கின் காய்போல் ஆரஞ்சும் வெள்ளையும் கலந்து பளபளத்தது. அவள் அமலாவைப் பார்த்துச் சிரித்தாள். தேங்காய் பருப்பைப்போல் வெண்மையாக இருந்தன அவளது பற்கள். அவளது நிறமும் சிரிப்பும் அமலாளைப் பொறாமை கொள்ளவைத்தது. அதையும் மீறி அவளோடு பழகத் தோன்றியது. "பள்ளிக்கா?" எனக் கேட்டாள்.

"ம்"

"பேரு என்ன?"

"சசிகலா"

"எந்தக் கிளாஸ்?"

"போர்த் பார்ம். பெல் அடிக்கும் மும்பெ அவிட எனிக்கு ஒரு ஜோலி உண்டெ... ஞான் போட்டே..." என்று கூறிய சசிகலா, தாத்தாவோடு செல்ல அவசரம் காட்டினாள்.

பாஸ்கர பிள்ளையைக் கண்டதும், மாமாவை முந்திக் கொண்டு போனான் மைக்கேல். எல்லாரும் ஒரு குளக்கரையில் வந்து சேர்ந்தார்கள். குளம் பெரியது. ஆம்பல் பூக்களும் அல்லிப்பூக்களும் குளத்தை அலங்கரித்தன. அந்தக் குளத்தின் மேற்கே மேட்டில் இரண்டு புளிய மரங்கள். ஒன்றில் ஒளிந்திருந்தான் மைக்கேல். பாஸ்கர பிள்ளையும் சசிகலாவும் அதைக் கடந்து போனார்கள். பின்புதான் வெளியே தலையைக் காட்டினான்.

மரங்களுக்கு அருகே வந்த அமலா, "இஞ்ச வாவெல... ஏம் பெல ஒளிச்ச? அவியளுக்கும் ஒனக்கும் என்னா, சண்டெயா?"

"இல்லக்கா.."

"என்னதோ இருக்கு. இப்ப செல்லப்போறியா இல்லியா?" கட்டாயப்படுத்தினாள் அமலா. சொல்லிவிடலாம் என்றுதான் எண்ணினான், ஆனாலும் அவன் சொல்லவில்லை. ஒரு வாரத்துக்கு முன்பு நடந்தது அது.

மைக்கேல், சார்லஸ், வில்சன் மூவரும் குளிக்கச் சென்றனர். குளத்துக்குப் போக பாஸ்கர பிள்ளை வீட்டை ஒட்டி இன்னொரு பாதையும் இருந்தது. அவரது காம்பவுண்டுக்கு வெளியே இரண்டு வரிசை தென்னை மரங்கள் நின்றன. தெற்கிலிருந்தோ, மேற்கிலிருந்தோ வருபவர்கள், தென்னைகளிடையே நடந்து வந்து வயல்வரப்பில் கால் வைப்பார்கள். வரப்பின் இடப்பக்க வயலில் ஒரு கிணறு. இதிலிருந்து நாயர் வீட்டார் மட்டுமே தண்ணீர் எடுப்பார்கள். இந்தக் கிணற்றையும் வயலையும் கடந்து குளம்.

நாயர் வயலில் வளர்ந்து நின்ற நெற்பயிர்களின் உயரம் இரண்டடியிருக்கும். அந்த வயலின் ஓரத்தில் ஒரு பெரிய குழி இருந்தது. மேல்வயல் கால்வாயிலிருந்து வரும் தண்ணீர் விழுந்து விழுந்து கீழ் வயலில் உருவான குழி அது. "இந்தக் குண்டில மீனு கெடக்குல" என்றான் மைக்கேல். மூவரும் வட்டமாக அமர்ந்து நோட்டமிட்டனர். மழை லேசாகப் பொசுங்கியது.

அயிரை, நெடுஞ்சாத்தி, பஞ்சிளை, கௌறு, உளுவை, விரால், முண்டன், மீன்கள் உலவின. திடீரென்று பெரிதான ஒன்று குழிக்குள் வந்தது. மூவரும் உஷாராயினர். அது விலாங்கு என அடையாளம் தெரிந்தது. "வில்சா, மேல பெய் அடெ" மைக்கேல் சொன்னதும் மேலே தண்ணீர் வந்து கொண்டிருந்த கால்வாயை அடைத்தான் வில்சன். மைக்கேலும் சார்லசும் வயலில் இறங்கிக்

குழியைச் சுற்றி அணை கட்டினர். பின்பு தண்ணீரைக் கைகளால் இறைத்தனர். இறைக்க இறைக்கத் தண்ணீர் குறைந்தது. மெல்ல குழியில் இறங்கி, லபக்கென்று விலாங்கைப் பிடித்தான் மைக்கேல். சில நொடிகளில் அது ஒரு புடைப்புப் புடைத்தது. வழுவழுப்பான அதை இறுக்கிப்பிடிக்க இயலவில்லை. குதித்தது விலாங்கு. தொளியில் விழுந்து நெல் மூடுகளைச் சுற்றிச் சுற்றி ஓடியது. பின்னால் ஓடினான் மைக்கேல். அது தொளியைக் கலக்கிவிட்டு மறைந்தது. அப்படியே நின்றான் அவன். நீர் தெளியத்தெளிய அவனது கண்களும் கூராகிக்கொண்டே இருந்தன. தெரிந்தது விலாங்கின் வால்பகுதி. ஒரு துணியைப் போட்டு அமுக்கிப்பிடித்தான் மைக்கேல்.

“அடப் புலையாடி மோன ... எந்நோந்நுடா வயலினகத்து ஓடுந்து?. எடோ.. எடோ.. பந்திப்பயல” கத்தினார் பாஸ்கரன் நாயர். அவர் காம்பவுண்டு கதவுக்கு வெளியே குடைபிடித்தபடி நின்றிருந்தார். இடுப்பில் ஒரு முண்டு; தோளில் ஜருகை போட்ட நேரியது. காலில் செருப்பு. திட்டிக்கொண்டே வயல் வரப்புக்கு வந்தார்.

பாதசாரிகள் நடந்துநடந்து வரப்பு தொளி கட்டியிருந்தது. அந்தத் தொளியில் அவர் செருப்பு சிக்கியது. காலைத் தூக்கி வைக்க முடியாது தடுமாறினார். அந்த நேரத்தில் அடித்த காற்றில் அவரது குடை அல்லாட, நாயர் ‘தொப்’பென்று விழுந்தார் வயலுக்குள். இடுப்புப்பகுதி வயலுக்குள் புதைய, கால்களும் தலையும் மட்டுமே வெளியே தெரிந்தன.

“யாமான் செளில விழுந்திட்டாரு.... தூக்க வாருங்கல” சத்தம் எழுப்பினான் மைக்கேல். வில்சனும் சார்லசும் வந்தனர். மைக்கேல் ‘தம்’ கட்டி அவரது இடுப்பிலும் முதுகிலும் கைகளைப் போட்டுத் தூக்கினான். சார்லஸ் தலையையும் வில்சன் காலையும் தாங்கிக்கொண்டனர். மூவரும் அவரை வீட்டுக் காம்பவுண்டுக்குள் கொண்டுவந்தனர்.

“ஈஸ்வரா... ஈஸ்வரா... ஈ சாணார குஞ்ஞுங்கள். யென்றே பர்த்தாவெத் தொட்டுத் தூக்கியல்லோ.. தோஷம் பற்றி.... தோஷம் பற்றி.... வெள்ளங் கொண்டாடி மோளெ, தோஷங்கழிக்கான்” என்று படபடத்தார் அவர் மனைவி. அவர் “மோளே” என்று அழைத்தது மருமகளைத்தான்.

“அம்மிங்கிரெ... தூக்கினது தோஷமெங்கி... கெடந்த எடத்திலியே யாமானெக் கொண்டு போடியம்.... பெறவு நீங்க பெய் தூக்கீண்டு வாருங்க... தூக்குல யாமானெ” அவசரப்பட்டான் மைக்கேல். மூவரும் யாமானைத் தூக்கத் தயாராயினர்.

மருமகள் தண்ணீர் குடத்துடன் வந்தார். மூவருக்கும் மட்டும் கேட்கும் விதத்தில் “வளர நந்நியானு... நிங்கள் போவீன். ஞான் நோக்கிக் கொள்ளாம்” என்றார் மருமகள். அவரோடு ஒரு சிறுமியும் வந்தாள். பாவாடை, சட்டை போட்டிருந்ததால் மட்டும் அவளைச் சிறுமி என்று சொல்லிவிட முடியாது. வயதுக்கு வந்தாளா, இல்லையா? எனச் சந்தேகப்படும் உடல்வாகோடு இருந்த இளம் பெண் எனலாம். சிறுமியாகிய அந்த இளம்பெண், மைக்கேலைப் பார்த்துப் புன்னகைத்தாள். அதை ஒரு ரகசியமான விடிவெள்ளி எனக் கருதி தன் நெஞ்சுக்குள் மறைத்து வைத்தான் மைக்கேல். தண்ணீர் ஊற்றி பாஸ்கரபிள்ளையைச் சுத்தப்படுத்தினார் மருமகள்.

“ஈ செறுக்கன்மாரு இவிட பொக்கி வந்நில்லங்கில் அம்மாவன் அவிட செத்துக்கெடக்கும். இது நந்நாயிரிக்குமோ அம்மே....? எந்தாணு சாணான் நாடான்ணு ஜாதியெ இழுக்கிந்நது? உபகாரியளுக்கு ஏதாணு ஜாதி?” மருமகள், மாமியாரைக் கடிந்து பேசியது, போய்க்கொண்டிருந்த மூவர் காதுகளிலும் அரைகுறையாக விழுந்தது. இருப்பினும் பெருமிதத்தோடு மூவரும் நடந்தனர்.

அவரை அப்படியே விட்டுவிட்டு, வீட்டில் போய்ச் சொல்லியிருந்தால் அவர்கள் வந்து தூக்கியிருப்பார்கள். நாங்கள் தொட்டுத் தூக்கித் தப்புச் செய்துவிட்டோமோ? பாஸ்கரன் நாயர் கையில் சிக்கினால் நிச்சயம் அடி உண்டு. எதற்கு அடி? ஒரு மனிதரைக் காப்பாற்றியது குற்றமா? அது நல்ல காரியம்தானே என எதிரும் புதிருமாக வாதிட்டு அவனை நியாயப்படுத்தியது மனம்.

ஆனாலும் இன்று நேருக்கு நேர் அவரைப் பார்ப்பதைத் தவிர்க்கவே அவன் ஒளிந்தான். ‘ஒருவேளை அந்த யாமான் தானக்கேடு அறுக்கிலாம், இல்லீங்கி கோவப்பட்டு அடிச்சிலாம். பதிலுக்கு நானும் அறுத்தா அந்தப் பெண் வருத்தப்படுவா...’ என்றே ஒதுங்கினான். அதேநேரம் அவர் பேத்தியைப் பார்க்கவும் பேசவும் அவனுக்கு ஆசையாக இருந்தது. வேகமாக நடந்தான் மைக்கேல். அதற்குள் அவர்கள் ரோட்டைக் கடந்துவிட்டார்கள். ‘போ ஆங்... போ ஆங்’ சத்தம் எழுப்பியபடி வந்தது ஒரு ஆர்.

கே. வி. பஸ். புதுக்கடை என போர்டு வைக்கப்பட்டிருந்தது. பஸ் போன பின்பு தான் மூவரும் அந்தப்பக்கம் செல்ல முடிந்தது.

ஐரோணிபுரம் வாசுதேவ விலாஸ் உயர்நிலைப் பள்ளி வந்தது. ரோட்டுக்கு மேற்கே ஆண்கள் பள்ளி, சற்றுத்தள்ளி அதன் வடக்கே பெண்கள் பள்ளி. மைக்கேலும் அமலாளும் மாமாவுக்கு விடை கொடுத்துவிட்டு அவரவர் பள்ளி காம்பவுண்டுக்குள் நுழைந்தனர். அமலா சேர்வதற்கு முன்பு இப்பள்ளியில் படித்த நாயர் அல்லாத மற்ற சாதியினரும் மலையாளத்தில்தான் அனைத்துப் பாடங்களையும் படித்தனர். தற்போது தமிழ் வழியாகவும் அனைத்துப் பாடங்களையும் படிக்கும் முறை வந்திருந்தது.

ஆறு

தை மாதம் செம்மண் பறக்கும். மரச்சீனி கண்டங்களில் கிழங்கு பிடுங்கியிருப்பார்கள். அடிமண் மேலேறி காற்றில் கலந்துவிடும். காற்றில் கலந்த செம்மண், வீடுகள், மரங்கள், செடிகள் போன்றவற்றில் தம் வண்ணத்தைப் பூசிவிடும், நடந்து செல்வோரின் பாதங்கள், உடைகள் எல்லாவற்றிலும் செம்மண் துகள்கள் படிந்திருக்கும். கூலி வேலைக்குச் சென்ற கறுப்புத்தேகத்தவர், சிவந்த மேனியராய்க் குளிக்கச் செல்வர்.

தங்கையாவுக்கு மரச்சீனி கண்டங்கள் இல்லை. தாய், தந்தை இறந்த பின்பு பாகப்பிரிவினை. தங்கையா பனையேறி என்பதால் வடலிவிளை, கொசுவன்விளை அவருக்கு. முத்தையா நெசவாளி என்பதால் மரச்சீனி வைக்கும் இரண்டு கண்டங்கள் அவருக்கு. பனைகளுக்கு விலை மதிப்பு அதிகம். அதற்கு ஈடாக வீட்டை ஒட்டிய மூன்று பெரிய புளியமரங்களும் முத்தையாவுக்கு கொடுக்கப்பட்டது. அவற்றின் கிளைகள் கைகோர்த்துக்கொண்டு கூடாரம் அடித்ததுபோல் வளைந்து கிடக்கும். தங்கையாவுக்கு குடியிருக்கும் வீட்டருகே மூன்று பனைமரங்களும், ஒரு வேப்பமரமும். கூடவே பின்னால் நின்ற ஒரு புளியமரமும் ஒதுக்கப்பட்டது.

சித்தப்பாவும் சித்தியும் கிழங்கு பிடுங்கும்போது கிளாராவும் கூடப்போவது வழக்கம். அன்றும் அவள் போனாள். ஒவ்வொரு கம்பாகப் பிடுங்கிப்போட்டார் முத்தையா. கம்பில் பெரியதும் சிறியதுமாய் மூன்று, நான்கு கிழங்குகள். ஒரு ஆர்வத்தில் கிளாராவும் ஒரு மூட்டைப் பிடுங்க எத்தனித்தாள். "குட்டியே, பைய மேலே வலிச்சி வலிச்சி பிடுங்கணம். 'டக்' கிணு பிடுங்கினா கெழங்கு ஒடிஞ்சிரும் பாத்துக்க" என்றார் சித்தப்பா. "அவிய பிடுங்குவினம் மக்கா.. நீ ஒடிச்சிப்போடு" இது சித்தியின் அறிவுரை.

'அடுத்த வருசம் பிடுங்கிப் பாக்கலாம்' தன்னைத் தேற்றிக் கொண்டாள் கிளாரா. கம்புகளிலிருந்த கிழங்குகளை ஒடித்துக் கடவத்தில் போட்டாள். கடவம் நிரம்பியதும் வீட்டுக்குச் சுமந்து சென்றாள். அந்தக் கண்டத்தைப் பிடுங்கி முடிந்ததும் எல்லாரும் வீட்டுக்கு வந்தனர். முத்தையா வீட்டு முற்றத்தில் குவிந்து கிடந்தது கிழங்கு.

இவ்வளவு கிழங்கையும் தின்று தீர்க்க முடியாது; விற்று விடவும் முடியாது. ஒரு நாள் தவறினால் கூட பழுப்பு நிறமேறி சேரக்காய் ஆகிவிடும். அப்படிப்பட்டவை எதற்கும் உதவாது.

அன்று பௌர்ணமி. அந்த வெளிச்சத்தில் எளிதில் உடைத்து வெட்டிவிட முடியும். அதற்காக ஐந்து பெண்களை அழைத்து வந்தாள் கிளாரா. ஆளுக்கு இரண்டு கடவம் வீதம் கிழங்குகளைக் கொட்டினாள். ஐந்து பேரும் தவிட்டு நிறத்தில் இருந்த தோலைக் கத்தியால் உடைத்தார்கள். உள்ளே வெள்ளை நிறக் கட்டித் தோல்களும் கிழங்கும். அவற்றில் பெரிதாக இருந்த ஒன்றை வட்டமாக வெட்டினாள் கிளாரா . அவற்றில் ஒரு கிழங்குத் துண்டை எடுத்து யாரோ வானத்தில் ஒட்டவைத்திருப்பதுபோல் தெரிந்தது நிலவு.

அவற்றில் ஒரு துண்டைச் சுவைத்துத் தின்ற கிளாரா, "சின்னம்மா ... இந்தக் கெழங்கு எம்பிடு ருசியாருக்குத் தின்னு பாக்குதியா?"

"குடு மக்கா.... அது கல்லுவளுக்க எடையில வளந்த மூட்டிலவுள்ள கெழங்காக்கும். * எல்லிடெ எறச்சியும் கல்லிடெ கெழங்கும் ருசியா இருக்குமிண்ணு செல்லுவினம்" எனக் கூறிவிட்டு அதை வாங்கித் தின்றார்.

தோலுரித்த கிழங்குகளை வட்டம், சதுரம் வடிவில் வெட்டிப் போட்டார்கள். ஊர்க்கதை பேசிப்பேசி வேலையை முடிக்க இரவு இரண்டு மணி. உடைப்புக்கூலி கிழங்குதான். அதை வாங்கிக் கொண்டு ஐந்து பேரும் வீடு திரும்பினர். கிளாராவுக்கும் கிழங்கு கிடைத்தது. கிழங்குத் துண்டுகளை வெயிலில் காயப்போட்டார் எலிசபெத். உலர்ந்ததும் அவற்றை வாரி பானைகளில் கொட்டி வைத்தார். ஆனி, ஆடி மாத பஞ்சத்திலும், கிழங்கு சுறுக்காகி அதிக விலைக்கு விற்கும் காலங்களிலும் ஒணக்கக்கிழங்கு பசி தீர்க்க உதவும்.

இதே மாதத்தில் கோவில் வேலைகளும் முடியும் தறுவாயிலிருந்தன. கோபுரத்திலும் மணிக்கூண்டிலும் சித்திர வேலைப்பாடுகள் மட்டும் கொஞ்சம் பாக்கி. 'ஒரு வாரத்தில் முடித்துவிடலாம், நீங்க அபிஷேகத்துக்கு வேண்டிய ஏற்பாட்டைப் பாருங்கள்' என்றார் மேஸ்திரி.

---

* எல்லு - எலும்பு

கோவில் அபிஷேகத்தையும் ஊர்த்திருவிழாவையும் ஒன்றாக வைக்க நினைத்தார் சாமியார். அவரும் பஞ்சாயத்து மெம்பரும் சில முக்கியஸ்தர்களோடு மேற்றிராணியாரைப் பார்க்கச்சென்றனர். அவர்கள் எதிர்பார்த்ததுபோல் தை மாதத்தில் தேதி கொடுத்தார்.

ஊர்க்கூட்டம் நடந்தது. அதில் பூசை, கலை நிகழ்ச்சிகள், தோரணங்கள், லைட், ஸ்பீக்கர் செட் குறித்தெல்லாம் பேசி முடிவு செய்தனர். சாமியார், "மேற்றிராணி ஆண்டவரு.... காரில் வருவாரு. அவரெ பாதி வழியில எறக்கி, நடத்திக் கூட்டிண்டு வரப்படாது. கோவிலுவரெ கார் வாறதுக்கு ஒரு ஏற்பாடு செய்யணம்" என்றார். எல்லாரும் வாய்மூடி மௌனமாயிருந்தனர். அதற்குக் காரணம் இருந்தது.

கிழக்கிலிருந்து மேற்கே செல்லும் மண்ரோட்டிலிருந்து கோவிலுக்கு வர ஒரு ஒத்தையடிப் பாதையிருந்தது. அது விளைகளுக்கும் வீடுகளுக்கும் இடையே வளைந்து வளைந்து செல்லும். நாய்கள் குரைத்துக்குரைத்து 'கடிச்சிருவென் கடிச்சிருவென்ணு' மிரட்டும். பன்றிகள் மூக்கினால் மண்ணை உழுதிருக்கும். பூமியின் முதல் உழவன் இந்தப் பன்றிகள். அதைப் பார்த்துத்தான் மனிதர்கள் உழுது பயிரிடக் கற்றிருக்கலாம். அந்த வழியில் ரோடு போடுவது சிரமம், மண்ரோட்டிலிருந்து நேராக ரோடு போட்டால், முதலில் ஒரு சின்ன படுவால் வரும். அடுத்து பாறைகளும் முட்களும் நிறைந்த புறம்போக்குப் பூமி. இரண்டையும் வெட்டிச் சமன்படுத்திவிடலாம். அடுத்து நான்கு விளைகள் குறுக்கே இருந்தன. அவற்றில் மூன்று விளைகள் ஊரில் உள்ளவர்களுக்குச் சொந்தம். ஆளுக்கு ஒரு ஏக்கர் இருக்கும். ஒன்று பாஸ்கரபிள்ளை நாயருக்குச் சொந்தம். அது அஞ்சு ஏக்கர்' என்று சொல்வார்கள். விளையைக் கையாலை வெட்டி அடைத்திருந்தார் நாயர். இந்தத் தடைகளே மக்களை மௌனமாக்கியவை.

பஞ்சாயத்து மெம்பர் விடவில்லை. "இந்த ரோடு மேற்றிராணியாண்டவர் வாறதுக்கின்ணு நெனச்சாண்டாம்... நம்ம வீடுவளுக்கு ஒரு வண்டி, வாகனம் வாறதுக்கும் சௌரியமாருக்கும்... .... அண்ணெய்க்கு பனேலண்டு விழுந்த ஞானமுத்தெ தூக்கிண்டு போறதுக்கும் வாறதுக்கும் எம்பிடு பாடுபட்டெம்... ரோடு போட்டா கரண்டு கம்பி இழுப்பினம்... வீடுவள்ள பட்டனெத் தட்டினா வெளக்கு எரியும்" என்று வசப்படுத்தும் வகையில் பேசினார். அவருக்கு ஆதரவாக இருந்த இன்னொருவர், "ரோடு

போட்டா, கோவிலுக்கு பஸ் விடுவினும்... நம்ம வீட்டுவகிட்ட எறங்கிரலாம்'' என்றார்.

“ஆங் பஸ் வருதா.. யென் வீட்ல எடது காலயும், பஸ்சில வலது காலயும் வச்சி நான் போணம் மெம்பரே.... எம்பிடு பெரேடம் வேணுமோ தாறேங்... யென் வீட்டுமின்ன வாறமாதிரி ரோடு போடுங்க...'' எனக் குதூகலத்தோடு குதித்தார் இன்னொருவர்.

“ஓய்... அடி வச்சியதுக்கு மின்ன முக்கு மடக்கிய மாதிரி பேசினா எப்டி... ஆத்தியம் ரோட்டெப் போடுவம்.... பெறவு பஸ்சில ஏறுலாம்'' என நிதானப்படுத்தினார்.

மக்கள் இப்போது ரோடு போட வேண்டும் என்ற முடிவுக்கு வந்துவிட்டார்கள். விளைக்குச் சொந்தக்காரர்களோடு பேசி, சம்மதம் வாங்க ஒரு கமிட்டி அமைக்கப்பட்டது. அதில் பங்குச்சாமியார், பஞ்சாயத்து மெம்பர் இன்னும் மூன்று பேர்.

இந்தக் கமிட்டி இரண்டு பேரிடம் பேசி சம்மதம் வாங்கிவிட்டது. மூன்றாவது நபர், “ஆத்தியம் யாமானுக்க அடப்பெ வெட்டுங்க.... பெறவு நாங் தாறேன்'' என்றார். நாயர், விளையை வெட்ட விடமாட்டார், ரோடு வராது என்பதே அவரது எண்ணம்.

கமிட்டியார் நாயரின் வீட்டுக்குப் போனார்கள். நாயர் முதலிலிருந்தே பிடி கொடுக்கவில்லை. கமிட்டியார் வற்புறுத்தினர்; அவரோ மூன்று மடங்கு ‘விலையர்த்தம்' கேட்டார். அவருக்குக் கொடுக்கும் அளவுக்குப் பங்கில் பணமில்லை. இந்தக் கோயில் கட்ட அவர்கள் பட்டபாடு பெரும்பாடு. மேற்றிராணியார் ஒரு தொகையைக் கொடுத்தார்; ஊரார் ஒவ்வொருவரும் ஒரு வருசம் வேலை செய்த பணத்தைக் காணிக்கையாக்கினார்கள்; எத்தனையோ பேரிடம் நன்கொடை வசூலித்தார்கள். இப்போது எல்லாம் செலவாகிவிட்டது. நாயருக்கு விலையர்த்தம் கொடுத்தால், மற்றவர்களும் கேட்பார்கள்; கடனில் மூழ்கிப்போகும் கோவில்; அபிஷேகமே நடக்காது. மெம்பர் எழுந்தார்.

“யாமானெ... நீரு விட்டாலும், விடேலங்கிலும் ரோடு வெட்டுவம்..''

“நிங்கள் வெட்டுமோ? என்றே பெரேடத்தெ வெட்டிப் பொழிச்சங்கில் ஞான் போலீசில் பிராது குடுக்கும்... நிங்களெ ஜெயில்ல பிடிச்சு வைக்கும், கேட்டோ...''

“கேட்டு.... பிராது குடுக்கணம்... பாக்கிலாம்” நாயரின் மிரட்டலுக்கு பயப்படாது கம்பீரத்தோடு வெளியேறினார் பஞ்சாயத்து மெம்பர்.

கோவில்வரை ரோடு கேட்டு கமிட்டியார் பெட்டிசன் தயாரித்தனர்; ஊரார் கையெழுத்திட்டனர்; பஞ்சாயத்து யூனியனுக்குப் போய்ச்சேர்ந்தது பெட்டிசன்.

திருவிழாவுக்கு இரண்டு நாட்களுக்கு முன்பு பௌர்ணமி இரவு; நல்ல வெளிச்சம். பஞ்சாயத்து யூனியன் ஆட்களும் ஊரில் உள்ளவர்களும் சேர்ந்து ரோட்டை வெட்டி முடித்தார்கள். மேற்றிராணியாரின் கார் கோவில்வரை வந்தது. கொட்டு அடித்து, ஊத்து ஊதி, வெடி முழக்கங்களோடு மேற்றிராணியாரை வரவேற்றார்கள். அபிஷேகச் சடங்குகள் முடிந்து, பூசை தொடங்கியது.

பூசை முடியும் நேரத்தில் போலீஸ் வந்தது. கோவிலுக்கு வந்தவர்கள் பயந்து போனார்கள். பஞ்சாயத்து மெம்பரைப் பிடிப்பதிலேயே போலீசார் குறியாக இருந்தனர். கமிட்டியார் விடவில்லை. அவரைத் தலைமறைவாக்கிவிட்டனர். “திருவிழா முடிஞ்சி ஸ்டேசனுக்கு வாறோம்..... பேசிக்கிலாம்” என்று கோவில் * முடுதம் போலீசுக்குச் சொல்லியனுப்பினார்.

மரச்சீனிக் கம்புகளை வெட்டி நேற்று நட்டதுபோல் இருக்கிறது. அதற்குள் கிழங்கு பிடுங்கியாகிவிட்டது. பருவம் மாற மாற உருவங்களும் மாறுகின்றன. மனிதர்கள் மட்டும் விலக்குக் கேட்க முடியுமா என்ன? இயற்கையின் விதி அது. அமலா நட்ட செம்பருத்திச் செடிகள் வளர்ந்து பூவும் மொட்டுமாய்க் குலுங்கின.

கோயிலுக்குப் போக அக்காளும், தங்கையும் ஒருங்கிக் கொண்டிருந்தார்கள். அமலா முகத்துக்கு பவுடர் தடவி, தலைக்கு வெள்ளை நெட் போட்டாள். அவளைப் பார்த்த கிளாரா, “அமலா, கல்யாணப் பெண்ணு மாதிரி அழகா இருக்கட்டி” என்றாள். முகத்தைக் கண்ணாடியில் பார்த்துத் தற்பெருமை கொண்ட அமலா பதிலுக்கு, “அக்கா.. இப்டியே ஒன்னெச் கட்டிக் குடுக்கிலாம்” என்றாள். இருவரும் ஒருவரை ஒருவர் இடித்து மகிழ்ந்தனர்.

இருவர் பேச்சுகளையும் கேட்ட நேசம், நெஞ்சுக்குள் பூரித்தாள். மீண்டும் தனது பெண்களை ஒருமுறை பார்க்க வேண்டும் போல்

---

* முடுதம் - பங்கின் உதவித் தலைவர்

அவருக்கு ஆசை. அது இருவருக்கும் தெரியாத விதத்தில் அவர்களின் உடல் வளர்ச்சியை ஆராய்வதாக இருந்தது. பருவகாலத்தில் தனக்கு ஏற்பட்ட உடல் திரட்சியையும், மினுமினுப்பையும் மனத்திற்குள் ஒப்பிட்டுப் பார்த்தார்.

ஞாயிறு பூசை முடிந்ததும், "மயினி" என அழைத்துக்கொண்டே வந்தாள் ரெஜினா. தூரத்துச் சொந்தம் அவள். தங்கையாவின் சித்தப்பா மகள். "ரெஜி..... சொவந்தானா? மாமியும் மாமனும் சொவமாயிருக்கினுமா?"

"ஓங்... வயசாவுதுல்ல.... ரெண்டு பேரும் வீட்டு மட்டந்தான். போன ஞாறாச்சயே செல்லணன்னு நெனச்சன் மயினி... ஓங்க மக்கள்ல எது ஆத்தியம் பிராயமாவுன்னு செல்ல முடியாத மாதிரி பிள்ளைய வளந்திட்டினம்.....!"

"ரெஜி.. நீ செல்லியது?"

"கிளாரா ஆத்தியம் பிராயமாயிட்டா.. சந்தோசமாருக்குண்ணு செல்லியன் மயினி"

"நானும் அதெத்தான் அந்தோணியாருட்ட வேண்டினன். அவுரு கண்ணெத் தொறக்கணுமே...."

"தொறப்பாரு மயினி ... எல்லாம் செல்லம்போல நடக்கும்..... அவிய விளிச்சினம்.. போட்டா ...."

"யாரு.. ஒனக்க மாப்பிளையா?

"ஓங் மயினி"

"நாளெய்க்கோ, மத்தினாளோ ஒரு நட எங்க வீட்டுக்கு வந்தீண்டு போ...."

"ம்...ம்" ரெஜினா கிளம்பினாள்.

'மூத்தவளுக்கு மின்ன எளயவ சடங்காயிருவாளோ? ஒருவிதப் பதற்றம் நேசத்தை அரிக்கத்தொடங்கியது. அப்டி மட்டும் நடந்தெங்கி எம்பிடு தலைகுனிவு. கிளாராளுக்க ஜீவிதம் சீரழிஞ்சிருமெ' இந்தச் சஞ்சலத்தோடு வீட்டுக்கு வந்தார் நேசம்.

இரவில் இரு மகள்களும் தூங்கியபின்பு, கணவரோடு இதுபற்றிப் பேசினார் நேசம். தங்கையனையும் இது உறுத்தியது. மனைவியிடம் எப்படிச் சொல்வது என்று தயங்கி, தனக்குள்ளேயே அமுக்கிஅமுக்கி வைத்திருந்தார்.

பதினேழு வயதாகியும் கிளாரா ருதுவாகவில்லையே, இது ஒன்றுதான் அவர்களின் பெருந்துயரம்.

காலாண்டு விடுமுறை. எதிர்பாராத வகையில் அது நிகழ்ந்தது. குருதி வாசனையோடு மொட்டவிழ்ந்தது ஒரு செம்பருத்திப்பூ .

மகளை ஒரு மூலையில் உட்கார வைத்துவிட்டு, சோகப்புகையைச் சுவாசிக்கும் பெற்றோர். 'வெளியே சொல்வதா, வேண்டாமா?' இரவு முழுவதும் யோசித்து யோசித்துக் கனத்துச் சிவந்துபோன தலைகளோடு அவர்கள்.

இந்நேரம் சித்தி, அத்தை, மாமா, சிநேகிதிகள் என அந்த வீடு அமர்க்களப்பட்டிருக்கும். முட்டை, நல்லெண்ணெய், மாவுருண்டை, பணியாரம், மோதகம், முந்திரிக்கொத்து எனப் பலகாரங்கள் குவிந்திருக்கும். இவை ஏதும் இல்லாது, அந்த இரவு, கலக்கமிகு இருட்டாகவே கடந்தது.

காலையில் பழைய பாவாடை ஒன்றைக் கிழித்த கையோடு அமலா அருகே வந்தாள் கிளாரா . "பெணே, ஒனக்கு என்னட்டித் தெரியும்? வெளியே போ" சீறினாள் நேசம். வெளியே வந்து, கல்லில் அமர்ந்தாள் கிளாரா. அம்மா சொன்னதை நினைத்துக் குமுறினாள் அவள்.

அம்மா பாசம் வந்தெங்கி 'மக்ளேண்ணு' விளிப்பா. கொஞ்சம் மொகம் சுழிச்சா 'குட்டியேண்ணு' கடிப்பா. நேச்சியம் வந்தெங்கி 'பெணேண்ணு' கையெ ஓங்குவா. தேச்சியம் தலெயில ஏறி ஆட்னா மண்ணெ வாரி எறிஞ்சி சாபம் போடுவா. செல சமயம் தானக்கேடு அறுப்பா. இப்ப 'பெணே'ண்ணு விளிச்சாளே, எனக்கமேல அவுளுக்கு என்ன தேச்சியம்? பிராயமான ஒரு பெண்ணுக்கு என்ன செய்யணுன்னு எனக்குத் தெரியாதா? ரெண்டு வருசமா நம்ம எடத்ல உள்ள பெண்ணுவ சடங்காய்ச்சினம். அவிய மேலெக் கழுவவும், உடை துணியளெ மாத்தவும் நாங் உதவுனனே, அம்மைக்கும் அது தெரியுமே... பின்ன ஏன் என்னப்பாத்து சீறியா? ஒன்னெவிட ரெண்டு வயசு சின்னவ பிராயமாயிட்டா. நீ இன்னும் பாறைபோலக் கெடக்குதியே எனக் குத்திக்காட்டியாளா? இல்ல அமலாவ கொண்டாட என்னெ வெறுத்து ஒதுக்கி வச்சியாளா? ஏங்கி ஏங்கி அவள் கண்கள் வறட்சி கண்டன.

சில நொடிகள் வீட்டின் பின்புறப் பாறைமேல் நடந்தும், புளியமரத் தளிர்களைப் பறித்துக் கடித்தும் துப்பியும் தனது

ஏக்கத்தைத் தணித்த கிளாரா, ஒரு தெளிவுக்கு வந்தாள். 'அம்மெக்கு எனக்கக்கிட்ட அன்பு உண்டு, ஒரு தேச்சியத்தில அப்டிச் செல்லியிருப்பா' எனத் தன் உணர்ச்சிகளை அமைதிக்குள் வழிநடத்தினாள்.

சின்னம்மாவும், அத்தையும் ஏன் இன்னும் வரவில்லை? கிளாராளுக்குப் பிடிபடவில்லை. அவர்களின் வீட்டுக்குப் போய் அழைத்துவந்தாள். கிளாராளைப் பரிதாபமாகப் பார்த்தனர் அவர்கள் இருவரும்.

தவறு செய்துவிட்டதுபோல் படபடத்த நேசம், "வா... எலிசபெத். வாருங்க மயினி... பழஞ்சி குடிச்சீண்டு வந்து செல்லுலான்னு இருந்தென்" எனக் கூறி வரவேற்றார். 'அவிய பனையேறிண்டு வந்த பெறவு கேட்டுண்டு போலான்னு நாங் இருந்தா.. இவ பெய்க் கூட்டீண்டு வந்திட்டாளே' மனத்துக்குள் கிளாராளைத் திட்டிவிட்டு, வந்த இருவரிடமும் சகஜமாகப் பேசினார் நேசம்.

"பிள்ளே... பிள்ளே.." அமலாமேல் பாசத்தைப் பொழிந்து சித்தியும் அத்தையும் அவள் அருகே அமர்ந்தனர். சத்தான உணவுகளைச் சாப்பிடுவது, அடுத்தடுத்துவரும் மாதவிடாய் நாட்களை எப்படிக் கணக்கிடுவது என அறிவுரைகளைக் கொட்டினர். சொன்னதையே திரும்பத் திரும்பச் சொன்னார்கள். எத்தனை முறை சொன்னாலும் கேட்டாக வேண்டும். அது ஒரு கட்டாயம். சலிப்பாய் இருந்தது அமலாளுக்கு.

மூன்று நாட்கள் முடிந்ததும் அமலாளுக்குத் தண்ணீர் ஊற்றினர். சித்தி, அத்தை, தெரசம்மாள் வீட்டார் மட்டுமே பங்கேற்றனர். நேசத்தின் கூடப்பிறந்தவர்களுக்கோ, ஊருக்கோ அழைப்பு இல்லை. ஆனாலும் அது ஊரறிந்த ரகசியம்தான். மறுநாளே பாவாடை, சட்டை போடவைத்துப் பள்ளிக்கு அனுப்பிவிட்டனர்.

நேசம் கோயிலுக்குப் போவதில்லை. கிளாரா போனாள். திருப்பலியோ, ஆராதனையோ முடிந்ததும் 'விடுவிடு' என்று வீட்டில் வந்து நிற்பாள். பனையேறப்போகும் தங்கையா, யாரிடமும் நின்று பேசுவதில்லை; போகிற போக்கில் பேசிச்செல்வார். எல்லாருக்கும், குடும்பக் காரியங்களை மற்றவர்கள் கேட்டு விடுவார்களோ என்ற அச்சம். இந்தச் சின்னச்சின்ன பிரச்சினைகளையெல்லாம் பண்டிகைகள் கண்டு கொள்வதில்லை. அந்தந்தத் தேதிகளில் அவை வரும், போகும்.

ஏழு

மகாவலி சக்கரவர்த்தி பற்றியோ, வாமன அவதாரம் பற்றியோ அதிகமாக யாருக்கும் தெரியாது. ஆனாலும் ஓணம் கொண்டாடுவார்கள். காணம் விற்றேனும் ஓணம் கொண்டாடணம் என்பது பழமொழி.

கேரள மக்களில் சிலர் விஷ்ணுவின் அவதாரமான வாமனனைக் கொண்டாடுவர். வேறு சிலர் நல்லாட்சிப் புரிந்த மகாவலிச் சக்கரவர்த்தியைக் கொண்டாடுவர். பூட்டேற்றியில் பெண்கள், குஞ்சால் ஆட ஆசைப்படுவார்கள். ஆண்கள், பந்தடிக்கக் கூட்டம் சேர்ப்பார்கள். சில வீடுகளில் மாவண்டி செய்வதற்கான வேலைகளில் ஈடுபடுவார்கள்.

எலிசபெத், மாங்கொட்டைகளை வெட்டிக் கொண்டிருந்தார். வழக்கம்போல் கிளாராளும் அமலாளும் வந்தனர். கிளாரா, "சின்னம்மா...! மாங்கொட்டய வெட்டிப் பௌக்கிய?"

"பருப்பெடுத்து ஓணத்தணம் மக்கா"

"ஓணந்தா.. ஓணத்துக்கு மாவண்டியா?"

"அதெ இடிச்சிப்பெறக்க எனக்கு எங்கட்டி நேரம்?

"ஓணத்தி வையி சின்னம்மா... நாங்க இடிச்சித்தாறோம்"

"அந்தத் தெம்பிலதாங் மக்ளே வெட்டியங்... ஆ... வாற ஓணத்துக்கு ஒரு குஞ்சால் போடணும் கிளாரா"

"குஞ்சாலு போட ஓல வேணுமே சின்னம்மா... நம்ம எடத்தில தெங்கே இல்ல... சூத்திரக்குடியிலதாங் கேக்கணும்.... ம்... அமலாளுக்கு ஒரு பிரண்டிருக்கா. அமலா...! அமலா!"

"என்னக்கா" வந்து நின்றாள் அமலா.

"ஒன் பிரண்ட் சசிகலாகிட்ட..."

அதற்குள் அவள் "எனக்க பிரண்டில்ல.. மிக்கேலுக்க பிரண்ட். அவிய ரெண்டு பேருந்தான் ஒம்பதாங்கிளாஸ் படிச்சினம்".

"அவெ பெண்ணுவ பள்ளில படிச்சியா, இவன் ஆணுவப் பள்ளில படிச்சியாங். ரெண்டு பேரும் பாக்கியதே கஸ்டண்ணு நீதானெ சென்ன?"

“சென்னங்.... இப்ப ஒண்ணிச்சி போறம்.. ஒண்ணிச்சி வாறம். அதில பிரண்டாயிட்டம்... ஒனக்கிப்ப என்ன வேணம்?”

“சின்னம்மா ஓணத்துக்குக் குஞ்சால் போட ஆசெப்படியா..... சசிகலாக்கிட்ட கேட்டு ரெண்டு ஓலெ வேண்டிக்குடு”

“ம்.. ம்” தலையைச் சொறிந்த அவள்,

“நாளெய்க்குப் கேட்டுப் பாக்கியன். கிட்டேலிங்கி தேச்சியப்படப்பாது”

“ஆத்தியம் கேளுட்டி”

எப்படியும் வாங்கிக் கொடுத்துவிடுவாள் என்று கிளாராவும் எலிசபெத்தும் நம்பினார்கள்.

அன்று இரவு கனத்த மழை. விடிந்த பின்னும் புல் நுனிகள் ஏந்திநின்ற நீர்க்குடங்களை வாங்கிச்செல்ல ஆளில்லை. எங்கும் மங்கலான வெளிச்சம். இருப்பினும் புத்தகங்களுடன் பிள்ளைகள் கிளம்பினார்கள்.

அமலா, மைக்கேல், சசிகலா மூவரும் பள்ளிக்கு நடந்தனர். அவர்கள் பாதங்கள் ஈரமான மண்ணை மிதித்துச் சுகித்தன. மெல்ல சசிகலாவிடம் பேச்சைத் தொடங்கினாள் அமலா.

“சசி.... ஓணத்துக்குக் குஞ்சால் போடணம்.... ரெண்டு ஓலெ கிட்டுமோ?”

“ஓணம்... பொன்னோணமில்லே .....ம்.... ஓலையில் எங்ஙன குஞ்சால் போடும் ?”

“ஓலையையும் நாரையும் சேத்து முறுக்கிப் போடுவினம்...

அதில ஓலக்கெயெக் கட்டி ஆடுவினம்”.

“வளர சந்தோஷமாணு ... ஒந்நும் பிரச்னம் இல்லா.... ஞான் அச்சனிடத்து சோதிச்சி... வெட்டி வைக்காம்... ஞாறாச்ச காலத்த வருவீன்...”

“தேங்ஸ் சசி” என்றாள் அமலா. குஞ்சால் போடுவதைவிட பந்தடியில்தான் மைக்கேலுக்கு ஆர்வம். அதனால் இருவரின் பேச்சுக்கிடையே அவன் குறுக்கிடவில்லை.

மண்வெட்டியைத் தோளில் வைத்தபடி வந்த ஒரு விவசாயி, “வாய்க்கால்ல வெள்ளம் நெறஞ்சி மறியுது.... கிள்ளியூர் ஏலா

இடிஞ்சி கெடக்காம்.. எப்டிப் போவிய?" கேட்டபடி கடந்து சென்றார்.

"கள்ளம் அடிச்சிலாமா?" வேடிக்கையாகக் கேட்டான் மைக்கேல். அமலாளுக்குச் சற்றுக் கோவம் வந்தது.

"ஒனக்கு என்னல... நீ அங்கோடி இஞ்சோடி சுத்தீண்டு வந்திருவ..... நாங்க நேரா வீட்டுக்கில்ல போணம்?" என்று சொல்லியபடியே பின்னால் பார்த்தாள் அமலா. மாணவர் சிலர் வந்து கொண்டிருந்தனர். அதைக் கவனித்த சசிகலாவும்,

"ஸ்கூலுக்குப் போவாம்" என்றாள். மூவரும் நடந்தனர்.

ஊத்துவாய்க்காலில் வெள்ளம் நிறைந்து ஓடியது. கரையில் வேடிக்கை பார்த்த ஒருவர், "இப்டியே கரையில நடந்து கெழக்கெப் போனா . குறுக்கெ கல்லு போட்டிருக்கினம்..... அதில ஏறி அந்தக் கரைக்குப் போயிருலாம்" என்றார். நின்றிருந்தவர்கள் கரைவழியே வரிசைகட்டி நடந்தனர்.

அடுத்து தேரி ஏறி, இறங்கினார்கள். பேரிரைச்சலோடு பயமுறுத்தியது கிள்ளியூர் வாய்க்கால். பள்ளங்களில் விழுந்து தெறிக்கும் நீர்த்திவலைகள் கல்குண்டுகளைப்போல் தாக்கின. அதனால் அருகே சென்றவர்கள் பின்வாங்கி நின்றனர். கடலோடு யுத்தம் செய்யும் வெறியில் ஆயுதங்களை எடுத்துக்கொண்டு அது ஓடியது. தேங்காய், தென்னை ஓலைகள், வாழை மரங்கள், கற்றாழைகள், டிரங்குப்பெட்டிகள், இடிந்த வீட்டின் கழிக்கோல்கள், இத்துப்போன ஓலைகள், பலவண்ணப்பூக்கள் என இழுத்துக் கொண்டு சென்றது வாய்க்கால்.

கரையில் வேட்டி கட்டிய ஆண்கள், தாவணி போட்ட பெண்கள். அவர்களோடு சிறுவர்கள், சிறுமிகள், எல்லாரும் மாணவர்கள். வெள்ளத்தைக் கடக்க ஒரே ஒரு வழிதான் இருந்தது. 'கர்ணம் தப்பினால் மரணம்' என்பார்களே அத்தகு அபாய அறிவிப்போடு நிற்கும் கற்கள். கணக்கிட்டால் இரண்டடிக்கு ஒரு கல் வீதம் நடப்பட்டிருந்தது. வெள்ளத்துக்குமேலே கற்கள், தலையைக் காட்டியும் காட்டாமலும் நின்றன. இவற்றின் மீது கால் வைத்து நடந்தால் மெல்லக் கரையைக் கடந்து விடலாம்.

ஆண்கள் வேட்டியை மடித்துக் கட்டினார்கள். ஒரு மாணவர், முதற்கல்லில் நின்று கொண்டு, வலது காலை நீட்டி அடுத்த கல்லில் வைத்தார். பின்பு இடது காலை இழுத்து வைத்து

நிமிர்ந்தார். இப்படி ஒவ்வொரு கல்லாய்க் கடந்து கரை சேர்ந்தார். இப்படியே எல்லா ஆடவரும் வந்துவிட்டனர்.

பெண்களும் சிறுவர்களும் எப்படிக் கடப்பது? தேவ தூதர்களைப்போல் இரண்டு பேர் மரக்கட்டைகளோடு வந்தார்கள். பக்கத்து வயல்களின் உடைப்புகளை அடைக்கவந்த விவசாயிகள் அவர்கள். ஒரு கல்லுக்கும் இன்னொரு கல்லுக்கும் இடையே மரக்கட்டைகளை வைத்துப்பிடித்தார்கள். பெரிய பெண்கள் பாவாடையை இடுப்பில் சொருகிவிட்டு, கைகளை விரித்து, மேலும் கீழும் அசைத்தபடி ஒவ்வொருவராக அடியெடுத்தார்கள். முதல் கட்டையில் நடந்ததும், அந்தக் கட்டையை எடுத்து, இரண்டாவது கட்டையோடு பொருத்தி, அடுத்த கல்லில் வைத்தனர் விவசாயிகள். இப்படியே கட்டைகளை மாற்றி, மாற்றிப் பிடிக்க எல்லாப் பெண்களும் கரைக்கு வந்தார்கள். மீதி இருந்தது நிக்கர் போட்ட சிறுவன்கள், பாவாடை சட்டை போட்ட சிறுமிகள். இந்தக் கூட்டத்தில்தான் அமலா, சசிகலா, மைக்கேல்.

விவசாயிகளில் ஒருவர் அமலாளைத் தூக்கினார். இன்னொருவர் சசிகலாவைத் தூக்கினார். இருவரையும் வெள்ளத்துக்குமேலே உயர்த்திப் பிடித்தபடி கொண்டு வந்து கரையில் விட்டனர். கடைசி ஆள் மைக்கேல், தன்னைப் பெரியவனாக நினைத்த அவன், ஒவ்வொரு காலாக எடுத்து, கற்களின் மேல் வைத்து, வைத்து ஓடி வந்தான். அனைவரும் கைதட்டினர். அதிலும் சசிகலா பலமாகத் தட்டினாள். எல்லாரும் விவசாயிகளுக்கு நன்றி தெரிவித்தனர்.

சசி அருகே வந்த மைக்கேல், “ஒன்னெத் தூக்கிவிட்டது யாரு, தெரியுமா?”

“அறியாம் நந்நா அறியாம். கிரிஷிவேல செய்யுந்ந சாம்பான்”

“அதனால் தீட்டு இல்லியா?” அன்று அவள் பாட்டி சொன்னதை மனத்தில் வைத்துக்கொண்டு கேட்டான். அவளோ,

“எனிக்கி ஞான், நீ, சாம்பான் எல்லாப் பேரும் ஒந்நாணு. மனுஷரிக்கிடயே ஒரு வித்தியாசமும் ஞான் கண்டில்லா .. அத்தறே உள்ளு” என்றாள்.

சின்ன வயதில் சசிக்கிருந்த பரந்த மனதைக்கண்டு இருவரும் ஆச்சரியப்பட்டனர். எல்லாரும் அன்று பள்ளி சென்று சேர்ந்தனர்.

மறுநாள் குஞ்சாலுக்கு ஓலை வாங்க அமலாளும் மைக்கேலும் சசிகலா வீட்டுக்குச் சென்றனர். காம்பவுண்ட் வாசல் பெரிது; அதில்

மரக்கதவு. மழையிலிருந்து பாதுகாக்க மேலே மாடம் கட்டியிருந்தனர். இவர்களைக் கண்டதும்,

"ஆ... வருவீன், என்றே கூட்டுக்காரன்மாரே வருவீன்"

முகமலர்ச்சியோடு வரவேற்றாள் சசிகலா. முற்றத்தில் கால்வைக்க இருவருக்கும் தயக்கமாக இருந்தது. சாணியும் கரியும் கலந்து மெழுகியிருந்த முற்றம், பச்சைப்பளிங்குபோல் பளபளத்தது. அதன்மேல் வெள்ளை மாவால் கோடுகளும் கோலங்களும் அழகாகப் போடப்பட்டிருந்தன. அமலா பார்த்துப் பிரமித்துப் போனாள்.

"சசி... இதெல்லாம் யாரு போட்டது?"

"ஞான் தன்னெ"

"ரெம்ப அழகாருக்கு சசி.. இந்த மாதிரி எங்க எடத்தில் ஒரு வீட்லயும் போடியதில்ல...' என்றாள் அமலா.

மைக்கேலின் கண்கள் வீட்டை நோட்டமிட்டன. வராந்தாவில், சித்திரவேலைப்பாடமைந்த நான்கு மரத்தூண்கள். ஒரு சாய்வு நாற்காலி, நான்கு பிரம்பு நாற்காலிகள். உள்ளே எட்டிப்பார்த்தான். ஒரு மரக்கட்டிலும் ஊஞ்சலும் தெரிந்தன. கட்டிலில் தலைவைக்கும் பகுதி வளைந்து தலையணைபோல் இருந்தது. வீட்டிற்குள் இருந்த முற்றத்தில் குட்டுவமும் வெங்கலப் பாத்திரங்களும் இருந்தன. ஆங்காங்கே அறைகள் இருப்பதைக் காண முடிந்தது.

'பணம் உள்ளவிய வீடுவளெ அரண்மனெ மாதிரி கட்டுலாம். இல்லாதவிய ....?' மனத்துக்குள் மறுகினான் மைக்கேல்.

அடுத்துத் தெற்கே நோக்கினான்.

அங்கு தேங்காய்கள் குவிக்கப்பட்டிருந்தன; ஆயிரத்துக்கும் மேலிருக்கும். அதை ஒட்டி இரண்டு பெரிய வைக்கோல்போர்கள். கடைசியில் தொழுவம், நான்கு எருமைகள், இரண்டு காளைமாடுகள், இரண்டு பசுக்களோடு கன்றுகள். மேற்கே திரும்பினான் அவன். இரண்டு செந்தெங்குகள் குலைகளோடு நின்றன. மஞ்சள் நிறத்தில் கொத்துக்கொத்தாய் காய்த்து நின்ற நெல்லியும், வெறும் காய்களே தொங்கும் முருங்கையும் வீட்டுக்கு அழகு சேர்த்தன. பூவும் பிஞ்சுமாக மாதுளை, நாரந்தி, பேரை மரங்கள். ஒரு மிளகாய்ச்செடியில் வெள்ளையாய் நீண்டிருந்தன காய்கள்.

"இது என்ன மொளவு?" கேட்டான் மைக்கேல்.

“காந்தாரி மொளவு. கூடுதலும் எரிப்புள்ள ஒரு மொளவாணு. கடிச்செங்கில் நாக்கு வெந்நுகளெயும்” என்றாள் சசிகலா.

அமலாளின் கவனம் செடிகள் மீதும் பூக்கள் மீதும் இருந்தது. அடுக்கடுக்கான பூக்களோடு மேற்குக்கூரையில் ஓட்டுப்படத்தி, நூற்றுக்கணக்கான மொட்டுகளோடு கிழக்குக்கூரையில் முல்லைக் கொடிகள். இவற்றோடு ரோஜாக்கள், கனகாம்பரம், அரளி, சாமந்தி, நாலுமணிப்பூக்கள், பூனைவால் பூக்கள், சூரியகாந்தி, காம்பவுண்ட் சுவரை ஒட்டி அடுக்குச் செம்பருத்திகள், ரங்கோன் மல்லி குரோட்டன்ஸ்கள். அமலாளுக்குப் பிச்சிப்பூ மணம் நிரம்பப் பிடிக்கும். அதனால் பிச்சிச்செடியைச் சுற்றிச்சுற்றி வந்தாள். நான்கு கம்புகளை வளைத்து பதியம் போட்டிருந்தார்கள். இதுபோல் ஒன்றைத் தன் வீட்டில் நட்டு வளர்க்க அவளுக்குப் பல நாட்களாக ஆசை.

“ம்.. சசி, ஒரு பிச்சிக்கொம்பு கிட்டுமா?” கேட்டாள்.

“ஓ... தராம்” வராந்தாவிலிருந்து ஒரு கத்தியும் பேப்பரும் எடுத்துவந்தாள்.

இரண்டு கம்புகளை வெட்டி, அடி மண்ணோடு எடுத்து பேப்பரில் வைத்துக் கட்டிய சசிகலா, “ஒந்நு அமலாளுக்கு; ஒந்நு என்றெ மிக்கேலுக்கு” சொல்லிக்கொண்டே இருவரிடமும் கொடுத்தாள். வாங்கிக்கொண்ட அமலா, ‘‘அதென்ன சசி.. என்றே மிக்கேலு என்றே மிக்கேலுண்ணு செல்லியா?’’

‘‘மிக்கேலு வலிய மிடுக்கனல்லே. என்றே முத்தச்சனெ ஒத்தய்க்கு இவிட பொக்கீண்டு வந்ந ஆளல்லே. அது கொண்டு எனிக்கு ஒரு விசேச சினேகமுண்டெ”

“அப்டியா” ஆச்சரியப்பட்ட அமலாளுக்கு ஒரு சந்தேகம். அதை உடனே கேட்கவேண்டும் போலிருந்தது.

“எம்பிடு பூ பூத்திருக்கு... நீ ஒரு நாளு ஒரு பூ கூட தலயில வச்சீண்டு வாறத நான் பாக்கேலியே!“

“ஞான் வைக்கிந்நில்லா... ஒரு சமயம் என்ற அம்மாவன், ‘புஷ்பங்கள் செடியின்ற குஞ்ஞுங்களாணு, நுள்ளிக் கொல்லருது’ எந்நு பறஞ்ஞு. அதன்றேஷேஷம் ஞான் புஷ்பங்களெ பறிக்குகெயும் இல்லா.. தலையில் வைக்குகெயும் இல்லா..”

“ஒன் மாமா வீடு எங்கெ?” கேட்டான் மைக்கேல்.

“திருவனந்தபுரம். அம்மாவன் கம்யூனிஸ்ட் பார்ட்டியில் வலிய ஆளாணு ... எந்த ஒரு ஸம்மேளனக் கூட்டம் உண்டெங்கிலும் அத்தேகத்தெக் காணாம். அவிட ஒரு முறியில் பார்ட்டி ஆளுங்களுக்கு கிளாஸ் நடத்தும். எனிக்கி மனஸ்லாக்காம் கழிவில்லா... அதுபோட்டே.. மோர் குடிக்குந்நோ?”

“வேண்டாம் சசி” என்றாள் அமலா.

“மிண்டாது .. குடிக்கணம். ஞான் எடுத்தோண்டு வராம்” வீட்டுக்குள் சென்ற சசிகலா இரண்டு வெங்கலக் கிளாசுகளுடன் வந்தாள். ஒன்றை அமலாளுக்கும் இன்னொன்றை மைக்கேலுக்கும் கொடுத்தாள். குடித்ததும் அமலாளிடம் மெதுவாக மைக்கேல் சொன்னான், “நம்ம எடத்தில் யாராவது மோரும், தயிரும் பாத்திருப்பினுமா?”

“ம்..ம்” என்ற அமலா, சசியிடம் கேட்டாள். “ஆ..... சசி.. ஓணத்துக்கு நீங்க என்னவெல்லாம் ஆக்குவிய.... எங்களெ விளிச்சமாட்டியா?”

“ஓ... விளிக்காம்..... அமலா, நீயும் மிக்கேலும் ஓணத்துக்கு இவிட வரணம்.”

அழைத்தாள் சசிகலா. அதற்குள் தீனிப்பண்டாரம்போல் கேட்கத் தொடங்கினான் மைக்கேல்.

“வந்தா.. என்னெ குடுப்ப?”

“ராவுல பூக்களம் காணாம்... மதுரமாய சாயயும் அரி உண்டயும் கிட்டும்..... அச்சப்பமும் தின்னாம் .... உச்சைக்கு ஓண சத்யா ஊணு கழிக்காம்.”

“ஓண சத்யா ஊணா? அது எப்டிருக்கும்?” கேட்டான் மைக்கேல். தன் இடக்கையில் வலக்கை சுண்டு விரலை வைத்துப் புன்சிரிப்போடு சொன்னாள்.

“சோறு, சாம்பார், பருப்புக்கறி, நெய், அவியல், தீயல், பொரியல், பச்சடி, பப்படம், பழம், பாயாசம், தயிரு , மோரு, ரசம்”

“... இதெல்லாம் தெனமும் நீங்க தின்னியதுதானெ... ஓண சத்தியாவுக்கு... கூடுதலா என்ன ஆக்குவிய?

“ஸ்வீட், அடப்பிரதமன்”

“ஆ... கெழங்கும் மீனும் தின்னுட்டு கெடக்கிய நாங்க இதெல்லாம் தின்னதே இல்ல.... ஒங்க வீட்ல ஆக்கினா.... ருசியாத்தான் இருக்கும்... ம்... சமயமிருந்தா வாறம்”

“தீர்க்கமாயிட்டும் பறயணம்.. வருமோ?”

அதற்குள் அமலா குறுக்கிட்டு, “நம்பாத சசி.. அவன் பந்தடிச்சப்போவான். எட்டாம் கிளாசில இவந்தான் பந்தடிச் சேம்பியன்” வியப்புற்று நின்றாள் சசிகலா. தொடர்ந்த அமலா “ஆ.. சசி... தேங்ஸ்... அம்மெ தேடுவா? நாங்க போறம்...”

“பின்னெ... ஓல அவுட உண்டெ.... நிங்கள் எடுத்தோண்டு போவாம்..” என்றாள்.

“தேங்ஸ் சசி.. இந்த ஒதவிய மறக்க மாட்டொம்” இருவரும் ஓலையை இழுத்துக்கொண்டு வீட்டுக்கு வந்தார்கள்.

ஓலையின் நுனிப்பகுதியைக் கிளாரா பிடித்தாள்; அடிப்பகுதியை ரபேக்கா பிடித்தாள். நெருப்பின் மேல் காட்டி இருவரும் ஓலைகளை வாட்டினர். பின்பு ஓலை இணுக்குகளை ஒவ்வொன்றாகப் பிய்த்துப்போட்டாள் கிளாரா. மட்டையிலிருந்த நாரை உரித்துவைத்தாள் ரபேக்கா.

முத்தையா வந்து உட்கார்ந்தார். அவர் ஓலை இணுக்குகளையும் நாரையும் சேர்த்து முறுக்கத் தொடங்கினார். அது வடமாகி நீள, நீள திருக்கிக்கொண்டே சென்றாள் கிளாரா. முப்பது அடி நீள வடம் தயாரானது. அதன் முறுக்குப் பிரியாதிருக்க புளிய மரத்தில் சுற்றிக் கட்டிவிட்டனர்.

ஒரு ஈரச் சாக்கும் வைக்கோலும் எடுத்துக்கொண்டு புளியில் ஏறினார் முத்தையா. முதலில் கொம்பைச் சுற்றி வைக்கோலை நிரப்பினார். அதன் மேல் சாக்கை இறுக்கமாகச் சுற்றிக்கட்டினார். அடுத்து, சாக்கின் மேல் வடத்தின் நடுப்பகுதியை இரண்டு சுற்றுச் சுற்றிக் கட்டிவிட்டு, இரண்டு நுனிப்பகுதிகளையும் கீழே விட்டார். அமலாளின் இரட்டை ஜடைபோல் தொங்கியது வடம்.

உலக்கையை எடுத்துவந்தார் எலிசபெத். அதன் இரண்டு முனைகளிலும் இரண்டு வடங்களையும் பலமாகக் கட்டினார் முத்தையா.

எலிசபெத், கிளாரா, ரபேக்கா மூவரும் உலக்கையில் அமர்ந்தனர். நடுவிலிருந்த கிளாரா, தரையில் காலை அழுத்தி உந்திவிட குஞ்சால் பறந்தது.

அதுவரை துணிப்பந்தில் குறுக்கும் நெடுக்குமாக நூலை வரிந்து கொண்டிருந்த மைக்கேல் உஷாரானான். அமலா, நேசம், இருவரையும் அழைத்து வந்தான். முதலில் ஆடிய மூவரும் இறங்கியதும், இவர்கள் ஆடினார்கள். இப்படி ஆடுவோர் எண்ணிக்கை அதிகரித்தது.

கிளாராவும் ரபேக்காவும் மாம்பருப்புகளை இடித்து, மாவாக்கி எலிசபெத்திடம் கொடுத்தார்கள். மாவைத் தண்ணீரில் ஊறவைத்தார் சித்தி. அதன் துவர்ப்பு நீங்க இரண்டு, மூன்று முறைகூட ஊறவைக்க நேரிடும்.

ஓணம் திருநாள். அன்று காலை இளைஞர்கள் பந்தடிக்களத்துக்குப் போனார்கள். ஒருவர் கையில் தோல் பந்து. தோலுறையில் தேங்காய்ச் சவுரியைத் திணித்து, வாய்ப்பகுதியை முறுக்கு நூலால் இறுகத் தைத்திருக்கும் பந்து அது; ஒரு கையளவுக்கு உருண்டையானது.

அந்த வட்டாரத்தில் பந்தடிக்குப் பிரபலமானது தெருவுக்கடை. அங்கிருக்கும் மீன்கடைக்கும் கிழக்கே களமிருந்தது. ஓணத்துக்குப் பட்டுக்கட்டிப் பந்தடிப்பார்கள். ஒரு குறிப்பிட்ட உயரத்துக்கு மேலே பட்டுத் துணியைக் கட்டி வைத்திருப்பார்கள். ஆட்டக்காரர்களில் யார் தமது காலால் பந்தை அந்த உயரத்துக்கு அடிக்கிறாரோ அவரே வென்றவர். பட்டுத்துணியை அவர் தலையில் கட்டிப் பெருமைப்படுத்துவார்கள். சுற்றியிருக்கும் பத்துப் பதினைந்து ஊர்களிலிருந்து வந்திருக்கும் ரசிகர்கள் கைதட்டி உற்சாகப்படுத்துவார்கள்.

இங்கு ஊரை ஒட்டியிருந்த பருத்தி விளைதான் பந்தடிக்களம். ஞாயிறுதோறும் இளைஞர்கள், மாணவர்கள் கூட்டம் அதிகமானால் அங்கு சென்று விளையாடுவதுண்டு. ஓணத்துக்கு விசேஷ ஆட்டம். இருபக்கமும் இளைஞர்கள். ஒரு பக்கத்துக்கு இயேசுதாசும், இன்னொரு பக்கத்துக்குக் கோலப்பனும் தலைவர் ஆயினர். எப்படியோ ஒரு பக்கம் மைக்கேலையும் இன்னொரு பக்கம் வில்சனையும் சேர்த்துக்கொண்டார்கள். பந்தடி தொடங்கியது.

மைதானத்தில் நடுக்கோட்டை மைக்கேல் பாதங்களால் வரைந்தான். வலப்பக்க, இடப்பக்கக் கோடுகளைச் சார்லசும், வில்சனும் போட்டனர். நடுக்கோட்டுக்கும், பக்கக் கோட்டிற்கும் இடைவெளி ஐந்து, ஆறு அடியிருக்கும்; துல்லியமாகச் சொல்லிவிட முடியாது. ஜான் எல்லைக்கோடுகளைப் போட்டான். வயதில்

குறைந்தவர்கள் களத்தை வடிவமைத்தால்தான் பந்தடிக்க அனுமதிக்கப்படுவார்கள். களம் தயார்.

வலப்பக்கம் இயேசுதாஸ் அணியினரும், இடப்பக்கம் கோலப்பன் அணியினரும் இறங்கினர். இந்த ஆட்டத்துக்குச் சில விதிகள் உண்டு. வலப்பக்கம் நின்று அடிப்பவர், பந்தை இடப்பக்கக் கோட்டுக்கு உள்ளே விழுந்து செல்லும்படி அடிக்க வேண்டும். கோட்டுக்கு வெளியே விழுந்தால் அது செல்லாது. பந்து வேறு ஒருவர் கைக்கு மாறிவிடும். கோட்டுக்குள் விழுந்து வரும் பந்துகளை எதிரணியினர் காலால் தட்ட வேண்டும். கையால் தட்டவோ, அடிக்கவோ கூடாது. காலால் அடித்து உயர்ந்துவரும் பந்துகளைக் கையால் பிடிக்கலாம். பிடித்தால் கையால் அடித்தவர் ஆட்டமிழப்பார்.

ஒரு அணி தொடர்ந்து மூன்று பந்துகள் அடித்து, எதிரணியால் தட்ட முடியாமலோ, காலால் தட்டி உயர்வதைப் பிடிக்க முடியாமலோ, எல்லைக்கோட்டுக்கு வெளியே செல்லாமலோ இருந்தால் அது ஒரு களி. முதல் மூன்று பந்துகள் அடித்து முன்னேறும் களிக்கு இரட்டைக்களி என்று பெயர். அடுத்துள்ள மூன்று பந்துகளை அடித்தால் முறுக்கிக்களி. தொடர்ந்து இன்னும் மூன்று பந்துகளை அடித்தால் அது தாளக்களி. அதற்கடுத்த மூன்று பந்துகளை அடித்தால் காவடிக்களி. அதற்கு அடுத்தது நிலைக்களி. இதிலுள்ள மூன்று பந்துகளையும் கால்படத்தால் தட்டி அடிக்க வேண்டும். இது சற்றுக் கடினமானது. இதிலும் முன்னேறிவிட்டால் கடைசியாக வருவது பட்டக்கை. இதில் மூன்று பந்துகளையும் கையால் அடித்துமுடிக்கும் அணி வெற்றிபெற்றதாக அறிவிக்கப்படும். ஒரு களியிலுள்ள மூன்று பந்துகளில் முதல் பந்தும், இரண்டாவது பந்தும் கிடைத்து மூன்றாவது பந்து கிடைக்காது போனால் முதல் பந்திலிருந்தே அடிக்க வேண்டும்.

இப்படிக் கையால் அடிக்கும் பந்துகள் பதினைந்து; காலால் அடிக்கும் பந்துகள் மூன்று. இந்தப் பதினெட்டு பந்துகளையும் அடித்து வெல்ல வேண்டும். அன்று மூன்று ஆட்டங்கள். இயேசுதாசன் அணி இரண்டாம் ஆட்டத்தை வென்றது. முதல் ஆட்டமும் மூன்றாம் ஆட்டமும் வென்றது கோலப்பன் அணி. அதற்குக் காரணமானவன் மைக்கேல். நிலைக்களியின் மூன்று பந்துகளையும் இளைஞர்களால் அடித்து முன்னேற முடியவில்லை. இரண்டு ஆட்டங்களிலும் நிலைப்பந்துகளை அடித்து அணிக்கு வெற்றித் தேடித்தந்தவன் மைக்கேல். எல்லாரும் அவனைப்

பாராட்டினர். அந்தப் பெருமிதத்தோடு வீட்டுக்குத் திரும்பினான்.

மாவோடு பெரும்பயறும் சேர்த்து அடுப்பில் வைத்தார் எலிசபெத். வேகும் பருவத்துக்கு வந்ததும் கருப்பட்டியை உடைத்துப் போட்டுக் கிண்டினார். சற்று நேரத்தில் தயாரானது மாவண்டி.

கிளாரா, சித்தி வீட்டுக்கு முதலில் கோரி வைத்தாள். அதுபோக இருந்த மீதியை மூன்று சின்னச்சட்டிகளில் நிரப்பினாள். அத்தை வீட்டுக்கு ஒன்று; ரபேக்கா வீட்டுக்கு ஒன்று என இரண்டு சட்டிகளைக் கொண்டுபோய்க்கொடுத்தாள். மூன்றாவது சட்டியைத் தன் வீட்டுக்கு எடுத்துவந்தாள். எல்லாரும் நல்ல ருசியாருக்கு என்று சொல்லிச்சொல்லித் தின்றனர். இன்னும் கொஞ்சம் கிடைக்காதா என ஏங்கவைத்தது எலிசபெத்தின் கைப்பக்குவம்.

மைக்கேலை வீட்டின் மாவண்டி வாசனை வரவேற்றது. தன் பங்கிற்கு வைத்திருந்ததைத் தின்றான். குஞ்சால் ஆட அவனுக்கு ஆசை. பந்தடியில் கிடைத்த பாராட்டு ஏதோ ஒன்றில் மேலும் அவனை ஆடத் தூண்டியது. மரத்தடிக்கு வந்து பார்த்தான். யாருமில்லை, குஞ்சால் மட்டும் தனியாக நின்றது. உலக்கையில் அமர்ந்து குஞ்சாலை அசைத்துவிட்டான். ஒரு மாதத்திற்கு முன்பு கருங்கலில் சர்க்கஸ் பார்த்தது நினைவுக்கு வந்தது. அவர்களைப் போல் நின்று கொண்டு ஆடினால் என்ன? என்ற எண்ணம். கால்களை உலக்கையில் நிறுத்தி, இரு கைகளாலும் வடங்களைப் பிடித்து நின்றவாக்கில் ஆடத் தொடங்கினான். ஒரு குஞ்சாலிலிருந்து இன்னொரு குஞ்சாலுக்குத் தாவும் சர்க்கஸ் பெண் அவன் மனக்கண்ணில் வந்தாள். குஞ்சால் முன்னும் பின்னுமாகப் பறந்தது. டக் கென்று எதிரேயிருந்த மரக்கொம்பைத் தாவிப்பிடித்தான். தனித்து விடப்பட்ட குஞ்சால் அங்குமிங்கும் அல்லாடியது. கொம்பில் தொங்கிக் கொண்டிருந்தான் மைக்கேல்.

'தம்' கட்டி உடம்பை மேலே தூக்கிக் கொம்பில் ஏற முயன்றான்; முடியவில்லை. மீண்டும் மீண்டும் முயன்றான்; எல்லாம் தோல்வியில் முடிந்தன. கை வலித்தது; உடல் தளர்ந்தது; அச்சத்தின் கொதிப்பில் கொப்பளித்தது வியர்வை. வேறு வழியின்றி, "அம்மா...! அக்கா...!" உரக்கக் கத்தினான்.

மைக்கேலுக்கு என்ன ஆயிற்றோ? பதறியபடி ஓடிவந்தாள் கிளாரா. அவன் தொங்குவதைப் பார்த்ததும் "அய்யோ மிக்கேலு" எனச் சத்தம் போட்டவள், என்ன செய்வதென்று தெரியாது

தடுமாறினாள். அவனுக்குக் கீழே கற்கள் கிடந்தன. விழுந்தால் தலை உடைந்து சிதறிவிடும். மின்னல் வேகத்தில் ஒரு யோசனை. புளியில் ஏறி, கொம்பில் உட்கார்ந்து, அவனை மேலே தூக்கிக் காப்பாற்றி விடலாம்.

“மிக்கேலு. அப்டியே நின்னுக்க... குதிச்சிராதல...'' என்று எச்சரித்துவிட்டு ஏறத் தயாரானாள். அதற்குள் இன்னொரு யோசனை. இதுவே சரியென்று பட்டது.

குஞ்சாலில் ஏறினாள் கிளாரா. மைக்கேலைப்போல் இவளும் ஆடினாள். திடீரென்று வந்த ஒரு அபாரத் துணிச்சலில் வேகமாக ஆடியவள், “கையெ விடுல” என்றாள். விட்டான் மைக்கேல். கண்ணிமைக்கும் நேரத்தில் கிளாராவின் கைப்பிடிக்குள் வந்தான் அவன். இடப்பக்கம் அவனைச் சேர்த்துக்கொண்டு ஒற்றை வடத்தில் தொங்கினாள் கிளாரா.

எட்டு

பத்தாம் வகுப்பு முடிக்கும்வரை எரிச்சலோடு நாட்களை ஓட்டினாள் அமலா. விடுமுறையில் அம்மாவிடம் வாக்குவாதம்.

“ஆப்சாரி வேண்டிக்குடும்மா”

“கொக்காளெ நெனச்சித்தாங் வேண்டித்தரேல பாத்துக்க..”

“வேணுமிங்கி அவுளுக்கும் வேண்டிக்குடு”

“நம்ம எடத்ல பிராயமாவியதுக்கு மின்ன பெண்ணுவ சாரி கட்டமாட்டினம் மக்கா”

“அவ எண்ணெய்க்குப் பிராயமாவியது..... நாங் எப்ப சாரி கட்டியது?

“அப்டி செல்லப்படாது பாத்துக்க... கடவுளு கண்ணெத் தொறந்தா... நாளெய்க்கோ, மத்தினாளோ அவுளும் பிராயமாவிருவா...”

“கிள்ளியூர் வாய்க்கால்ல வெள்ளம் வந்துது. நான் பிராயம் ஆவாதவண்ணு நெனச்சி ஆணாப் பெறந்தவனுவ தோளில் தூக்கிவெச்சி கரெயில விட்டினம். அப்ப யென்கூடப் படிச்சிய பயலுவ எப்டிக் கொறுக்குப் பேசிச்சினம் தெரியுமா? ஆப்சாரி கட்டீண்டுதாங் பள்ளிக்குப் போவெங்”

“கொஞ்சம் பொறுத்துக்க மக்கா..... ஒன்னெக் காலேசுக்கு வுடனுன்னு கொப்பஞ் செல்லிண்டு இருக்கினம்.. நல்லாப் படிச்சப் பாரு மக்கா....”

இப்படி அம்மாவுக்கும் அமலாளுக்கும் இடையே நடக்கும் வாக்குவாதங்களைக் கிளாரா கூர்ந்து கவனித்தாள். ‘அமலா சாரி கட்டாத போனா, அதுக்குக் காரணம் நான்தாங். என்னைத்தாங் அறுப்பினம். அவள் கட்டி, நான் கட்டாத போனாலும் என்னெத்தான் அறுப்பினம். இதுக்கு அவ கட்டிண்டு போறதே மேலு. அமலாளும் சந்தோசப்படுவா, வீடும் நிம்மதியாருக்கும்’ இந்த முடிவுக்கு வந்தாள் கிளாரா.

பள்ளி திறப்பதற்கு முந்தின சனிக்கிழமை. தன்னிடம் இருந்த காசை எடுத்த கிளாரா, சந்தைக்குப் போனாள். உள்ளே வரிசையாக நான்கு தற்காலிகத் துணிக்கடைகள். ஒவ்வொன்றிலும் பள்ளி

மாணவர்களுக்கான சீருடைகள் தொங்கின. நிக்கர் சட்டைகள், பாவாடை சட்டைகள், தாவணிகள், பெரியவர்களுக்கான வேட்டிகள், சேலைகள் அடுக்கி வைக்கப்பட்டிருந்தன.

'அமலா வந்திருந்தாளங்கி, அளவு பாத்து வேண்டிருக்கிலாம். இனி வீட்ல பெய்தாங் தய்க்கணம்' மனத்தோடு பேசியபடி நீலநிறத்தில் இரண்டு தாவணிகள், இரண்டு பாவாடைகள், வெள்ளை நிறத்தில் இரண்டு ஜெம்பர் துணிகள் வாங்கினாள். இவைதான் அமலாளின் சீருடை நிறங்கள்.

அமலா பதினொராம் வகுப்புப் படிக்கப் போவதால் வீட்டின் மதிப்புக் கூடி விட்டதாக நினைத்தாள் கிளாரா. இனியும் மண்சட்டிகளில் தின்பதும் குடிப்பதும் நன்றாக இருக்காது. எனவே இரண்டு அலுமினியத்தட்டுகளும் இரண்டு கண்ணாடி கிளாசுகளும் வாங்கினாள். கூடவே அமலாளுக்கு ஒரு அலுமினிய சோற்று டப்பாவும் வாங்கினாள்.

கிளாரா, வீட்டுக்கு வந்தபோது அம்மா இல்லை; அமலா இருந்தாள். "குட்டியே இந்நா... இதுல பாவாடெ தச்சிக்க.. இதில ஜெம்பர் தச்சிக்க.. இது ஆப் சாரிக்கு..." ஒவ்வொன்றாய் அவள் கையில் கொடுத்தாள் கிளாரா...."

"அக்கா... யென் செல்ல அக்கா" பொங்கிப் பூரித்து அக்காளின் கன்னத்தில் முத்தமிட்டாள் அமலா. "சி.. விடுட்டி" முகத்தைத் திருப்பிய கிளாரா, "திங்ளாச்ச இந்த டப்பாவுல சோறு கொண்டு போணம் என்னா..." கூறியபடியே பாத்திரங்களையும் கிளாசையும் சுவரோரத்தில் வைத்தாள்.

புதிதாகத் தைத்த பாவாடை ஜாக்கட்டுகளை வாங்கிவந்தாள் அமலா. போட்டுப்பார்த்துத்தான் வாங்கிவந்தாள். ஆனாலும் மீண்டும் ஒருமுறை போட்டுவிட ஆசை உந்திக் கொண்டிருந்தது. மறைத்து வைத்திருந்ததால் இரவுவரை தொடக்கூட முடியவில்லை. இரவு தூங்கும்போது எழுந்து உடுத்திப்பார்க்க முயற்சித்தாள். 'அம்மா பார்த்துவிட்டால்...' பயத்தில் பாயில் போய்ப்படுத்தாள்.

காலையில் அம்மா எப்போது அக்கானி எடுக்கப்போவாள்? காத்திருந்தாள் அமலா. நேசம் பானையைக் கையில் எடுத்தார். அவ்வளவுதான், வீட்டுக்குள் ஓடினாள். மடமடவெனப் பாவாடையை உடுத்தி, ஜாக்கெட் போட்டு, தாவணியைச் சொருகிவிட்டாள். கண்ணாடியை எடுத்த அமலா, இடுப்பை,

நெஞ்சை, கழுத்தைப்பார்த்தாள். புன்னகையோடும் வாயைப் பிளந்தும் பல கோணங்களில் பார்த்துப்பார்த்து ரசித்தாள். வெளியே வந்து தன் எழிலை மனிதர்கள், மரங்கள், செடிகொடிகள் அனைத்துக்கும் காட்ட அவளுக்கு ஆசை. முற்றத்துக்கு வந்தாள். முந்தானையைத் தோளில் போட்டும், எடுத்தும் ஒய்யாரமாக நடந்தாள். தற்பெருமை பூசி நின்றது அவள் மனம். அது சில நொடிகள் கூட நீடிக்கவில்லை.

தூரத்தில் நேசம் வந்து கொண்டிருந்தார். ‘அம்மா பார்த்திருப்பாளோ? சே..... சே... தூரத்தில் வாறவளுக்குத் தெரியவாப்போவுது?’ வீட்டிற்குள் வந்த அமலா எல்லாவற்றையும் கழற்றி ஒளித்துவைத்தாள்.

அக்கானியை அடுக்களையில் வைத்த நேசம், “இஞ்ச வாபெணே” என கத்தினார். பயந்துபயந்து வந்தாள் அமலா. எட்டி அவள் தலைமுடியைப் பிடித்து, “பெணே, சாரியும் ஜெம்பரும் யாரு வேண்டித்தந்தா?” சீறினார் நேசம். பயத்தில் நடுங்கி ஒடுங்கியது அமலாவின் உடம்பு. “ஏய் செல்லுட்டி” பிடியை இறுக்கினார் நேசம். வலி தாங்க முடியாது. “ஆ.... ச்சூ... அக்கா” என்றாள் அமலா. பிடியைத் தளர்த்திய நேசத்தின் கண்களில் நீர்த்துளிகள் உருண்டன.

கையால் முகத்தைத் துடைத்தபடி, “அட நாய்க்குப் பெறந்த ஜென்மமே. அவ வேண்டிக்குடுத்தா... ஒனக்குப் புத்தியில்ல.. இனி ஒருக்கா நீ போட்டெ.... எல்லாத்தயும் அடுப்பில வச்சு எரிச்சிருவென்....” எச்சரித்தார் நேசம். அவருக்குள் ஒரு பரிதாப எண்ணம். ‘கிளாராளுக்கு மானக்கேடு வரப்படாதுன்னுதானே இவளுக்கு வேண்டித்தரேல. கிளாரா ஏன் இப்டிச் செய்தா? தனக்கு மானக்கேடு வந்தா வரட்டும்; தங்கச்சி சாரி உடுத்தட்டுண்ணு நெனச்சாளோ?’ சித்தி வீட்டிலிருந்து வந்தாள் கிளாரா. தாயின் முகத்தைப் பார்த்தாள். அதில் கண்ணீரின் கறைகளும் கோவத்தின் குறிகளும் இருந்தன. தாயின் முகத்தைத் துடைத்தபடியே, தோளில் சாய்ந்தாள் கிளாரா. அம்மாவின் கரங்கள் அவளை அணைத்துக் கொண்டன.

அமலா பெற்றோரைத் திட்டாத நாளில்லை. ‘அக்கா எப்ப வயசுக்கு வருவா?’ என்ற கேள்வி அவளுக்குள். அதற்கு இன்னும் விடை பிறக்கவில்லை. கிளாராளை ஒட்டியபடி உட்கார்ந்த அவள், “செணம் பிராயமாவு... செணம் பிராயமாவு” என்று கையால் அக்கா

தொடையைக் குத்திக் குத்திக்குடைந்தாள். இவர்களின் ஏக்கங்களை வேடிக்கைப் பார்த்த பூமி மௌனமாக நாட்களை உருட்டிக் கொண்டிருந்தது.

பதினொராம் வகுப்புப் பொதுத் தேர்வு நெருங்கியது. அமலாளின் கவனம் படிப்பில் இருந்தது. பகல் நேரத்தில் மரத்தடியிலும், மாலையில் கல்லில் உட்கார்ந்தும் படித்தாள். விளக்கேற்றிய பின்பே வீட்டில் படிப்பு.

தேர்வு முடிந்தது. அமலாளைக் கல்லூரிக்கு அனுப்புவதற்கான நடவடிக்கைகளில் பெற்றோர். தங்கையா தட்டில் இருக்கும் கருப்பட்டிகள் எத்தனை என மனத்தில் எண்ணினார். வீட்டின் ஒரு பகுதியில் இரண்டு சுவர்களையும் இணைக்கும் விதமாகப் பனை மரத்துண்டுகள் நெருக்கமாக அடுக்கப்பட்டிருக்கும். அந்த மரத்துண்டுகளுக்கும், கூம்புவடிவக் கூரைக்கும் இடைப்பட்ட இடந்தான் தட்டு. அதாவது ஏழைகளின் மாடி. அதில் சில்லாட்டைகளையும், வைக்கோலையும் போட்டு, அதன்மேல் கருப்பட்டிகளை வைப்பார்கள். பின்பு ஓலையோ, வைக்கோலோ போட்டு மூடிவிடுவார்கள். கருப்பட்டிகளோடு குத்தி வைத்திருக்கும் புளி, கையில் இருக்கும் காசு என எல்லாவற்றையும் கணக்கிட்டுப் பார்த்தார் தங்கையா.

எந்தக் கல்லூரியில் சேர்வது? என்ன பாடம் படிப்பது? கணக்கா, விஞ்ஞானமா? என்பது குறித்தே அமலாளின் சிந்தனை. அமலா, நேசம், கிளாரா மூவரும் பங்குச்சாமியாரிடம் போனார்கள். அவரோ,

"என்ன அமலா, ஒரு நானூறு மார்க் எடுப்பியா?"

"ஊகூம்"

"அப்டியிங்கி.. ஒரு முன்னூத்தி அம்பது"

"எடுப்பென் பாதர்"

"மார்க் முன்னூறுக்கு மேல இருந்தா குருசடியில இருக்கிய ஹோலிகிராஸ் காலேஜில கேட்டுப் பாக்கியன். ஹாஸ்டல்ல நின்னு படிச்சா நல்லது, கொஞ்சம் கூடுதலாச் செலவாவும்".

"ஹாஸ்டல் வேண்டாம்... வீட்லருந்தே பெய்ப் படிச்சியன் பாதர்"

கிளாரா குறுக்கிட்டாள். "காலத்த ஏழு மணிக்கே வீட்லேண்டு கெளம்பணம்.... பஸ் ஏற ஒன்ரமைல் நடக்கணம்.. அந்திக்குச் காலேசு விட்டா இருட்டியதுக்கு மின்ன வீட்டுக்கு வரணம் பாத்துக்க.. முடியுமா?" பதில் சொல்ல முடியாது நின்றாள் அமலா. தாயோ "இவுளெ காலேசில படிச்ச வைச்சணன்னு அவிய ஆசெப்படுனம் சாமி.. எதுக்கும் அவியளுட்ட ஒரு வேளம் கேட்டிரியன் சாமி..."

"யோசிச்சி வையுங்க..... மார்க்கெப் பாத்தீண்டு செல்லியன்" என்றார் பங்குத்தந்தை. அந்த நாளுக்காக அவர்களின் காத்திருப்பு.

இரவில் பெருமழை. காலையில் விளைகள், வயல்கள், குளங்கள் எல்லாம் நீர் குடித்து, வயிறு வீங்கிக்கிடந்தன. இருப்பினும் விட்டபாடில்லை. காலையிலும் தொடர்ந்தது மழையின் பொசுங்கல். நிலத்தில் முத்திரை இட்டதுபோல் நடப்போரின் பாதச்சுவடுகள். வெளியே செல்வோர் தலையில் துணியைப் போட்டோ, பனையோலைத் துண்டுகளை வைத்தோ நடமாடினர்.

தெவ்வானை வயலில், மனுவேல் ஆசான் கிணறு பாதி நிரம்பியது. அது வயலின் நடுப்பகுதி ஓரத்தில் இருந்தது. கிணற்றின் அருகேயிருந்த வயல் வரப்பு ஒரு ஆளுக்கு மேல் உயரம். அதன்மேல் அடுத்த வயல். இரண்டு வயல்களுக்கும் இடையிலான வரப்பில் ஒருவர் நடந்து செல்லலாம். எதிரே இன்னொருவர் வந்தால், யாரேனும் ஒருவர் மேல்வயலில் ஒரு காலை ஊன்றி வழிவிடுவார். வரப்பிலிருந்து கிணற்றுக்கு இறங்கும் வகையில் மண்ணாலான படிகள். கால் மிதிக்கும் இடத்தில் சின்னச் சின்னக் கற்களை வைத்திருந்தார்கள்.

அமலா தண்ணீர் கோர, குடம், தோண்டியுடன் அந்த வரப்பில் நடந்து வந்தாள். படிகள் வழி இறங்கிய அவள் கிணற்றிலிருந்து தண்ணீர் கோரி குடத்தை நிரப்பினாள். இடது இடுப்பில் குடமும், வலது கையில் தோண்டியுமாக மேலே ஏறினாள். தலையில் ஒரு டவலைப் போட்டபடி வரப்பில் ஒரு ஆள் வருவது தெரிந்தது. அந்த ஆள் கடந்து போனபின்பு, வரப்பில் கால் வைக்கலாம் என்ற கணிப்பில் நிதானமாகக் கால் பெருவிரலை ஊன்றி, படிகளில் ஏறி நின்றாள். வந்த ஆள் சட்டென்று அவள் முன்பு குனிந்தான்....

வயலில் விழுந்து கிடந்தாள் அமலா. குடம் சில்லி சில்லியாக உடைந்துபோயிற்று. அவளது பாவாடை, சட்டையில் தொளி . சூல் கொண்டு நின்ற சம்பாப்பயிர்களின் பசுந்தாள்கள் அவள்

முகத்திலும் உடம்பிலும் அரம்போல் உரசின. எழும்ப முயன்றாள், கால்களும் இடுப்பும் வலித்தன.

எப்படி விழுந்தேன்? அந்தக் கணம் நினைவுக்கு வரவில்லை. கால்களை நொண்டியபடி கிணற்றுப்பக்கம் வந்தாள். உடம்பைக் கழுவினாள் ; பாதிக்குமேல் தொளி கரைந்து போயிற்று. உடம்போ சிலிர்த்து நடுங்கியது. சுற்றுமுற்றும் பார்த்தாள். யாரும் அவள் கண்ணில் படவில்லை.

அவள் நினைவு மீண்டு வந்து கொண்டிருந்தது. ‘நாங் மேல ஏறுன சமயம். குறுக்கே வந்த ஆளு வரப்பில குனிஞ்சான். யென் ரெண்டு தோள்லயும் கையெ வச்சாங். நாங் குதிச்சி வயல்ல விழுந்திருக்கன்...’

மேலே ஏறிவந்து தேடினாள். அமலாளின் கண்ணில் சிக்கவில்லை அவன். வெறுங்கையோடு அவள் வீட்டுக்கு வந்தாள். பாறையின்மேல் அமர்ந்து அழுது கொண்டிருந்தாள்.

“ஏன்ட்டி கரையிய?” அவள் அருகே சென்றாள் கிளாரா. நடந்தவற்றைச் சொன்னாள் அமலா . தீயாய்ச் சிவந்தன கிளாராவின் கண்கள். “அவென் கையெ ஒடிச்சி அடுப்பில வைச்சேல..... நான் கிளாரா இல்லட்டி. பெய் குளிச்சீண்டு வந்து துணியெ மாத்து.. ஒருத்தளுக்கிட்டயும் செல்லாத... அப்பனுக்கிட்டயும் அம்மைக்கிட்டயும் செல்லாண்டாம்”. அமலா துணியை மாற்றுவதற்குள், கிளாரா கடுங்காப்பி போட்டு அவள் கையில் கொடுத்தாள். அமலா குடித்தாள். “குட்டியே, நம்ம அத்தெ ஒருநாளு சென்னா கேக்குதியா’ இந்த ஆணாப் பெறந்தவனுவ.. சொந்த வூட்ல பொறந்தவியளெ விட்டுண்டு... ஊருல இருக்கிய பெண்ணுவள பெண்டாட்டியா நெனச்சுப் பாப்பானுவளாம்’ எந்தப் பெண்ணு மேலயும் கையெ வய்க்கப் பாத்தியப்பட்டவன் மாதிரி ஒரு திமிரு... வுடமாட்டென் ...” குமுறினாள் கிளாரா.

இரவு, இமைகளை மெல்ல மூடியதும், தூக்கத்தோடு சேர்ந்து குலை நடுங்கச் செய்த அந்தச் சம்பவமும் அமலாளின் கண்முன் வந்து அவளை அச்சுறுத்தியது. பீதியடைந்து எழுந்தாள் அமலா. விளக்கின் திரியைச் சற்று உயர்த்திச் சுவரில் சாய்ந்தாள். காலை மடக்கி, முட்டிமேல் தலையை வைத்து உறங்க முயற்சித்தாள். விளக்கு வெளிச்சத்தில் அவள் உருவ நிழல், பேருருவாகிச் சுவரில் விழுந்தது. அதைப்பார்த்துத் திடுக்கிட்ட அமலா, “அக்கா.. அக்கா” கிளாராளை எழுப்பினாள். “இன்னும் ஒறங்கேலியாட்டி?”

“பேடியாருக்கக்கா....!”

“என்னத்துக்கு பேடிச்சிய? நம்ம இயேசுவெ வேண்டிக்க....” சுவரில் தொங்கிய இயேசு படம் நோக்கி இருவரும் திரும்பினர். கிளாரா ‘பரலோகத்தில் இருக்கிற எங்கள் பிதாவே...’ மந்திரத்தைத் தொடங்கினாள். அமலா குரலும் இணைந்து செபித்தது. மந்திரம் முடிந்ததும், தன் கையை அவள் இடுப்பில் போட்டு ஒண்டிப் படுத்தாள் கிளாரா.

சில நாட்களில் இயல்பு நிலைக்கு வந்தாள் அமலா. ஆனாலும் பயம், அச்ச உணர்விலிருந்து அவள் முற்றிலும் வெளியேறிவிடவில்லை என்றே சொல்லலாம்.

எஸ்.எஸ்.எல்.சி. தேர்வு முடிவுகள் வெளிவரும் நாள். பல மாணவர்கள் பள்ளிக்குப் போயிருந்தார்கள். அமலா எண்களை எழுதி மைக்கேலிடம் கொடுத்து அனுப்பினாள். அவனும் வேறு சில மாணவர்களும் தினத்தந்தி பேப்பருக்காகக் காலை ஏழு மணிக்கே தெருவுக்கடையில் காத்திருந்தார்கள். பேப்பர் பார்த்தவர்களில் ஒருசிலர் தேர்ச்சிப் பெறவில்லை. அமலா தேர்ச்சிப் பெற்றிருந்தாள்.

பள்ளியில் சான்றிதழ் வழங்கினார்கள். இருபது பக்க நோட்டுபோல் இருந்தது அது. மேலே துணி அட்டை, உள்ளே ஒவ்வொரு பாடத்துக்கும் உரிய மதிப்பெண் சிவப்பு மையால் எழுதப்பட்டிருந்தது. மொத்தம் முந்நூற்று நாற்பத்து ஏழு மதிப்பெண் அமலாளுக்கு.

வீட்டில் மகிழ்ச்சி ஒளிர்ந்தது. சித்தப்பா, அத்தை வீடுகளுக்குச் சென்று சான்றிதழைக் காட்டி அமலா ஆசி பெற்றாள்.

தேர்ச்சிப் பெற்ற மாணவர்கள் நாயர் கடையிலிருந்து, பொட்டுக்கடலையும் அச்சுவெல்லமும் வாங்கிவந்தார்கள். இரண்டையும் கலந்து புளியமரத்தடி இளைஞர் கூட்டம் சாப்பிட்டது. அவர்களது வாய் சும்மா இருக்குமா? காலேஜுக்குப் போவது யார்? டைப்ரைட்டிங் படிப்பது யார்? வாத்தியார் டிரெய்னிங் போவது யார்? டுட்டோரியலுக்கு நடப்பது யார்? மண்வெட்டுவது யார்? என்று ஒவ்வொருவர் பெயரையும் மதிப்பெண்ணையும் சொல்லிக் கிண்டலடித்தார்கள்.

அமலாளின் வீட்டுக்கு வந்து, மைக்கேல் அவளைப் பாராட்டினான். அவன் இனிதான் எஸ்.எஸ்.எல்.சி. அவனது தந்தை

இறந்த பின்பு, ஒன்பது, பத்து வகுப்புகளுக்குக் அமலாளின் நோட்டுப் புத்தகங்களையே வாங்கிப்படித்தான். இப்போதும் அவளது நோட்டுகளை வாங்கிப்படித்தால் அதிக மதிப்பெண் கிடைக்கும் என்று நம்பினான்.

வசதி இல்லாதவர்கள் தமிழ், ஆங்கிலப்பாடங்களுக்கு மட்டுமே புத்தகம் வாங்குவார்கள். கணக்கு, சரித்திரம், பூகோளம் விஞ்ஞானப் பாடங்களுக்குப் புத்தகமோ, வழிகாட்டி நூலோ வாங்க மாட்டார்கள். வகுப்பில் ஆசிரியர் சொல்வதையும் கரும்பலகையில் எழுதுவதையும் நோட்டில் எழுதிப் படிப்பார்கள். அப்படிப் படித்துத்தான் அமலா இவ்வளவு மதிப்பெண் பெற்றிருந்தாள். அதனால் அமலா எழுதிப்படித்த நோட்டுகளை மைக்கேல் கேட்டிருந்தான். மைக்கேலுக்கு கணக்கு, விஞ்ஞான பாடப்புத்தகங்களை ஆசிரியர் ஜோசப் வாங்கி வைத்திருந்தார். அவன் அதிக மார்க் எடுக்க வேண்டும் என்பது அவரது ஆசை.

எல்லாவற்றையும் எடுத்து வைத்தாள் அமலா. அவற்றை ஒரு நாரில் கட்டிக்கொண்டே "தேங்ஸ் அக்கா" என்றான் மைக்கேல். அவன் பக்கத்தில் வந்த கிளாரா, "லே தம்பி... புளிய மரத்தடியில இருக்கிய பயலுவளோ, சீட்டுக் களிச்சியவனுவளோ, என்னெப் பத்தியோ, அமலாளப் பத்தியோ பேசினா.... ஒரு வேளம் விடாம வந்து செல்லணம் பாத்துக்க"

"ஓங் அக்கா" கிளம்பினான் மைக்கேல்.

பங்குத்தந்தை சிபாரிசில் அமலா ஹோலிகிராஸ் காலேஜில் பி.யு.சி. படிக்க ஏற்பாடாயிற்று. அமலாவுக்குப் பெரிய சந்தோசம். காலேஜுக்கு இடம் கிடைத்துவிட்டதால் மட்டும் அவள் சந்தோசப்படவில்லை. அப்பாவும் அக்காவும் சேர்ந்து, பல நிறங்களில், பாவாடை, ஜாக்கெட், தாவணி வாங்கித்தந்தார்களே என்பதாலும் அவளுக்குச் சந்தோசம். இதற்குக் காரணம் செந்தரை மாமா மரியதாஸ். நேசத்தின் அண்ணன். அங்கு ஒருநாள் அமலா போயிருந்தாள். அவரிடம் அமலா என்ன சொன்னாளோ தெரியாது. மரியதாசின் வற்புறுத்தலின் பேரில் தான் தங்கையாவும் கிளாராளும் சந்தைக்குப் போய் துணிகளை வாங்கிவந்தார்கள்.

அமலா காலேஜ் போவது அறிந்ததும் எலிசபெத்துக்கு மகிழ்ச்சி. ஆனாலும் ஏதோ ஒன்றை அவளுக்குச் சொல்ல நினைத்து, சொல்ல முடியாது தவித்தது மனசு. அருவையில் அவரது சித்தப்பா மகன் கபரியேல். எஸ். எஸ்.எல்.சி. முடித்த அவனை, நாகர்கோவில்

ஸ்காட் கிறிஸ்தவக் காலேஜில் சேர்த்தார் அவனது அப்பா. அங்கு அவன் பி.யு.சி. *(Pre University Course)* படித்துக் கொண்டிருந்தான்.

தமிழ் நாடெங்கும் இந்தித் திணிப்புக்கு எதிரான போராட்டம் வெடித்திருந்தது. நாகர்கோவில் மணிக்கூண்டுக்கு அருகே ஆயிரக்கணக்கானோர் அணிதிரண்டு நின்றனர். அங்கிருந்து கிறிஸ்டியன் காலேஜ்வரை மாணவர் கூட்டம்.

போலீசாரின் மிரட்டலுக்கோ, தடியடிக்கோ அடங்கவில்லை மாணவர்கள். "தமிழ் வாழ்க! இந்தி ஒழிக!" எனப் போட்ட முழக்கங்கள் ஆகாயத்தை அதிரவைத்தன.

ஆயுதப்படை போலீசார் வந்து இறங்கினர். சும்மாயிருக்குமா அவர்களது விரல்கள். துப்பாக்கியின் குதிரையை இழுக்க, சீறிப்பாய்ந்தன குண்டுகள். இரத்த வெள்ளத்தில் வீழ்ந்து துடித்தான் கபரியேல். 'கோ' எனச் சத்தமிட்டுக்கொண்டே கூடி நின்றவர்கள் சிதறி ஓடினர். செருப்புகள், பேனாக்கள், புத்தகங்கள், சட்டைகள், வேட்டிகள் ஆங்காங்கே பரவிக்கிடந்தன.

வீழ்ந்து கிடந்த கபரியேலைத் தூக்கி வேனில் போட்டார்கள். கோட்டாறு ஆஸ்பத்திரியில் கபிரியேல். அங்கு அவனது அப்பா, தம்பி, தங்கைகள் காத்துக்கிடந்தனர். அருவையைச் சேர்ந்த உறவினர்களும் வந்திருந்தனர். கபரியேல் உயிருடன் இருக்கிறானா, இல்லையா? எனத் தெரியாது அவர்கள் பதறிப்போயினர். நள்ளிரவில் ஒரு போலீஸ் இன்ஸ்பெக்டர் வந்து, கபரியேலின் அப்பாவை அழைத்துச்சென்றார்.

காலில் கட்டுப் போட்டபடி படுத்திருந்தான் கபரியேல். மயக்கம் தெளியாத நிலையில் இருந்தான். பக்கத்தில் வந்த நர்ஸ், "கால்ல இருந்த குண்டெ எடுத்திட்டினம்... பேடிச்சியதுக்கு ஒண்ணுமில்ல...." என்றார்.

மருத்துவர்கள் தீவிரச் சிகிச்சையளித்தும் புண் ஆறவே இல்லை. கடைசியில் காலை எடுத்துவிட்டு, செயற்கைக்காலைப் பொருத்தினார்கள். இதுவே எலிசபெத் மனத்தை உறுத்திக்-கொண்டிருந்தது. அதை அப்படியே விவரிக்காது "குட்டியே, என் சித்தப்பனுக்க மோன் கபரியேலுக்கு, இந்தி எதுப்புப் போராட்டத்தில காலே போச்சுது.... என்ன ஆனாலும் நீ ரோட்டுக்கு வந்து கொடி பிடிச்சிராத மக்கா!" என எச்சரித்தார்.

"இவளா.. சின்னம்மா... அவபாடுதான் அவளுக்கு. அடுத்தவியளப் பத்தியோ, நாட்டப்பத்தியோ கவலெப்படவே மாட்டா... நீ சங்கடப்படாத" சித்தியைச் சமாதானப்படுத்தினாள் கிளாரா.

முதலில், தினமும் வீட்டிலிருந்தே சென்றுவரத் தீர்மனித்திருந்த அமலா, இப்போது தயங்கினாள். கிணற்றடியில் ஏற்பட்ட கொடூரச் சம்பவத்தால் ஆண்கள்மேல் அவளுக்கு அச்சம். "பயந்தாங்கொள்ளி" என்று அவளைக் கிண்டலடித்தாள் கிளாரா. இதெல்லாம் தங்கையாவுக்குத் தெரியாது. பிள்ளைகள் இருவரும் ஒரே குரலில் சொன்னதால் அவளை ஹாஸ்டலில் சேர்த்துவிட்டார் தந்தை. அடுத்துவரும் செலவுகள் குறித்துச் சஞ்சலம்தான். இருப்பினும் அவருக்குச் சமாளித்துவிடலாம் என்ற நம்பிக்கையிருந்தது.

இந்நேரத்தில் கிளாராளைப் பற்றிய நினைவு தங்கையாவுக்கு. அவள் பள்ளிக்குப் போயிருந்தால், காலேஜ் படிப்பில் இரண்டு வருசம் முடித்திருப்பாள். என்ன செய்வது? பழைய காயம் இன்னும் ஆறாது அவர் நெஞ்சில் வலியைத் தந்தது. அதே வேளை அவர் மனத்தின் பலவீனமானப் பகுதியிலிருந்து ஒரு கேள்வியும் எழுந்தது. 'ஒரு பெண்ணெப் படிச்ச வச்சியதுக்கே இப்டி கஸ்டப்படிய. ரெண்டு பேரையும் படிச்ச வைச்ச என்ன செய்திருப்ப?' 'அதென்ன பெரிய கஸ்டம்? பாட்டத்துக்குப் பத்துப்பனை வேண்டி ஏறியிருப்பென்... மாசி மாசத்தில் பாண்டிக்குப் பனையேறப் போயிருப்பேன்...' என வீறாப்போடு மனத்துக்குப் பதிலளித்தார் தங்கையன்.

மீதி இளைஞர்களில் சிலர் ஊர்க்கதை பேசி, உல்லாசம் கண்டனர். கட்டாந்தரை புளியமரத்தடியே அவர்களின் நந்தவனமாக இருந்தது.

கையில் விரிந்திருந்த சீட்டுகளுடன் வட்டமாக ஆறுபேர். கட்டாந்தரை புளியமரத்தடியில் அவர்கள் ஆட்டம். அதை வேடிக்கை பார்க்கச் சிலர். இவர்களில் மைக்கேலும் ஒருவன். தற்பெருமை பேசுவதும் ஊர்க்கதை சொல்லுவதும் ஆட்டத்தின் மேளதாளங்கள். சேவியர் தொடங்கினான், "நம்ம எடத்திலேண்டு ஆரெல்லாம் காலேஜுக்குப் போவினம்?" வழக்கம்போல் ராஜைய்யன், "ஒரு பயலும் ஒரு குட்டியும்" என்றான். ஏதோ ஒன்றைச் சாதித்துவிட்ட மமதையில் அந்தக் குட்டி யாரு அமலாதானெ....' எனக் கேட்டான் சேவியர். பேச்சு அமலாளைச் சுற்றி வந்ததும் மைக்கேல் மெதுவாக நழுவினான். தொடர்ந்தான் சேவியர், "லே... அவ காலேஜுக்குப் போனாலும் நம்ம கோயில்ல

வந்துதானெ பூசெ பாக்கணும்... நம்மெ கொளத்திலதானெக் குளிச்சணும். நம்ம கெணத்திலண்டு தானே வெள்ளங்கோரணும்... பொறியில சிக்காமியா போயிருவா...?"

"இனுமே ஒன் கையில் சிக்கமாட்டால..... ஆஸ்டல்ல சேத்திருக்கினுமாம்....'

"எங்க சேத்தா என்னல... தொட்டா எலவம் பஞ்சு மாதிரி புஸ்சின்னு இருக்கில அவெ ஒடம்பு.. ஆகா.." சேவியர் வருணிக்கத் தொடங்கியதும் ராஜையன், "தொட்டுப் பாத்தவன் மாதிரி கதெ விடிய ..." எனக் கேட்டான். அதற்குள் இன்னொரு ஆட்டக்காரனான ஜார்ஜ் குறுக்கிட்டான். "கெணத்தங்கரையில் நடந்த கதெ ஒனக்குத் தெரியாதா?"

"எனக்குத் தெரியும்ல" கண்ணிமைக்கும் நேரத்தில் சேவியரின் முதுகைக் காலால் சவுட்டித் தள்ளினாள் கிளாரா. ஒரு கர்ணம் அடித்து அவன் விழுந்தான். படப்படப்போடு எழும்பிய அவன், "பெணெ... ஒன்னெ..." கையை ஓங்கினான். அவன் கையைப் பிடித்து ஒரு நொடியில் மணிக்கட்டைத் திருகி உடைத்தாள் கிளாரா.

"அய்யோ ... ஓ... ஓ... அம்மா .." அலறினான் சேவியர்.

ஆட்டக்காரர்களும் கூடி நின்றவர்களும் என்ன செய்வதென்று தெரியாது திகைத்தார்கள். சீறிக் கொப்பளித்துச் சிவந்து நின்ற கிளாராவின் முகத்தைப் பார்த்துப் பயந்தார்கள் என்றே சொல்லலாம். "லே தெம்மாடிப் பயல..... அவெ எனக்க தங்கச்சில... எம்பிடு பெரிய ஊச்சாளியாருந்தாலும் வுடமாட்டென்.. அப்பாவிப் பொண்ணுவளெத் தொட்டுக் கெடுக்கிலான்னு நெனச்சே ஆக்கத்தி எடுத்து நருநருன்னு அறுத்திருவென். ஒன் வீட்லயும் மூணு பெண்ணுவ இருக்கினம். ஓர்மிச்சி நடந்துக்க..." வலது கையை நீட்டி நீட்டிப் பேசினாள்.

அடங்கி நின்றால் ஆணாப்பெறந்தவனுக்கு அவமானம் அல்லவா? "ஆ.. சூ... உ..." தாங்க முடியாத நொம்பலத்துக் கிடையிலும் "பெணெ... ஒனக்கு நாசகாலம்.... என்ன செய்யியன் பாரு" மிரட்டிப் பார்த்தான். "லே.... வாலெச் சுருட்டீண்டு கெடந்துக்க. இல்ல இன்னும் வேண்டுவ..." எச்சரித்துவிட்டு வீராங்கனை போல் நடந்தாள் கிளாரா.

ஒன்பது

சேவியருக்கு மூன்று அக்காள்கள். இரண்டு தங்கைகள், அப்பா செபஸ்தியான் ஒரு நெசவாளி. அவருக்குச் சிவப்பு நிற உடம்பு. தொப்பைக்குக் கீழே மடித்துக்கட்டியிருக்கும் ஒரு முண்டு. முன்பக்கம் கசண்டி விழுந்த தலை. மீதியிருந்த முடிகள் கறுப்பும் வெள்ளையும் கலந்தவை.

வீட்டில் இரண்டு தறிகள். அவர் வாரத்தில் இரண்டு நாள் தறியில் இறங்கினால் அதிசயம். மற்ற நாட்களில் கள்ளோ, சாராயமோ குடித்துவிட்டு ஒரு கல்லில் அமர்வார். அந்த வழியே போவோரையும் வருவோரையும் ஏதேனும் ஒரு காரணம் சொல்லி கெட்ட வார்த்தைகளை மலம்போல் வீசிவிட்டு 'ஹஹ்... ஹஹ்.. ஹா' எனச் சிரிப்பார். ஆறாவதாக ஒரு பெண் குழந்தையைப் பிரசவித்தபோது மனைவி இறந்தார். அதன் பின்னும்கூட பிள்ளைகள் மீது அவர் அக்கறை காட்டவில்லை. வயதுக்கு வந்ததும் மூத்தவள் கமலம் தறியில் இறங்கினாள். அவளது வருமானமே தங்கைகளையும், தம்பியையும் பிழைக்கவைத்தது. இரண்டாவது மகள் ரெஞ்சிதம் வயதுக்கு வந்ததும் செபஸ்தியான், கமலத்திடம் "இந்தத் தறியில் தொங்கச்சியெ நெய்யச்செல்லு.... நான் கூலிக்கு நெய்யப்போறன்" என்று சொல்லிவிட்டுக் கிளம்பினார்.

இரண்டு தறிகளுக்கு ஓனராக இருந்துகொண்டு, உள்ளூரில் நெய்யத் தறி கேட்பது கேவலம் என்று கருதினார். அடுத்து நெசவு நடப்பது பரமன்கோணம் தெருவில். அங்கு முதலியார்கள் மிகுதி. முதலியார்களிடம் கூலிக்கு வேலை செய்வது கௌரவக் குறைச்சலாம். அதனால் கல்லடைக்குப் போனார். அங்கு நாடார்கள் மிகுதி. ஒவ்வொரு வீடும், பாறைகளுக்கும் கற்களுக்கும் நடுவேதான் கட்டப்பட்டிருக்கும் புளிய மரங்களும் பனைமரங்களுமே அவர்களுக்குக் காவல். சின்னப் பாறை ஒன்றின் மேல் ஒரு கிருஷ்ணன் கோயில் இருந்தது.

செபஸ்தியார் ஒரு வாரம் நெய்வார். அடுத்த பத்து நாட்கள் ஆளைக் காணாது. தறிக்குச் சொந்தக்காரர் "பத்துநாளா ஏன் வரேல?" எனக் கேட்பார். அதிலிருந்து தொடங்கும் வாக்குவாதம்; சண்டையிட்டு வெளியேறி விடுவார்.

சிலசமயம் போதையில் தறியில் இறங்கி படபட வென்று அடிப்பார் ஓடத்தை. ஊடையும் பாவும் அறுந்துவிடும்.

அப்படியே போட்டுவிட்டுச்சொல்லாமல் கொள்ளாமல் ஓடி விடுவார். அதனால் யாரும் அவருக்குத் தறி கொடுப்பதில்லை .

குடிக்க என்ன செய்வார்? முதலில் விளைகளில் நின்ற மரங்களை ஒவ்வொன்றாக விற்றார். பின்பு விளைகளையே விற்றுவிட்டார். எஞ்சியிருப்பது, வீடிருக்கும் இடமும், கோயில் பக்கத்தில் ஒரு கண்டமும்தான். அவை எப்போது வேண்டுமானாலும் விற்கப்படலாம்.

அன்று இனையம் துறையிலிருந்து மீன்களோடு வந்தார் செசிலி. வழியிலிருந்த ஒவ்வொரு ஊரிலும் "மீனு... மீனு" என்று கூவிக்கூவி விற்று, இங்கு வந்து சேரும்போது பாதி கூடையளவு மீனே இருந்தது. செபஸ்தியான் வந்தார், "யேய் செசிலி என்ன மீனு?"

"நொத்தோலியும் குதிப்பும் ருக்கு"

"ரெண்டனாய்க்கி குதிப்பு குடு..." நான்கு குதிப்புகளைக் கொடுத்தார் செசிலி. ஒவ்வொன்றும் பெரிதாக இருந்தது. மீனை வாங்கிய செபஸ்தியான் திரும்பி நடந்தார்...

"நாடாரெ, சக்கறம் குடும்" கேட்டார் செசிலி. "எங்க எடத்தில் மீனு விக்கியதுக்கு வாடெக இது. மூச்சுச் காட்டாத கூடெயெ எடுத்தீண்டு போயிரு" மிரட்டிவிட்டு "ஹஹ்.. ஹ... ஹ்... ஹா" தொப்பை குலுங்கச் சிரித்தார். அதற்குள் மீன் வாங்க ஒன்றிரண்டு ஆண்களும் பெண்களும் வந்தார்கள்.

"ஓய் செவுத்தியாரே... தொறயாளுக்குக் சக்கறத்தெக் குடும்" எனச் சொன்னார் ஒருவர்.

"யாருல நீ... அடத் தாயோளி மோன.. இந்த முக்குவச்சிக்கு வேண்டிப் பேசிய..... சோலியெப் பாத்தீண்டு போவெல" அவர்மீது கோவத்தைக் காட்டிவிட்டு மீண்டும் ஒரு சிரிப்புச் சிரித்தார். செசிலி விடவில்லை. "நாலு எடத்துக்குப் போணம் ஓய்.. சக்கறம் குடும்" கேட்டார். கூடி நின்றவர்களும் செசிலிக்கு ஆதரவாகப் பேசினார்கள். எல்லாரும் தன்னைக் குற்றவாளி ஆக்குவதுபோல் பேசுவதை உணர்ந்த அவருக்கு ஆத்திரம். வேகமாக வந்து பந்தை அடிப்பது போல் காலால் அடித்தார் கூடையை. அது உயரப்பறந்து பொத்தென்று கீழே விழுந்தது. மீனெல்லாம் ஆங்காங்கே சிதறிக்

கிடந்தன. நெத்திலி மீன்கள் இங்கொன்றும் அங்கொன்றுமாய் விழுந்திருந்தன. கோயிலைப் பார்த்து செசிலி , "அய்யோ..... என் பெழப்புப் போச்சுதே... அந்தோணியாரே... கேக்க மாட்டீரா?" புலம்பினார். அருகே நின்றவர்கள் மீன்களை ஒவ்வொன்றாய்ப் பொறுக்கிக் கூடையில் போட்டார்கள். விரைந்து வந்தார் பஞ்சாயத்து மெம்பர்.

"ஒம்ம மாதிரி ஆளுவ குடிச்சிண்டு மீனு விக்கியதுக்கு வாற தொறயாளுவளெ மீனு விக்கவிடாத வெரட்டினா.. கடப்பெறத்துக்கு யாவாரம் செய்யப்போற நம்மாளுவளெ முக்குவன்மாரு வெரட்டுவினம். பெறவு சாதிச் சண்டெதான்.." என்று அறிவுறுத்தி விட்டு, கொண்டு வந்திருந்த மீன்களுக்கான பணத்தை மொத்தமாகச் செசிலியிடம் கொடுத்தனுப்பினார். கூடி நின்றவர்கள் மீன்களைப் பங்கிட்டுக் கொண்டு, மெம்பருக்குக் காசு கொடுத்தனர்.

செபஸ்தியான் மீண்டும் "ஹஹ்.ஹ். ஹஹ்.. ஹா சிரித்தபடி வீட்டுக்கு நடந்தார்.

மூன்று நாட்கள்தான் ஆகியிருக்கும். கள் விற்பவர்களையும் குடிப்பவர்களையும் பிடிக்க போலீஸ் வந்தது. அவர்களைக் கண்டதும் குடித்திருந்த சிலர் விழுந்தடித்து ஓடினர். செபஸ்தியாரால் அவ்வளவு வேகமாக ஓட முடியவில்லை; பிடிபட்டார். பின்னால் கைகளைக் கட்டி நடத்திச்சென்றனர். தலைகுனிந்து சென்றார் செபஸ்தியான். ஊரார் சிலர், "ஆறு மாசம் ஜெயில்ல கெடக்கட்டும். பெறவாவது இவுனுக்குப் புத்தி வருதான்னு பாப்பெம்" என அவருக்குக் கேட்கும்படி பேசினர்.

அவர் பெற்ற பிள்ளைகள் மட்டும் பதற்றமடைந்தார்கள். அவர்களால் அப்படியே அவரை விட்டுவிடவோ, வெறுக்கவோ முடியவில்லை. கமலமும் ரெஞ்சிதமும் பஞ்சாயத்து மெம்பர் வீட்டுக்குப் போனார்கள். "அப்பென ஜாமீன்ல எடுக்கணம் மாமா" என்றாள் கமலம். அவரோ,

"என்னத்துக்கு வீணா அலயுதிய ... அவுரு ஜெயில்ல, கெடந்திண்டு வரட்டும்..... அது ஒங்ளுக்கு நல்லது பாத்துக்க...." என்றார். இரு பெண்களின் முகமும் வாடியது. மீண்டும் கமலம்,

"அஞ்சி பெண்ணுவ வீட்ல இருக்கியம். குடிகார அப்பனாவது ராத்ரி தொணய்க்குக் கெடந்திண்டு போட்டும் மாமா" சொன்னதும் இருவரும் கண்களைத் துடைத்துக்கொண்டனர்.

“இப்டிச் சென்னா நாங் என்ன செய்யியது மக்கா.... ஓங்க மொகத்துக்காவ போறென். ஜாமீன்ல எடுக்கியங்”

“இம்பிடு பைசாயும்தான் இருக்குது.... மிச்சத்தெ பெறவு தாறம் மாமா” கையிலிருந்த காசை நீட்டினாள் கமலம்.

“ஊகூம்.. வேண்டாம் மக்கா... நானே பாத்துக்களியன்” என்றார் அவர். மறுநாள் செபஸ்தியான் ஜாமீனில் வந்தார்.

கமலத்துக்கு வயது முப்பத்திரண்டு. ரெஞ்சிதத்துக்கு இருபத்து ஒன்பது. இருவரும் நெய்து கொண்டிருந்தார்கள். மூன்றாவது பெண்ணுக்கு வயது இருபத்தைந்து. அவள் தார் சுற்றுகிறாள். திருமண நாளுக்காக மூவரின் காத்திருப்பு.

ஓட்டன் வந்தார் “ஓய் செவுத்தியாரே.... ஒம்ம மூத்த மவுளுக்கு யேத்த ஒரு மாப்ளருக்கு. முடிச்சிருவமா?”

“இரும் ஓய்.... பேசுவம்” என்றார் செபஸ்தியான். திண்ணையில் அமர்ந்தார் ஓட்டன்.

மூன்று பெண்களும் மாப்பிள்ளை பற்றிய விவரங்களை அறிய, வேலை செய்வதுபோல் பாசாங்கு செய்தார்கள். காதுகளை மட்டும் நீட்டி திண்ணையில் போட்டிருந்தார்கள்.

“வீடு பொட்டக்குழி; ஜவுளி வியாபாரம் செய்யியான்; ஆளு சுத்தம். ஒரு பீடி, சிகரெட், கள்ளு, சாராயம் தொடவே மாட்டான். வஸ்துவளும் கொஞ்சம் உண்டு” என்றார் ஓட்டன். கொள்ளாம் இதெப் பேசி முடிக்கமாட்டாரா? என்று கமலத்துக்குள் ஒரு ஏக்கம். அக்காளுக்குக் கல்யாணமாயிட்டா அடுத்து எனுக்கு எனப் பூரிப்போடு கணக்கிட்டாள் ரஞ்சிதம். ஓட்டன் தொடர்ந்தார்.

“மொவுளுக்கு எம்பிடு உருப்படி போடுவிய? மாப்பிளய்க்கு கையில எம்பிடு பணம் குடுப்பிய?”

“பணமா? நான் எவுனுக்கும் காலணா குடுக்கமாட்டன் ஓய்... என் பெண்ணு வேணுமிங்கி.. எனக்கு ஆயிரம் ரூபா அவிய குடுக்கணம்... குடுப்பினுமா? கேட்டுச் செல்லும்”

“என்ன ஓய் நீரு பணம் கேக்கீரு...”

“என் பெண்ணு அம்பிடு சந்தமானவ ... சுத்தியிருக்கிய எடத்திலயெல்லாம் தேடிப்பாரும்.... இம்பிடு சந்தமான பெண்ணு கிட்டாது. தங்கம் ஓய் அம்பிடும் தங்கம். ஏதேசம் அறுவது ராத்தலு

தங்கத்தெத் தூக்கிக் குடுக்கியனெ... ஆயிரம் ரூபா சக்கறம் தரமாட்டினமா?" இதற்குப் பதில் சொல்லாது ஓடிவிட்டார் ஒட்டன்.

இப்படியே செபஸ்தியான் கேட்டுக்கேட்டு, வந்த சம்மந்தம் எல்லாம் நின்று போனது. 'இவரெல்லாம் அப்பனா... சொணெ கெட்ட மனுஷன்.... அவுரு சாவியதுவரை குடிச்சியதுக்கும், தின்னியதுக்கும் பணம் கிட்டணம். அதுக்கு நாங்க இந்தத் தறிக்குண்டில கெடந்து சாவணுமா?' முணுமுணுத்தாள் ரஞ்சிதம். 'இவுரெ நம்பி இந்த வயசுவரெஅக்கா நெய்ததே பாவம். இனி என்ன செய்வாளோ' தனக்குள் அனுதாபப்பட்டாள் மூன்றாவது பெண்.

கமலம் ஒன்பது மணிக்கெல்லாம் தறியில் இறங்குவாள். பதினொரு மணிக்குக் கரையேறுவாள். கஞ்சித்தெளிவோ, தண்ணீரோ குடித்துவிட்டு விளைக்குப் போவாள். வீட்டிலிருந்து மூன்று கண்டங்களுக்கு மேலே இருந்தது அவர்கள் விளை. அதில் பெரிதாக நின்ற மூன்று மரங்களைச் செபஸ்தியான் விற்றுவிட்டார். அதனால் இரண்டு சின்ன மாமரங்களும், அடர்த்தியான ஒரு * முந்திரி மரமும் மட்டுமே நின்றிருந்தன.

முந்திரியில் நின்ற காய்களை ஒவ்வொரு நாளும் பார்த்துச் செல்வாள் கமலம். சதுரக்கட்டங்கள் போலிருந்த அவற்றின் தோலில் பழுப்பேறியிருந்தது. அதைப்பாத்த அவள். "நீ வருசத்துக்கு ஒருக்கா பூக்கிய... காய்ச்சிய... பழுக்கிய... நாங் பதினாறு வருசமா... ஒவ்வொரு மாசமும் பூக்கியன்... இன்னும் இடுக்கிக் கட்டாத பனெ மரமாவே நிக்கியன்... யென் வெசர்ப்பும் ரத்தமும் சொட்டு சொட்டா எறங்கித் தறிக்குண்டு தொளிக்குண்டாவிப்போச்சி...." என்று கூறிவிட்டு, சோகத்தோடு பழத்தை முத்தமிட்டாள்.

அந்த விளைக்கு மேலே கோவில் பூமி. அதில் புதிதாகக் கட்டிய கோவில் முடிக்கும் தறுவாயில் இருந்தது. பழைய சாமியார் மாறிவிட்டார். அவருக்கிருந்த வயதான குசினிக்காரரும் அவருடன் போய்விட்டார். புதிதாக வந்த குசினிக்காரர் நடமாடினார்; இளைஞர் போல் தெரிந்தது. 'அவருக்கக் கண்ல நாங் பட்ருப்பனா?' உறுதி செய்ய முடியவில்லை. வருத்தத்தோடு திரும்பினாள் கமலம்.

மறுநாளும் அதே நேரத்துக்கு வந்தாள் கமலம். குசினியிலிருந்து கோயிலுக்குப் போய்க்கொண்டிருந்தார் குசினிக்காரர். போனவர்

---

* முந்திரி பழம் - சீதாப்பழம்

திரும்பி வருவார் என்ற நம்பிக்கையில் முந்திரிப்பழம் ஒன்றைப் பறித்துப் பிய்த்தாள். சுளைகள் வெள்ளையாய்க் குளுகுளுவென்றிருந்தன. வாயில் போட்டு மென்று கொட்டைகளைத் துப்பினாள். அவை கறுப்பு நிறத்தில் நீண்டிருந்தன.

கமலம் நினைத்தபடி அவர் வந்தார். எதேச்சையாக அவரது கண்களிலிருந்து வெளிப்பட்ட மின்னல் வீச்சு கமலத்தின் கண்களைக் கூசவைத்தது. இமைகளை மூடிமூடித் திறந்தாள். அவள் வாழ்வில் அதுவரை கண்டிராத புனிதத்தருணம் அதுவே. ஒரு புத்துணர்ச்சியோடு வீட்டுக்கு வந்தாள் கமலம்.

அடுத்த நாள் அதே நேரம். குசினியின் ஜன்னல் கம்பிகளிடையே இரண்டு கண்கள். அவற்றின் தேடல் புள்ளியில் முந்திரி மரம் அசைந்தது. ‘அந்தப் பெண் நிக்கியாளோ?’ சந்தேகத்தில் வெட்டுக்கத்தியுடன் வந்தார் குசினிக்காரர். வெளியே கிடந்த விறகின் கொம்புகளை வெட்டியபடியே பார்வைக் கணையால் முந்திரி மரத்தின் இலைகளை விலக்க முயன்றார்.

இலைகளுக்கிடையே இருந்து ஒரு பெண்ணுருவம் வெளிவந்தது. ஒருவரை ஒருவர் கண்டும், காணாததுபோல் அவர்களின் பாவனை. இருப்பினும் ஆளுக்கொரு புன்னகையைப் பறித்துச் சென்றனர்.

கண்கள், உதடுகள், சொற்கள் என்னும் முக்கடல் சங்கமத்தில் உதயமானது அவர்கள் காதல். குசினிக்காரரைச் சந்திக்கும் போதெல்லாம் கமலம் இலைகளைக் கடித்துத் துப்பித்துப்பி மொட்டையானது முந்திரிமரம். இனி அது தளிர்த்துப் பூக்கலாம்.

கோவில் பூசை முடிந்ததும், தங்கைகளை வீட்டுக்கு அனுப்பிவிட்டு, கமலம் மட்டும் வயதானவர்களோடு நின்றிருப்பாள். அது ரகசியம் காக்கும் தந்திரமாக இருக்கலாம். ஒருவேளை தங்கை அவரையோ, அவர் தங்கையையோ கவர்ந்து விடக்கூடாது என்னும் முன்னெச்சரிக்கையாகவும் இருக்கலாம். குசினிக்காரர் வந்ததும் நான்கு கண்கள் பேசும். உறிஞ்சத் துடிக்கும் அவன் உதடுகளின் அசைவுகளுக்கேற்ப, தன் உதடுகளை நாவினால் ஈரமாக்கிக் கொண்டு வீட்டுக்கு வருவாள்.

முந்திரி மரத்தை மொட்டையாக்கியதும், கோவில் வளாகத்தில் விழிகள் விளையாடுவதும் யாருக்கும் தெரியாத ரகசியம் என்று அவர்கள் நினைக்கலாம். ஊரார் இதுபோல் பல காதல்களைக் கண்டும் கேட்டும் கடந்தவர்கள். அவர்களால் சும்மா இருக்க முடியுமா? செய்தி பங்குச் சாமியாருக்குச் சென்றது.

சாமியார் இருவரையும் அழைத்துத் தனித்தனியாக விசாரித்தார். குசினிக்காரரிடம் பேசிய பிறகு கமலத்திடம் பேசினார். மாப்பிள்ளையின் தாய், தந்தை, உடன்பிறந்தவர்களிடம் விவரங்களைக் கூறினார். பின்பு குசினிக்காரருக்கு முப்பத்தெட்டு வயது என்பதையும், ஏற்கனவே திருமணமாகி மனைவியை இழந்தவர் என்பதையும் தெரிவித்தார். கமலமோ, "இதெல்லாம் ஆத்தியமே அவுரு செல்லிட்டாரு சாமி.. எனக்கு முழுச்சம்மதம்" என்றாள்.

"ரெம்ப சந்தோசம். நான் அவனுக்கிட்ட கல்யாண வேலையெப் பாக்கச் செல்லியன். ஆ.... வாற திங்களாச்ச வார்த்தெப்பாடு வச்சிர்லாம்.... கொப்பனுக்கிட்டச் செல்லு" அவளை ஆசீர்வதித்து அனுப்பினார் சாமியார்.

மகளுக்கு வார்த்தைப்பாடு என்பதைத் தெரிந்து கொண்டார் செபஸ்தியான். தனக்குத் தெரியாது கல்யாணப் பேச்சு நடந்தது பற்றி அவருக்குக் கவலையில்லை. தன்னுடைய போதை குறையாத ஜீவிதம் குறித்தே அவருக்குக் கவலை. சாமியார் இல்லாத நேரத்தில் குசினிக்குள் நுழைந்தார்.

"டேய் குசினிக்காரா... வாடா வெளியே" அவர் சத்தமிட்டதும், வெளியே வந்தார் குசினிக்காரர்.

"இஞ்ச பாருல... யென் கமலம் மாசத்துக்கு இருவது இருவத்தஞ்சி ரூவ சம்பாரிச்சிக்குடுக்கியா... அஞ்சு வருசத்துக்கு எம்பிடு வருமிண்ணு கணக்குப் போட்டுப்பாரு... நான் கொறவாத்தான் கேக்கியன். எனக்கு ஆயிரம் ரூவா குடுத்தீண்டு.. அவளெ நீ கட்டிக்க" தள்ளாடியபடி கூறினார். குசினிக்காரருக்கு ஒன்றும் புரியவில்லை. மகளின் கல்யாணச் செலவுக்குக் கேக்கியாரா? இல்லெ, எங்க தரப்பிலிருந்து உருப்படியும் பணமும் கேட்டிரப்பாதுன்ணு நாடகம் போடியாரா? எதுவாக இருந்தாலும் கமலத்திடம் பேசிக்கொள்ளலாம் என நிதானித்தார்.

"பெறவு நாங் வீட்டுக்கு வந்து பேசியன். இப்பப் போணம்"

"போறெங்.. ஆயிரம் பணம் குடுக்கேலிங்கி ஓங்க வார்த்தெப் பாடும் நடக்காது... கல்யாணமும் நடக்காது..... ஓர்மைல வச்சிக்க" எச்சரித்தார். அது குசினிக்காரருக்கு மனவருத்தத்தைத் தந்தது.

எங்கேயோ சுற்றிவிட்டு மத்தியானம் கஞ்சி குடிக்க வந்தார் செபஸ்தியான். மூன்றாவது பெண் ஒரு சட்டியில் கஞ்சியை ஊற்றி வைத்தாள்.

கமலம் ஒரு மூலையில் அமர்ந்து விம்மி விம்மி கண்ணீர் வடித்துக் கொண்டிருந்தாள். ரெஞ்சிதம் தொடங்கினாள்.

"அப்பா, குசினிக்காரர்கிட்ட பெய் என்னத்துக்குப் பணம் கேட்டீரு?"

"இவுளெ அவென் கட்டிண்டு போயிட்டா நான் எப்டி ஜீவிச்சியதுட்டி. யென் செலவுக்குப் பணம் வேண்டாமா? அதான் கேட்டென் .."

"அப்பொ ..... வஸ்துவயும் மரங்களையும் வித்துவித்துக் குடிச்ச மாதிரி எங்ளயும் வித்துவித்துக் குடிச்சணம்... இதானெ ஒம்ம நெனப்பு" என்றாள்.

செபஸ்தியான் "ஹ..ஹ்... ஹஹ் . ஹா" சிரித்தார். ரெஞ்சிதத்தின் பேச்சால் அப்பாவுக்கு ஆத்திரம் வரலாம் என ஊகித்த மூன்றாவது பெண், "அப்பா நாளெய்க்கு வார்த்தப்பாடு. மாப்பிளய்க்கு செயின் போடணுமாம். வாறவியளுக்கு சோறு குடுக்கணம்... நீருதான் எல்லா ஏற்பாடும் செய்யணம்"

"அதுக்கெல்லாம் எங்கிட்ட பணம் இல்லட்டி" பொறுப்பற்றவராய்ப் பேசினார் செபஸ்தியான். ரெஞ்சிதத்துக்கு எரிச்சல் வந்தது.

"இம்பிடு வருசமா ஒழக்கு அரியில வடிச்ச கஞ்சியும், அஞ்சாறு கெழங்குத்துண்டும் தின்னீண்டு நாங்க நெய்த முண்டுவளெ.... நீருதானே எடுத்தீண்டு பெய் வித்தீரு... அந்த பணமெல்லாம் எங்கெ?" ஒரு கொக்கியைப் போட்டாள். அதற்கு நேரடியாகப் பதில் சொல்ல முடியாத அவர்,

"பெணே, என்னெப் பிடிச்சி வச்சி கேள்வி கேக்குதியா? இப்ப நாங் கேக்கியன் பெண.. இண்ணு எனக்கு ஆயிரம் ரூவா குடுத்தா நாளெய்க்கு வார்த்தெப்பாடு நடத்தியங்.... என்ன செல்லுதிய" வியாபாரம் பேசினார்.

"எங்ககிட்ட ஏதுப்பா பணம்... ஒம்மவிட்டா எங்ளுக்கு யாரு இருக்கினம்? எப்டியாவது நடத்திக் குடுத்திருங்கப்பா" கெஞ்சினாள் மூன்றாவது பெண்.

"கையில இல்லீங்கி கடன் வேண்டிக்குடுங்க... ஹஹ்.ஹஹ்.. ஹா...." சிரித்தார் அப்பா. ரெஞ்சிதத்துக்குக் கோபம் பொத்துக்-கொண்டு வந்தது.

“ஓமக்குப் பொறந்ததுக்கு. ஒரு நாய்க்குப் பெறந்திருந்தாக்கூட நாலு எலும்புத்துண்டாவது கொண்டுவந்து போட்ருக்கும்”

கஞ்சிச்சட்டியை உதைத்துத் தள்ளினார் செபஸ்தியார். சட்டி உடைந்து பருக்கையும் கஞ்சியுமாய் தரையில் சிதறிக்கிடந்தன. கமலம் எழுந்தாள். கைகூப்பிக் கும்பிட்டபடி அவரிடம் வந்தாள்.

“அப்பா தேச்சியப்படாதயும்..... நாளெய்க்கு மின்ன நின்னு எல்லாத்தயும் நடத்திக்குடுக்கணம்” என வணங்கிக் காலைப் பிடித்தாள்.

“சொண கெட்டவன்ண்ணு நெனச்சியா என்னெ....? இவுளுவளெ எளக்கி விட்டுண்டு நீ கூளெக் கும்பிடு போடுதியா? எனக்குப் பணம் குடுக்கேல.... ஒனக்குக் கல்யாண எளவு முடியியதுக்கு மின்ன இந்த வீட்டுக்கே வரமாட்டென் பெணெ” ஆவேசத்தோடு வெளியேறினார் செபஸ்தியான்.

மறுநாள் பெண் வீட்டில் வார்த்தைப்பாடு; பங்குச்சாமியார் முன்னிலையில் நடந்தது. மணமக்கள் உறுதிமொழி எடுத்துக் கொண்டனர். கமலத்துக்கு மாப்பிள்ளை வீட்டார் மோதிரமும், மாப்பிள்ளைக்குப் பெண் வீட்டார் செயினும் கொடுத்தனர். அங்கேயே அவற்றை இருவரும் அணிந்து கொண்டனர். இரு தரப்பினரும் கூடிப்பேச, திருமண தேதி முடிவாயிற்று.

வந்திருந்தவர்களுக்கு முறுக்கும், கடுங்காப்பியும் பரிமாறப்பட்டது. அதற்கான ஏற்பாட்டைச் செய்தவர் கமலத்தின் பெரியப்பா. பஞ்சாயத்து மெம்பர், செயினை இரவலாக வாங்கிக் கொடுத்தார். கல்யாணம் முடிந்ததும் திருப்பிக்கொடுக்க வேண்டும். மாப்பிள்ளையும் அதற்கு ஒத்துக்கொண்டார். செபஸ்தியான் இல்லாமலே இந்த மங்கள நிகழ்ச்சி நடந்தது. அடுத்துத் திருமணம்.

செபஸ்தியான் ஊரில் இல்லை. தெரிந்த இடமெல்லாம் தேடிப் பார்த்தார்கள். எந்தத் தகவலும் இல்லை. மூன்று பெண்களும் பெரியப்பா வீட்டுக்கும், பஞ்சாயத்து மெம்பர் வீட்டுக்கும் போனார்கள். வார்த்தைப் பாட்டுக்கு அவர்கள் செய்த உதவிகளை நினைவுகூர்ந்த பெண்கள், கல்யாணத்தையும் நடத்தித் தரும்படி கேட்டுக்கொண்டார்கள். வேறு சிலர் உதவிகளையும் அவர்கள் நாடினார்கள்.

ஒருவர் மணப்பெண்ணுக்கு இரண்டு புடவைகள் கொடுத்தார். அவளது தங்கைகளுக்கும் தம்பிக்கும் இன்னொருவர் புதுத்துணிகளைக்

கொண்டு வந்தார். மாலை, சந்தனம், பன்னீர் வாங்கி வருவதாகக் கமலாவின் சிநேகிதி சொல்லியிருந்தாள்.

திருமணத்துக்கு முந்தின நாள் இரவு, வீட்டில் ஒரே ஒரு பெட்ரோமாக்ஸ் லைட். அதுவே திருமணம் என்பதற்கான அடையாளம். தகர விளக்கைப் பிடித்தபடி கமலம், நான்கு தங்கைகளையும் அழைத்துக்கொண்டு அடுக்களைக்குள் நுழைந்தாள். அடுப்புக்கு அருகேயிருந்த சுவரின் கீழேதோண்டினாள். ஒரு துணிப்பொதி கிடைத்தது; பிரித்துப் பார்த்தாள். ஒரு அட்டியல், மூன்று பாம்படம், இரண்டு வெள்ளிக்காப்புகள், இரண்டு கொலுசுகள் இருந்தன. கணவன், தனது நகைகளைப் பறித்து மதுவில் உருக்கிவிடுவான் என்ற பயத்தில் தாய் புதைத்து வைத்த பொக்கிஷம் அவை.

“இதான் அம்மைக்க உருப்படி; அஞ்சா பங்குவை” ரெஞ்சிதத்திடம் கொடுத்தாள் கமலம். ரெஞ்சிதமோ, அரையணா மொதலோ, ஒரு மஞ்சாடி பவுனோ கேக்காத மாப்பிள வீட்டுக்குப் போறவ நீ ... எல்லாத்தயும் நீயே போட்டுக்க அக்கா”.

“இல்ல ரெஞ்சிதம்..... அம்மெ பெத்த அஞ்சு பெண்ணுவளுக்கும் இதில பங்குண்டு” நினைவுபடுத்தினாள் கமலம்.

“எங்க பங்கெ ஒனக்குத் தாறொம் இந்நா” என்ற ரெஞ்சிதம் அட்டியலை எடுத்து, கமலம் கழுத்தில் போட்டாள். காப்பையும், கொலுசையும் கையில் கொடுத்து “போட்டுக்க” என்றாள்.

“இந்த அட்டியலெ மட்டும் போட்டுக்களியன். மிச்சம் இருக்கியது ஓங்ளுக்கு... எனக்குக் கெடச்ச மாதிரி மொதலும் உருப்படியும் வேண்டாம். பெண்ணு மட்டும் போருண்ணு செல்லிய மாப்பிள உங்ளுக்குக் கிட்டுமோ, கிட்டாதோ.... இந்தக் குண்டுலயே பூத்தி வச்சிருங்க” கமலம் உத்திரவிட்டாள் என்றே சொல்லலாம். உடனே இரண்டாவது தங்கை, “இல்லக்கா... ஒன் கையும் காலும் மூளியாக் கெடக்கு... இப்ப நீ போட்டுக்க.... கல்யாணம் முடிஞ்ச பெறவு வேணுமிங்கி காப்பெயும் கொலுசயும் கழத்திக்குடு... இஞ்ச பூத்தி வச்சிரியம்..” இதற்கு உடன்பட்டாள் கமலம். அதேசமயம் தங்கைகளின் பாசத்தை எண்ணிப்பூரித்த அவள், நான்கு பேரையும் தனித்தனியாகக் கட்டிப்பிடித்து நெற்றியில் முத்தமிட்டாள்.

கழுத்தில் ஒரு அட்டியல், கைகளில் வெள்ளிக்காப்புகள், கால்களில் கொலுசுகள், மணப்பெண்ணுக்கான ஒரு பொலிவு வந்தது கமலத்துக்கு.

மணநாள், காலையில் மணமகனும் உறவினர்களும் வந்தனர். அவர்களை வரவேற்க எதிர்மாலை சந்தனத்துடன் நின்றான் சேவியர். அவன் ஒன்பதாம் வகுப்புப்படிக்கும் மாணவன். தன் கையில் இருந்த மாலையை மாப்பிள்ளை கழுத்தில் போட்டு, மாப்பிள்ளை கழுத்தில் இருந்த மாலையைக் கழற்றிக்கொண்டான். மாப்பிள்ளை நெற்றியில் சந்தனப் பொட்டு வைத்து வலது கையைப் பிடித்து அழைத்துவர, கூட நின்றிருந்த ஒருவர் பன்னீர் தெளித்தார். மணமகன் நாற்காலியில் அமர, மற்றவர்கள் நின்றும், உட்கார்ந்தும் வேடிக்கை பார்த்தனர்.

மாப்பிள்ளையின் தங்கை, முகூர்த்தப்புடவை வைத்திருந்த பேழைப்பெட்டியோடு உள்ளே சென்றார். சற்று நேரத்தில் புடவை கட்டி வந்தாள் கமலம். எல்லாரும் கோவிலுக்குச் சென்றனர். திருமணம் இனிதே நிகழ்ந்தது.

வீட்டுக்கு வந்ததும் சோறும், வெட்டி முறிச்சான் கறியும் கலந்த சாப்பாடு. அதன் ருசிக்கும் செலவுக்கும் பொறுப்பாளி பஞ்சாயத்து மெம்பர். கல்யாணத்துக்கு உதவிய அனைவரையும் காலில் விழுந்து வணங்கி, வணங்கி விடைபெற்றாள் கமலம்.

மாலையில் வீடு காணும் சடங்கு. மாமியார் வீடு காணப்போவது வழக்கம். கமலத்துக்குத் தாயார் இல்லை. அதனால் பெரியம்மா சென்றார். ஒரு செம்புக்குடம், பித்தளைப்பானை, ஒரு நாருப்பெட்டி முறுக்கு, அரிசி, மரக்கறிகள் சுமந்து சென்றார்கள் மாப்பிள்ளை வீட்டுக்கு.

எல்லாரையும் மணமகன் வீட்டார் உபசரித்தனர். பின்பு மாப்பிள்ளைக்கும், அவருக்கு அண்ணன் தம்பி முறையுள்ள சொக்காரர்களுக்கும் சுருள் கொடுத்தார் பெரியப்பா. அதோடு முகூர்த்தப்புடவை கொண்டு வந்தப் பேழைப்பெட்டிக்காரிக்கு ஒரு மோதிரமும் கொடுத்தார். தகப்பனார் ஓடி விட்டாலும், இரக்கமிக்க ஊரார் கமலத்தின் திருமணத்தை நல்லவிதமாக நடத்திவைத்தனர்.

ஒரு தறியில் ரெஞ்சிதம். இன்னொரு தறியில் ஆளில்லை. மூன்றாவது பெண்ணுக்குத் தறியில் இறங்க விருப்பமில்லை. 'இந்த அப்பனுக்கு நெய்து கொடுப்பதைவிடப் பட்டினி கிடக்கிலாம்' என்பதே அவளது முடிவு.

ஒரு வாரம் கழித்து வந்தார் செபஸ்தியான். அவருடன் இன்னொருவரும் வந்திருந்தார். வந்தவர், தறியைச் சுற்றிப் பார்த்தார். "தறி நீரு கேட்ட வெலய்க்கு இல்ல ஓய்.. ஒரு நாப்பது

ரூபா தேறும்.... குடுக்கிறீரா?" எனக் கேட்டார். அப்போதுதான் அப்பா இதை விற்கப்போகிறார் என்று இரண்டு மகள்களுக்கும் புரிந்தது. தறியிலிருந்து 'படபட' வென எழுந்துவந்தாள் ரெஞ்சிதம். "ஓய் தறியெ நாங்க விய்க்கேல.... எனக்க தங்கச்சி நெய்வா" கண்டிப்பான குரலில் வந்தவரிடம் சொன்னாள்.

"இல்ல ஓய்.. இவ சிம்மா செல்லியா" என்று வந்தவரைச் சமாதானப்படுத்த முயன்றார் செபஸ்தியான். தொடர்ந்து அவரே "ரூவாயெ எடும் ஓய்" அவசரப்படுத்தினார். வந்தவர், பணத்தை எடுக்க மடியை அவிழ்த்தார்.

"இஞ்சபாரும்... நீரு வேண்டினா.. ஒரு துரும்பெக்கூட எடுக்க விடமாட்டம்... தொறப்பா எடுத்துதாங் அடிப்பம்... இஷ்டமா?" எச்சரித்தாள் ரெஞ்சிதம். அப்படியே மடியைச் சுருட்டிச் சொருகிவிட்டு, நடையைக் கட்டினார் வந்தவர்.

கோவத்தோடு கிளம்பிய செபஸ்தியான் குடித்துவிட்டு வந்தார். அரைமணி நேரம் கெட்ட வார்த்தைகளின் ஒலிபரப்பு. கேட்க சகிக்காமல் இரு பெண்களும், காதையும் மூக்கையும் பொத்திக்கொண்டனர்.

மறுநாள் ரெஞ்சிதம், தங்கையிடம் "குட்டியே தெனமும் ஒரு மொளமோ, ரெண்டு மொளமோ நெய்து பாரு..... இல்லீங்கி... கொப்பன் இதயும் தரமாட்டான்"

"முடியாதுக்கா.... தாரு சித்தணம்... வெள்ளங் கோரப் போணம்... கஞ்சி வச்சணம்... முடியாதுக்கா..."

"மூத்தப்பனுக்கிட்ட தறிக்கு ஆளு பாக்கச் செல்லிருக்கியங். ஒரு ஆளு வாறதுவரெ நெய்.... வந்தப்பெறவு நீ ஒன் சோலியெப் பாரு" அறிவுறுத்தினாள் ரெஞ்சிதம். தங்கையும் ஒத்துக்கொண்டு, நேரம் கிடைக்கும்போது தறியில் இறங்கி நெய்துவந்தாள்.

நாட்கள் ரெஞ்சிதத்தின் பருவ உணர்ச்சிகளைக் கொந்தளிக்க வைத்துக்கொண்டே கடந்தன. முன்பு இருந்தது போலல்ல; அக்காளின் திருமணத்துக்குப் பின்பு, ஒவ்வொரு இரவும் ரெஞ்சிதத்துக்கு கொடூரமானதாக இருந்தது. கமலத்துக்கு முப்பத்து மூன்று வயதில் திருமணம். ரெஞ்சிதத்துக்கு வயது முப்பதைத் தாண்டிவிட்டது. அடிவயிற்றில் சிலிர்த்து உச்சந்தலை வரைக்கும் கிளர்ச்சி செய்யும் விரகதாபம் அவளைப் பாடாய்ப்படுத்தியது. குளிர்ச்சியில் ஊறியிருந்த அவளது தேகம் வெப்பத்தில் தகித்தது.

'அக்கா இப்டி அவஸ்தைப்பட்டுத்தான் ரெண்டாம்தாரம் ஆனா என்ன? இவராவது கிட்டினாரேன்ணு குசினிக்காரரை கட்டிக்கிட்டாளோ? அவ கல்யாணத்துக்குப் பஞ்சாயத்து மெம்பரு மூத்தப்பன்ணு உதவி கேட்டோம். எனக்கு ஒரு மாப்பிள பாருங்க'ன்ணு நான் யாரிட்ட போய்க் கேக்கியது? எனக்கிண்ணு ஒருத்தன் பிறந்திருப்பானே, அவன் எப்ப வருவான். தேடி வந்தா அவனெ விட்டு வைப்பானா யெங் அப்பங்? வெரட்டிவெரட்டி அடிப்பானே!' இப்படியெல்லாம் நினைத்து நொந்துபோனாள் ரெஞ்சிதம். ஆறு மாதங்கள் கடந்தன.

ரெஞ்சிதத்தின் பெரியப்பா, தறிக்குச் சின்னப்பன் என்பவரை ஏற்பாடு செய்தார். அவர் சொந்தக்காரர்தான். மதுரை செல்லூரில் மூன்றாண்டுகள் தறி நெய்தவர்; மூத்த தங்கையின் திருமணத்துக்காக வந்திருந்தார். அவளுக்காகப் பணத்தைச் சேர்த்தாரே தவிர தன் உடம்பைக் கவனிக்கவில்லை. மெலிந்து போயிற்று அவரது உடம்பு. அப்பா, அம்மா, தங்கைகள் இங்கேயே ஒரு தறி பார்க்கச் சொன்னார்கள். அதனால் ரெஞ்சிதம் வீட்டுக்கு வந்தார்.

கமலம் நெய்த தறியில் சின்னப்பன் இறங்கினார். அவர்களின் வீட்டு வாசலில் ஏறினால், வலப்பக்கத்தில் சின்னப்பன்; இடப்பக்கத்தில் ரெஞ்சிதம். சில நேரங்களில் ஊர்க்கதை பேசியும், சிலநேரங்களில் ஒருவரையொருவர் பார்த்துப் புன்னகைத்தும் ஓடங்களை அடித்தனர்.

தறியை விற்க முடியவில்லையே என்ற வருத்தம் இப்போது செபஸ்தியானுக்கு இல்லை. சின்னப்பன் நெய்ய வந்ததில் அவருக்கு உள்ளூர மகிழ்ச்சிதான். வீட்டின் வரவு செலவுகள் பழையபடி தன் கைவழிதான் நடக்கும் என்பதால் கண்டு கொள்ளாமல் விட்டார்.

அன்று ரெஞ்சிதத்தின் தறியில் இரண்டு நூலிழைகள் அறுந்துவிட்டன. தறியில் நின்றபடியே சின்னப்பனிடம் அவற்றைப் பிணைக்கச் சொன்னாள் ரெஞ்சிதம். அவன் அச்சின் உள்ளே அறுந்த நூலையும், வெளியே அறுந்துகிடந்த நூலையும் எச்சில் தடவி முறுக்கிவிட்டான். அப்போது அச்சின் குறுக்கே கிடந்தது அவனது கை. அந்தக் கையின் மேல் தன் இரு கைகளையும் மடக்கி வைத்து, தலையைச் சாய்த்தாள் ரெஞ்சிதம். அவள் உதடுகள் சின்னப்பன் கையை நனைத்திருக்கக்கூடும்.

"ஏன் ரஞ்சிதம் காலத்த பழஞ்சி குடிச்சேலியா?" கேட்டபடி அவளது முக நாடியைப் பிடித்து, முகத்தை நிமிர்த்திவிட்டான்

சின்னப்பன். எழுந்து அடுக்களைக்குப் போனாள் ரெஞ்சிதம்; நெளிவு குடித்துவிட்டு மீண்டும் தறியில் இறங்கினாள்.

மூன்று நாள் கழித்துச் சின்னப்பன், தார் சுற்றும் ரெஞ்சிதத்தின் தங்கையிடம், "குட்டியே... குடிக்க ஒரு கிண்ணி வெள்ளம் கொண்டா ?" எனக் கேட்டான். அதற்குள் ரெஞ்சிதம் "நீ தாரு சித்துட்டி.... நாங் கொண்டு வாறங்" எழுந்து போய் ஒரு சட்டியில் எடுத்து வந்தாள். தங்கையின் பார்வையை மறைக்கும் விதத்தில் குனிந்து நின்று சட்டியை அவனது வாயில் வைத்தாள். "குடியும் ஓய்" ஒரு ரகசியம்போல் கூறினாள். குடித்ததும் சட்டியை வாங்கும்போது, தனது இரு கைகளாலும் அவன் கன்னங்களைத் தடவிவிட்டாள்.

அவர்கள் பேசியது குறைவு; தொட்டுக்கொண்டதே அதிகம். தார் சுற்றும் தங்கை குளிக்கச் செல்லும் நேரமே இவர்களுக்கானது. ஒருவரை ஒருவர் கவ்விக்கொண்டு அடுக்களைக்குள் நுழைவார்கள்; கதவைச் சாத்தியதும் வெளிச்சம் ஓடிவிடும்.

கல்யாணம் பற்றியோ, பின்விளைவுகள் பற்றியோ, எதிர்காலம் பற்றியோ அவர்கள் பேசியதில்லை . 'நீ ஆண், நான் பெண்; நான் ஆண், நீ பெண்' என்ற மயக்கத்தில் பிணைந்து கிடந்தார்கள்.

இயற்கை அதன் விதிகளுக்குள் விளையாடியது. புணர்ச்சியின் பொக்கிஷத்தைக் கருப்பைக்குள் வைத்தது. ரெஞ்சிதத்தின் உதிரத்தை உள்ளிழுத்துக்கொண்டது. இதை அவள் உணர்ந்தாள். 'இதிலண்டு எப்டித் தப்பப்போற? இதயம் துரித கதியில் துடித்துக் கூக்குரலிட்டது.

கலைத்துவிடலாமா? இந்த யோசனைக்கு அவளது சிந்தனையில் அப்போது மிகச் சிறிய இடமே இருந்தது. சிந்தனையின் பெரும் பகுதியைச் சுகந்தேடலே ஆக்கிரமித்திருந்தது. கிடைத்துக்கொண்டிருக்கும் உறவின் உச்சங்களை இழக்க அவளுக்கு இஷ்டமில்லை. எவ்வளவு முடியுமோ அவ்வளவு; எதுவரை நீளுமோ அதுவரை எனச் சபலம் இழுத்துச்சென்றது.

சின்னப்பன் திடீரென்று நெய்ய வருவதை நிறுத்தினான். 'நாளைக்கு வருவான், நாளைக்கு வருவான்' என்று எதிர்பார்த்துக் காத்திருந்தாள் ரெஞ்சிதம். அவன் வரவேயில்லை.

'நாங் கர்ப்பமாகியிருப்பது அவனுக்குத் தெரிஞ்சிருக்குமோ?' இந்தச் சந்தேகம் வந்த பின்புதான் வயிற்றைத் தடவிப்பார்த்தாள். ஒருவித மினுமினுப்போடு கொஞ்சம் ஊதியிருந்தது. 'இதுதான்

காட்டிக்கொடுத்திருக்கும்; அதாங் அவென் வரேல' என ஊகித்துக் கொண்டாள். மற்றவர்களுக்கும் வயிறு காட்டிக் கொடுத்துவிடக் கூடாது என்ற கரிசனத்தில் துணியால் வயிற்றை இறுக்கக் கட்டிக் கொண்டு கோயிலுக்கும் குளிக்கவும் சென்றாள்.

இப்போதுதான் அவள் மூளை நிதானத்துக்கு வர ஆரம்பித்தது. அவனுக்கும் தனக்குமான சொந்தத்தை எண்ணிப் பார்த்தாள். சின்னப்பன் தூரத்துச் சொந்தமான ஒரு பெரியப்பாவின் மகன். முப்பத்தைந்து வயதாகியும் இரு தங்கைகளின் திருமணத்தை நடத்திய பிறகுதான் தனக்குத் திருமணம் என்ற வைராக்கியத்தோடு உழைப்பவன். இப்படியிருந்தும் வேறு வழியறியாது அவனைத் தேடிப்போனாள் ரெஞ்சிதம்.

சின்னப்பனின் தாயாரும் தங்கைகளும் வீட்டிலிருந்தனர். அவன் மதுரைக்குப் போய்விட்டதாகக் கூறினாள் தாய். "விலாசமிருக்கா"

"போன பெறவு அவனுக்கிட்டண்டு எந்த எழூத்தும் வரேல ரெஞ்சிதம்.... யேன் மக்கா... அவனுக்குக் கூடுதலாச் சக்கறம் குடுத்தியளா?"

"இல்ல மூத்தம்மா.. யேன் நெய்ய வரேலண்ணு... கேட்டுண்டு போலான்னு வந்தெங்..." திரும்பினாள் ரெஞ்சிதம். 'சின்னப்பன் தன்னைத் திருமணம் செய்து கொள்வான்' என எதிர்பார்த்து, ரெஞ்சிதம் அவனைத் தேடிச்செல்லவில்லை; வயிற்றில் இருப்பதைக் கலைக்க ஒரு வழியையாவது சொல்வானே என்ற நம்பிக்கையில் தேடிச் சென்றாள். இனி வேறு யாரிடம் உதவி கேட்பது? எப்படிக் கேட்பது? குழம்பினாள்.

பக்கத்து வீட்டுப் பெரியம்மாவிடம் பேச்சுக்கொடுத்தாள் ரெஞ்சிதம். "தெருவுக்கடேலண்டு நம்ம கோவிலுக்கு வாற யெங் சினேகிதி ஒருத்தி கர்ப்பமாயிட்டா.... வீட்டுக்குத் தெரியாத கலச்சிரணன்னு சென்னா.... மூத்தம்மைக்கு தெரிஞ்சதில யாராவது இருக்கினுமா?" கேட்டுப்பார்த்தாள்.

"அய்யோ.... அது கொலெ பாதகமாச்சே..... கடவுள்கூட மன்னிச்சமாட்டாரெ... தெருவுக்கடையில அவ யாரு மவ? அவளெக் கெடுத்தவன் யாரு? அவன் ஏன் கட்டமாட்டேன்னு சென்னான். இது அவ அப்பனுக்கும் அம்மைக்கும் தெரியுமா?" எனக் கேள்வி மேல் கேள்வி கேட்டார் பெரியம்மா. இதற்கெல்லாம் எப்படிப் பதில் சொல்வது? "ஞாயிறாச்ச அவ கோவிலுக்கு வாற

சமயத்தில் கேட்டுச் செல்லியன் மூத்தம்மா" எனச் சாதுரியமாகப் பின்வாங்கினாள் ரெஞ்சிதம்.

அடுத்து, அக்காளிடம் சரணடையலாமா? என யோசித்தாள். அக்கா, மச்சானிடம் சொல்வாள். இருவரும் மூத்தம்மா கேட்ட கேள்விகளைவிடக் கூடுதலாகக்கூடக் கேட்கலாம். ஒருவேளை கலைக்கக் கூடியவர்களை ஏற்பாடு செய்யலாம். 'குழந்தை வளர்ந்து விட்டது; கலைக்க முடியாது என்று அவர்கள் திரும்பி அனுப்பிவிட்டால்.. அதையும் மீறி கலைக்கும் நேரத்தில் என் உயிர் போய்விட்டால்... என் வீட்டுக்கும் சின்னப்பன் வீட்டுக்கும் பொல்லாத சண்டை நடக்கும். ஊரே கலவரப்படும்... அந்த யோசனையைக் கைவிட்டாள் என்றே கருதலாம். கள்ளன் களவாடிண்டு போய் பதினைந்து நாளு கழிந்து அந்த வீட்டு நாய் குரைத்தது போலாயிற்று அவள் கதை. வயிற்றைத் தடவித்தடவி விரக்தியோடு சிரித்தாள் ரெஞ்சிதம்.

அன்று இரவு குடித்துவிட்டு வந்த செபஸ்தியான், சாப்பிட உட்கார்ந்தார். "ஹஹ்.... ஹஹ்... ஹா" சிரித்தார். அதன் தொனி வழக்கமாக இருந்ததைவிட சற்றுக் கோரமாக இருந்தது. ரெஞ்சிதத்துக்குச் சந்தேகம். 'எனக்கு வந்திருக்கும் ஆபத்தை நினைத்துத்தான் சிரித்தாரோ? அல்லது ஒரு தறி காலியாகிவிட்டது; அதை விற்றுக் காசாக்கலாம் என்று சிரித்தாரோ? என் கர்ப்பத்திற்கும், தறி காலியானதுக்கும் சம்மந்தம் இருக்கிறதே..... அதனால் இரண்டுக்கும் சேர்த்தே சிரித்திருப்பார் நாளை அவரால் சிரிக்க முடியுமா? ஒருவேளை சிரிக்கலாம். இல்லை அழாமலே அடங்கிவிடலாம்.'

அச்சத்தாலும் கலக்கத்தாலும் அவள் நெஞ்சக்கூடு வெடித்து விடும்போல் இருந்தது. அடுக்களை இருட்டில் எதையோ தேடினாள். என்ன கிடைத்ததோ? அநேகமாக இந்நேரம் ரெஞ்சிதம் உறங்கியிருப்பாள்.

காலையில் செபஸ்தியான் வீட்டில் ஒப்பாரிச்சத்தம். சேவியரும், அக்கா, தங்கைகளும் உடல்மேல் விழுந்து கதறிக்கதறி அழுதனர். ஊரார் வீட்டில் வந்து கூடிவிட்டார்கள். எல்லாரும் துக்கத்தின் நிழல்களாய் நடமாடினர். ஒரு மரணம்? யார் நரம்பில் மரணநதி ஓடியதோ? ரெஞ்சிதம் குருதியிலா? ஆம்.... செத்து விட்டாள் ரெஞ்சிதம். அவள் விஷம் குடித்ததாகத் தெரியவந்தது.

கூடியவர்களில் சிலர், செபஸ்தியானையே குற்றவாளியாக்கினர். "இவன் குடிச்சிக் குடும்பத்தெச் சீரழிச்சேலிங்கி... இவெ செத்திருப்பாளா?" என்ற கேள்வியை ஒரு கடப்பாரையைப்போல் செபஸ்தியான் காதில் சொருகினார்கள்.

தற்கொலை செய்தவருக்குக் கோயில் சிமித்தேரியில் இடமில்லை. அதனால் கோவில் பூமிக்கு அருகேயிருந்த தங்கள் விளையில் அடக்கினார்கள். இறந்துபோன இந்த இரண்டு ஆத்துமாக்களும் மோட்சத்தில் சேர, பூஜையோ, பிரார்த்தனையோ செய்யப்படவில்லை. காரணம் துர்மரணமாம்.

அன்று இரவு 'ஹஹ்.. ஹஹ்.. ஹா' என்ற சிரிப்பொலி உரத்த குரலில் ஊர் முழுக்கக் கேட்டது. சாராயக்குப்பியைச் சரித்துக் குடித்துக் கொண்டிருந்த செபஸ்தியான் மீண்டும் இரண்டு முறை சத்தமாகச் சிரித்தார். அவ்வளவுதான் போதையில் மயங்கி மல்லாந்து படுத்துக்கிடந்தார்.

ரெஞ்சிதத்தின் மரணம் என்னவகை ஞானத்தைக் கொடுத்ததோ தெரியாது. மறுநாள் தறியில் இறங்கி நெய்யத் தொடங்கினார் செபஸ்தியான். இன்னொரு தறியில் மூன்றாவது மகள். அன்றிலிருந்து அவர் குடிக்கவேயில்லை . மத்தியானக் கஞ்சி, இரவு உணவு எதுவானாலும் தினமும் மக்களைச் சாப்பிட வைத்த பின்பேதான் சாப்பிட்டார். வெற்றுடம்பில் நடமாடிய அவர் இப்போது சட்டை போட்டுக்கொள்ளத் தவறுவதில்லை. வெள்ளையும் கறுப்புமாய் அவர் முகத்தில் வளர்ந்தது தாடி.

ரெஞ்சிதம் இறக்கும்போது சேவியர் பத்தாம் வகுப்பு. அடுத்த ஆண்டு எஸ்.எஸ்.எல்.சி எழுதினான். கணக்குப் பாடத்தில் தோல்வி. மீண்டும் எல்லாப் பாடங்களையும் படித்து எழுத டுட்டோரியலுக்குப் போனான். ஊரிலிருந்து கேரளத்துக்குப் போய் கொத்துவேலை செய்வோர் சிலர் கிறிஸ்துமஸ் கொண்டாட வந்திருந்தனர். திரும்பிப்போகும்போது அவர்களுடன் சென்றுவிட்டான் சேவியர். இப்போது ஊர்த்திருவிழாவுக்கு வந்தான்; இன்னும் கேரளத்துக்குத் திரும்பவில்லை. அமலா மீது அவனுக்கு ஆசை இருந்தது ஓரிரு இளைஞர்களுக்குத் தெரியும்.

இந்தச் சம்பவம் ஊரில் பலவிதங்களில் பேசப்பட்டது. குளிக்கப்போன இரண்டு பெண்கள், துணி அலவிக்கொண்டே வக்கீல்கள்போல் வாதிட்டனர். ஒருத்தி, "இந்தக் கிளாரா

பெண்ணுக்கக் கொழுப்பெப் பாத்தியா.... நம்ம சேவியருக்க மணிக்கட்டெ ஒடெச்சிருக்கா...."

உடனே அடுத்த பெண்மணி "பின்னெ வெள்ளங் கோரப்போன பெண்ணுமேல கையெ வச்சா... சிம்மா விட்ருவினுமா? இஷ்டமில்லாதவளெ தொடப்பாதுன்னு இந்த நாய்க்குப் பொறந்தவனுக்குத் தெரியாதா? "

"என்ன இருந்தாலும் ஒரு ஆணாப் பொறந்தவனெ அவெ அடிச்சிருக்கப்பாது பாத்துக்க..."

"அப்ப அவென் செய்தது கொள்ளாம். கிளாரா செய்தது குத்தம்... ம். இருந்தீண்டு போட்டும். ஒனக்கு ஒரு தங்கச்சி இருகியால்ல....?"

"ஓங்"

"சேவியரெக் கண்டா... ஒன் தொங்கச்சி விளிச்சாள்னு செல்லியன்"

"பெணே! என்ன வேளம் சென்ன?"

"வெப்பிராளம் பிடிச்சிதில்ல ஒனக்கு..... சாமானத்தெ மூடிண்டு சிம்மா இரு"

அவ்வளவுதான். இருவரும் மௌன விரதம் இருப்பவர்போல் குளித்துவிட்டு, வீட்டுக்குச் சென்றனர். இதுபோன்ற விவாதம் பலரிடம் நடந்தது. அதன்பின்பு சேவியரின் பெரியப்பா மகள் கனகம் களத்தில் இறங்கினாள்.

பத்து

“**கோ**விலிலிருந்து கிளாராவும் லீலாவும் வெளியே வந்தனர். கிளாராளை ஏற இறங்கப் பார்த்த கனகம்,

“ஏன் லீலா... கிளாரா ஒன் கிளாசில தானெ படிச்சா?”

“ஓங்... அக்கா.. யேங் கேக்கிய?”

“இஞ்ச வாகுட்டி..” மெல்ல அழைத்த கனகம், கிளாராளை விட்டு நான்கு ஐந்து அடி தள்ளி அவளைக் கூட்டி வந்தாள். பின்பு,

“இப்டி நெடுநெடுன்னு வளந்திருக்காளெ...! ஜெம்பரப் போல ஒரு சட்டயெ மாத்திரம் போட்டுண்டு..... வீட்ல கெடக்கிய சூத்திரத்தியள மாதிரி மொலெயக் காட்டீண்டு நடக்கியா .... ஒரு சாரி உடுக்கச் செல்லமாட்டியா?”

“அவெ இன்னும் பிராயம் ஆவேலியாம் அக்கா”

“பிராயம் ஆவேலியா? அடடா... ஆத்தியம் அவெ பெண்ணு தானான்னு அவெ அம்மைக்கிட்ட அவித்துப் பாக்கச் செல்லணும் பாத்துக்க...”

“என்னக்கா செல்லிய?”

“அவெ ஆணா பெண்ணாண்ணே தெரியேலியே குட்டி..... நான் ஒம்பதாம் கிளாஸ் படிக்கச்சில ஒரு பயன் பெண்ணா மாறிட்டான்.. அப்பதான் எங்க சாரு சென்னாரு... இப்டி லட்சத்தில ஒருத்தரு ஆணாப் பெறந்து பெண்ணா மாறுவினுமாம்... பெண்ணாப்பெறந்து ஆணா மாறினவியளும் உண்டாம். அந்த மாதிரி இவ அலியா இருந்தாலும் இருப்பா...”

“நீ செல்லியதெக் கேக்க பேடியாருக்குக்கா... நாங் போறேங்”

கனகத்தின் சூது கலந்த பேச்சுகள் கிளாரா காதில் விழுந்ததும், வேதனைத்தீ மூண்டெழுந்து அவள் மேனியைப் பற்றி எரித்தது. வெறும் எலும்புக்கூடாய் வீட்டுக்கு வந்தாள். அவள் பெண்ணா, அலியா? என்ற கேள்வி ஒரே காற்றில் ஊரார் மூச்சில் கலந்தது.

இப்போது, அமலாளைச் சேவியர் தொட்டதும் சேவியரின் மணிக்கட்டைக் கிளாரா உடைத்ததும் பின்னுக்குப் போய்விட்டது. கிளாரா ஆணா, பெண்ணா? என்ற விவாதமே முன்னுக்கு வந்தது. அதுவே எல்லார் நாவிலும் சுழி போட்டிருந்தது. போகும்போதும்

வரும்போதும், அவளது நடை, உடை, பாவனைகளைக் கணக்கிட்டு, அவள் அலி என்பதற்கே கூடுதல் மார்க் போட்டுக் கொண்டிருந்தார்கள்.

இவற்றைத் தாங்கிக்க முடியாத கிளாரா, கண்ணாடி எடுத்துத் தன் அழகிய முகத்தை ஒருமுறை பார்த்தாள். அருவருப்பாக இருந்தது; கண்ணாடியைத் தூக்கியெறிந்தாள். முகமெங்கும் கோபத்தின் கொந்தளிப்பு. ஒரு இடத்தில் நிலைகொள்ளவில்லை அவளது மனமும் உடலும். ஓடிப்போய் பாறையில் உட்கார்ந்தாள்; வெடுக்கென்று வந்து திண்ணைச் சுவரில் சாய்ந்தாள். திடுக்கிட்டு எழுந்து வேப்பமரத்தடியில் அமர்ந்தாள்.

மீண்டும் ஒரு முறை கண்ணாடியை எடுத்து உச்சந்தலையிலிருந்து உள்ளங்கால்வரை ஒவ்வொரு உறுப்பாய்ப் பார்த்தாள். அவற்றை அவளால் ஏற்க முடியவில்லை. ‘இதெல்லாம் இருந்து என்ன பிரயோசனம்,’ ஓடிச்சென்று ஆக்கத்தி எடுத்து வந்தாள். தன் வாய், மூக்கு, மார்பு, வயிறு, தொடை எல்லாவற்றையும் வெட்டித்தள்ள எத்தனித்தாள். அந்தத் தீவிர முடிவுக்கு இடையே... அமலா பிராயமான நாளில் அத்தை சொன்னதை மூளை நினைவுபடுத்தியது. ‘இருபது, இருபத்திரெண்டு வயசில பிராயமான பெண்ணுவ கூட இருக்கினம். ஆத்திரப்படாத.. உன்னைக் கொண்டாட ஒருநாளு காத்தீண்டிருக்கு.’

ஆனாலும் அவள் ஆத்திரம் அடங்கத் தாமதித்தது. அதற்குள் ஆக்கத்தியின் மரப்பிடியால் தன் பருவம் மிளிரும் பகுதிகளை இடித்து இடித்து அடக்கிக்கொண்டாள் ஆத்திரத்தை. மிஞ்சியது நீண்ட வலி மட்டுமே. அந்த வலியோடு படுத்துக்கிடந்தாள்.

தங்கையாவும் சந்தேகப்படத் தொடங்கினார். மனைவியிடம் சொல்ல வாய்வரை வரும் வார்த்தைகள், நசுங்கிப் பின்வாங்கி தொண்டையில் சிக்கிக்கொள்ளும். கிளாரா பெண்ணே இல்லியா? வீட்டை விட்டு ஓடிருவாளோ என்ற பரானம் இழுப்பைவிடப் பெருவலியில் நேசத்தைத் துடிக்கவைத்தது.

பகலில் சூரியனை வழிமறித்தன கதவுகள். இரவில் வெளிச்சத்தை விற்றன விளக்குகள். இருபத்து நான்கு மணி நேரமும் இருட்டின் கைதியாய் வீடு.

கிளாராளுக்கா இப்படி ஒரு நிலை. அவள் வெளியே வரமாட்டாளா? இந்த ஆட்டத்தில் கனகம் வெற்றிபெற இயற்கை அனுமதிக்குமா?

மாசி மாதம், இளவேனில் இதமானக் காற்றை வீசியது. இலையுதிர்ந்து நின்ற மரங்களெல்லாம் தளிர்த்து, பச்சை மகுடத்தைச் சூட்டிக்கொண்டன. அவற்றில் பதிக்கப்பட்ட நவரத்தினங்களாய் மொட்டுகளும் பூக்களும் மின்னின.

அந்தியில் சூரிய அணையின் மதகு திறந்தது; அதிலிருந்து ரத்தப் பாய்ச்சல். வானமெங்கும் சிவப்புக்கட்டிகள் சிதறிக்கிடந்தன. அதைப் பார்த்ததும் மொட்டவிழ்ந்தன பிச்சிப்பூக்கள். அவற்றின் வாசம் கோபுரத்தில் ஏறி கோயில் மணியின் நாக்கை அசைத்தது. அதன் ஓசையலை ஒரு நற்செய்தியை ஏந்திச்சென்றது.

எலிசபெத், புஸ்பம், ரபேக்கா உட்பட ஊர்ப்பெண்கள் ஒவ்வொருவராய் வரத் தொடங்கினார்கள். ஒரு கருப்பட்டியை உடைத்து, துண்டு துண்டாக்கி அலுமினியத் தட்டில் வைத்தார் தங்கையா. கடைக்குப் போய் வெற்றிலை, பாக்கு, புகையிலை, பீடிகள் வாங்கிவந்து திண்ணையில் வைத்தான் மைக்கேல். வந்தவர்கள் மென்றும் புகைத்தும் தங்கள் மகிழ்ச்சியைப் பரிமாறிக்கொண்டனர்.

விளக்கு ஏற்றாமலே வெளிச்சத்தை வாங்கியிருந்தது வீடு. அவ்வளவு பிரகாசம் கிளாரா முகத்தில். ஆம் அவள் பூப்படைந்தாள்.

எலிசபெத், புஸ்பா, நேசம் மூவரும் முக்கோணமாயினர். புஸ்பா தொடங்கினார். "மயினி, கிளாரா சடங்கெ செலவு வச்சி, பிரம்மாதமா நடத்தணும்" கேட்க மகிழ்ச்சியாக இருந்தாலும் நேசத்துக்குத் தயக்கம். சம்பாதிக்கும் பணத்தை அமலாளின் படிப்பு விழுங்கிக் கொண்டிருந்தது. கையில் காசு இல்லை. அதனால் "செய்யிலாம் மயினி .... அதுக்குக் கையில...."

"பணம் வேணும் அம்பிடுதானெ... அதெப் பாக்கிலாம் அக்கா... நீ அமலாளுக்குச் செய்த மாதிரி வீட்டு மட்டத்தோட விட்டுட்டா..... நம்ம எடத்தில் உள்ளவிய கிளாரா சடங்கானதயே நம்ப மாட்டினம் பாத்துக்க" என்றார் எலிசபெத். அவருக்கு ஆதரவாகத் தனக்கு நொம்பலத்தைத் தந்து கொண்டிருந்த ஒரு காரியத்தை முன்வைத்தார் புஸ்பா. "ஓங்களெ, இவ பாவாடெயெ அவித்துப் பாக்கச் சென்னாயில்ல கனகம்.. அவெ வந்து கிளாராளெப் பாக்கணும் மயினி ... நம்ம மக்களெப் பத்தி தப்பா... ஒரு வேளம் கூட இனுமெ எவளும் செல்லப்பாது... செலவு வச்சே ஆவுணம் மயினி"

அதோடு நிற்காது. எலிசபெத்தும் புஷ்பமும் தங்கையாவிடமும் நேசத்தின் அண்ணன் மரியதாசிடமும் வந்து வற்புறுத்திப் பேசினார்கள்.

வாசலில் வந்து நின்றாள் அமலா. அவள் இப்போது பி.எஸ்.சி. கணக்குப் படிக்கிறாள்; ஆண்டு இறுதித் தேர்வு நெருங்கிக் கொண்டிருந்தது. ஆனாலும் வழக்கம்போல் சனி, ஞாயிறு விடுமுறை. "வா அமலா... நல்ல நேரத்லதாங் வந்திருக்கே... இரு...." என்று மாமா சொன்னதை அவள் காதில் வாங்கிக்கொண்டதாகத் தெரியவில்லை . "மாமா... அவுளுக்குத் தெருட்டு எடுத்தா.. எனுக்கும் எடுக்கணம்" பனங்காய் விழுந்ததுபோல் பொத்தென்று ஒரு போடு போட்டாள் அமலா. இதற்குப் பதில் சொல்லி, மச்சினன் மாட்டி விடக்கூடாது என நினைத்த தங்கையா, "நீ பிராயமாவி நாலு வருசமாச்சி... இப்ப தெரட்டு எடுத்தா... சிரிப்பினம் மக்கா...."

"அப்ப அவெதான் ஒங்ளுக்குப் பெறந்தவளா? என்னெ எங்கண்டு வேண்டினிய?"

"வெப்பிராளப்படாத மக்கா..... ஒன் படிப்புக்கு எம்பிடு சக்கறம் செலவு செய்யியம். கிளாராளுக்குத் தெரட்டு எடுக்க வழிமறிச்சான் மாதிரி நீயே குறுக்கே நின்னா... எப்டி மக்கா.....? வேணுமிங்கி.... அவுளுக்குக் கிட்டிய உருப்படியில பாதியெ நீ எடுத்துக்க...." என்றார் தங்கையா.

பாதி கிடைக்கிறதே என்ற திருப்தியில் ஒருவாறு அமைதியடைந்தாள் அமலா. அவள் ஆதங்கம் நியாயமானதாக இருக்கலாம். ஆனால் அன்றிருந்த சூழ்நிலைக்கும், இன்றைய நிலைக்கும் வேறுபாடு உண்டு. அதை அமலா முழுமையாகத் தெரிந்திருக்கவில்லை. அடுத்த ஞாயிறு தெருட்டு என்று முடிவாயிற்று.

மறுநாள் எஸ்.எஸ்.எல்.சி. தேர்வு முடிவு வெளிவந்தது. ஐரேணிபுரம் பள்ளியில் மார்க் பட்டியலும், டி.சியும் வாங்க மாணவர் கூட்டம். பெண்கள் பள்ளியில் பத்து மணிக்கே சான்றிதழ்கள் கொடுக்கத் தொடங்கினார்கள். ஆண்கள் பள்ளியில் சற்றுத் தாமதமாயிற்று. அதனால் மைக்கேலால் வெளியே வரமுடியவில்லை. சசிகலாவுக்குச் சீக்கிரம் கிடைத்தது. சசிகலா வந்ததும், "போவாம்" என்றார் தந்தை சந்திரன் நாயர். மைக்கேலைப் பார்க்க வேண்டும் என்ற ஆசையில் சிநேகிதிகளோடு பேசிப்பேசி நேரத்தைக் கடத்தினாள் சசி. என்னை விடக் குறைவாகத்தான் மைக்கேல் மார்க் வாங்கியிருப்பான். எனது மார்க்கை

அவனிடம் காட்டிப் பெருமையடிக்கலாம்' என்ற எண்ணமும் உள்ளுக்குள் இருந்தது.

மைக்கேல் வெளியே வந்தான். சசிகலாவைக் கண்டதும் அவனுக்கு மகிழ்ச்சி. அவள் அருகே சென்ற மைக்கேல், "ஒனக்கு எம்பிடு மார்க்?"

"இந்நா... நோக்கிக்கோ ..." சான்றிதழை அவனது கையில் கொடுத்தாள். பார்த்து வியப்படைந்த மைக்கேல், "ஆ. முன்னூற்றி ஐம்பதோ... ஆ.. சசி..... நீ டாக்டராவிருவ!"

"மிக்கேலு... ஆத்தியம் நாமெல்லாம் நல்ல மனுஷராவணம்... பின்னீடு டாக்டரோ, கலெக்டரோ ஆவாம்..." எனச் சொல்லிக்கொண்டே மைக்கேலின் சான்றிதழை வாங்கிப் பார்த்தாள்.

"அய்.... யோ.. என்றே ஈஸ்வரா! நானூற்றி இருபதோ!..." சசியின் முகத்தில் ஒருவிதப் பயம் படர்ந்தது. இந்தப் பாவப்பட்ட மைக்கேலுக்கு தன்னைப்போல் படிப்பு வராது என்றே எண்ணியிருந்தாள். மார்க், சசியை விட மைக்கேல் கெட்டிக்காரன் என்றே காட்டியது.

"மைக்கேல்... நீ தன்னெ டாக்டராவும்"

"இல்ல சசி. நீயும் நானும் மனுஷராயால் மதி" என்றான் மைக்கேல். அதற்குள் இரு நண்பர்கள் மைக்கேலைச் சூழ்ந்து கொண்டார்கள்.

மைக்கேலின் அறிவையும் படிப்பையும் நினைத்து, பிரமித்துக்கொண்டே சந்திரபிள்ளையுடன் நடந்தாள் சசி. இருவரும் பஸ் நிறுத்தத்தில் நின்றனர். அங்கிருந்து பஸ் ஏறி, கருங்கலில் இறங்கி, கருங்கலிலிருந்து தேங்காய்ப்பட்டணம் பஸ்சைப் பிடித்து, வீட்டுத் திருப்பத்தில் இறங்கி நடப்பதே நாயரின் எண்ணம்.

"மைக்கேல் வருகிறானா?" பள்ளிப்பாதையில் ஜல்லிக்கற்களுக்கிடையே பரிதவித்துக் கிடந்தன சசியின் கண்கள். 'அய்யோ .... பஸ்சில் கேற அவன்ற கையில் பைசா உண்டாந்து சோதிச்சில்லல்லோ....' என அவள் தவிப்பதற்குள் பஸ் வந்தது.

அப்பாவை முதலில் ஏறச்சொல்லிவிட்டு, திரும்பிய அவளது கருவிழிகளுக்குள் மைக்கேல் வருவது தெரிந்தது.

சசிகலாவைக் கண்டதும் பஸ்சைப் பார்த்து ஓடினான் அவன். கம்பியைப் பிடித்து, படிக்கட்டில் கால் வைத்தபோது, ஒரு

சூரியகாந்திப் பூவாய் மலர்ந்து, மைக்கேலை நோக்கித் திரும்பியது சசியின் முகம். பஸ்சின் இருக்கையோ சசிகலாவைச் சுமந்து சென்றது. சசிகலாவின் இதயமோ மைக்கேலைச் சுமந்துசென்றது.

சான்றிதழ்களோடு மைக்கேல் தன் வீட்டுக்கு வரவில்லை. ஆசிரியர் ஜோசப் வீட்டுக்குச் சென்றான். அவரும் மனைவியும் அவனை வரவேற்றனர். வியர்க்க வியர்க்க வந்து நின்ற மைக்கேலுக்குத் தண்ணீர் கொடுத்தார் ஜோசப்பின் மனைவி டெய்சி. இருவருக்கும் மூன்று குழந்தைகள். மார்க்கு எழுதப்பட்டிருந்த பக்கத்தை விரித்து, ஆசிரியர் கையில் கொடுத்து விட்டுத் தண்ணீர்ச் செம்பை வாங்கினான் மைக்கேல். அண்ணாந்து வாய்க்குள் தண்ணீரை விடுவதற்குள், "மிக்கேலு.... மிக்கேலு.... நீ சாதிச்சிட்டேல... சாதிச்சிட்ட" சத்தமிட்டுக் குதூகலித்தபடி அவனைக் கட்டிப்பிடித்தார் ஜோசப். அடுத்த கணமே தன் கையிலிருந்த சான்றிதழை மனைவியிடம் கொடுத்தார். அவரும் பார்த்துவிட்டு, "பிள்ளே நீ மகா கெட்டிக்காரன் டேய் .... ஸ்கூல் பஸ்டா ?"

"இல்ல... ஸ்கூல் செகண்ட்" எனச் சொன்ன பின்புதான், அவர்களின் கொண்டாட்டம் குறைந்தது. மைக்கேலால் தண்ணீர் குடிக்க முடிந்தது. அப்படியே இருவரின் கால்களிலும் விழுந்தான் மைக்கேல். இது ஆசிரியருக்குச் சிறு கோபத்தைத் தந்திருக்கும். அவர்,

"இது என்னப் பழக்கம்... எழும்புல..... காலில விழியது

அடிமேங்க ஆச்சாரம்..... கடவுளுக்க மின்ன விழலாம்

தப்பில்ல... வேற எந்த மனுசங்கக் கால்லயும் விழப்பாது.

அது சாமியாருந்தாலும் சரி; மந்திரியாருந்தாலும் சரி...."

"சரி சார்" என நிமிர்ந்து, தவறு செய்தவன்போல் தடுமாறிய மைக்கேல், "பிள்ளய எங்க சார்? முட்டாய் குடுக்கணம்"

"அவிய அம்மும்மா வீட்டுக்குப் போயிருக்கினம்... தந்திட்டுப்போ வந்த பெறவு குடுக்கியம்"

ஆசிரியர் மனைவி இரண்டு வட்டில்களில் சாப்பாடு வைத்தார். சோறு, உப்பும் மஞ்சளும் போட்டு மயக்கிய மரச்சீனிக்கிழங்கு, கீரிச்சாளை, கூடவே ஒரு அவியல் கூட்டு. வாசனை மூக்கைத் துளைத்தது. தான் வருவதை எதிர்பார்த்து அவர்கள்

சமைத்திருப்பதுபோல் அவனுக்குத் தோன்றியது. மயக்கின கிழங்கில் மீன் குழம்பை ஊற்றி, விரவித்தின்றால், அது தனி ருசி. அப்படித்தான் தின்றான் மைக்கேல்.

அவன் கை கழுவ வந்ததும் ஆசிரியர், "எந்தக் காலேஜுக்குப் போறதா உத்தேசம்?"

"காலேஜுக்குப் போனா நாலு அஞ்சு வருசம் படிக்கணம் சார். செணம் நாலு பைசா சம்பாரிச்சிய மாதிரி ஏதோ ஒண்ணு படிச்சா மதி சார்.. டீச்சர் டிரயினிங் கெடைச்சுமா சார்?'

பதில் சொல்லவில்லை ஆசிரியர். அவன்மீது கோபம்தான் வந்தது. அவன் வீட்டு நிலைமையை எண்ணியபோது வருத்தமாகவும் இருந்தது. ஆனாலும்

"இந்த மார்க்குக்குக் காலேஜுக்குப் போணம் டேய்... இல்லீங்கி காலேஜுக்கே அவமானம்..."

"வேண்டாம் சார்...... அம்மெய்க்கும் அக்கா, தங்கச்சியளுக்கும் ... தெனமும் ஒரு நேரமாவது சோறு குடுக்கிய மாதிரி உத்தியோகம் கெடச்சா போரும் சார்..... டீச்சர் டிரயினிங் படிச்சா... செணம் வேலெ கெடச்சிருண்ணு செல்லினம் சார்.."

"செல்லுவினம்.... செல்லுவினம்.... ஆத்தியம் நீ வீட்டுக்குப்போ .... வாற ஞாறாச்ச.. நாங்க ரெண்டு பேரும் வாறம்.... கொம்மய்க்கிட்ட பேசி முடிவு செய்லாம்"

"தேங்ஸ்... நான் போறேங் சார்"

"நில்லுடே" சொல்லியபடி ஒரு துணிப்பையுடன் வந்தார் ஆசிரியரின் மனைவி. "இதில காய்ச்சிக்காக் கெழங்கிருக்கு. அவிச்சித் தின்னுங்க" பையை மைக்கேல் கையில் கொடுத்தார்.

மைக்கேல் வீட்டுக்கு வரும்போது, அம்மா திண்ணையில் அமர்ந்திருந்தார்; தங்கைகள் புளி மரத்தடியில் விளையாடிக் கொண்டிருந்தனர். "மோன .... எங் செல்ல மோன" என நெகிழ்ந்து மைக்கேல் நெற்றியில் முத்தமிட்டார். அதைப்பார்த்த இரண்டு தங்கைகளும் ஓடோடி வந்தார்கள்.

மைக்கேல் உட்கார்ந்து சான்றிதழைத் தாயின் மடியில் விரித்து வைத்தான். அதற்குள் இரண்டு தங்கைகளும் மைக்கேலின் முதுகுப்பக்கம் சூழ்ந்தனர். மூத்தவள் ஏஞ்சல், அவன் தலைமுடியைக் கோதினாள். கடைக்குட்டி அவனது இரண்டு தோள்களையும்

பிடித்துக்கொண்டாள். ஒவ்வொரு பாடத்துக்கும் கிடைத்த மதிப்பெண் எவ்வளவு என்று விரலை வைத்துக் காட்டிக்காட்டிச் சொன்னான் மைக்கேல்.

அதைப் பார்த்த மூத்தவள் ஏஞ்சல், "எங்களுக்கெல்லாம் செவப்பில வரஞ்சா.... பெயிலின்னு செல்லினம்.... ஒனக்கு எல்லாத்தயும் செவப்பிலயே எழுதியிருக்கினம்... நானூற்றி இருவது மார்க்கெடுத்து பாசானேன்னு செல்லிய"

"நீயும் பதினொண்ணு படிச்சி முடிச்சா உனக்கும் இப்டி எழுதிக்குடுப்பினம்" செல்லமாகச் சொல்லிவிட்டு தங்கைகளுக்கு மிட்டாய் கொடுத்தான் மைக்கேல். அதை வாயில் போட்டு இருவரும் நுணைத்தனர். மைக்கேல் தன் கையிலிருந்த பையை அம்மாவிடம் கொடுத்து "காய்ச்சிக்கா கெழங்கும்மா.... அவிச்சிக்குடு" என்றான். உள்ளே போன தாய் இன்னொரு பையுடன் வந்தார். "மோன இந்நா" என அவனிடம் கொடுத்துவிட்டு அடுக்களைக்குச் சென்றார்.

பையில் இருந்ததை எடுத்துப்பார்த்ததும் மைக்கேலுக்கு ஆச்சரியமாக இருந்தது. அம்மா எவ்வளவு உன்னிப்பாக என்னைக் கவனிக்கிறார். மீசை கறுக்கத் தொடங்கியுள்ளது. நெற்றியிலும், கன்னங்களிலும் இரண்டு, மூன்று பருக்கள் முளைத்திருப்பது, அதுவரை 'லே', என்றும், 'டேய்' என்றும் விளித்த மூத்தவர்கள். 'ஓய்!' என விளிக்கத் தொடங்கியிருப்பது - இதேல்லாம் பார்த்த அம்மா 'தன் மகன் வளர்ந்துவிட்டான்; இளைஞனாகிவிட்டான்' என அறிந்து கொண்டாள். இன்னும் அவன் நிக்கர் போடுவது அழகு தராது என நினைத்து வேட்டியும், முழுக்கைச் சட்டையும் வாங்கியிருந்தாள்.

இவற்றை இன்று உடுத்தலாமா, ஒரு வாரம் கடந்து உடுத்தலாமா? என மைக்கேல் யோசிப்பதற்குள் கிளாராவும் அமலாவும் வந்தனர். தன்னிடமிருந்து புத்தகம், நோட்டுகள் வாங்கிப்படித்து நானூறுக்குமேல் மதிப்பெண் வாங்கியிருப்பதில் அமலாவுக்கு மகிழ்ச்சிதான். அதே நேரம் தன்னை விட அதிகமாக மார்க்கு வாங்கிவிட்டானே என்ற ஒரு சின்னப்பொறாமையும் அவளுக்கிருந்தது. ஆனாலும்,

"நம்ம எடத்திலண்டு சருக்கெப் பள்ளியில படிச்சவியள்ல நீதாம்ல கூடுதல் மார்க் வேண்டிருக்க...." எனப் பாராட்டினாள். கிளாராவோ, "காலேஜுக்குப் பெய் நல்லாப் படிச்சி நம்ம

ஜில்லாவுக்கே நீ கலெக்டரா வரணும்லே...” என வாழ்த்தினாள்.

இருவரும் சொன்னதைக் கேட்ட தாயின் இமைகளிலிருந்து சில நீர்த்துளிகள் உதிர்ந்தன. அவை என்னென்ன நினைத்து கண்களின் உள்ளிருந்து ஊறியிருக்கும்? இவ்வளவு மார்க் வாங்கிய மகனைப் பார்க்க தந்தை இல்லையே என்ற வருத்தத்தில் ஒரு துளி ஊறியிருக்கலாம். இனி அக்காளையும் தங்கைகளையும் வாழவைப்பான் என்ற நம்பிக்கையில் ஒரு துளி ஊறியிருக்கலாம். கடைசி காலத்தில் தனக்குச் சோறு போடுவான் என்ற உறுதியில் ஒரு துளி ஊறியிருக்கலாம். இந்தக் கண்ணீர்த்துளிகள், மகன் மீது தாய் வைத்திருந்த நம்பிக்கையின் உயிர்த்துளிகள்.

மாலையில் மைக்கேலும் தாயும் பங்குச்சாமியாரைப் பார்க்கப் போனார்கள். மதிப்பெண்ணைப் பார்த்த அவர், மைக்கேலின் கையைப் பிடித்துக் குலுக்கினார். அவரிடம் மைக்கேல், தான் டீச்சர் டிரெயினிங் படிக்க விரும்புவதாகவும் அதற்கு உதவும்படியும் கேட்டுக்கொண்டான். அவரோ, “காலேஜ் போனா ஒன் வாழ்க்கெ நல்லாருக்கும்” என்றார். தாய் குறுக்கிட்டாள். “எனக்குக் கழிவில்ல சாமி... மூத்தவ அண்டி ஆபீசு போறா... நானோ .... போவ மூணு மைலு.... வாறதுக்கு நாலு மைலுண்ணு தெனமும் கடப்பெறத்துக்கு நடக்கியன்... காலேஜ் அனுப்ப என் கையில பைசா இல்ல சாமி....”

“எதுக்கும் யோசிங்க... ரெண்டு நாளு கழிச்சுப் பாப்பொம்” என்றார். தாயும் மகனும் வீட்டுக்கு வந்தனர்.

மறுநாள் கட்டாந்தரை புளியமரத்தடியில் சீட்டாட்டம். அங்கிருந்த தனது மூத்த நண்பர்களுக்குப் பொட்டுக்கடலையும் அச்சுவெல்லமும் வாங்கி வந்தான் மைக்கேல். சீட்டாடும் கூட்டத்தில் சேவியரும் இருந்தான். அவனுக்கும் கிளாராளுக்கும் நடந்த மோதலுக்குப்பின்பு, கேரளத்திலிருந்து இரண்டாம் முறையாக வந்திருந்தான்.

முதல் முறை மில் வேலைக்காக வந்திருந்தான். ஆரல்வாய்மொழியில் ஒரு பஞ்சாலையை அரசு தொடங்கியிருந்தது. அதில் வேலை செய்ய நெசவாளர் குடும்பங்களிலிருந்துதான் ஆட்களை எடுக்க வேண்டும் என்று கூட்டுறவு சம்மேளனங்கள் கோரிக்கை வைத்தன. நல்லவேளை பத்து ஆண்டுகளுக்கு முன்பே அந்த ஊரில் ஒரு கைத்தறி நெசவாளர் உற்பத்தி விற்பனைச்சங்கம் அமைக்கப்பட்டிருந்தது. சுற்றியிருந்த ஒன்றிரண்டு ஊர் நெசவாளர்கள் சிலரும் அதில் உறுப்பினராயிருந்தனர்.

இந்தக் கூட்டுறவுச் சங்கத்தின் மூலம் இரண்டு பேருக்கு வாய்ப்புக்கிடைத்தது. அதில் ஒருவருக்கான வாய்ப்பைத் தனது மகன் சேவியருக்கு வாங்கியிருந்தார் செபஸ்தியார். சேவியரும் மில்லில் சேர்ந்தான். ஒரு நாளுக்கு இரண்டு ரூபா கூலி. அதனால் மூன்றே மாதங்களில் அவன் திரும்பி வந்தான். அது செபஸ்தியானுக்கு மிகுந்த வருத்தத்தைத் தந்தது. "ஏன் வேலையை விட்ட?" அவர் கேட்டபோது, "கேரளத்தில் கட்டட வேலைக்குப் போனா தெனமும் நாலு ரூபா தருவினம். மில்லுல ரெண்டு ரூபாதான் குடுக்கினம்" எனப் பதில் சொல்லிவிட்டுக் கேரளத்துக்குப் போனான். அதன்பின்பு இப்போதுதான் வந்திருந்தான்.

ஒரு தாளில் கடலையை வைத்து அச்சுவெல்லத்தைப் பொடித்துப் போட்டு விரவினான் மைக்கேல். அதைச் சேவியர் முன்பு வைத்தான். அவனும் மற்றவர்களும் ஆளுக்கு ஒரு கை அள்ளி வாயில் போட்டார்கள்.

ஒரு அம்பாசிடர் கார் வந்து கோயில் அருகே நின்றது. வாட்டசாட்டமான மூன்று பேர் அதிலிருந்து இறங்கி வந்து கொண்டிருந்தார்கள். பக்கத்தில் வந்தபோதுதான் அவர்கள் போலீஸ் என்பது தெரிந்தது. ஆட்டக்காரர்கள் ஓட்டம் பிடித்தார்கள். 'நான் சீட்டு களிச்சேலியே' என்ற தைரியத்தில் மைக்கேல் பக்கத்துப் பாறையில் உட்காரப் போனான். "டேய் மிக்கேலு ஓடுல.... போலீசு பிடிச்சிரும்.. ஓடுல" என்று கத்தியபடியே ஓடிக்கொண்டிருந்தான் சேவியர்.

படபடத்தது மைக்கேலின் இதயம்..... போலீசோ.. அவனை நெருங்கிவிட்டது. ஒரு அபாரத்துணிச்சலில் ஓட்டம் பிடித்தான். பள்ளி ஓட்டப்பந்தயத்துக்குக்கூட அவன் இப்டி ஓடியதில்லை. ஒருவிளை, இரண்டு விளை... நான்கு விளைகளைத் தாண்டி ஓடிய போது வந்தது அந்தப்பாறை. செங்குத்தாய் இருந்த ஆபத்தான பாறை அது. திரும்பிப்பார்த்தான் - போலீஸ். பாறை உச்சியிலிருந்தது அடுத்த கண்டத்துக்குள் குதித்தான். கையாலையில் திருக்குக்கள்ளிகள் இருந்ததால் மைக்கேலின் கை, கால்களில் முட்கள் குத்தியிருந்தன. அவற்றைப் பிடுங்கியவாறு கையாலையின் அடிப்பகுதியில் பதுங்கினான்.

வெண்மேகத்தின் ஒரு பகுதி பிய்ந்து விழுந்ததுபோல் ஒரு வெள்ளைத்தாவணி அவன் உடம்பில் விழுந்தது. போர்த்துவதா, வேண்டாமா? மனம் விவாதிக்கத்தொடங்கியது. அது முடிவுக்கு வருவதற்குள் கை போர்த்திக்கொண்டது. போலீசுக்குத் தன்னை

மறைக்கும் அவசரத்தில் அது நிகழ்ந்திருக்கலாம். மைக்கேல் நிமிர்ந்து பார்த்தபோது, தென்னை மரத்தில் பாதி உடலை மறைத்தபடி ஒரு பெண் நின்றிருந்தாள். தங்கள் வீட்டு எல்லைக்குள் ஒருவன் குதித்து, மறைந்திருப்பதைப் பற்றிய கவலை இல்லாதவள்போல் மஞ்சள் தாவணியைத் தலைக்கு மேலே இரு கைகளாலும் உயர்த்திப் பிடித்தபடி பாறை உச்சியை அண்ணாந்து பார்த்தாள்.

விழுந்தது ஆண்; எழுந்து நிற்பதோ பெண். போலீஸ்காரர் ஆச்சரியப்பட்டாரா? அச்சப்பட்டாரா? தெரியவில்லை. தன் கைக்குள் இருந்த ஒரு கேஸ் நழுவிவிட்டது என்ற கவலையில் அவர் திரும்பினார்.

காயப்போட்டிருந்த தாவணி, பாவாடை, ஜாக்கெட்களை எடுத்துக்கொண்ட அந்தப் பெண், "பேடிக்கருது போலீஸ் போயி" என்றாள். தன்மேல் விழுந்த தாவணியோடு எழுந்தான் மைக்கேல்.

"என்ற சாரியெக் குடுக்கணம்" தென்னை மரத்தில் முழு உடலையும் மறைத்துக்கொண்டு கையை மட்டும் நீட்டினாள். அவளது நெஞ்சமோ, 'தொடுவீன்.... தொடுவீன்' என முணுமுணுத்தது. காலைச் சூரியனின் ஸ்பரிசத்துக்காகக் காத்திருக்கும் ரோஜா மொட்டைப்போல் அவனது விரலின் தீண்டலுக்காக ஏங்கிநின்றாள். அவனோ, முல்லைப்பூக்களை வாரி கொட்டுவதைப்போல் வெள்ளைத்தாவணியை அவள் கையில் போட்டான்.

"ரெம்ப தேங்ஸ் சசி.... பெரிய பயலுவ சீட்டுக்களிச்சினம்... பார்த்தீண்டு நின்னங்... அம்பிடுதாங்... போலீஸ் வெரட்டிச்சி..."

"அறியாம்... மிக்கேலு சீட்டுக்களிக்குந்த ஆளில்லா.... எனிக்கு அறியாம்......ம்..... எந்தா உத்தேசம்.. கோலேஜுக்குப் போவுந்நோ?"

"இன்னும் ஒரு முடிவுக்கு வரேல சசி.... நீ எந்த காலேஜுக்குப் போற?

"எந்தக் கோலேஜுக்கு? அறியில்லா... பட்ச... திருவனந்தபுரத்தில் ஒரு கோலேஜானு"

"அப்ப ஒன்னெ இனி பாக்க முடியாது"

"காணாம். சனியாட்ச இல்லங்கில் ஞாறாட்ச ஞான் இவிட வந்நெத்தும்.... அச்சனெயும் அம்மெயும் காணான் வேண்டியல்ல..

மிக்கேலக் காணான் வேண்டி.... மிக்கேல மாத்ரம் காணுவான் வேண்டி ஞான் வரும்"

"என்னெ மாத்திரம் பாக்கவா?"

"அதே... எனிக்கு ஈ சினேகிதனெ அத்ரெ இஷ்டமாணு"

"எத்தரெ இஷ்டம்?"

சசிகலாவின் அப்பா வீட்டுக் காம்பவுண்டுக்குள் நுழைவது தெரிந்தது. "அச்சன் வருந்நு" என்றவள் ஒரு தென்னை மட்டையை எடுத்து, கையாலைமேல் நின்ற ஒரு கள்ளியின் மீது அடித்தாள். அது ஒடிந்து, அங்குமிங்குமாக விழுந்து, கையாலையில் வழியை உண்டாக்கியது.

"போய்க்கோ..... நீ கோலேஜ் படிக்கணம்" என்றவள் அவனை நெருங்கினாள். "என்றே இஷ்டம் அறியுமோ?" அவள் கேட்டதும் 'திருதிரு'வென விழித்தான் மைக்கேல். அவன் முகத்தை இரு கைகளாலும் அள்ளி, அவன் கன்னத்தில் தன் உதடுகளைப் பதித்தாள் சசிகலா. அடுத்த கணம் ஒரு மின்னலாய் வீட்டில் ஒளிர்ந்தாள்.

தன்னுணர்வை இழந்தவன் போல் வெளியே வந்த மைக்கேல், கையாலைக்கும் பாறைக்கும் இடைப்பட்ட பகுதியில் அமர்ந்தான். அமர்ந்தான் என்பதை விட கை, கால்கள் விறைத்து மரத்துப்போய்க் கிடந்தான் என்பதே பொருத்தமானது.

ஒரு முத்த நூலில் உயரப்பறந்தது அவனது உயிர்ப்பட்டம். மெல்ல மெல்ல பூமிக்கு இறக்கியபோது அச்சத்தில் அதன் சிறகுகள் படபடத்தன. அந்தப் படபடப்போடு வீட்டுக்கு நடந்தான் மைக்கேல்.

ஆசிரியர் ஜோசப்பும் மனைவியும் தெரசம்மாள் வீட்டுக்கு வந்தனர். தாங்கள் கொண்டு வந்திருந்த வாழைப்பழங்களைப் பிள்ளைகளுக்குக் கொடுத்து, தின்னச்சொன்னார்கள். பின்பு ஆசிரியர், மைக்கேலின் படிப்புக்குறித்துத் தெரசம்மாவோடு பேசினார். தாய்க்குப் பிரச்சினை படிப்பு அல்ல; அவன் எந்தப் பெரிய படிப்பும் படிக்கட்டும். ஆனால் இரண்டு வருடத்திற்குள் சம்பாதித்து வீட்டுக்கு உதவ வேண்டும். அதனால் மகனை டீச்சர் டிரெயினிங் படிக்கவைப்பதில் உறுதியாகயிருந்தார். ஆசிரியர், மூன்று வருடப் பாலிடெக்னிக் படிப்பின் முக்கியத்துவத்தையும்,

படித்து முடித்ததும் வேலை கிடைத்துவிடும் என்பதையும் விளக்கிய பின்பு, பாலிடெக்னிக் படிக்க ஒப்புக்கொண்டார்.

ரபேக்கா கடுங்காப்பி கொண்டு வந்தாள். மூவரும் குடித்துக் கொண்டிருக்கும் போது மைக்கேல் வந்தான்.

"வணக்கம் சார்"

"வா... மிக்கேலு.... படிச்சி முடிச்சதும் வேலெ கெடச்சியமாதிரி ஒரு படிப்பெ நீ படிக்கப்போற...." அவர் சொல்லி முடிப்பதற்குள் மைக்கேல் "நான் காலேஜுக்கே போறங் சார்" என்றான். அனைவருக்கும் ஆச்சரியம். அதுவரை காலேஜுக்குப் போகவில்லை என்று கூறிவந்த அவன், எப்படி மாறினான்?

ஒரு முத்தம் அவனை மாற்றிவிட்டதா? அப்படிச் சொல்லிவிட முடியாது. காலேஜ் செல்லும் ஆசை அவனுக்குள் இருந்தது. வசதியில்லை என்பதால் அதை நிராகரித்திருந்தான். அந்த நேரத்தில் சசிகலாவின் முத்தம் ஒரு கருவண்டுபோல் அவன் மூளைக்குள் 'காலேஜ்.... காலேஜ்' என்று ரீங்காரமிட்டு வெற்றி கண்டது. இதை, ஆசிரியர், பங்குச் சாமியார் சொற்களுக்கு இல்லாத வலிமை ஒரு இளம் பெண்ணின் முத்தத்துக்கு இருந்தது என்று கூடச் சொல்லலாம்.

ஆசிரியருக்கு மகிழ்ச்சி. தாய் தன் இயலாமையை நினைத்து ஏற்றுக் கொள்ளத் தயங்கினாள். ரபேக்கா அம்மாவிடம், "தம்பி காலேஜுக்குப் போட்டும்" என்றாள்.

ஆசிரியரும் மைக்கேலும் மார்த்தாண்டம் வந்தனர். காலேஜ் பீஸ்களைக்கட்டி, பி.யு.சி. படிப்புக்குத் தேவையான பாடப் புத்தகங்களையும் வாங்கிக்கொடுத்தார் ஆசிரியர். கருங்கல்லிலிருந்து தொடுவெட்டிக்கும், தொடுவெட்டியிலிருந்து கருங்கல்லுக்குமான பஸ் செலவைத் தாய் கொடுத்தார். காலையில் வீட்டிலிருந்து கருங்கலுக்கும், மாலையில் கருங்கலில் இருந்து வீட்டிற்கும் அவனது கால்களே வாகனம்.

கோவில் திறப்பு விழாவுக்குப் போட்ட ரோடு, பஞ்சாயத்து ரோடாகிவிட்டது. பாஸ்கரன் பிள்ளை நாயர் போலீசுக்கோ, கோர்ட்டுக்கோ போகவில்லை. அதற்குக் காரணம் இருந்தது. ரோடு போட்ட பின்பு அவரது பெரேடத்துக்கு இரண்டு மடங்கு விலை ஏறியது. அவர் நினைத்ததை விட அதிகமான விலைக்கு ஒருவர் கேட்டிருக்கிறார். கேட்டவருக்கு ரோட்டோரத்தில் வீடுகட்ட ஆசை. நாயர் மறுத்துவிட்டார்.

ரோட்டைப் பஞ்சாயத்து எடுத்துவிட்டதால் மேலும் ஒரு வசதி ஏற்பட்டது. கோவிலுக்கு மின்சார இணைப்புக் கேட்டதும் மின்சார இலாகா கம்பங்களை நட்டு, இணைப்புக் கொடுத்தது. கம்பங்களில் பொருத்தப்பட்ட பல்புகள், இரவை மஞ்சளாக்கின. வீடுகளுக்கு இடையிலும், மரம் அடர்ந்த விளைகளின் குறுக்கேயும் மனித அரவமற்ற வெட்டவெளியிலும் நடந்தவர்கள், இப்போது அச்சமின்றி வீடு வந்துசேர்ந்தனர். வியாபாரியார், மனுவேல் ஆசான். வைத்தியர் வீடுகளில் மின்விளக்குகள் பளிச்சிட்டன; ரேடியோக்கள் பாடின ; செய்திகள் வாசித்தன.

மைக்கேலும் சசிகலாவும் கல்லூரி சென்றனர். அதன்பின்பு இருவருக்கும் நேரடித் தொடர்பில்லை; நினைவின் அலைகளால் மட்டும் தொடர்பு கொண்டனர். சசிகலாவின் கல்லூரி முகவரியோ மாமா வீட்டு முகவரியோ மைக்கேலுக்குத் தெரியாது; தெரிந்திருந்தால் தனது ஆசைகளையும், கனவுகளையும் எழுத்தில் செதுக்கி அனுப்பியிருப்பான்.

வெள்ளிக்கிழமை இரவு, ‘சசிகலா வீட்டுக்கு வந்திருப்பா; அவளெப் போய்ப் பார்த்தா என்ன?’ என்று மைக்கேலுக்குத் தோன்றியது. அதற்காக சசிகலா மீது பெருங்காதல் கொண்டு, கற்பனை உலகில் அவன் சஞ்சரித்ததாகச் சொல்லிவிட முடியாது. அவளைப் பார்க்க வேண்டும்; பேச வேண்டும் என்பதே அவனது ஆசை.

இரவை மிகத் துரிதமாக ஓட்டிவிட பிரயத்தனப்பட்டான் மைக்கேல். காதலனின் மிரட்டலுக்கு, அஞ்சக்கூடியதா இரவு? அவ்வளவு அதீத சக்தி மைக்கேலுக்கோ, அவன் காதலுக்கோ அப்போது இல்லை. பூமி தானாக இரவை ஓட்டும். தெய்வீகக் காதல் ஆனாலும், அதுவரை காத்திருக்கத்தான் வேண்டும். பாயில் படுத்தான். உறக்கம், இமைகளைப் பூட்டி, தலையைச் சாய்க்கும் போது, ஓங்கி அடித்தது நினைவு. திடுக்கிட்டு விழித்துக்கொண்டன கண்கள். வெளியே வந்தான். இருட்டை உடுத்திக்கொண்ட வானம் ஐஸ் பந்தமாய் நிலவைப் பிடித்திருந்தது. மீண்டும் போய்ப் படுத்தான். உறங்கினானா, இல்லையா? தெரியாது; முகத்தைக் கழுவிக்கொண்டு நடந்தான்.

சசிகலாவின் வீட்டிற்குத் தெற்கில் இருந்த பாறை உச்சியின் மேல் மைக்கேல். அவள் தரிசனம் கிடைக்கவில்லை. ‘விடிவதற்கு முன்பு நீ வந்தால் அவளுக்கு எப்படித் தெரியும்? தன்னைத்தானே கேட்டுக்கொண்டான் மைக்கேல்.

தன் கருவிழிகளை சசிகலாவின் வீட்டு வளாகத்துக்குள் அனுப்பினான். அது அவள் அப்பா, அம்மா, தாத்தா, பாட்டி எல்லாரையும் படம் பிடித்தது. சசிகலா மட்டும் அகப்படவில்லை. ‘உறக்கமே வரவில்லை எனக்கு; விடிந்துமா உறக்கம் உனக்கு?’ என வெம்பிய அவனுக்குச் சூடுவைத்தான் சூரியன்.

கீழ்நோக்கி இறங்கினான் மைக்கேல். வீட்டுக்கும் வயலுக்கும் இடையே நின்ற தென்னை மரங்களுக்கு இடையே நடந்தான். சசிகலா வீட்டின் பின்வாசல் தெரியும் விதத்தில் தென்னை மரம் ஒன்றில் ஏறி அவளை அழைக்கலாம் என்ற முனைப்பில் கீழிருந்து மேல்நோக்கி கால்களைத் தூக்கிவைத்தான்.

அதற்குள் ‘தேங்காய் திருட வந்தவன் என்று கட்டி வைத்து அடித்தால்?’ பயத்தில் படபடவென்று இறங்கினான் மைக்கேல்.

வயல்வரப்பு வழி அவன் நடந்தான். இருபக்கமும் உழவர் குடும்பத்தின் ஆறு மாத உழைப்பு, நெல்மணிகளாகிப் பொன்வண்ணத்தில் மினுமினுத்தது. மஞ்சளும் பச்சையும் கலந்த நிறத்திலான நெல்தாள்கள் சாய்ந்துகிடந்தன. மைக்கேல் கிணற்றைக் கடந்து குளத்தை நெருங்கும்போது, சசிகலா அவனைக் கண்டுகொண்டாள். அவள் காம்பவுண்ட் கதவுப்பக்கம் நின்றிருந்தாள். “மைக்” எனச் சத்தம் எழுப்பினாள். ‘டக்’ கென்று சுயநினைவுக்கு வந்தவளாய் வாயைப் பொத்திக்கொண்டு அங்குமிங்கும் பார்த்தாள். நல்லவேளை வீட்டார் யாரும் பார்க்கவில்லை என நிம்மதியடைந்தாள். மைக்கேலோ குளக்கரைக்குச் சென்றுவிட்டான்.

மைக்கேல் குளித்துவிட்டுத் திரும்புகிறானா? என்பதைக் கண்காணித்தபடி கதவருகே நின்றிருந்தாள் சசிகலா. ஓரிடத்தில் நின்றால் சந்தேகப்படுவார்கள் என நினைத்துச் செடிகளைப் பார்ப்பதுபோல் அங்குமிங்கும் நடந்தாள். குளித்த பின்பு கரைவழி நடந்து, வயல்வரப்பில் கால் வைத்தான் மைக்கேல். செம்புக்குடமும் தோண்டியும் எடுத்துக்கொண்டு கிணற்றடிக்கு வந்தாள் சசிகலா.

குடம் நிறைந்தது. ஆனாலும் காலியான குடத்தில் தண்ணீர் ஊற்றுவதுபோல், தண்ணீர் கோரி ஊற்றிக் கொண்டிருந்தாள். ‘மிக்கேல் வேகம் வரணம்..... வேகம் வரணம்’ எனத் தனக்குக் கேட்கும் விதத்தில் சொல்லிக் கொண்டிருந்தாள். கிணற்றடியில் நின்று பேசினால் அம்மா, அப்பாவுக்குத் தெரிந்துவிடும் எனப் பயந்து காம்பவுண்ட் சுவரில் மறைந்து நின்று பேச எண்ணி, தோண்டியைக் கிணற்றடியில் போட்டாள். இடுப்பில் செம்புக்குடத்துடன் மெல்ல நடந்தாள் சசிகலா.

இடப்பக்க வயலின் வரப்போரத்தில், மஞ்சள், கறுப்பு கலந்த நிறத்தில் ஏதோ ஒன்று கதிர்களுக்கிடையே அசைவது அவள் கண்ணுக்குத் தெரிந்தது. அது என்னவென்று தெரியாத பயம் அவள் உணர்வுக்குள் பாய்ந்தது. இருப்பினும் அதைப்பற்றிக் கவலைப்படாது காதல்மயமாகி நின்றாள். பார்வையைப் பின்னால் வரும் மைக்கேல் மீது திருப்பினாள். இருவர் கண்களும் காந்தமாயின. பற்றிய கண்களைப் பறிக்க இயலாது இருவரும் தவிப்பதைக்கண்டு உதடுகள் கேலியோடு சிரித்தன. இது ஓரிரு நிமிடங்கள் நீடித்திருக்கும். பின்புதான் வீட்டில் யாராவது தங்களைப் பார்க்கிறார்களோ என்ற அச்சம் சசிகலாவுக்கு வந்தது. வீட்டை நோக்கித் திரும்பிய அவள், மூன்று நான்கு அடிகள்தான் வைத்திருப்பாள். அதற்குள் பீதியில் கலங்கி நடுங்கினாள் சசிகலா "அம்மே" உரக்கக் கத்தத் தொடங்கிய வாய் "அம்... அம்" வெடவெடத்து, ஒலியிழந்தது. இடுப்பிலிருந்து குடம் தழுவியது. அதை ஓடிவந்து பிடித்துக்கொண்டான் மைக்கேல். அவனது உடம்பும் உதறல் கண்டது. தனது பயத்தை மறைத்து, ஒரு செயற்கையான தைரியத்தில் அவளுக்கு முன்னால் வந்தான். "உஸ்...ஸ்..." உடல் பகுதியை மேல்நோக்கி உயர்த்தி, படத்தை விரித்து ஆடியது ஒரு நல்ல பாம்பு.

"பகவானே, பகவானே" ஈனக்குரலில் வேண்டினாள் சசிகலா. "பகவானா? சசி..... முட்டுக்குத்தி நின்னு பாலும் பழமும் வச்சி கும்பிடுதியா?" எனக் கேட்டான் மைக்கேல். அதில் கிண்டல் கலந்திருந்ததைச் சசிகலா புரியாமல் இல்லை. பாம்பு மீண்டும் "உஸ்.... உஸ்" என்று படத்தோடு அரையடி முன்னால் வந்தது.

"அய்யோ.... எனிக்குப் பேடியாருக்குந்நு...." என மைக்கேல் முதுகில் தொடாமல் ஒளிந்தாள் சசிகலா.

"பேடியெங்கில்... பொறுக்கணம்" என்றவன் கிணற்றடியில் கிடந்த கம்பு ஒன்றை எடுத்தான். "ஒரே அடி... பாம்பு செத்துப்போவும்... அடிச்சட்டா ...."

"கொல்லருது.... கொல்லருது.... பகவானே..." பயத்தோடும், பக்தியோடும் நின்றாள்.

"ஒனக்கு வேண்டி கொல்லாம விடியன்..." கம்பால் பாம்பைத் தூக்கி வயலில் எறிந்தான் மைக்கேல். நிம்மதிப் பெருமூச்சு விட்டாள் சசிகலா. ஆனாலும் முன்னோக்கிக் கால்வைக்க பயந்து நின்றாள்.

அந்த பயத்தில் அவள் "பாம்பு திரிச்சி வருமோ?"

"வரும்..... வெளஞ்சி கெடக்கிய நெல்லுவளெக் கொறிச்ச எலி வரும்.... எலியளெப் பிடிச்ச பாம்பு வரும்.... நெல்ல அறுக்கியதுவரெ கவனமா நடக்கணும் பாத்துக்க.... ஆ... பாம்பு கடிச்சா எங்க போவிய?"

"விஷ வைத்தியரின்றடுத்துப் போவும். அத்தேகம் என்ற வலியச்சனாணு"

"வலியச்சன் ரட்சிக்கட்டே... நாம நம்ம சமாச்சாரத்துக்கு வருவம்.... ஒன்னெப் பாக்காதயும் பேசாதயும் இருக்க முடியேல சசி. ஒரு லட்டராவது எழுதியன்.... ஒன் காலேஜ் அட்ரசெச் செல்லு..."

"கத்து அயச்செங்கில் கோலேஜ் பிரின்சிப்பால் தன்னெ பொட்டிச்சி வாயிக்கும். பின்னீடு காலேஜ் முச்சூடும் பெகளமாவும் கேட்டோ. அது வேண்டாம் மிக்கேல்... அடுத்த சனியாட்ச ஞான் வரும். நமக்கு ஒருவாடு சம்சாரிக்காம்.. ஆ... அமலா வீட்டிலுண்டோ?"

"இல்ல... இண்ணு வருவா.. அவ அக்கா வயசுக்கு வந்த பங்ஷன்..."

"ம்..ம்.. பின்னீடு காணாம்"

சசிகலா குடத்துடன் காம்பவுண்ட் வாசலைக் கடக்கும் போது 'என்ற சுந்தரி...." விளித்தான் மைக்கேல், இப்படி விளித்தால் அவள் கோபிப்பாளே' எனக் குமைந்தான். சசிகலாவோ, கதவுக்கு வெளியே தலையை நீட்டி, ஒரு மந்திரப் புன்னகையை அவனுக்குக் கொடுத்தாள்.

சசிகலாவின் புன்னகை, கண்கள், அலையலையாய்த் திரண்டிருந்த கருங்கூந்தல் என்று ஒவ்வொன்றாய்த் தன் நினைவுப்பதிவுகளிலிருந்து மீட்டெடுத்து ரசித்து ரசித்துச் சென்றான். சற்று நேரத்தில் சசிகலா மீதான மயக்கம் தணிந்தது. தற்போது அறிவுசார்ந்த கேள்வி ஒன்று அவனுக்குள் எழுந்தது. அதை பஞ்சாயத்து மெம்பரிடம் கேட்டுத் தெளிவு பெற முடிவெடுத்தான்.

ஊருக்குள் வந்ததும் பஞ்சாயத்து மெம்பரை விசாரித்தான். கோவில் பக்கம் அவர் நிற்பதாகச் சொன்னார்கள். அங்கு சென்ற மைக்கேல், "ஓய் மெம்பரே..... நம்ம எடத்தில ஒடிவு முறிவு

வைத்தியரும், காச்சல், தலெவேதனெ, வயத்து வலிக்கு மருந்து குடுக்கிய வைத்தியரும் இருக்கினம். யாமாம்மாருக்கு ஏன் விஷ வைத்தியர் மட்டும் இருக்காரு?

"மிக்கேலு... நாடான்மாரு மரத்ல ஏறுவினம், மண்ணு வெட்டுவினம், சண்டெ பிடிப்பினம், அவியளுக்கு ஒடிவு, முறிவு, புண்ணு, காச்சலுண்ணு சொவக்கேடு வரும். அதுக்குத்தான் நம்ம வைத்தியருங்க.... இருக்கினம்... யாமாம்மாரு மண்ணெ வெட்டி வேலெ செய்ய மாட்டினம். கொளம், வயலு... தென்னந்தோப்பு வளெச்சுத்தித்தான் வீடுவளெ வச்சிருப்பினும் அங்க இருக்கிய பாம்பும் வெசப்பிராணியளும் கடிச்சா... சொகப்படுத்தத்தான் இந்த வெஷ வைத்தியரு" என்றார். ஓரளவு திருப்தியடைந்தான் மைக்கேல். இருப்பினும் சசிகலா நல்லபாம்பை ஏன் கும்பிட்டாள்? சில நிமிடங்கள் யோசித்த பின்புதான் ஆலமரங்களும் புதர்களும் அடர்ந்த காவுகளில் கல்லில் பாம்புச்சிலைகளை வைத்து அவர்கள் வழிபடுவது அவன் நினைவுக்கு வந்தது.

பதினொன்று

தெரட்டு விழா வேலைகள் தொடங்கின. முற்றத்தில் பந்தல். அதன் ஓரத்தில் ஆக்குப்பெரை. மைக்கேல், ஜான், வில்சன், சார்லஸ் போன்ற இளைஞர்களும் பெரியவர்களும் சந்தைக்குப் போய் அரிசியும் மரக்கறிகளும் வாங்கிவந்தனர். நேசமும் அமலாளும் பங்குச்சாமியாருக்குக் கொஞ்சம் அரிசியும் மரக்கறிகளும் கொண்டு கொடுத்தனர்.

ஞாயிறு காலை ஒன்பது மணிக்கே ரபேக்கா, புஸ்பா, எலிசபெத், மேரி போன்றோர் வந்து உள்ளித் தோல்களையும், வெள்ளஉள்ளித் தோல்களையும் உடைத்துத் தோதாக்கினர்; மசாலாப் பொருட்களை இடிப்பதும் அரைப்பதும் அவர்கள் வேலையாக இருந்தது.

சற்று நேரத்தில் ரேடியோ செட் வந்தது. மின்சார இணைப்பு எடுத்த வீடுகள் பக்கத்தில் இல்லை. அதனால் எஞ்சின் கொண்டு வந்திருந்தார்கள். அதன் பின்பகுதியில் கயிற்றைச் சுற்றிப் பலமாக இழுத்தார்கள். அது கடும்பனியில் விழுந்தவனைப்போல் விறைத்தபடி சத்தமிட்டது. கிறிஸ்தவப் பாடல்களும் சினிமாப் பாடல்களும் ஒலிபரப்பாயின.

மரக்கறிகள் வெட்டுவோரும் சமையற்காரரும் வந்தனர். காய்கள், பாய்கள்மேல் கொட்டப்பட்டிருந்தன. கத்தரிக்காய், முருங்கைக்காய், வெண்டைக்காய், வழுதுணங்காய், நாரந்திக்காய், வாழைக்காய், மாங்காய், பூசணிக்காய், கும்பளங்காய், வெள்ளரிக்காய், சீனி வரைக்காய், பாகற்காய், பச்சை மிளகாய், உருளைக்கிழங்கு, சேனைக்கிழங்கு, சேம்புக்கிழங்கு, புடலங்காய், தேங்காய் எனப் பலவகைக் காய்களால் முற்றத்தில் பச்சைக் குன்றுகள் வடிவெடுத்திருந்தன.

தேங்காய்கள் அருகே வெட்டுக்கத்தியோடும் பானையோடும் உட்கார்ந்தான் வில்சன். திருவலையோடு பாயில் சார்லஸ். தேங்காயை உடைத்து, தண்ணீரைப் பானையில் ஊற்றிவிட்டு, மூடிகளைச் சார்லசிடம் போட்டான் வில்சன். சிலநொடிகளில் மூன்று, நான்கு சிறுவர்கள் ஓடிவந்து, தண்ணீர்ப் பானையைச் சுற்றி நின்றார்கள். இரண்டு சிரட்டைகளை எடுத்துப்போட்டான் வில்சன். போட்டிப் போட்டுத் தேங்காய் வெள்ளம் குடித்தார்கள் அவர்கள்.

ஒவ்வொரு காய்க்கும் ஒருவர் என வெட்டிக் கொண்டிருந்தார்கள். பாக்குகளை வெட்டி, பெட்டியில் போட்டார் தங்கையா. "ஓய் அம்மாச்சா...." விளித்தபடி வந்தார் சிவலிங்கம்; அய்யா வைகுண்டசாமி பக்தர். அவரது அம்மாவுக்கு சகோதரர்முறை உள்ளவர் தங்கையா. அதனால் அவரை 'அம்மாச்சா' என அழைத்தார். சில நிமிடங்கள் இருவரும் பேசினர். பின்பு பந்தலில் அமர்ந்தார் சிவலிங்கம். அவருக்கு வெள்ளரிக்காய்தான் கிடைத்தது. பச்சடிக்கு அதைச் சின்னதாக அரியும் பொறுப்பு அவருக்கு. காயின் தோலைச்சீவி, இரண்டாகப் பிளந்தார். விதைகளோடிருந்த சதைப்பகுதியைத் துரந்து ஒரு சட்டியில் போட்டார். சிறுவர்கள் ஓடிவந்து ஆளுக்கு ஒன்றிரண்டு துண்டுகளை எடுத்துத்தின்றனர். உச்சைக்குக் கஞ்சி கிடைக்கும் என்பது சிறுவர்களுக்குத் தெரியும். பசி 'கிடைப்பதை விடாதே' எனக் கழுத்தைப் பிடித்துத்தள்ளியது போலும்!

மனுவேல் ஆசான் வீட்டிலிருந்து வார்ப்பும் குட்டுவங்களும் வந்தன. வார்ப்பு அறுபது ராத்தல் எடை. பித்தளையும் செம்பும் கலந்த உலோகத்தால் செய்யப்பட்டது. தட்டினால் கோவில் மணி போல் ஓசை எழுப்பும். வாய்ப்பகுதி நாலடி விட்டமிருக்கும். இரண்டு பெரிய காதுகள். குறுக்கே மூங்கில் கம்பை வைத்து, காதுகளில் கயிற்றைப் போட்டு, இறுக்கிக்கட்டி, இரண்டு பேர் ஆளுக்கொரு பக்கத்தைத் தோளில் வைத்து சுமந்துவந்தார்கள்.

சமையல் ஆரம்பமாயிற்று. சாம்பார், பருப்புக்கறி என இரண்டு குழம்புகள். அவியல், தீயல், பச்சடி என மூன்று கூட்டுகள். இவற்றோடு பப்படம், பழம், சாப்பிட்ட பின்பு வெற்றிலை, பாக்கு, சுண்ணாம்பு, தேவைப்படுவோர்க்குப் புகையிலை. எல்லாம் தயார். கூட்டு, கறி வாசனை காற்று மண்டலத்தில் வட்டமிட்டுக் கொண்டிருந்தது.

இருட்டுவதற்கு முன்பே வீட்டுக்கு உள்ளேயும் வெளியேயும் வாழைத்தண்டு விளக்குகள் கட்டப்பட்டன. ஊருக்குப் பாலாபிஷேகம் செய்ததுபோல் அதன் வெளிச்சம்.

சற்று நேரத்தில் உபதேசியாரும் பிரார்த்தனைக்காரர்களும் வந்தார்கள். செபம் செய்து முடிந்ததும் அவர்களுக்கு உணவு வழங்கப்பட்டது. தொடர்ந்து வரத்தொடங்கினர் ஊராரும் உறவினர்களும். இளைஞர்கள் பாய் போட்டு அனைவரையும் பந்தியில் அமர்த்தினர்.

நூற்றுக்கும் மேற்பட்டோர் விருந்துண்டதே அன்றைய சிறப்புச்செய்தி. வேறு வார்த்தைகளில் சொன்னால், எந்தச் சனங்க.....! அவள் பெண்தானா? என்ற கேள்வியில் முடமாகிப் போனார்களோ, அவர்களெல்லாம் முடநீக்கு மருந்துண்டு ஓடியாடினார்கள். சேவியரும் கனகமும் தவிர ஊரார் அனைவரும் வந்திருந்தார்கள்.

கிளாராவுக்குக் கிடைத்த இரண்டு மோதிரங்களில் ஒன்றைத் தன் கையில் போட்டுக்கொண்டாள் அமலா. சாரி, ஆப்சாரிகளில் சிலவற்றை எடுத்துச்சென்றாள். காசு செலவழிந்தாலும் ஒரு உயிர்ப்பு விழா கொண்டாடிய நிம்மதி தங்கையனுக்கும் நேசத்துக்கும்.

ஞாயிறு பாவாடை தாவணி உடுத்தி கோயிலுக்குச் சென்றாள் கிளாரா. பூசை முடிந்ததும், ஊரின் முக்கிய பாதைகளில் திருவிழாத் தேர்போல் சுற்றிவந்தாள் அவள். அவளுடன் ரபேக்காவும் கிளாராளின் சித்தப்பா மகன் பீட்டரும் வலம் வந்தனர். இது கிளாராவின் குறும்புச் செயல்தான். தாய்க்கு அது பிடிக்கவில்லை; மறுநாளிலிருந்து, விடியலில் விளைகளுக்குப் போகவும், அந்திக்குக் கடைக்குச் செல்லவும் தடைவிதித்தார்; வீட்டு வேலைகளையும் அதிகமாக அவளுக்குக் கொடுக்கவில்லை. மாலையில் சித்தப்பா வீட்டுப் பிள்ளைகளுக்குப் பாடங்கள் சொல்லிக்கொடுப்பாள் கிளாரா ; அதோடு சரி.

அவளின் பொழுதுபோக்குக்காக ஒரு ஆட்டுக்குட்டியை வாங்கிக்கொடுத்தார் தங்கையன். காலையிலும் மாலையிலும் ஆட்டை மேய்ப்பதும், பகலில் குழைகள் ஒடித்து வருவதும் அவளுக்கு வேலையாயிற்று.

ஒரு மாதம் கடந்திருக்கும். சித்தி எலிசபெத்துக்கு வேறு யோசனை தோன்றியது. கிளாராளிடம் "குட்டியே சும்மா இருக்கியதுக்குத் தாரு சித்திப் பழவணம் பாத்துக்க" என்றார். அது நல்லதாகவே அவளுக்குப்பட்டது.

தார் சுற்றிப் பழகினால் தறியில் நெய்யலாம். வேட்டி நெய்தால் பைசா கிடைக்கும். பைசாவை வீட்டுக்குக் கொடுக்கலாம். இருப்பினும் "அம்மய்க்கிட்ட ஒரு வேளம் செல்லீண்டு வாறன் சின்னம்மா" என்று கூறிச்சென்றாள்.

தாயிடம் கேட்டாள் கிளாரா. போவென்று சொல்ல நேசத்தின் உதடுகள்வரை வந்து நின்றது வார்த்தை. ஒரு பாவம் செய்ய எத்தனித்தவள்போல் நெஞ்சு படபடத்தது. இளையவளைக்

காலேஜுக்கு அனுப்பிவிட்டு, மூத்தவளை நெய்யப்போன்னு என் வாயால் எப்படிச் சொல்வது? எனக்காகத்தானே படிப்பை நிறுத்தினாள். மனத்துக்குள் வெதும்பிய நேசம், "ஓனக்கு இஷ்டமிங்கி போ மக்கா" என்றார். இருப்பினும் மனம் ஆறாத நேசம், 'என்னெப்போல ஒரு பனையேறிக்குக் கழுத்தெ நீட்டாத இருந்தாப் போரும்' கிளாராவின் எதிர்காலத்தை நினைத்து நினைத்து அவளையே பார்த்துநின்றார்.

சித்தி வீட்டில் கிளாரா. ஒரு கழி நூலை எடுத்து, சட்டியில் போட்டு, தண்ணீர் ஊற்றி, கையால் தப்பினாள். பின்பு இறுக்கிப் பிழிந்து, தட்டிவிட்டாள். அதைப் பூட்டுவலையில் போட்டு, ஒரு கண்ணியின் தொடக்க நூலைப் பிடித்து நாக்கில் நனைத்து, தார்க்குச்சியில் ஒட்டிவிட்டாள். ராட்டையை அவள் சுற்றியபோது தார்க்குச்சி பருத்துக்கொண்டே போனது.

சித்தி சமைக்கப் போனதும் தறியில் இறங்கி ஓடத்தை அடித்துப்பார்ப்பாள். சில சமயம் அரை முழம் நெய்துவிடுவாள். அவளின் நெசவுப் பழக்கமும் அப்பா வாங்கிக்கொடுத்த ஆடும் நாளுக்குநாள் வளர்ந்து முன்னேறின.

ஒரு நாள் கிளாரா நெய்யும்போது, கோழி, குஞ்சுகளோடு பாவு பக்கத்தில் வந்துவிட்டது. கரையில் ஏறி "ஆய்கோழி ஆய்கோழி" அவற்றை விரட்டினாள். 'குச்குச்' எனச் சிணுங்கியபடி குஞ்சுகள் கிளாராவின் காலைச் சுற்றிச்சுற்றி நடந்தன. அவை மிதிப் பட்டு விடக்கூடாதே என்று மிகக் கவனமாகத் துரத்தினாள். தாய்க் கோழி பாவை மிதித்தபடி ஓடியது. எலிசபெத் வீட்டுக் கோழிதான். இரை போட்டு அவற்றைக் கூடைக்குள் அடைத்தாள் கிளாரா. ஊருக்குள் நுழைந்தால் ஆங்காங்கே கோழிகளையும் பன்றிகளையும் காணமுடியும்.

பரஞ்சோதியார் அதை ஓரிடத்தில் வைக்கமாட்டார். நாளுக்கு ஒரு இடம் என மாற்றிக்கொண்டிருப்பார். விடிந்ததும் அது வாசனை வீசும். எங்கே வைத்திருந்தாலும் மதுப்பிரியர்கள் மோப்பம் பிடித்து வந்துவிடுவார்கள். அன்று இரண்டு வடலிகளுக்கிடையே குண்டு தோண்டி கள் பானைகளை வைத்திருந்தார். ஒரு முண்டைக் குத்துமறுவால் போட்டு இடுப்பில் கட்டி, அதில் ஒரு வெட்டு கத்தியைச் சொருகி வாடிக்கையாளர் வருகைக்காகக் காத்திருந்தார்.

ஊரில் உள்ளவர்கள், அயலூர்க்காரர்கள் என ஒவ்வொருவராய் வரத் தொடங்கினர். பட்டைகளில் கள்ளை ஊற்றிக் கொடுத்தார்

பரஞ்சோதியார். வாங்கியவர்கள் குந்தி உட்கார்ந்து குடித்தனர். குடித்தவர்கள் இரண்டு, மூன்று பேராகக் கூடிப் பேசிக்கொண்டிருந்தது கண்டு துரத்தினார். கூட்டஞ்சேர விடுவதில்லை அவர்.

சின்னப்பன் ஒரு நண்பருடன் கள் குடிக்கவந்தார். மதுரை செல்லூரில் சின்னப்பனோடு ஜக்காடு நெய்தவர் அவர். பக்கத்து ஊர்க்காரர். ஆளுக்கு இரண்டு சிரட்டைகள் பட்டைகளில் ஊற்றினார். இருவரும் குடித்தனர். அப்போது ஊரிலுள்ள இரண்டு பேர் குடிக்கவந்தனர்.

போதை ஏறியதும் சின்னப்பனின் நண்பர், "சின்னப்பன் ஏங் ஊரிலண்டு மதுரைக்கு ஓடிப்போனாங் தெரியுமா ஓய்?" இரண்டு பேரும் திருதிருவென முழித்தனர்; தெரியாது என்பதுபோல் இருவர் தலைகளும் அசைந்தன.

"எனக்குத் தெரிஞ்ச சங்கதிகூட ஒங்ளுக்குத் தெரியேலிய ஓய்" உலக ஞானம் அறிந்தவர்போல் காட்டிக்கொண்டு மேலும் ஒரு சிரட்டைக் கள் குடித்தார்; மயக்கம் அதிகமாயிற்று. "இங்கு ரெஞ்சிதம்ன்னு ஒரு பெண்ணு செத்துப்போச்சுதே நெனப்பிருக்கா?"

"ஓங்... அவ செத்து அஞ்சாறு வருசமிருக்கும் ஓய்"

"ம்.... அவளேதான்.... அவெ யாங் வெசங்குடிச்சா.... யாரால வெசங்குடிச்சா... இதில் ஒண்ணுகூட தெரியாத குண்டு தோண்டிப் பூத்திட்டியளே ஓய்..."

தங்கள் மீது குற்றஞ்சாட்டுவதுபோல் அவர் பேச்சு இருந்ததால் இருவரும் முகம் கறுத்தனர். அதற்குள் சின்னப்பன், நண்பரது வாயைப் பொத்தி அழைத்துச்சென்றான். அவன் போதையில் உளறினாலும் ஏதோ ஒரு ரகசியம் ஒளிந்திருப்பதாகக் கருதினார் பரஞ்சோதியார். ரெஞ்சிதம் இறந்தபின்பு, சிலர் சின்னப்பன் மீது சந்தேகப்படுவதுபோல் பேசினார்களே தவிர இதுதான் பிரச்சனை, இவன்தான் காரணம் என யாரும் உறுதிப்படுத்திப் பேசவில்லை. அவளது தகப்பனாரும் தம்பி, தங்கைகளும் தற்கொலை என்பதோடு விட்டு விட்டார்கள். சுற்றியிருந்தவர்களோ, செத்தவள் ஆவியாக உலவுவதாகப் பிதற்றினார்கள். பக்கத்து வீட்டுப் பெண்மணி, ரெஞ்சிதம் தலையைப் பிரித்துப்போட்டு, வீட்டுத்திண்ணையில் உட்கார்ந்திருந்ததைப் பார்த்ததாகச் சொன்னார். அவள் பெரியம்மா, "நேத்து ராத்ரி ரெஞ்சிதம் எங்க வீட்டு முத்தத்தில நின்னு, 'பிள்ளெ வவுறு பவுச்சிக் கரையுது மூத்தம்மா.. ஒன் மருமவுளுக்கிட்ட பாலு

குடுக்கச் செல்லு'ன்னு சொன்னதாகச் சொன்னார். ரெஞ்சிதத்தைப் புதைத்திருந்த விளைக்கு அடுத்திருந்த விளை வழியாகச் சென்றவர்களில் ஒருவர், 'ரெஞ்சிதம் அங்குமிங்கும் நடந்ததாகவும், யென் வவுறு எரியுது... குடிக்கக் கஞ்சி வெள்ளம் தருவியளா' எனக் கேட்டதாகவும் கூறினார். இப்படி அவள் நினைவுகளை ஆவிமேல் ஏற்றி விவரித்தார்கள்.

அதனால் அவர் பேசுவதைக் கூர்மையாகக் கவனித்தார் பரஞ்சோதியார். "பேடிச்சாதயும் ஓய், அதேல்லாம் அறிஞ்சி இனி என்ன செய்யப்போவினம்?" என்று வீறாப்புடன் நின்றார் சின்னப்பனின் நண்பர். போதை அவரது கபாலத்துக்குள் சிறை வைத்திருந்த உண்மையை விடுதலை செய்தது. "ரெஞ்சிதம் கர்ப்பமானதுக்கும் வெசம் குடிச்சிச் செத்ததுக்கும் யாரு காரணம் தெரியுமா ஓய்... எங்க.. சின்னப்பன்தாங்.... அவனெ யாரும் கண்டுபிடிச்சிரப்பாதுன்னு நாங்கதாங் மதுரயில ஒளிச்சு வச்சிருந்தம்... ஹ்ற... ஹ்ஹா" ஒரு குடிகாரச் சிரிப்புச் சிரித்தார். உதை அவர் வயிற்றில் விழுந்தது. தரையில் கிடந்து நெளிந்தார் அவர்.... விழும்போது காலில் மிதிபட்டு முண்டு இடுப்பிலிருந்து நழுவியது. அரை நிர்வாணியாகக் கிடந்த அவரது நெஞ்சில் இன்னொரு மிதி விழுந்தது. வயிறு பிதுங்கி, குடித்திருந்த கள் வாய் வழியே கொப்பளித்தது. பயந்து நடுங்கிய சின்னப்பன் ஓட்டம் பிடித்தான்.

"யேய் சின்னப்பா..... நில்லுல...." கத்திய சேவியர், பரஞ்சோதியார் இடுப்பிலிருந்த வெட்டுக் கத்தியை எடுத்துக்கொண்டு சின்னப்பனைத் துரத்தினான். நின்றிருந்த விளையைக் கடந்து, அடுத்தடுத்து இருந்த மேல்விளைகளுக்குத் தாவிக்கொண்டிருந்தான் சின்னப்பன். வேட்டியை முடித்துக் கட்டிக்கொண்டு துரிதமாக ஓடி எட்டிப்பிடித்தான் சேவியர். ஒரே வெட்டு... கழுத்துக்குக் குறி வைத்தது. சின்னப்பனின் தோள்பட்டையை ஒட்டிக் கை துண்டானது. 'அய்யோ..... அய்யோ' கத்தினான் சின்னப்பன். ரத்தக்குளியலில் சட்டை, வேட்டி எல்லாம். துண்டான கை அரணையின் வால்போல் துடித்தது. வெட்டுக் கத்தியை மீண்டும் ஓங்க சேவியர் எத்தனித்தபோது, பரஞ்சோதியாரும் மற்றவர்களும் சேவியரைப் பிடித்துவிட்டனர்.

சின்னப்பனையும் அவனது கையையும் பிடித்துக்கொண்டு வீட்டில் சேர்த்தார்கள். அம்மாவும் அவனது தங்கைகளும் கதறிக்கதறிக் கண்ணீர் வடித்தார்கள்.

வைத்தியர் ஊரில் இல்லை. மனுவேல் ஆசான் படுத்த படுக்கையாகிவிட்டார். கருங்கலில் இருந்து கார் பிடித்து வந்து அரசாங்க மருத்துவமனைக்குக் கொண்டுசென்றனர்.

ஊருக்குள் வந்தது போலீஸ். சேவியரைப் பிடிக்க சிரமம் எதுவும் இல்லை. அவன் வீட்டில்தான் இருந்தான். இரண்டு தங்கைகளும் விம்மி விம்மி பெருமூச்செறிய, சேவியரை அழைத்துச் சென்றது போலீஸ்.

செபஸ்தியானும் பஞ்சாயத்து மெம்பரும் ஒரு வக்கீலுடன் போலீஸ் ஸ்டேசனுக்குச் சென்றனர். கொலை முயற்சி வழக்கும், வேறு சில வழக்குகளும் சேவியர் மீது போடப்பட்டிருந்தன.

வழக்கு விசாரணைக்கு வந்தது. ஜெயிலுக்கும் கோர்ட்டுக்குமாக நடந்தார் பஞ்சாயத்து மெம்பர். இரணியல் நீதிமன்றத்துக்குப் போலீசார் சேவியரை அழைத்து வந்தனர். அப்போது அவனிடம் பஞ்சாயத்து மெம்பர், "சின்னப்பன் செய்த பாவத்துக்கு அவன் கையெ வெட்டி தண்டனெக் குடுத்திட்ட... நீ வெட்டின குற்றத்துக்கு கோர்ட்டு ஒன்னெத் தண்டிச்சிரப்பாதேன்னு நாங்க அலெயியம். அடுத்தவன் தப்பு செய்தா தண்டிச்ச நெனச்சியதும், தாங் தப்பு செய்தா தப்பிக்க நெனச்சியதும் தாங் மனுஷங்க நியாயமாருக்கு..... நீயும் கொப்பனும் சம்பாதிச்சி மூணாவது கொக்காளெ கட்டிக் குடுத்திட்டிய... இன்னும் ரெண்டு பிள்ளெய வீட்லருக்கு...... அதுவ நல்லாருக்கட்டுன்னு நெனச்சி வந்தென்.. ஒன்னெக் காப்பாத்தணன்னு வரேல பாத்துக்க..."

"அப்ப.. யென் அக்காளெக் கெடுத்து நாசமாக்கியவனெ வெட்னது குத்தம்ன்னு செல்லுதீரா??"

"இல்ல சேவியரு... இன்னொண்ணயும் தெரிஞ்சிக்க. யாமானுவ சாம்பானெப் பண்ணக்காரனா வச்சிருக்கிய மாதிரி..... எல்லா வீட்லயும் பெண்ணாப் பெறந்தவியளெ அடிமையாத்தான் வச்சிருக்கினம்..... ஆணுங்க ஆசெப்பட்டா அனுபவிச்சியதுக்கு வச்சிருக்கிய ஒரு போகப்பொருளுதாங் பெண்ணுவ.. இந்த நெனப்பு சின்னப்பன் கிட்டயும் இருந்துது. கெணத்தடியில் குளோரிக்கத் தோளப்பிடிச்ச ஒனக்கக்கிட்டயும் இருந்துது..."

நெஞ்சில் ஓங்கிக் குத்தியது போலிருந்து சேவியருக்கு. பெண்கள் மீது அத்துமீறி ஆசை வைப்பதில் சின்னப்பனும் அவனும் ஒன்றுதான். ஆனாலும் அது புலி பாய்வதற்கும், பூனை பாய்வதற்கும்

உள்ள வித்தியாசம் என்ற உணர்தலுக்கு வந்த சேவியர், மிகக் கடினமான மனச்சுமையோடு நடந்தான். கிளாரா மணிக்கட்டை உடைத்தது அவன் நினைவில் வந்தது; தன் மணிக்கட்டைப் பார்த்தான். நீண்ட நாட்களுக்குப்பின் மீண்டும் அது வலித்தது.

சாட்சிகள் சின்னப்பனுக்குச் சாதகமாயிருந்தன. சேவியருக்கு ஆறுமாதச் சிறைத்தண்டனை விதித்தார் நீதிபதி. தன் மகன் விடுதலையாவான் என்ற நம்பிக்கையோடிருந்த செபஸ்தியான் அதிர்ச்சியடைந்தார். பஞ்சாயத்து மெம்பரும் ஊராரும் பரிதாபப்பட்டனர்.

பங்குனி விழாக்களின் மாதம். பெரும்பாலும் இந்துக் கோவில்களில் கொண்டாட்டங்கள் ஆரம்பித்துவிடும். பூட்டேற்றி ஊரும் அதற்கு விதிவிலக்கல்ல. அதை ஒரு பேரூர் என்பதே பொருத்தமாக இருக்கும். அதனுள், பரமன் கோணம், பாப்பான் விளை, மீறி, கள்ளியங்காடு என்னும் சிற்றூர்கள். கள்ளியங்காட்டு முத்தாரம்மன் கோவில்தான் அந்தச் சுற்றுவட்டாரத்தில் பிரபலமானது. கல்லடை, கம்பிளாறு, ஆம்பிகோடு ஊராரும் கலந்து கொள்வார்கள். அதன் அர்த்தம், அம்மன் கொடையின்போது ஹரிகதை, கதகளி . கதாப்பிரசங்கம், ஓட்டந்துள்ளல், வில்லுப்பாட்டு என ஐந்தாறு நாட்கள் பரிபாடிகள் நடக்கும்.

ஒரு பெரிய பாறையின் வடபக்கச் சரிவில், முத்தாரம்மன் கோவில் வடக்கு நோக்கியும், தம்பிரான் கோவில் கிழக்கு நோக்கியும் அமைக்கப்பட்டிருந்தது. முத்தாரம்மன் கோவில் எதிரில் ஒரு வேப்பமரமும் அரசமரமும் நின்றன. தம்புரான் கோவில் எதிரில் இரண்டு ஆலமரங்கள். இரண்டு கோவில்களையும் நாயர்களே நிர்வகித்தனர். கோவில்களின் வடக்கில் ஒரு அரசு துவக்கப்பள்ளி. அதில் நாயர், நாடார், பறையர், கொல்லர், தச்சர் குழந்தைகள் ஒன்றாகப் பயின்றன.

பாறை தென்கிழக்கிலும் வடமேற்கிலும் கண்ணுக்கு எட்டிய தூரம் விரிந்து சென்றது. தெற்குச் சரிவில், மேகங்கள் நீரூற்றி பாறையை அபிஷேகம் செய்த வெள்ளத்தைக் கையில் ஏந்தி நிற்பது போல் ஒரு சுனை, அதை மூலைச்சுனை என்பார்கள். பாறையின் உச்சியில் சதுர வடிவில் ஒரு பீடம். அதன் அருகே தெற்குநோக்கிக் குழந்தை ஒன்றை நிறுத்தி, ‘உலகம் உருண்டையா, தட்டையா?’ என்று கேட்டால், சட்டென்று ‘உருண்டை’ என்று அந்தக் குழந்தை சொல்லிவிடும். கீழும் மேலுமாக இரண்டு அரைக்கோள்களை ஒட்டவைத்ததுபோல் அது காட்சிதரும்.

கீழ் அரைக்கோளின் நடுப்பகுதியில் குளங்களும் வயல்களும் தெரியும். ஒரு பெரும் மேட்டிலிருந்து மூன்று குளங்களும், முந்நூறு ஏக்கருக்கு மேற்பட்ட வயல்களும் கீழ்நோக்கிச் சாய்வாகக் கிடப்பதைக் காணலாம். முதலில் ஒரு குளம். அதன் நீரைப் பயன்படுத்தும் வகையில் நூறு ஏக்கருக்கும் அதிகமான வயல்கள். முதல் வயலிலிருந்து அடுத்த வயல் ஆறடியிலிருந்து பத்தடி வரையிலான பள்ளத்திலிருக்கும். அடுத்து இன்னொரு குளம். அதன் கீழ் நூறு ஏக்கருக்கு மேலான வயல் துண்டுகள். அடுத்து மற்றொரு குளம் அதன் கீழும் வயல்கள். நிலத்துக்குள் விதைத்திருந்த விதை நெல்கள் உறிஞ்சிவந்த பச்சையத்தை, பூமியின் மேனி பயிர்களாய் உடுத்தியிருக்கும் அழகைக் காணலாம்.

வயல்களின் மேல்பகுதியில் வாழை மரங்கள். அவற்றை அடுத்தும் குளக்கரைகளிலும் தென்னை மரங்கள். அவை பச்சை இலைகளோடும் பழுத்த குலைகளோடும் நாயர்களுக்குச் சாமரம் வீசும். இவற்றுக்கிடையே, வெள்ளையடித்து, ஓடுகள் போட்ட அவர்களின் மட்டுப்பாவு வீடுகள் பளிச்சென்று தெரியும். மாளிகை போன்ற அமைப்புடைய சில வீடுகளின் வாயில் மாடங்களும் மரவேலைப்பாடுகளும் நம்மைப் பிரமிக்க வைக்கும்.

இவற்றுக்கு மேலே நோக்கினால் கம்பீரமான இரண்டு கோவில் கோபுரங்கள் கண்ணில் படும். ஒன்று மீறி அந்தோணியார் கோவில். இன்னொன்று விழுந்தையம்பலம் அந்தோணியார் கோவில். அவற்றுக்கு நிகராக ஒற்றைப் பனைமரங்கள் தெரியும். அவற்றுக்குக் கீழ் புளியமரங்கள். இவற்றுக்கிடையே பாறைகளும், பனையோலை வேய்ந்த பல வீடுகளும் ஓடுகள் போட்ட சில வீடுகளும் தெரியும்.

கிழக்கிலிருந்து மேற்கு நோக்கி முகத்தைத் திருப்பினால் மீறி, கல்லடை, அருவை, விழுந்தையம்பலம், ஆப்பிகோடு , விளாப்பட்டி, கம்பிளாறு, கல்லுவிளை போன்ற ஊர்களின் எழில் கோலத்தைக் காணலாம். இந்த ஊர்களில் நாடார்கள்தான் மிகுதி. அவர்களில் இந்துக்களும், கிறிஸ்தவர்களும் சரிபாதி இருக்கக்கூடும். இருதரப்பினரும் முத்தாரம்மன் விழாவைச் சிறப்பிப்பார்கள். கிறிஸ்தவ நாடார்கள் குலையோடு கூடிய வாழைமரங்கள், கைதைப்பூக்கள், கமுகம்பாளைகள், செந்தெங்கின் குலைகள், உலத்திப்பூக்கள், குருத்தோலைகள் வெட்டிக்கொடுப்பார்கள். ஒவ்வொரு நாளும் அவர்களின் வருகைதான் அதிகமாக இருக்கும்.

முத்தாரம்மன் கொடையின் பத்தாம் நாள் விழாவின் சிறப்பு ‘குருதியிறைப்பு’. அதைப் பூப்படை என்றும் சொல்வார்கள்.

அதற்கான சடங்குகளும் பூஜையும் மதியம் இரண்டு மணிக்கே ஆரம்பித்து விடும். அம்மன் உருவச்சிலைக்கு எதிரே, சற்றுத் தள்ளியிருந்த மேடையில் வில்லுப்பாட்டு நடந்து கொண்டிருந்தது. கடைசி நாள் என்பதால் கூட்டம் அலைமோதியது. மைக்கேல் மூன்று மணியளவில் வந்தான். சசிகலாவைத் தேடித்தேடி அலைந்தான்; கடைசியில் தம்பிரான் கோவில் அருகே அம்மிங்கிருங்க இருந்த கூட்டத்தில் வெள்ளிக்கலசங்கள் போல் இரண்டு கண்கள் பிரகாசித்தன. அவை சசிகலாவை அடையாளம் காட்டின. மைக்கேல் இமைகளால் அவளை இழுத்துவர முயன்றான்; முடியுமா அது? இருவரும் சைகைகளால் பேசிக்கொண்டனர். அவளது சைகைகள் மைக்கேலுக்குப் புரிந்ததோ இல்லையோ, தம்பிரான் கோவிலையே சுற்றிச்சுற்றி வந்தான். சசிகலாவின் அருகே அவளது அம்மாவும் பாட்டியும் இருந்ததை அவன் கவனிக்கத் தவறவில்லை. கூட்டத்திலிருந்து சசிகலா தனியாக வெளியே வந்தாலோ, இவர்கள் இருவர் மட்டும் நின்று பேசினாலோ நாயர்களின் கண்கள் தீ உமிழும். யார் வீடு பற்றியெரியும் என்று சொல்லிவிட முடியாது.

'சட்'டென்று எழுந்தாள் சசிகலா. மைக்கேலைப் பார்த்துச் சிரித்துவிட்டு, "ஆ.... அம்மாவா.. வரணம்" அழைத்தபடி நடந்தாள். எதிரே நாற்பது வயது மதிக்கத்தக்க ஒரு சிவந்த மனிதர் வந்து கொண்டிருந்தார். "சேச்சி.... சேச்சி" என அவளைக் கட்டிப்பிடித்தன இரண்டு குழந்தைகள்.

வந்தது வாசுதேவனும், அவரது குழந்தைகளும் என்பதை மைக்கேல் எளிதில் புரிந்துகொண்டான். அவரது மனைவியும் வந்திருக்கக்கூடும் என ஊகித்தான். வாசுதேவன் அருகே வந்த மைக்கேல் வணக்கம் சொன்னான். அவரும் பதிலுக்கு மரியாதை கொடுத்தார். மைக்கேலைக் காட்டிய சசிகலா,

"அம்மாவா.... இதாணு மைக்கேல்... கிறிஸ்டியனாணு.." அறிமுகப்படுத்தினாள். "ம்..... ஸ்ரீமான் நாராயணகுரு பறஞ்ஞது அறியாமோ? மதம் ஏதாயாலும் மனுஷன் நன்னாகணம் அத்தறே உள்ளு.... ஆ.. மைக்கேல், எந்தா படிக்கிந்நது?" அவர் கேட்டார்.

பதில் சொல்வதற்கு மைக்கேல் வாயைத் திறக்கும் முன்பு சசிகலா குறுக்கிட்டுச் சொன்னாள்.

"கோலேஜ் படிக்குந்நு... பி.யூ.சியில் பர்ஸ்ட் கிளாஸ்... படிப்பில மைக்கேல் ஒரு ஜீனியசாணு"

“மனப்பாடம் செய்து மார்க் வேணிக்குந்நோரெல்லாம் ஜீனியஸ் அல்ல மோளே..... எனிக்கு..... கேபிடல் எழுதிய கார்ல் மார்க்ஸ் ஜீனியஸ்... மகாத்மா காந்தி ஒரு ஜீனியஸ், இந்தியன் கான்ஸ்டிட்டியூசன் எழுதிய அம்பேத்கர் ஜீனியஸ்.... கன்னியாகுமாரி ஜில்லாவில் ஸ்ரீவைகுண்டசாமியும் ஒரு ஜீனியசாணு” என்றார்.

‘திக்’ கென்றது சசிகலாவுக்கு. பட்டம் பல வாங்கி வக்கீல், டாக்டர், கலெக்டர் என்று பதவி வகிக்கக்கூடிய ஒரு திறமைசாலி மைக்கேல் என்பதை அவருக்குப் புரியவைத்துப் பெருமைப்பட முயன்றாள். ஆனால் வாசுதேவனின் பேச்சு, மைக்கேலை அவமதிப்பதுபோல் அவளுக்குத் தோன்றியது. ஒரு வருத்தம் வந்து அவள் முகத்தின் பொலிவை மங்கச்செய்தது. அதே நேரம் மைக்கேல் முகத்தில் வெளிப்பட்ட பிரமிப்பும் பூரிப்பும் அவளை ஆச்சரியப்பட வைத்தது. வாசுதேவன் சொன்ன ஜீனியஸ்களை ஆழமாகப் படிக்க எண்ணினான். அதுவும் அய்யா வைகுண்டசாமியை அறிய அவன் ஆவல்கொண்டான். தலைப்பாகை கட்டி, நெற்றியில் கீழிலிருந்து மேல்நோக்கி விபூதி இழுத்திருக்கும் மாமா ஒருவர் அவன் நினைவுக்கு வந்தார்.

அதற்குள் படபடத்த சசிகலா, “ஆ... அம்மாவா... மைக்கேலுக்கு ஏதெங்கிலும் வேணிச்சிக் கொடுக்காம். வரணம்” மூவரும் குழந்தைகளோடு பக்கத்தில் இருந்த தற்காலிக மிட்டாய் கடைக்குச் சென்றனர். ஒரு கிலோ தேன் குழலும் காரச்சேவும் வாங்கி மைக்கேலிடம் கொடுத்தார் வாசுதேவன். கடலை மிட்டாய் வாங்கிக் குழந்தைகளுக்குக் கொடுத்தான் மைக்கேல்.

சசிகலா குங்கும நிற பாவாடை ஜாக்கெட்டும், ரோசாப்பூ நிறத் தாவணியும் போட்டிருந்தாள். அதில் அவள் பேரழகியாக மைக்கேலுக்குத் தோன்றினாள். பேரழகி என்று அவன் மயங்கும் போதெல்லாம், சசிகலா தனக்குக் கிடைப்பாளா? என்ற சந்தேகமும் நெருஞ்சி முள்ளாய் அவன் நெஞ்சைக் குத்தும். அந்த வலியில் அவன் பரானப்பட்ட நேரத்தில் ‘டங்டண .... டங்டண’ செண்டைகளின் சத்தம். ஆங்காங்கே நின்ற ஆண்களும் பெண்களும் முத்தாரம்மன் சந்நிதி நோக்கி நகர்ந்தார்கள்.

ஐயர், கர்ப்பக்கிருகத்துள் தன் நெற்றியிலும் உடம்பிலும் விபூதி பூசி பூஜைகளைத் தொடங்கியிருந்தார். கர்ப்பக்கிருக வாசலுக்கு வெளியே ஒரு பக்கம் கொட்டு வாத்தியமும் இன்னொரு பக்கம் செண்டை மேளமும் முழங்கின. அம்மன் அருள் வந்ததும் ஐயர்,

மஞ்சளை முகத்தில் தேய்த்துவிட்டு, உடலை நளினமாக அசைத்துக்கொண்டு, வாசலுக்கு வெளியே தலையை நீட்டினார். பெண்கள் குலவையிட்டார்கள். சத்தம் போதவில்லை போலும்! கொட்டின் இருபக்கமும் கைகளை வைத்திருக்கும் கொட்டுக்காரரைப்போல் கைகளை ஆட்டிக்கொண்டே அம்மன் "ஆ.. ஆ.. ஆ.." கோரமான முகத்தோடு குரல் எழுப்பினார். பயத்தில் வாத்தியங்கள் உச்சஸ்தாயில் முழங்கின. அருகே நின்றவர்களின் செவிப்பறைகள் கிழிந்திருக்கும். வெளியே வந்த அம்மன், பக்தர்களுக்கு விபூதி வழங்கினார். அப்போது அம்மனது பார்வை வாசுதேவன் மீது விழுந்தது. அவரும் ஐயரையே பார்த்துக்கொண்டு நின்றார். அவரிடம் அம்மன், "முத்தாரம்மன் உண்டெந்து விசுவசிக்கிந்நோ?"

"உண்டெங்கில் விசுவசிக்காம்" என்றார் வாசுதேவன். இப்படிச் சொல்ல எவ்வளவு தைரியம் வேண்டும். 'அம்மனுக்கோ, பக்தகோடிகளுக்கோ பேடிச்சாத யாமானாக இருக்கியாரே!' என ஆச்சரியப்பட்டான் மைக்கேல்.

அம்மன், ஆடி, ஆடி வில்லுப்பாடகர்கள் அமர்ந்திருந்த மேடையின் முன்பு நின்றார். அம்மனுக்காகப் பக்தியுணர்வோடு, வில்லின் நாணைத் தட்டி நான்கு வரிகள் பாடினார்கள்.

கோவிலை ஒட்டி மேற்குப்பகுதியில் காலி நிலம் இருந்தது. அதில் செவ்வக வடிவில் பட்டை உரிக்கப்பட்ட வாழை மரங்கள் நடப்பட்டிருந்தன. அவற்றை இணைத்துக் குருத்தோலையில் பின்னப்பட்ட தோரணங்கள் தொங்கவிட்டிருந்தார்கள். வடபகுதியில் இரண்டு குட்டுவங்கள்; ஒரு வார்ப்பு. மூன்றிலும் மஞ்சள், குங்குமம் கலந்த மஞ்சன நீர். அந்த நீரின் மேல் இலஞ்சி இலைகளும் தாமரைப்பூக்களும் நிறைந்திருந்தன.

"ஆ.... ஆ" சத்தம் எழுப்பியபடி மேற்கில் குதித்தார் அம்மன். வார்ப்பில் இருந்த மஞ்சன நீரை இரு கைகளாலும் வாரி இறைத்து அதைக் கவிழ்த்திப்போட்டார். கண்ணிமைப்பதற்குள் குட்டுவங்களில் இருந்த நீரையும் இறைத்துக் கவிழ்த்திவிட்டார். வெள்ளம் விழுந்த இடங்களிலெங்கும் பூக்கள் சிதறிக்கிடந்தன.

வாளேந்திய அம்மன் சுற்றிச் சுற்றி வந்து, வாழை மரங்களை இடம் ஒன்றும், வலம் ஒன்றுமாக இரண்டு முறை வெட்டினார். அருகே நின்றவர்கள் விரைந்து ஒதுங்கினார்கள். வாள் தங்களை வெட்டிவிடுமோ என்ற பயமாக இருக்கக்கூடும். வாழைகளைத்

துவசம் செய்த மறுகணம் தம் தோள்களில் குறுக்கும் நெடுக்குமாக வெட்டினார் அம்மன். வாள் அவர் உடம்பைப் பிளந்துவிடுமோ? பயந்த தீவிரப் பக்தர்கள் அவரைப் பிடித்துக்கொண்டார்கள். சற்று நேரத்தில் சாந்தமானார் அம்மன்.

ஒவ்வொருவராய்த் திரும்பினார்கள். சசிகலாவைத் தேடிய கண்களோடு நின்றிருந்தான் மைக்கேல். அவளோ, வாசுதேவனோ அவன் கண்ணில் படவில்லை. அவர்கள் வீட்டிற்குத் திரும்பும் முக்கில் நின்றான். பத்து நிமிடங்கள் ஆனதும், சசிகலாவின் பாதி முகம் தெரிந்தது. கூடவே பலூன்கள், புல்லாங்குழல்கள் போன்ற விளையாட்டுச் சாமான்களோடு குழந்தைகள். இவற்றை வாங்கத்தான் நேரமாகியிருக்கிறது என்பதைப் புரிந்துகொண்டான்.

தட்டையான பகுதியிலிருந்து பாறையின் சரிவில் நீள்வரிசையில் நடந்தார்கள். நடுப்பகுதியில் சசிகலா. அந்திசாயும் நேரத்து வெயில் பட்டதும், ஆங்காங்கே மின்னியது அவள் முகம். அவள் திரும்பிப் பார்க்கும்போது, இதயம் இருப்பறியாது இயங்குவது போலவும், அவள் பார்க்காதபோது, துடிதுடித்து அது அலறுவதுமான ஒரு காதல் பிரமையில் மைக்கேல் நடந்து கொண்டிருந்தான்.

குளத்தையும் வயல்களையும் கடந்து வீட்டை நெருங்கினார்கள். அம்மாவிடம் ஏதோ ஒரு காரணத்தைச் சொல்லிப் பின்னால் வந்தாள் சசிகலா. அவளும் மைக்கேலும் கண்களின் பார்வை மங்கும்வரைப் பார்த்தனர்; உதடுகள் பொரியப் பொரிய புன்னகைத்தனர்; பற்கள் தேயத்தேயச் சிரித்தனர்; பின்பு பிரிந்தனர். அடுத்து எப்போது வருவாய், எங்கு காணலாம் கேட்க மறந்தேனே! மனத்துக்குள் புலம்பியபடி நடந்தான் மைக்கேல்.

வீட்டுக்கு வந்த பின்பு, சசிகலாவுக்கும் மேலானவர்களாக மூன்று பேர் மைக்கேலின் சிந்தையில் சுழன்றனர். அய்யா வைகுண்டசாமி, டாக்டர் அம்பேத்கர், கார்ல் மார்க்ஸ் இவர்களில் அய்யா வைகுண்டசாமியை அறிந்து கொள்ளும் வாய்ப்பிருந்தது. இதற்கு முன்பு தலைப்பாகையோடும், நெற்றியில் மேல் நோக்கி இழுத்திருக்கும் விபூதியுமாக வரும் அய்யா பக்தரை அவன் அடிக்கடி சந்தித்திருக்கிறான். அவர் பெயர் சிவலிங்கம். நாற்பது வயதிருக்கும். ஊருக்குக் கிழக்குப்பகுதியில் அவர் வீடு.... தூரத்துச் சொந்தக்காரராகவும் இருந்தார். ஆனாலும் இதுவரை அய்யா வைகுண்டசாமியைப் பற்றிக் கேட்கும் எண்ணம் அவனுக்கு வந்ததில்லை. வாசுதேவன் சொன்ன பின்புதான் வந்தது.

பன்னிரெண்டு

சித்திரை மாதம். பலமுறை சொல்லியும் கேட்கவில்லை பூமி; துரிதமாகச் சூரியனைச் சுற்றிக் கொண்டிருந்தது. சினம் கொண்ட சூரியன், தனது தீக்கண்ணால் பூமியை எரித்துக் கொண்டிருந்தான். பாதங்கள் பொள்ளுவதை உணர்ந்த பாதசாரிகள் நீரையும் நிழலையும் தேடினார்கள். ஆண்கள் தலையில் டவலைக் கட்டியும், பெண்கள் முந்தானையைத் தலையில் போட்டும் நடமாடினர்.

குடிசைகளின் ஓலைக்கூரைகள் பொரிந்தன. மண் சுவர்களில் ஆங்காங்கே வெடிப்புகள். வெடிப்புகளிலும் விரிசல்களிலும் வாழும் மூட்டைப்பூச்சிகளும் பூரான்களும் வள்ளன்மையோடு வாரிசைப் பெருக்கின. இது ஆண்டுதோறும் நடப்பதுதான். இவ்வாண்டு வழக்கத்தை விட அதிகம்.

ஒரு வாரமாக ஊராருக்குத் தூக்கமில்லை. மூட்டைப் பூச்சிகளால் வீட்டுக்குள் படுப்பது, சப்பாத்திக்கள்ளிமேல் படுப்பதைப்போல் வலியைத் தந்தது.

கிளாரா, ஓலைப்பாய்களைச் சுருட்டி நடுப்பகுதியில் பிடித்து. ஒரு மூலையைத் தரையில் தட்டினாள். வைகாசி மாதத்தில் புளிய மரக்கிளையை ஆட்டினால் பூக்கள் உதிர்வதைப்போல் மூட்டைப்பூச்சிகள் விழுந்தன. பெரிது, சிறிது எனப் பரபரப்பாக நாலாபக்கமும் அவை ஓடின. ஒவ்வொன்றாய் நசுக்கினாள் கிளாரா. பாயின் மறுபக்கத்தையும் தட்டினாள். விழுந்தன பூச்சிகள். நசுக்கி, நசுக்கி நாற்றமெடுத்தன விரல்கள்.

அம்மாவின் பாயைத் தட்ட நினைத்தாள் கிளாரா. அவரோ உறங்கிவிட்டார். இருப்பினும் அனிச்சைச்செயல்போல் நேசம் கழுத்தில் சொறிந்தார். அந்த இடத்தில் ஒரு பெரிய மூட்டை. விரல்களை இடுக்கிபோல் ஆக்கி அதைப்பிடிக்க முயன்றாள். அதற்குள் ஓலை இடுக்கில் ஓடிஒளிந்தது மூட்டை. இன்னொன்று, அம்மா உடுத்திய சேலையில் ஊர்ந்தது. தாயை எழுப்பினாள் கிளாரா, "எப்டி அம்மா ஒறங்கிய... இஞ்ச பாரு மீட்டெ...." காட்டினாள். அந்தப் பாயையும் சுருட்டித் தரையில் தட்டினாள். விழுந்த மூட்டைகளை நேசம் நசுக்கினார்.

சுவரில் விளக்கைக் காட்டினாள் கிளாரா. விரிசல்களில் மூட்டைகள். "அந்தத் தகர விளக்கைக் கொளுத்து மக்கா' என்றார்

நேசம். கூம்பு வடிவில் இருந்தது தகர விளக்கு. அதைக் கொளுத்தினாள் கிளாரா. ஒரு ஈக்கிலை எடுத்தார் நேசம். விரிசலில் இருந்த பூச்சிகளைக் குத்திக்குத்தி சாகடித்தார். ஒன்றைக் கொல்வதற்குள் மற்றவை உள்ளே சென்று பதுங்கின. அவற்றுள் பூரான் குஞ்சுகளும் இருந்தன. விளக்கின் திரியை உள்ளே நீட்டி விரிசலில் இருந்தவற்றைச் சுட்டாள். மூட்டைப்பூச்சிகளோடு ஒன்றிரண்டு பூரான் குஞ்சுகளும் செத்துவிழுந்தன. சுட்ட இடமெல்லாம் அம்புக்குறிபோல் விளக்கின் கரிகள். இப்போது செம்மண் சுவரில் ஆங்காங்கே கறுப்பு நாமம் போட்டதுபோல் ஒரு சித்திரம். இனி தொல்லை இருக்காது என்ற நம்பிக்கையில் படுத்தார்கள். மறுநாள் பாய்களையும் துணிகளையும் வெயிலில் காயப்போட்டார் நேசம்.

கிளாரா சித்தப்பா வீட்டில் தார் சுற்றிக்கொண்டிருந்தாள். அங்கே ஞானம்மாள் வந்தார். அவர் கையைப் பிடித்தபடி எட்டு வயது மகன்.

“என்னா சின்னம்மா இஞ்சோட்டு காணுது...?”

“தாரு சித்த நூலில்ல கிளாரா.... ஒரு கழி நூலு... கடம் வேண்டுலான்னு வந்தென் பாத்துக்க” சொல்லியபடி தன் தோள் பகுதியைச் சொறிந்தார்.

“யேன் சின்னம்மா இப்டி சொறியிய?”

“ஒண்ணுமில்லமக்கா... மீட்டெ கடிச்சி தணத்துப்போச்சி.

.... ஊருது...”

“எங்க வீட்லயும் ராத்ரி மீட்டெ கடிச்சி ஒறக்கமில்ல சின்னம்மா”

“மீட்டெ கடிச்சிண்டு போவுதுண்ணு விட்டா... இவங் கால்ல பூரான் ஊணிண்டு போச்சிது!”

“ஆ... பெரிய பூரானா?”

“சுண்டு விரலு அளவிருக்கும் பாத்துக்க... தொறப்பா எடுத்து ஒரு அடி... அம்பிடுதாங் செத்துப்போச்சு.....”

“எங்கெ பாப்போம்.... காட்ல தம்பி” கிளாரா கேட்க காலைக் காட்டினான் அவன். “நீரு இன்னும் கொறயேல சின்னம்மா... வேற எங்கியாவது ஒறங்குங்க...”

“எங்க போவ? எல்லா வீட்லயும் மீட்ட கடிதான்”

அப்போது எலிசபெத் வந்தார். வரும்போதே "நாங்க மித்தத்தில் கெடந்து ஒறங்கியம் பாத்துக்க" என்றார் எலிசபெத். பின்பு ஞானம்மாளுக்குத் தேவையான நூலைக் கொடுத்தனுப்பினார்.

ஞாயிறு திருப்பலி முடிந்ததும் மக்கள் வீட்டுக்குத் திரும்பினார்கள். கிளாரா, ரபேக்கா, சுசீலா போன்ற தனது சிநேகிதிகளோடும், நான்காம் வகுப்புப் படிக்கும் சித்தி மகனோடும் நின்றிருந்தாள். சாமியார் வெளியே வந்தார். எல்லாரும் கும்பிட்டார்கள். தொடங்கினாள் கிளாரா.

"மீட்டெ கடி பொறுக்காத எல்லாரும் மித்தத்தில் கெடந்து ஒறங்கினம் சாமி... மீட்டெயக் கொல்லியதுக்கு ஊருக் கூட்டம் போடுங்க சாமி...."

"என்ன கிளாரா இது? மீட்டெயக் கொல்லியதுக்கு ஊரு கூட்டமா?" எனக் கேட்டார் சாமியார். உடனே கலகலவெனக் சிரித்தார்கள் கூடி நின்ற பெண்கள். கிளாரா விடவில்லை.

"இஞ்ச பாருங்க சாமி... என் தங்கச்சி சொறிஞ்சி சொறிஞ்சி கழுத்தெல்லாம் தணத்துக்கெடக்கு. என்ன செய்யியது செல்லுங்க சாமி...."

"இப்டி ஒரு பிரச்சினெ இதுவரிக்கும் வரேல..... எதுக்கும் யோசிக்க வேண்டியதுதாங்.... என்.எம். இ.பி-யில வேலெ செய்யிய ஒருத்தரு மலேரியா காய்ச்சல் பாக்க வாறாரே... தெரியுமா?" கிளாராவுக்கு உடனே நினைவுக்கு வரவில்லை. ரபேக்கா, "யாரு சாமி? வெரல்ல ஊசியெக் குத்தி ரத்தம் எடுத்து.... கண்ணாடித் துண்டில் தேச்சிண்டு போவாரே... அவரா சாமி?" எனக் கேட்டாள்.

"ம்.. அவரேதான். பாத்தா நானும் செல்லியன் .... நீங்களும் செல்லுங்க.." என்று கூறிவிட்டு மேடைக்குப் போனார் சாமியார்.

கிளாராளும் சிநேகிதிகளும் திரும்பி வரும்போது, உபதேசியார் காணிக்கைப் பொருட்களை ஏலம் விட்டுக் கொண்டிருந்தார். சுற்றிலும் மைக்கேல், சார்லஸ் உட்பட பத்துப் பதினைந்து ஆண்கள். அவர்களைத் தூண்டிவிட நினைத்த கிளாரா, "ஓய்.. ஒபதேசியாரெ..... வீட்லெ ஒரே மீட்டெகடி... அதெ ஒழிச்சியதுக்கு ஒரு வழியெப் பாருங்க ஓய்" என்றாள். அவர்களும் சிரித்தார்கள். அது ஒரு சுகாதாரக்கேடாக அவர்களுக்குத் தெரியவில்லை .

ஒரு வாரம் போனது. வீட்டருகே ஆட்டை மேய்த்துக் கொண்டிருந்தாள் கிளாரா. அங்கு உபதேசியாரும் கூட இரண்டு இளைஞர்களும் வந்து நின்றார்கள்.

"... ஓபதேசியாரெ.. வாரும் ஓய்... என்ன சங்கதி?"

"இவிய மீட்டெய்க்கு மருந்தடிச்ச வந்திருக்கினம்... சாமி ஓங்க வீட்டில விட்ரச்சென்னாரு."

நம்பவே முடியவில்லை அவளால், ஒரே சந்தோசம், 'யாரு போனது? சாமியார்தாங் பெய் ஏற்பாடு செய்திருப்பாரோ?' எப்படியோ தன் பேச்சுக்கு ஒரு மரியாதை கிடைத்ததை நினைத்து மகிழ்ந்தாள். பின்புதான் வந்தவர்களிடம் ஒரு சாக்கு மூட்டையும் அடிபம்பும் இருப்பதைக் கவனித்தாள்.

"கிளாரா.. நாங் ஒரு எட்டு பெய் நம்ம பஞ்சாயத்து மெம்பர்கிட்ட செல்லிண்டு வந்திரியன்" கூறிவிட்டுக் கிளம்பினார் உபதேசியார். ஆட்டை வேப்பமரத்தில் கட்டிய கிளாரா சத்தம் போட்டு "சின்னம்மா..... மீட்டெய்க்கு மருந்தடிச்ச வந்திருக்கினம். ஓடி வாருங்க...." அழைத்தாள். சித்தியும் அக்கம்பக்கத்தாரும் வந்து கூடினர். பஞ்சாயத்து மெம்பர், மைக்கேல், வில்சன், சார்லஸ் ஆகியோரும் வந்தனர். மைக்கேல் சொன்ன பிறகுதான் பங்குச்சாமியாரோடு ஆரம்ப சுகாதார நிலையத்துக்கும், ஊராட்சி ஒன்றிய அலுவலகத்துக்கும் அலைந்தவர்கள் இவர்கள் என்று தெரிந்தது. எல்லாரையும் கும்பிட்டாள் கிளாரா.

ஒரு பானை, கலக்குமட்டை, தண்ணீர் கேட்டார்கள். கிளாரா ஏற்பாடு செய்தாள். வந்ததில் ஒருவர் மூட்டையைப் பிரித்தார். அதில் "*D.D.T. Powder*" என எழுதியிருந்தது. என்ன ? எனக்கேட்பதுபோல் மைக்கேலைப் பார்த்தாள். "இதான்க்கா DDT மருந்து. இதெக் கலக்கி அடிச்சா மீட்டெயெல்லாம் செத்திரும்" என்றான் மைக்கேல்.

பானையில் தண்ணீர் ஊற்றி, பவுடரைப் போட்டுக் கலக்கினார் ஒருவர்; பால்நிறமாக மாறியது தண்ணீர். பின்பு மூக்கில் ஒரு துணியைக் கட்டிக்கொண்டு அடிபம்பில் ஊற்றினார் இன்னொருவர். அதற்குள் வீட்டிலிருந்த பொருட்களை எல்லாம் வெளியே எடுத்து வைத்திருந்தார் எலிசபெத். அவர் வீட்டிலிருந்து அடிக்கத் தொடங்கினார்கள்.

"பரம்பெ எடுத்தீண்டு வா சின்னம்மா" என்றாள் கிளாரா. அது அவருக்குக் கேட்கவில்லை. அவளே போய் எடுத்து வந்தாள். பாயின் மூலைகளில் மருந்து பட்டதும் மூட்டைப்பூச்சிகள் கீழே விழுந்து படபடத்தன.

“இண்ணு ராத்திரிக்கு வெளியில ஒறங்குங்க.... காலத்தெ வீட்டெத் தூத்துக் கூட்டீண்டு பெறவு ஒறங்குங்க..... பாத்திரங்களெ விர்த்தியா கழுவீண்டு பரிமாறுங்க” என மருந்து அடித்தவர்கள் அறிவுறுத்தினார்கள்.

இப்படி ஐந்து நாட்கள் அடித்தார்கள். கூட்டிப் பெருக்கும் போது, மூட்டைப்பூச்சிகள், பூரான்கள், சின்னச்சின்ன பல்லிகள், அரணைக்குஞ்சுகள், அட்டைகள் என ஒவ்வொரு வீட்டிலும் அரைமுறம் அள்ளினார்கள். அவற்றைக் குப்பைக்குழியில் கொட்டிவிட்டு நிம்மதியாகத் தூங்கினார்கள்.

பங்குச்சாமியார் வீட்டு முன்பு பலர் கூடினார்கள். மருந்தடிக்க வந்தவர்களுக்கு ஆளுக்கு இரண்டு ரூபாய் கொடுத்தனுப்பினார் அவர். பின்பு சொன்னார் “கிளாரா .. நீ தமாஷா சென்னது.. எம்பிடு ஜனங்களுக்கு ஒதவியா முடிஞ்சிது பாத்தியா?” உடனே உபதேசியாரும், “அவெ கெட்டிக்கார பிள்ளெ சாமி...” எனப் புகழ்ந்தார். ‘இவ படிச்சிருந்தா எம்பிடு பெரிய ஆளாயிருப்பா’ என மனத்துக்குள் நெகிழ்ந்து நின்றனர் தங்கையனும் நேசமும். இருவருக்கும் அந்தக் குற்ற உணர்வு உறுத்திக்கொண்டுதான் இருந்தது.

அமலா படிப்பை முடித்துவிட்டாள். அடுத்து எம்.எஸ்.சி. படிப்பதா? பி.டி. படிப்பதா? என அவளுக்குள் குழப்பம். ‘பணமில்லை படித்தது போதும்’ என வீட்டில் சொல்லி விடுவார்களோ என்ற பயம் வேறு. அதனால் பங்குத்தந்தையை அணுகினாள். அவர் ‘பி.டி. படிப்பது நல்லது என்றும், பாளையங்கோட்டை கல்லூரி ஒன்றில் முயற்சித்தால் இடம் கிடைக்கும்’ என்றும் கூறினார்.

இதற்குப் பெற்றோரிடம் அனுமதி பெறுவதில் சிக்கல். அமலாளுக்காக ஏற்கனவே கடன்பட்டிருந்தார் தங்கையன். இன்னும் படிக்கவைக்க வேண்டுமானால் ஒரு விளையைத்தான் விற்க வேண்டும். பனைகள் நிற்பதை விற்றால் இப்போது கிடைக்கும் வருமானம் குறைந்துவிடும். அதனால் அது குறித்து ஒரு முடிவுக்கு வரவில்லை அவர். அமலாளோ அதற்குத் தயாராகிவிட்டாள். தனது மார்க்கு பட்டியல், மாற்றுச்சான்றிதழ் இரண்டையும் வாங்கிவரக் கல்லூரி சென்றிருந்தாள்.

அவள் சென்றபின் பரவிய இறப்புச் செய்தி ஊராரைத் துக்கத்தில் மூழ்கடித்தது. அவரவர் செய்த வேலைகளை நிறுத்திவிட்டு,

எல்லாரும் மனுவேல் ஆசான் வீட்டின் முன்பு கூடினார்கள். அவர்களில் மூப்பில்களும் மூப்பத்திகளுமே அதிகம். இவர்களே அவரின் ஆன்மாவுக்கு நெருக்கமாக வாழ்ந்தார்கள்.

"எம்பது வயசு பெறந்தா நான் செத்ருவேங்" பல மாதங்களுக்கு முன்பிருந்தே மனுவேல் ஆசான் சொல்லிவந்தார். ஏதாவது சோதிடர் சொன்னதா? ஏதேனும் கோவில் சாமி அருள் வாக்கு உரைத்ததா? தெரியாது. மரணத்தை மகிழ்வோடு அவர் ஏற்றிருந்தார். இரண்டு ஆண்டுகளுக்கு முன்பே சொத்துகளைப் பாகப்பிரிவினை செய்து மூன்று மகள்களுக்கும் கொடுத்துவிட்டார்.

எழுபத்து ஒன்பது வயது முடிந்த மறுநாளே ஆசான், மோட்ச ரதத்தில் படுத்துவிட்டார். அது வெள்ளியில் செய்யப்பட்டது அல்ல, பொன்நிற பனை நாரால் பின்னப்பட்டது. அந்த நார் கட்டிலே அவரது ரதம். அதையொட்டி தென்னை ஓலையால் முடையப்பட்ட ஒரு மறைப்புத் தொங்கியது. அதன் ஓட்டை வழி வெளியே போவோர் வருவோரைப் பார்ப்பார் ஆசான். யாருடனாவது பேச நினைத்தால், மகளையோ, பேரனையோ அனுப்பி அவர்களை வரவழைப்பார்.

ஒரு மாதத்துக்கு முன்பு மகள் மூலம் மைக்கேலை அழைத்தார். ஆசானின் மருமகனும் அருகேதான் இருந்தார். கட்டிலுக்கு அடியிலிருந்த பெட்டியை மைக்கேலிடம் எடுக்கச் சொன்னார்; எடுத்தான் அவன். பெட்டியில் வேட்டி, சட்டை, நேரியது, கட்டுச்சீலை (குறிய முண்டு), மெழுகுத்திரி, சாம்பிராணி இருந்தன. ஒரு பேப்பரில் பணத்தை வைத்துச் சுருட்டிப் போட்டிருந்தார். "இதெல்லாம் யெங் அடக்கத்துக்கு … இந்தப் பணம் மத்த செலவுக்கு அந்த முக்கில கொஞ்சம் அரியும் உழுந்தும் வச்சிருக்கியன் என் சாவுக்கு வாறவியளுக்கு கஞ்சி காய்ச்சி ஊத்தணம்" எனக் கேட்டுக்கொண்டார் ஆசான். மூவரும் ஒரே குரலில் "ஓங் அப்பச்சி" என்றனர்.

அதன் பின்பு மனுவேல் ஆசானுக்கு மரணம்தான் பணிவிடை செய்தது. இரவில் தூங்கவைப்பது, காலையில் எழுப்புவது, அருகில் அமர்ந்து பேசுவது எல்லாமே மரணம்தான். சாவின் கொடுக்குகளை அவர் தலைமேல் அது தொங்கவிட்டிருந்தது. நேரம் பார்த்துக் கொடுக்கால் கொட்டிவிட்டு அது மாயமானது.

மைக்கேல், வில்சன், சார்லஸ், ஜான் நால்வரும் சிமித்தோரி, கோவில் எனப் பார்த்துவிட்டு ஆசானின் வீட்டுக்கு வந்தனர்.

கோவிலில் ஏன் சாவுமணி அடிக்கவில்லை, சிமித்தேரியில் ஏன் குழிவெட்டப்படவில்லை, சாமியரோ, உபதேசியாரோ, வீட்டுக்கு வந்து ஏன் பிரார்த்திக்கவில்லை? என்ற கேள்விகள் அவர்களிடம் எழுந்தன. நேராகச் பங்குச்சாமியாரிடம் சென்றார்கள். அங்கு பஞ்சாயத்து மெம்பர், முக்கிய பிரமுகர் இருவர் இருந்தனர். அது குறித்து விசாரித்தனர். கோவில் நிர்வாகம் சார்பில் ஆசான் மீது வைக்கப்பட்டக் குற்றச்சாட்டுகள், "இருபது வருடமாக ஆசான் கோவிலுக்கு வரவில்லை, வரி கொடுக்கவில்லை, கோவில் திருநாள், கிறிஸ்மஸ், ஈஸ்டர் விழாக்களில் கலந்து கொண்டதே இல்லை." கோவில் மீது ஆசானுக்கு ஏன் இந்த வெறுப்பு?

இருபத்தைந்து ஆண்டுகளுக்கு முன்பு ... கோவில் ஒன்பதாம் திருநாள். இரவு வழிபாடு முடிந்ததும் அடவு விளையாட்டுப் போட்டிகள் நடப்பது வழக்கம். அதில் யார் வென்றார், யார் தோற்றார்? என்று பட்டம் கட்டுவது இல்லை. இரு தரப்பினரும் தனித்தனியாகத் தங்கள் தங்கள் திறமைகளைக் காட்டுவர். தாங்களே களத்தில் இறங்கி அடிப்பதுபோல் ஒரு பிரமை ஏற்பட்டு பார்வையாளர்களும் கை, கால்களைத் தூக்கி ஒருவரையொருவர் இடித்துக் கொள்வர். "இந்த அடவில் வலது கையால் ஒரு வெட்டு வரும்", "அந்தப் பூட்டில் கக்கத்தில் கைபோட்டுப் பிடித்திருக்க வேண்டும்" எனக் குற்றம் கண்டுபிடிக்கும் விஷய ஞானிகளும் கூட்டத்தில் நிற்பார்கள். அந்த ஆண்டு மனுவேல் ஆசானின் சிஷ்யர்களுக்கும், மாங்கரை செல்லையா ஆசானின் சிஷ்யர்களுக்கும் போட்டி.

முதலில் செல்லையா ஆசானின் சிஷ்யர்கள் கோதாவில் இறங்கினார்கள். அவர்களுக்குக் சத்தியன் தலைமை, மிகச் சிறப்பாக அடவுகள் அடித்தார்கள். அது முடிந்ததும் மனுவேல் ஆசானின் சிஷ்யர்கள் கோதாவில் இறங்கினார்கள். அவர்களுக்கு ஆசானின் மகன் லூக்காஸ் தலைமை. இவர்களும் சலிக்காது அடவுகள் அடித்தார்கள். அடுத்துப் பூட்டு முறைகள். இருதரப்பினரும் பார்வையாளர்களைப் பரபரப்படையச் செய்தார்கள். அடுத்து வருவது சௌரமம். நீண்ட கம்புகளால் மின்னல் வேகத்தில் அடிப்பதும் சுழற்றுவதும் நடக்கும். பெண்கள், குழந்தைகள், முதியோர் என எல்லாரையும் கவரும் ஒரே ஆட்டம் இதுதான்.

பூட்டு முறையில் களைத்துப்போன செல்லையா ஆசானின் சிஷ்யன் சத்தியன், குடிக்கத் தண்ணீர் கேட்டார். யாரோ ஒருவர் சட்டியை நீட்டினார். வாங்கிக் குடித்தார் அவர். கோவத்தில்

சூடேறிக் கொதித்தது அவரது ரத்தம். "யாருல வெள்ளந் தந்தவன்....? லே... லே. அந்தச் சட்டிக்கும் கைக்கும் உரியவனைத் தேடினார். "லே இப்ப வரேல உயிரோட போமாட்டலே" மிரட்டும் தொனியில் சத்தமிட்டார். அது லூக்காசுக்கும் கூடி நின்றவர்களுக்கும் வருத்தத்தைத் தந்தது.

"என்னா பிரச்சினெ..?" லூக்காஸ் கேட்டார்.

"இந்நா.. ஒம்ம ஆளுவ குடுத்த வெள்ளத்தெ குடிச்சிப்பாரும்" சட்டியை நீட்டினார் சத்தியன். குடித்தார் லூக்காஸ். உப்புக்கரித்தது. கூடவே மூத்திர நாற்றம். அவமானத்தில் குனிந்த அவர்,

"எங்கல.... அந்த தாயேளிப்பய! பிடிங்கல அவனெ...." என உத்தரவிட்டார். கூட்டாளிகள் அங்குமிங்கும் தேடினார்கள். எவனும் சிக்கவில்லை, வெறுங்கையோடு வந்தனர். எரிச்சலுற்ற சத்தியன்,

"இப்டி கிருத்திருமம் செய்வியன்னு குடிச்ச வெள்ளத்திலயும் நெனச்சேல ஓய்..."

"ஒம்மாண ஓய்.. இதை எவன் செய்தான்னு தெரியேல.... இப்பப் பிடிச்சீண்டு வந்திருவினம். ஆசான் கொஞ்சம் ஷமிக்கணம்...."

"இருட்டு கொண்டு ஓட்டெ அடிச்சாதயும் ஓய்... எல்லாம் திட்டம் போட்டுச் செய்தீண்டு.... வேசம் போடுதியளா?" காட்டமாகக் கேட்டார் சத்தியன். அதற்குள் அவரது கூட்டாளிகளில் ஒருவர், "அடிச்சி ஜெயிச்ச முடியேலண்ணு அந்தத் தள்ளயெப் பாத்த பயல வச்சி இவிய செய்தது ஓய்" கூச்சலிட்டார். அது மனுவேல் ஆசானின் வீரத்தை இகழ்வதுபோல் இருந்தது. ஆத்திரப்பட்ட லூக்காஸ்,

"லேய்... தள்ளெய்க்கி விளிச்சா.... செத்திருவ" அவன் கழுத்தைப் பிடித்து நெருக்கினார்.

"கையெ எடும் ஓய்... இல்லீங்கி...." கடாரியை எடுத்தார் சத்தியன்.

பிரச்சினை சூடு பிடித்தது. இது தரப்பினருக்கும் இடையே உண்மையான சண்டை நடக்கப்போகிறதோ? ஒரே பரபரப்பு . கூடி நின்றவர்களில் சிலர் களத்தில் குதித்தனர். செல்லையா ஆசான் தன் இரு சிஷ்யர்களிடம் எதையோ பேசி, எங்கேயோ அனுப்பி வைத்தார்.

பங்குச் சாமியார் இருதரப்பினரையும் சமாதானப்படுத்த முயன்றார். அவருக்குக் கட்டுப்படுவதுபோல் தெரியவில்லை. அன்பைப் போதித்த இயேசுவைக் சாட்சியாக வைத்து, ஒருவரையொருவர் பழிவாங்கவே அவர்கள் கொந்தளித்தனர். எதிரிகளைத் தங்களுக்குள் தேடிக்கொள்ள அப்பாவி மக்களைக் கட்டாயப் படுத்துவது நமது கலாச்சாரத்தின் ஒரு கூறுதானே!

“குடிச்சிய வெள்ளத்தில மோண்டவனெ நான் பாக்கணம் ஓய்.... பிடிச்சி கட்டி வைங்க” எனக் கோரினார் செல்லையா ஆசான்.

“வெளுக்கியதுக்கு மின்ன பிடிச்சீண்டு.. ஓங்களுக்குச் செல்லி அனுப்பியம்... தெரியாத நடந்து போச்சி... ஆசான் மாப்பு தரணம்” கையெடுத்துக் கும்பிட்டார் மனுவேல் ஆசான். நடந்து போன அசம்பாவிதத்துக்குச் சாமியாரும் வருத்தம் தெரிவித்தார்.

அதன் பின்புதான் செல்லையா ஆசானும் சிஷ்யர்களும் கொஞ்சம் சாந்தமானார்கள். அவர்கள் ஊருக்குத் திரும்பத் தயாரானபோது, மனுவேல் ஆசான், “இவியள அந்தக் காட்டு வெளத் திருப்பில கொண்டு விட்டீண்டு வந்திரு மோனெ” எனக் கேட்டுக்கொண்டார். லூக்காசும் அவர்களை அழைத்துச்சென்றார். வடக்கு நோக்கிச் சென்றது பாதை. வழியில் நின்ற பனைமரத்தடியில் பதுங்கிக் கிடந்தான் காலதூதன்.

கூட்டாலு மூட்டில் வெடிக்கும் கம்பத்தின் சத்தம். இங்கு மெதுவாகக் கேட்பதுபோல் “வெட்டுல”, “குத்துல” என்றும் கொலைவெறிக் கத்தல்கள் மெல்ல வந்து மனுவேல் ஆசானின் காதுகளை அரித்தன.

“வெள்ளத்தில மோண்ட பய கிட்டியிருப்பானோ? அவனெ வெட்டிக் கொல்லிய சத்தமா இது?” பரானப்பட்டு எழுந்தார் ஆசான். அப்போது கையில் சூட்டைப் பிடித்தபடி ஓடிவந்தான் ஒரு சிஷ்யன். அவன் சொன்னதைக் கேட்டு, ஆசானும் மற்ற சிஷ்யர்களும் பெரும் பதற்றத்தோடு கிளம்பினார்கள்.

தீப்பந்த வெளிச்சத்தில் ஆட்கள் வருவது தெரிந்ததும், “கூவோ..... கூவோ” என நையாண்டிக் கத்தல் கத்திக்கொண்டே ஒரு கூட்டம் ஓட்டம் பிடிப்பது தெரிந்தது. அது செல்லையா ஆசானின் சிஷ்யர்கள் என்பதை அவர்களால் கணிக்க முடிந்தது. ‘ஏதோ விபரீதம் நடந்திருக்கிறது’ என ஊகித்த ஆசான், முனகல்களோ,

அழுகையோ கேட்கிறதா என அறிய செவிகளைத் தீட்டினார் எதுவும் கேட்கவில்லை. சூட்டு வெளிச்சத்தில் ஆங்காங்கே கடாரிகளும் வெட்டுக்கத்திகளும் கிடப்பது கண்களில் பட்டன. அதோடு கட்டி கட்டியாக ரத்தம். அடுத்து நின்ற பனைமரத்தையொட்டி ஒரு ஆண் உடம்பு குப்புறக் கிடந்தது. அதிலிருந்து பத்தடி தூரத்தில் இன்னொரு உடம்பு. சூட்டை முகங்களின் பக்கம் பிடித்தபோதுதான் இருவரும் செல்லையா ஆசானின் சிஷ்யர்கள் என்பது தெரிந்தது. அரைமணி நேரத்தில் பெரிய யுத்தமே நடந்திருக்கிறது. இவர்களைக் கொன்றது யார்? என்ற குழப்பத்தோடு அடுத்த விளையில் கால் வைத்தார்கள். இரத்தச் சேற்றில் புதைந்துகிடந்தார் இன்னொருவர்.

ஆறடி உயரம், தோளிலும் கைகளிலும் முறுக்கேறி, உருண்டு திரண்ட சதைகள், கம்பீரமான தோற்றம் கொண்ட லூக்காஸ் வெட்டுண்டு, குத்துண்டு கிடந்தார். மழைக்காலத்தில் மேல்விளையிலிருந்து கீழ் விளைக்குக் குமிழ்விட்டுப் பாயும் நீருற்றுப்போல் அவர் காயங்களிலிருந்து ரத்தம் ஒழுகிக் கொண்டிருந்தது.

“யென் செல்ல மோனே, யென் செல்ல மோனே” கேவிக் கேவி அழுதார் மனுவேல் ஆசான். அவரது சிஷ்யர்களோ லூக்காசின் மூக்கில் கை வைத்துப் பார்த்தார்கள். மூச்சின் போக்குவரத்துத் தடைப்பட்டிருந்தது.

லூக்காஸ், ஒரு சிஷ்யனின் கழுத்தைப் பிடித்ததும், செல்லையா ஆசான் அவரைக் கொல்லத் திட்டமிட்டு முன்கூட்டியே இரண்டு பேரை அனுப்பி வைத்திருக்கிறார். அவர்களுக்கும் லூக்காசுக்கும் வழியில் சண்டை நடந்திருக்கும், கூட வந்தவர்களும் சேர்ந்து அவரைத் தாக்கியிருப்பார்கள். இரண்டு பேரைக் கொன்று, வீரமரணம் அடைந்திருக்கிறார் லூக்காஸ். இதுவே அவர்களின் ஊகம்.

அன்றிலிருந்து ஆசான் கோவிலுக்கு வருவதோ, வரி கொடுப்பதோ இல்லை. கோவில் நிர்வாகமோ இன்றுவரை மூத்திரம் பெய்தவனைப் பிடிக்கவில்லை. ஒருவேளை அவன் அன்றிருந்த சாமியாருக்கோ, உபதேசியாருக்கோ வேண்டியவனாக இருக்கலாம். அல்லது அவன் உயிருக்கு ஆபத்து ஏற்பட்டு விடும் என அவர்கள் அஞ்சியிருக்கலாம். அவன் கிடைத்திருந்தால் யார் தூண்டுதலில் அப்படிச் செய்தான் என்பதை அறிய முடிந்திருக்கும், ஒரு வேளை புத்தி சுவாதீனம் இல்லாதவனாக அவன் இருந்திருந்தால்.......!

மைக்கேல் அது குறித்தும் விசாரிக்கவில்லை, ஆசானின் சோகக் கதையைக் கூறி அனுதாபம் தேடவும் விரும்பவில்லை . மாறாக யார் இறைவனுக்கு உகந்தவர் என்ற கேள்வியை எழுப்பினான்.

"சாமி... ஆயானுக்க ஆத்மா மேலப் போனதும் கடவுள் என்ன செய்திருப்பாரு..? நான் பசியாருந்தெங் எனக்குத் தின்ன சோறு குடுத்த நான் தாகமாருந்தேங் எனக்குக் குடிச்ச வெள்ளங்குடுத்த .....? நான் சொவக்கேடா கெடந்தெங் என்னெப் பாக்க வந்தெ.. நான் வீடு இல்லாத அலஞ்சேங். ஒன் சொத்தக் கொடுத்து எனக்கு நீ கோவில் கட்ட வச்ச.. வா... மகனே. வான்னு கையெப் பிடிச்சி மோச்சத்ல சேத்திருப்பாரு.... நீங்க... அவுரு பெறயிதத்தெ சிமித்தேரியில் பூத்த விடமாட்டோண்ணு செல்லுதிய.."

அவன் சொன்னதைப் பைபிளில் படித்த மாதிரி ஒரு ஞாபகத்தில் உபதேசியார் தலையைச் சொறிந்தார். பஞ்சாயத்து மெம்பர், காலேஜ் படிக்கிற பையன் ஏதோ சொல்கிறான் என்று தலையை ஆட்டிஆட்டிக் கேட்டார். பங்குச் சாமியார் திருதிருவென்று முழித்தார். ஆசான் ஊருக்குச் செய்த நல்ல காரியங்கள் எதுவும் அவருக்குப் பிடிபடவில்லை.

அதை ஊகித்த சார்லஸ், 'சாமி, இவிய கள்ளமாரு... ஆயானப் பத்தி ஒண்ணும் செல்லியிருக்க மாட்டினம். நம்ம கோவிலு இருக்கிய எடம் ஆயானுக்க அப்பா குடுத்தது. அதெச் சுத்திக் கெடக்கிய இந்தப் பெரேடமெல்லாம் ஆயான் குடுத்தது. வெயில் காலத்ல வெள்ளங்கிட்டாது சாமி... கொடத்தயும் காக்கட்டயும் எடுத்தீண்டு ஓடுவினம். அதெப்பாத்து பரிதாவப்பட்ட ஆயான் தனக்க சொந்த வயல்ல ஒரு கெணறு வெட்னாரு .... அதில ஊறிய வெள்ளத்தத்தாங் இன்னுவரெ எல்லாரும் குடிச்சினம். ஈஸ்டருக்கு மின்னவாற பெரிய வியாழாச்சைக்கு இரண்டு வார்ப்புக் கஞ்சி காய்ச்சி பாவப்பட்டவியளுக்குக் குடுப்பாரு. கஞ்சி காச்ச வழியில்லேண்ணு அவுரு வீட்டுமின்ன... நின்னா ஒழக்கு அரியோ, நாழி ஒணக்கெக் கெழங்கோ குடுக்காத விடமாட்டாரு; யாரு சொவக்கேடா கெடந்தாலும் போய்ப்பாப்பாரு... சாமி.. அவுரு வேதக்காரரா, கோவிலுக்கு வந்தாப் போதும், வரி குடுத்தாப் போதுண்ணு கஸ்டப்படிய ஜனங்களெப் பத்திக் கவலப்படாத மத்தவிய வேதக்காரளா? இதான் சாமி மைக்கேலு கேக்கியது' என விளக்கமளித்தான்.

இது பங்குச்சாமியாரை யோசிக்கவைத்தது. அவர் இங்கு வந்து ஆறுமாதங்கள்தான் ஆயிற்று. மனுவேல் ஆசானின் மாண்பை இப்போதுதான் அறிந்துகொண்டார். அவர் மற்றவர் முகங்களை மாறிமாறிப் பார்த்தார். அதற்குள் மைக்கேல், "சாமி. துக்கமணி அடிச்சி, பூசெவச்சி, சிமித்தேரில் அவரெ அடக்கஞ்செய்யேலிங்கி.... இது சுயநலவாதிகளின் கூடாரண்ணு கோவில் கதவுல எழுதி வச்சிருவம்.... *ஒடுக்கம் எங்கெளக் குத்தஞ் செல்லப்பாது" எச்சரித்தான். நால்வரும் வீட்டுக்கு வந்தார்கள். கோயிலில் துக்கமணி ஒலித்தது.

---

* ஒடுக்கம் - பிறகு

பதின்மூன்று

ஒரு வாரம் கடந்தது. சார்லஸ், வில்சன், ஜான் ஆகியோரோடு சிவலிங்கம் வீட்டிற்கு வந்தான் மைக்கேல். முன்கூட்டியே சொல்லியிருந்ததால் நால்வரின் நாக்குகளையும் வயப்படுத்த நினைத்தவர்போல், ஒரு குலையிலிருந்த காய்களை வெட்டிச்சீவி, நுங்குகளைச் சுரண்டி ஒரு * சருவத்தில் போட்டார் சிவலிங்கம். அக்கானி கலயத்தோடு வந்தார் அவர் மனைவி. "ஒரு பனைதான் உண்டு.... நீங்க வாறதெத் தெரிஞ்சி ஏறிண்டு வந்தினம்" சொல்லியபடி கலயத்தைக் கீழே வைத்தார் அவர். சருவத்திலிருந்த நுங்கைப் பிசைந்து, மேல்தோல்களை எடுத்து நான்கு பட்டைகளிலும் போட்டார் சிவலிங்கம். ஆளுக்கு ஒன்றை அவர்கள் கையில் கொடுத்து, கலயத்தில் இருந்த அக்கானியை ஊற்றினார். நுங்கும் அக்கானியும் கலந்த சுவை நால்வரின் மூக்குகளையும் விரியச்செய்தது. ஒரு மந்திரத்தால் நீண்டு போய் அதை ருசித்து விடமாட்டோமா? வளைந்து நெளிந்து அவசரப்பட்டது நாக்கு. உதடுகள் உறிஞ்ச, வாயும் நாக்கும் பனை அமுதுண்டு இன்புற்றன.

அய்யாபதிக்கு அழைத்துச்சென்றார் சிவலிங்கம். அது பக்கத்தில்தான் இருந்தது. கூரைமேல் ஒரு கொடி பறந்தது. காவி நிறத்தில் ஒரு வெள்ளைத் தீபச்சுடரை அது தாங்கிநின்றது. மண்சுவர்தான்; ஆனாலும் பளிச்சென்று வெள்ளையடித்திருந்தார்கள்; ஒரு பத்துப் பேர் தாராளமாக அமரலாம். உள்ளே ஒரு நாமபீடம். அதில் பிச்சிப்பூ மாலை போடப்பட்டிருந்தது. அதன் கீழ் ஒரு முகம் பார்க்கும் கண்ணாடி. இருபக்கமும் இரண்டு குத்து விளக்குகள் எரிந்து கொண்டிருந்தன. இடப்பக்கம் ஒரு சின்ன ஓலைப்பெட்டியில் விபூதியும், வலப்பக்கம் பனை ஓலைத்துண்டுகள் அடுக்கிக் கட்டப்பட்ட ஏடுகளும் இருந்தன.

"நீங்க கோவில்ல பிறேயர் சாங் பாடிய மாதிரி வைகுண்டர் அருளின் வழிபாட்டுப் பாடலிருக்கு... பாடுவோமா?" கேட்டபடி ஒரு ஏட்டை எடுத்தார்.

"அய்யா நாங்கள் அறிந்து அறியாமல் செய்ததெல்லாம்
அய்யா பொறுக்கணும்
அய்யா பொறுத்து மாப்புத் தரணும்
அய்யா எங்களுக்கு யாதொரு நொம்பலமும் இல்லாமல்

---

* சருவம் - பாத்திரம்

யாதொரு சஞ்சலமும் இல்லாமல்
அன்னமும் வஸ்த்திரமும் தந்து
அய்யா வைத்து ரட்சித்துக் கொள்ளணும்.
அய்யா நல்ல புத்தி தரணும்
அய்யா நல்ல பொறுமை தரணும்
அய்யா சத்துருவெ மாற்றித் தரணும்
அய்யா நாங்கள் இடப்பட்ட கிருஷிகள் எல்லாம்
செழிப்பாய் வளர்ந்து நல்ல பலன் கிடைக்கணும்
அய்யா நாங்கள் வளர்க்கப்பட்ட
ஆடு மாடுகள் கன்று காலிகள் எல்லாம்
செழிப்பாய் வளர்ந்து நல்ல பலன் கிடைக்கணும்
அய்யா மாரி பொழியணும், அய்யா"

சிவலிங்கம் ஒரு ராகம் போட்டுப் பாடினார். நால்வரும் முணுமுணுத்து, இசையோடு பயணித்தார்கள். அவர் பேச ஆரம்பித்தார். "மக்களே, நீங்க படிச்ச பிள்ளய... அய்யாபதிக்கு வந்ததில ரெம்ப சந்தோசம்.... தாழக் கிடப்பாரைத் தற்காப்பதே தர்மம்ண்ணு அய்யா போதிச்சாரு.. நம்மேல்லாம் தாழக் கெடக்கியவியதான்... நம்ம நொம்பலத்தெ அய்யா தீத்து வய்ப்பாரு.. மக்கா.... நீங்க.. அந்தோணியாரு.. இயேசு... மாதாண்ணு பல உருவங்களெ வச்சிக் கும்பிடுதிய. அய்யா. உருவம் மூலம் தரிசிப்பதை விட உள்ளொளி மூலம் தரிசிப்பதே உயர்நிலை என்கிற கொள்கை உள்ளவரு..."

"எம்பிடு பெரிய விசயம். அந்தக் காலத்திலயே உருவ வழிபாடு வேண்டான்னு சொல்லிருக்காரே!" என்று பாராட்டினான் சார்லஸ். அவனுக்கு மேலும் விவரத்தைச் சொல்லத் தெரிந்தவர் போல் சிவலிங்கம், "ஓய்.... அந்தக் காலம்ன்னு இழுத்தீண்டு போவாண்டாம்... உத்தேசமா.. ஒரு நூத்தியறுவது வருசத்துக்கு மின்னதான் அய்யா பெறந்தாரு.. அப்ப நம்ம ஊரெல்லாம் திருவிதாங்கூரு ராச்சியத்தில் இருந்துது. நம்பூதிரியளும் சூத்திரமாரும் வச்சதுதான் சட்டம். அவியளோட வெள்ளக்காரனும் சேந்துகிட்டான்... அவியளுக்கு நாடான்மாரு ஊழியம் செய்தினம்" என்றார். அது ஒன்றும் பெரிய கொடுமை அல்ல என்பதுபோல் சார்லஸ் "ஊழியமா.. நாங்களும் வாரத்தில ஒரு நாளு ஆண்டவருக்கு ஊழியம் செய்யியம். அதுக்குத்தாங் ஞாறாச்சய ஒதுக்கி வச்சிருக்கம் ஓய்" அவன் பேச்சில் குறுக்கிட்ட ஜான், "இது ஆண்டவருக்கு ஊழியம் செய்யியது இல்லல... மனுசனுக்கு ஊழியம் செய்யியது..

கூலி குடுக்காத வேலெ செய்ய வச்சியது.... நம்ம எடத்ல வெட்டி வேலெண்ணு செல்லுவினம்'' என்றான். அதை ஆமோதிப்பவர்போல் சிவலிங்கம், "நீரு சென்னதுபோல... வேல செய்ய வய்ப்பினம்.... கூலி குடுக்கமாட்டினம். இப்டி ரெண்டு ஊழியம் செய்தினம்... ஒண்ணு.... தாமரெ கொளத்திலண்டு அரசாங்க கஜானாவுக்கும் கஞ்சுப்பாறைக்கும் உப்பு செமக்கணம். இதெ உப்பு ஊழியம்ணு செல்லுவினம்..... அடுத்தது கலெக்டர் ஆபீசுக்கும் தாலுக்கா ஆபீசுக்கும் பனவோல செமக்கணம்... இதை ஏட்டோல ஊழியம்ணு செல்லுவினம்...."

"கொடுமெ..... கொடுமெ" கையால் தரையில் அடித்துக் கொண்டான் வில்சன். அவனால் இதைப் பொறுத்துக்கொள்ள முடியவில்லை .

"இதெவுட பெரிய கொடுமெருக்கு... அகிலத்திரட்டு அம்மானையில் அய்யா சென்னதெக் கேக்குதியளா"

'தாலிக்கு ஆயம் சருகு முதல் ஆயம்
காலிக்கு ஆயம் கம்புதடிக்கு ஆயம்
தாலம் தேறுஞ் சான்றோருக்கு ஆயம்
கருப்புக்கட்டிக்கு ஆயம் கடுநீசன் வைத்தானே
பனை கேட்டடிப்பான் பதநீர் கேட்டடிப்பான்
கனமான கற்கண்டு கருப்புக்கட்டி கேட்டடிப்பான்
நாரு பெட்டிக்கு ஓலை நாள்தோறும் கேட்டடிப்பான்'

நொம்பலத்தின் இழையோடும் ராகத்தோடும் பாடி நிறுத்தினார் சிவலிங்கம்.

சோகத்தில் மூழ்கிவிட்டனர் நால்வரும், வில்சனுக்கு ஒரு வார்த்தைக்குப் பொருள் புரியவில்லை. அதைக் கேட்டான். "ஆயம்... ஆயம்ண்ணு பாடினீரு... அதுக்கு என்ன அர்த்தம்?"

"வரி ஓய் ... வரி"

"இப்டி வரிவரின்ணு அரசாங்கத்துக்குக் குடுத்தா. பனையேறிக்க வீட்ல உள்ளவிய எப்டி கஞ்சி குடிப்பினம்?... நெஞ்சு பதறுது ஓய்" உணர்ச்சிவசப்பட்டுப் பேசினான் மைக்கேல்.

"இதுக்கே பதறினா எப்டி? அவிய போட்ட வரிகள்ல கொடுமெயான வரி.... தலெ வரியும் மொலெ வரியும் ஓய்... பெறந்த கொழந்தேலண்டு சாவக்கெடக்கிய மூப்பிலு வரிக்கும்

ஒவ்வொருத்தளும் வரி குடுக்கணம்..... அதுக்குப் பேரு தலெ வரி... நாடார் சாதிப் பெண்ணுவ மாரெ துணி போட்டு மறச்சியதுக்கு... குடுக்கிய வரி மொலெ வரி..... வரி குடுக்க முடியேலிங்கி தெறந்து போட்டுண்டு நடக்கணம்... நாடாத்தி இடுப்பு மேல... ஜெம்பரோ..... தோள் சீலயோ போடப்பாதுண்ணு திருவிதாங்கூருல சட்டமே இருந்தது ஓய்.... லண்டன் மிஷன் ஆளுவ வந்த பெறவுதான் அது பிரச்சினையாச்சி.... மயிலாடிக்கு ரிங்கல் தௌபே பாஸ்டர் வந்தாரு. அவரு இந்த வரிகளுக்கு எதிராக மக்களைத் தூண்டினாரு. அவருக்குப் பெறவு சார்லஸ் மீட் ஐயர் வந்தாரு...''

எல்லாரும் சார்லஸ் முகத்தையே பார்த்தார்கள். அவனும் அவர் பெயர் கொண்டவன் 'நான்' என்ற பெருமிதத்தோடு புன்னகைத்தான். சிவலிங்கம் தொடர்ந்தார்.

"அந்தப் பாஸ்டருதான் இந்தக் கொடுமெய எதித்துக் போராட வச்சாரு.... அதுக்குப் பேருதான் 'தோள் சீலைப் போராட்டம்' கிறிஸ்தவ நாடாமாரும் இந்து நாடாமாரும் சேந்து போராடி ஜெயிச்சினம். அந்த ஜெயத்துக்கு அய்யா வைகுண்டசாமியும், அவருக்க சிஷ்யனுவளும் காரணமா இருந்தினம்.... அதுக்குப் பெறவுதான் நாடாரு பெண்ணுங்க.... ஜெம்பரும், தோள்சீலயும் போட ஆரம்பிச்சினம்''

"ஓகோ.... பெண்ணாப் பெறந்தவிய மானத்தெக் காப்பாத்தினவரா?... அதான் அய்யா வைகுண்டசாமிக்கு இம்பிடு மரியாதியா?'' ஏதோ ஒன்றைக் கண்டுபிடித்தவன் போலவும், அதே நேரம் சந்தேகத்தொனியோடும் கேட்டான் சார்ல்ஸ்.

"இல்லெ ஓய்.. அதெவுட பெரிய காரியம் ஒண்ணெச் செய்தாரு.. அப்பேல்லாம்..... ஒரு நாடான், நம்பூதிரிப் பிராமணன் வந்தா..... முப்பத்தியாறு அடி தள்ளி நின்னுதான் பேசணம்.... நாயர் வந்தா.... பந்திரண்டு அடி தள்ளி நின்று பேசணம்... பறையர் சாம்பவர், புலையர் இருக்கினுமே அவியளெத் தொட்டாத்தான் தீட்டு... நாடான்மாரெக் கண்டாலே தீட்டுணு ஒதுக்கி வச்சிருந்தினம்''

சிவலிங்கம் சொன்னதும், நால்வர் முகங்களும் கறுத்து கலவரப்பட்டிருந்தது. அது ஜானை மிகவும் பாதித்தது. அவன், "என்னக் கேவலம் ஓய் இது... ஒரே மனுசப் பெறவியில நம்ம மாதிரி ஒழச்சித் தின்னியவிய தாழ்ந்த சாதி.... நாம ஒழச்சதெ தந்திரமா திருடிண்டு வந்து தின்னியவிய ஒயந்த சாதி.... இது என்ன நீதி ஓய்?''

“அதுதான் மனுநீதி” என்று பட்டென்று சொல்லிவிட்டு நிறுத்திய சிவலிங்கம் சில நொடிகளுக்குப்பின்பு, அந்த மனு நீதியெ ஒழிச்ச நம்ம கண்ணுமின்ன பாடுபடியவரு தந்தை பெரியாரு. அவருக்கும் நூறு வருசத்துக்கு மின்ன போராடினவரு அய்யா வைகுண்டசாமி. இந்நா நாங் தலையில ஒரு முண்டெ மடிச்சிக் கட்டியிருக்கேனே.... இதுக்கு என்ன பேரு தெரியுமா ‘உறுமால் கட்டு’ ஆதி காலத்ல நாடான்மாரு கட்னது. நம்பூதிரிமாரும் சூத்திரமாரும் சேந்து நம்மெக் கட்டப்பாதுன்னு தடுத்தீண்டு, அவியளும் பணக்காரமாரும் கட்டிச்சினம். அய்யாவுக்கு வந்துதே ஆத்திரம்... எல்லாரும் ‘உறுமால் கட்டு’ கட்டுங்கடாண்ணு சென்னாரு... பனையேறிய கம்பீரமாகக் கட்ட ஆரம்பிச்சினம்.... இன்னுவரெ தடுக்க முடிஞ்சிதா? நாடாமாரு சொந்தமா வீடு கட்னா.... ஓடு போடப்பாது.... வெள்ளெ அடிச்சப்பாது... இதான் அவிய வச்ச சட்டம்... புலிபோல வந்தாரு அய்யா, “எல்லா வீட்டுக்கும் வெள்ளெ அடிங்க..... கொஞ்சம் வசதி உள்ளவிய ஓடு போடுங்க.... வசதியானவிய தட்டுவச்சி மட்டுப்பாவு வீடு கட்டுங்கண்ணு” மொழங்கினாரு. அவரு சொன்னபடி நிறைய பேரு கட்டிச்சினம். அதுக்குச் சாட்சி இந்தப் பதியெச் சுத்தியிருக்கிய வீடுவதான்” முடித்தார்.

நால்வரும் வெளியே வந்து பார்த்தனர். நாலைந்து வீடுகள்தான் ஓடு போட்டது. மீதியெல்லாம் ஓலைக் குடிசைதான். எல்லாம் வெள்ளை அடிக்கப்பட்டும் சாணியால் மெழுகப்பட்டும் இருந்தன. அதே நேரம் அந்தோணியார் கோவிலைச் சுற்றியுள்ள வீடுகள் ஓடு போட்டிருந்தும் கூட பூசாது, வெள்ளையடிக்காது. செம்மண் கோலமாய் இருப்பதை எண்ணிப்பார்த்தனர். மக்களைத் தன்மானத்தோடு வாழவைப்பதில் அய்யா வைகுண்டசாமிக்குப் பெரிய பங்கிருக்கிறது. அது பக்தி சார்ந்த பங்களிப்பு என்பதை நால்வரும் புரிந்தனர்.

சார்லஸ் நன்றாக யோசித்து ஒரு கேள்வியைக் கேட்டான். “மேல்சாதி தீண்டாமையெ எதித்துப் போராடின அய்யா வைகுண்டரு, தனக்குக் கீழயிருந்த தாழ்த்தப்பட்ட சாதி சனங்களெ சமமா நடத்தினாரா?”

“நடத்தினாரு.... அப்போல்லாம்... நம்பூதிரிகளும் நாயர்மாரும் குடிச்ச வெள்ளம் கூட குடுக்கமாட்டினம்... அய்யா, சாமித்தோப்ல ஒரு கெணறு வெட்னாரு... அதுக்கு ‘முத்திரிக்கிணறு’ன்னு பேரு....

முத்திரிக்கிணறுக்குப் புனிதக் கிணறுன்னு அர்த்தம். அவரெப் பாக்கவாற எல்லாச் சாதி சனங்களும் ஒண்ணா நின்னு அதில வெள்ளங்கோருவினம், குளிப்பினம், அவிச்சித்தின்னுவினம். வேற ஒரு விசயமும் செல்லுவினம்.... அய்யா சிஷ்யனுவளெ தாழ்த்தப்பட்டவங்க வீடுகளுக்கு அனுப்பி, சாப்பிடச் செல்லுவாராம். அப்டி அனுப்பினதுல பிச்சம்மாவிண்ணு செல்லிய வண்ணார் சாதி வீட்ல போன ரெண்டு சிஷ்யனுவ சோறுதின்ன மனமில்லாம வந்திட்டினுமாம். இதை அறிஞ்ச அய்யா, சிஷ்யனுவளெ கண்டிச்சி திருப்பியும் அந்த வீட்ல பெய் சாப்பிட வச்சிருக்காரு...'

"அப்டியா?" என ஆச்சரியப்பட்ட சார்லஸ் "அய்யா பெரிய மகான்தான். அவரெ நாயர்மாரு எப்டி விட்டுவச்சினம்?"

"எங்க விட்னம்? திருவிதாங்கூர் ராஜாவோட படைகளெ அனுப்பிப் பிடிச்சி இழுத்தீண்டு போச்சினம். நூற்றிப்பத்து நாளு ஜெயில்ல கெடந்தாரு.... அவரெத்தான் நாங்க பகவானாக கும்பிடியம்" முடித்தார் சிவலிங்கம். சில நொடிகள் அறிதலின் பரவசம் சத்தமின்றி நடந்தது.

"எங்களுக்கும் கும்பிட ஆசைதான். ஒரு வாத்தியாரெப்போல அய்யாவெப் பத்தி நெறய செல்லிக் குடுத்திய...." என்று சார்லஸ் சொல்லி முடிப்பதற்குள் அவருடைய மனைவி வந்தார். "நொங்கும் அக்கானியும் ருசியா இருந்துது மாமி" என்றான் மைக்கேல். இருவருக்கும் நன்றி சொல்லிவிட்டு நால்வரும் கிளம்பினர்.

நான்கு பேரும் கோவில் அருகே கிடந்த சின்னப்பாறை ஒன்றில் அமர்ந்தனர். அய்யா வைகுண்டசாமியின் ஆற்றலைப் பேசிப்பேசி வியந்தனர். 'மேல் சாதியினர் நம்மை இழிவாக நடத்துவதை எதிர்க்கும் நாம், நமக்குக் கீழ் என்று சொல்லப்படும் சாதிக்காரத் தலையை மிதிக்காமல் இருக்கிறோமா? அவர்களைச் சமமாக நடத்துகிறோமா?' இதுவே அவர்கள் விவாதப்பொருளாக இருந்தது. அவர்களுக்குத் தெரிந்தவரை சாதி ஒழிப்புக்குக் கலப்புத்திருமணமே சிறந்த வழியாகப்பட்டது. அதற்கான சமூகக்காரணிகள் இருந்தன. வில்சனுக்கும் துணி வெளுக்கும் குடும்பத்துப் பெண் பிலோமினாளுக்கும் காதல் அரும்பியிருந்தது. சசிகலாவுக்கும் மைக்கேலுக்கும் காதல் மணத்திருந்தது. மைக்கேலைத் தவிர மற்ற மூவரும் சசிகலா காதலைச் சந்தேகப்பட்டியலில் வைத்திருந்தனர். சமூகத்தில் இதுபோன்ற பல பிரச்சினைகள். போலீசின் கவனமோ வேறு திசைகளில்.

நாட்டின் சட்டம், ஒழுங்குசீர்கெடக் காரணம் அந்த ஊரில் நடக்கும் மூன்றுவகைக் குற்றங்கள் என்பது போலீசாரின் நம்பிக்கை. ஒன்று கள் குடித்தல், இரண்டு கள் விற்றல், மூன்று சீட்டாடுதல். இந்தக் குற்றங்கள் செய்வோரை மட்டும் கைது செய்துவிட்டால் ஜனநாயகம் தழைத்துவிடுமாம். எல்லாருக்கும் எல்லாமும் கிடைத்தும் விடுமாம்.

அம்பாசிடர் காரில் வந்து ஒவ்வொருத்தராய் ஆங்காங்கே இறங்கிக்கொள்வார்கள். வெறும் கார் கோவில் பக்கம் வந்து திரும்பி நிற்கும். போலீசார் கண்ணில் படும் ஆண்களை ஊதச் சொல்வார்கள். குடித்திருந்தால், அவர்கள் போட்டிருக்கும் டவலை எடுத்தோ, சட்டையைக் கழற்றியோ, கைகளைப் பின்னால் வைத்துக்கட்டுவார்கள். ஆள் கிடைக்காவிட்டால் திண்ணையிலோ, வீட்டுக்குள்ளோ இருப்போரை மிரட்டி ஊதச் சொல்வார்கள்.

அதுவும் கிடைக்காவிட்டால் ஏதாவது ஒரு காரணம் சொல்லி குடிக்காதோரையும் பிடிப்பார்கள். கூட்டிச்செல்லும்போது பிடிபட்டோரின் சொந்தக்காரர்கள் கார் நிற்கும் இடம்வரை கூடச் செல்வதுண்டு.

அன்று போலீசார் மூன்று பேரைப் பிடித்துச் சென்றார்கள். ஒருவர் கள் விற்றவர். அவர் தலையில் பானை; கையில் கலயம். மற்ற இருவரும் கள் குடித்ததாகச் சொல்லப்பட்டவர்கள். இருவரில் ஒருவர் செல்லப்பா; மற்றவர் தங்கையா. சித்தி வீட்டுக்குச் சென்றிருந்த கிளாரா வந்ததும் தாய் கதறி அழுதார். ஓடினாள் கிளாரா.

ஒரு சின்ன ஊர்வலம்போல் அது. முன்னால் குற்றவாளிகள், அடுத்து போலீசார் . அவர்களின் பின்னால் ஊரார் சிலர். தந்தையை நடத்திச் செல்வதைப் பார்த்துக் கண் கலங்கினாள் கிளாரா. குறுக்கே போய்நின்ற அவள், “நில்லும் ஓய்” உத்தரவு இடுவதுபோல் சொன்னாள். அனைவரும் நின்றார்கள். மிகத் தைரியமாப் போலீசாரிடம் கேள்வியைக் கேட்டாள்.

“இந்தப் பரஞ்சோதி மாமாவெ கள்ளு வித்த எடத்தில பிடிச்சிருக்குதிய... இவியள வீட்டிலண்டு பிடிச்சியளா, வெளியிலண்டு பிடிச்சியளா?”

“எங்கண்டு பிடிச்சா என்னட்டி... குடிச்சிருந்தினம் பிடிச்சோம்” என்றார் ஒரு போலீஸ்காரர்.

உடனே கிளாரா, “வீட்ல இருந்தவியளெ விளிச்சி, வெளியில வரவச்சி. இப்டி இழுத்தீண்டு போறியளே.... இது நியாயமா?”

“நியாயம் அநியாயம் பேசினெ... கள்ளுவித்ததா ஒன் மேல ஒரு கேசெப் போட்டு லாக்கப்பில வச்சிருவம்....”

“கேசெ பெறவு பாக்கியன்... இப்ப இவியளெ விட்டூண்டு போங்க”

அவள் நேருக்கு நேர் நின்று துணிச்சலோடு பேசுவதைப் பார்த்ததும், போலீஸ் பின்னால் நடந்து வந்த ஊரார், கிளாரா பின்னால் அணி திரண்டார்கள். பிரச்சினையைச் சிக்கலாக்கி விடுவாளோ என்ற நெருக்கடி போலீசாருக்கு ஏற்பட்டது. ‘சின்னப் பெண்தானே, மிரட்டினால் பயந்துவிடுவாள்’ என்ற அதிகாரத் தோரணை கொண்ட இன்னொரு போலீஸ்காரர்,

“வெலவுட்டி... சி... வெலவு...”

“நீரு சென்னதும் வெலவ முடியாது ஓய்.... வீட்டில் இருக்கிய ஆளுவெள ஊதிப்பிடிச்சிலான்னு சட்டம் செல்லுதா?”

“சட்டம் பேசுதியாடி... சட்டம். அட... சவத்துக்குப் பெறந்த மோளா.... ஒரு அடிக்குப் பொறுக்கமாட்ட...” கையை ஓங்கினார் அடிக்க. அதற்குள், “ஓய்... ஓய்” சத்தமிட்டனர் ஊரார். அது கேட்டு அக்கம், பக்கத்தாரும் கூடிவிட்டனர். இப்போது “ரெண்டு பேரையும் விடுங்க..... விடுங்க....” பல குரல்கள் ஒன்றாக ஒலித்தன. சாதாரண குடிகாரக் கேசு.... கலவரமாக மாறிவிடக்கூடாது என்ற முன்னெச்சரிக்கை நடவடிக்கையாக இருவரையும் போலீசார் விட்டனர்.

“அப்பா” தங்கையாவின் கைகளைப் பிடித்தாள் கிளாரா. “மக்ளே நீ வரேலிங்கி...க்கும்....க்கும்....” அழுதார் அவர். “என்னப்பா இது...... வரணம் வீட்டுக்குப் போவெம்” அழைத்துவந்தாள். இருவரையும் பார்த்த பின்புதான் நேசத்துக்கு நிம்மதி. “நம்ம மானத்தெக் காப்பாத்திட்ட மக்கா” கிளாராளைத் தழுவினார் தாய்.

தங்கையாவோடு விடுவிக்கப்பட்ட செல்லப்பாவும், அவரது மகனும் வந்தார்கள். “யென் அப்பனும் குடிச்சீண்டு வீட்டில இருந்தவருதான். போலீஸ் பிடிச்சிண்டு போச்சு.... எதுத்துக் கேக்கிய தைரியம் எனக்கு வரேல பாத்துக்க.... ஒனக்கு வந்திருக்கு... நீ நல்லாருப்ப” வாழ்த்தினார், செல்லப்பாவின் மகன். இருவரும் நன்றிப் பெருக்கோடு திரும்பினர்.

அப்போது கள் விற்பது குற்றச்செயலாக இருந்தது. ஒரு மாதத்தில் அரசாங்கமே கள், சாராயம் விற்றது. கோவிலிலிருந்து தெற்கு நோக்கிச்செல்லும் ரோடு, தாழாங்கோட்டையிலிருந்து பிடாகைக்குச் செல்லும் ரோட்டில் இணையும். முக்கின் அருகே ஒரு கள்ளுக்கடை தோன்றியது. அதனால் அந்த முக்கு, கள்ளுக்கடை முக்காயிற்று.

தனியார் விற்றாலும், அரசாங்கம் விற்றாலும் சின்னப் பெட்டிக்கடைகள் கூட போதைப்பொருட்களை விற்றன. அவை சித்த மருத்துவத் தயாரிப்புகளான அசோகா அரிஸ்டம், ஜீரகா அரிஸ்டம் போன்றவை, இவற்றை 'மாம்பட்டை' என்பார்கள். இவை தயாரிக்கும் ஒரு சிறு ஆலையும் அங்கு உருவாயிற்று. அதனால் பரஞ்சோதியாரைத் தேடுவோர் அரிதாயிற்று. போலீஸ் வருகையும் நின்றுவிட்டது. அவர் தனக்குத் தெரிந்த பொட்டுப் பொடி வேலைகளில் கவனம் செலுத்தினார்.

கிளாராளின் மனமும் பாராட்டுகளில் லயிக்கவில்லை. அவளது கவனம் முழுதும் ஆட்டின் மேல். சூல்கொண்டு நின்றது அந்த ஜீவன். அதற்கு மாவிலை, வாழையிலைகளைக் கொண்டு வந்து போட்டாள். கஞ்சித்தண்ணி, பழத்தோல் சேகரிப்பதில் நேரத்தைச் செலவிட்டாள். தலைப்பிரசவத்துக்கு வந்திருக்கும் மகளைக் கவனிக்கும் தாய்போல் ஆட்டைக் கவனித்தாள் கிளாரா.

அடுத்த ஞாயிறு கிளாராவும், அமலாளும் கோயிலுக்குச் சென்றனர். வழிபாடு முடிந்து வெளியே வந்ததும் கிளாராளைச் சுற்றிப் பெண்கள், சிறுமிகள். எல்லாரும் அவளைப் பாராட்டினார்கள். பாராட்டினார்கள் என்பதைவிட அவளோடு சிநேகிதம் கொண்டாடினார்கள் என்பதே உண்மை. அது தங்களுக்கு ஒரு பாதுகாப்பைத் தரும் என்று அவர்கள் நம்பியிருக்கக்கூடும். சிறுமிகள் "அக்கா.... அக்கா" அன்போடு அழைத்துத் துள்ளித் துள்ளிக் குதித்தார்கள். கிளாராவின் கையைப் பிடிப்பதிலும் உடம்போடு ஒட்டி நிற்பதிலும் அவர்களுக்கு ஆனந்தம்.

அமலாளும் மகிழ்ந்தாள். இருப்பினும் அவள் நெஞ்சில் பொறாமை ஊர்ந்தது. இந்த ஊரில் மட்டுமல்ல; சுற்றியிருக்கும் ஐந்தாறு ஊர்களில் முதல் பெண் பட்டதாரி நான். என்னைக் கொண்டாடாமல், எட்டாம் வகுப்புத் தேறாத அக்காளைக் கொண்டாடுகிறார்களே...! என்பதே அதற்கான காரணம். ஆனால் சரித்திரம் வேறொரு பக்கத்தை அவளுக்குத் திருப்பிக் காட்டியது.

படிக்காதவரா, படித்தவரா எனப் பார்ப்பதில்லை மக்கள். துயரங்களிலிருந்து தங்களை விடுவிப்பவர் இவர் என அடையாளம் கண்டதும் மதிப்பளிக்கத் தொடங்கிவிடுகிறார்கள்.

இருவரும் வீட்டுக்கு வந்தனர். பரஞ்சோதியார் ஆட்டின் முன்பு நின்றிருந்தார். அவர் தற்போது கள் விற்பது இல்லை.

நேசம் கையில் சாக்குடன் நின்றார். கிளாராளுக்கும் அமலாளுக்கும் ஆடு குட்டிபோடுவதைப் பார்க்க ஆசை. ஆட்டை உற்றுப்பார்த்தபடியே நின்றார்கள். “கா.கா’ சத்தத்துடன் மூன்று. நான்கு காகங்கள் வேப்பமரத்தில் வந்து அமர்ந்தன. “வீட்டில பெய்த் துணியெ மாத்துங்கட்டி” அதட்டினார் நேசம். வீட்டுக்குள் போனார்கள். அவர்கள் திரும்பி வருவதற்குள் ஆடு குட்டி போட்டுவிட்டது. ஆடு நாக்கினால் குட்டியை நக்கும் காட்சியை மட்டுமே அவர்களால் பார்க்கமுடிந்தது. கூடி நின்றவர்களைப் பார்த்து பரஞ்சோதியார் சொன்னார். “இந்த ஆட்டுக்கு மாப்பிள்ளயெத் தெரியாது. இந்தக் குட்டிக்கு அப்பனெத் தெரியப்போறதில்ல.. ஆடு மாடெல்லாம் இப்டிதான் ஜீவிச்சுது. எங்கிலும் இந்த அம்மைக்கும் குட்டிக்கும் அப்டி ஒரு பாசம் பாத்துக்க...” என்றார். உடனே அமலா, “ஒரு காலத்தில மனுஷக் கூட்டத்திலயும் அப்பன் யாருன்னு தெரியாத, கொழந்தய.... அம்மைக்கிட்டதான் வளந்திருக்கினம்” என்றாள்.

“பிள்ளே நீ படிச்சவ... அதான் இதயெல்லாம் தெரிஞ்சு வச்சிருக்க...” எனப் பாராட்டினார்.

புன்னகைத்தாள் அமலா. கிளாராளைப்போல் தானும் மதிக்கப்படுகிறேன் என்று அவளுக்குள் ஒரு பெருமிதம். ‘செந்தரையா..... கஞ்சி வச்சி... அனப்போட ஆட்டுக்குக் குடு’ எனக் கூறிவிட்டுப் போய்விட்டார் பரஞ்சோதியார். ஆடு, குட்டி போட்டதில் எல்லாருக்கும் மகிழ்ச்சி.

சசிகலா இப்போது ஒரு மாதத்துக்கு ஒருமுறைதான் வீட்டுக்கு வந்தாள். வரும் நாட்களில் அவளைப் பார்ப்பதும் பேசுவதும் மைக்கேலுக்குச் சிரமமாகவே இருந்தது. மைக்கேல் குளிக்கப் போகும் நேரத்தில் அவன் முகத்தைப் பார்க்க அவள் கண்கள் ஏங்கி மருண்டு நிற்கும். எப்படியாவது தான் வந்திருக்கும் செய்தியை, ஒரு அடையாளத்தின் மூலம் அவனுக்குத் தெரிவித்து விடுவாள். அந்தி நேரங்களில் அவள் வீட்டிற்குத் தெற்கே கையாலைக்கு உள்ளே சசிகலாவும், வெளியே மைக்கேலும் நின்று பேசுவார்கள்.

யாமானோ, அம்மிங்கிரோ வருவதுபோல் தெரிந்தால் மைக்கேல் கையாலை ஓரமாகக் குனிந்து ஓடிவிடுவான்.

சனி, ஞாயிறுகளில் திருவனந்தபுரம் வரும்படி வற்புறுத்துவாள். அவனுக்கும் அந்த அழகு நகரைச் சுற்றிப்பார்த்து, காதல் கோபுரம் ஏறி கைகளைச் சிறகுபோல் அடித்துப்பறக்க ஆசைதான். காசில்லை கையில்; படிப்புத் தடைபடுமோ என்ற பயம்; தடுமாறினான் மைக்கேல். ஒரு கண்ணாடிக்குடுவையில் பூதத்தை அடைப்பதுபோல் அவள் நினைவுகளை அடைத்துவிட்டு படிப்பில் கவனம் செலுத்துவான். தானாக மூடியைத் திறந்து கொண்டு வெளியே வருவாள் சசிகலா. புத்தகத்தின் எழுத்துக்களும், வரைபடங்களும் அவள் முகமாக மாறியிருக்கும். ‘காதல் மயக்கத்தில் படிப்பை மறந்தால், அவள் கிடைக்கமாட்டாள்’ என்ற ஆணி அவன் சிந்தையில் அழுத்தமாக அறையப்பட்டிருந்தது. பி.எஸ்.சி. இரண்டாம் ஆண்டில் அதிக மார்க் வாங்கியதில் ஆசிரியர் ஜோசப்புக்கும் அவர் மனைவிக்கும் மிக்க மகிழ்ச்சி. தாம் செய்யும் உதவியால் ஒருவர் முன்னேறினால் அதையே பிறவிப்பயனாகக் கருதுபவர் ஜோசப். அவனை எம்.எஸ்.சி. ஏன் அதற்கு மேலும் கூட படிக்க வைக்கத் தயாராக இருந்தார்.

பேண்ட், சட்டையுடன் கல்லூரி மாணவர்கள். அவர்களிடையே வேஷ்டி கட்டியவர்களும் தெரிந்தார்கள். ‘வசதியிருந்தால் நானும் பேண்ட் போட்டிருப்பேனே’ என்ற மனக்குறை மைக்கேலுக்கு ஏற்பட்டுவிடக்கூடாது என்று நினைத்த ஜோசப், சனிக்கிழமை காலை தெருவுக்கடைக்கு அவனை வரச்சொன்னார்; அவனும் வந்தான். இருவரும் ஒரு சாயை குடித்துவிட்டு, பஸ் ஏறினர்.

நாகர்கோவிலில் இறங்கிய இருவரும் வேப்பமூட்டு ஜங்சனுக்கு அருகேயிருந்த பிரபலமான ஜவுளிக்கடை ஒன்றில் நுழைந்தனர். பிரமாண்டமாக இருந்தது கடை. மாடியின் வெளியே தெரியும்படி அழகழகான சாரிகளைக் கண்ணாடிக்குள் தொங்க விட்டிருந்தார்கள். ‘திருமணம், திருவிழா காலங்களில் இங்குவந்து துணி எடுத்தால் லாபம். ஒன்றிரண்டு துணிக்காக பஸ் ஏறி வருவது நஷ்டம்தான்’. அவன் நினைவுகளில் நீந்தி முடிப்பதற்குள், பேண்ட் சர்ட், நிக்கர் சர்ட், சாரி, பாவாடைத்துணி, சட்டைத்துணி என எல்லாருக்கும் துணி எடுத்திருந்தார் ஆசிரியர்.

அங்கிருந்து கோர்ட் ரோட்டில் இருந்த ஒரு தையற்கடைக்கு வந்தனர் இருவரும். பேண்ட், சட்டைத் துணிகளைத் தையற்காரரிடம்

கொடுத்து "இவுருக்கு அளவெடுங்க" மைக்கேலைக் காட்டினார் ஆசிரியர். 'வேண்டாம் சார்... இருக்கிய வேஷ்டி, சட்டையே போதும்' என்று சொல்ல பலமுறை முயன்றான், முடியவில்லை. பேண்ட், சர்ட் போட்டு வரும் மாணவர்களைப்போல் தானும் போட வேண்டும் என்ற உணர்வு அவனுக்குள் இருந்தது. ஆனால் பி.எஸ்சி. முடித்த பின்பு போடலாம் அல்லது ஏதாவது வேலைக்குப் போய் சம்பாதித்துத் தைத்துப் போடலாம். அம்மாவுக்குத் தொந்தரவு கொடுக்கக்கூடாது என்றே தீர்மானித்திருந்தான். ஆசிரியர் முந்திக்கொண்டார். தையற்காரர் மைக்கேலுக்கு அளவெடுத்தார்.

அங்கிருந்து கொஞ்ச தூரத்தில் ஒரு புத்தகக்கடை. அங்கு சென்றார் ஆசிரியர். பிறப்பதும் இறப்பதுமாகச் சுழலும் மானுட வாழ்வில் மனிதர்களோடு பிறந்தும் இறவாதிருப்பது அவர்தம் பண்பாடு. அவற்றைச் சுமந்து நிற்பவை கலை, இலங்கியங்களே. அந்த வகையில் ஏராளமான இலக்கிய நூல்கள் அழகாக, வரிசையோடு அடுக்கப்பட்டிருந்தன. எல்லாவற்றையும் படித்துவிட வேண்டும்போல் ஒரு தாகம் எழுந்தது. அம்பேத்கர் புத்தகம் ஒன்றைப் பார்த்ததும் 'இந்தியாவோட கான்ஸ்டிட்டியூஷன் எழுதின டாக்டர் அம்பேத்கர் ஒரு ஜீனியஸ்' என்று சசிகலாவின் மாமா சொன்னது நினைவுக்கு வந்தது. அதை எடுத்து, கையில் வைத்துக்கொண்டான். ஆசிரியரோ டாக்டர் மு. வரதராசனார் எழுதிய 'கள்ளோ, காவியமோ!' நாவலை எடுத்திருந்தார். மைக்கேலின் கையிலிருந்த புத்தகத்தைப் பார்த்த ஆசிரியர், "இது வேணுமா?"

"ம்" என்றான் மைக்கேல். இரண்டுக்கும் பணம் கொடுத்தார் ஆசிரியர்.

பதினைந்தாவது நாள் மைக்கேல் வீட்டில் ஆசிரியர். அன்று தெரசம்மாள், ரபேக்கா, மைக்கேல், அவனது தங்கைகள் எல்லாரும் வீட்டில் இருந்தார்கள். எல்லாரையும் விசாரித்த பின்பு, கையிலிருந்த பையை ஆசிரியர் மைக்கேலிடம் கொடுத்தார். நாகர்கோவிலுக்கு போன அன்றைக்கே தாயிடம், "சாரு, எனக்கு பேண்டும் சட்டையும் எடுத்து, தச்சக் குடுத்திருக்கியாரு" என்று கூறியிருந்தான். அதனால் பையின் உள்ளே இருப்பதை அறிந்தவர்போல் "போட்டுப்பாரு மக்கா" என்றார் தெரசம்மாள்.

"பெறவு போடியன்" கூச்சப்பட்டு நின்றான் மைக்கேல். "ஒனக்குத் தோணும்ப போடுடே" என்றார் ஆசிரியர். கடுங்காப்பி

கொண்டு வந்தாள் ரபேக்கா. அதை வாங்கிக் குடித்தார் ஜோசப். உள்ளே சென்ற தெரசம்மாள் ஒரு பையுடன் வந்தார். “சார், இந்நா மிக்கேலுகிட்ட குடுத்துவிடுலாண்ணு இருந்தென்... நீங்க வருவியன்ணு சென்னாள்.'' அதை மூக்கில் வைத்த ஆசிரியர்,

“கருவாடா?''

“ஓங்... வெளமீனு கருவாடு .. கிட்டியது கஸ்டம் அதான் வேண்டீண்டு வந்தென்''

“ம். ரெம்ப சந்தோசம்''

கிளம்பினார் ஆசிரியர்.

வில்சனின் அண்ணனுக்குத் திருமணம். இரவு சாப்பாடு. ஒரு பந்தி முடிந்தது. இரண்டாவது பந்தி சாப்பிட்டு இலை எடுத்ததில் பிரச்சினை. எல்லா இலைகளையும் எடுத்த தொபியாசு, ஒருவர் இலையை மட்டும் விட்டுவிட்டார். காரணம் கேட்டதற்கு “அந்த வண்ணாப்பய எலயெ நான் எடுக்கமாட்டேங் ஓய்'' என சூட்டோடு சொன்னார். அது சாப்பிட்டுக் கைகழுவிய எலியாஸ் காதில் விழுந்தது.

அவர், “லே..... தொபியாசு... சாதி பெயரெச்செல்லி ஏசுதியா? கை காலு இருக்காது பாத்துக்க'' எச்சரித்தார்.

“யாரு கைகாலு ஒடியுதுன்ணு இப்பப் பாருல...'' குதித்துப்போய் அவரை அடிப்பதற்கு எத்தனித்தார் தொபியாஸ். பக்கத்தில் நின்றவர்கள் இருவரையும் பிடித்துக்கொண்டார்கள். வில்சன் வந்தான், “எதுக்கில இப்டி குதிச்சிதிய... நம்ம மூணுபேரும் அஞ்சாங்கிளாசுவரெ ஒண்ணிச்சிப் படிச்செம்.... ஒண்ணிச்சி வெளயாடினம்... ஒண்ணிச்சி கஞ்சி குடிச்சம்... அப்பேல்லாம் இல்லாத சாதிக்கு இப்ப என்னத்துக்கில் சுண்ணாம்பு அடிச்சிதிய..... ஓய்... எல்லாரும் கேட்டுக்களுங்க.... நாளெலண்டு கலியாணமோ, வேற விசேசமோ யாரு வீட்ல நடந்தாலும்.. சாப்பிட்ட எலயளெ, நீங்ளோ, ஒங்கச் சொந்தக்காரவியளோ எடுக்கணம்.... லே.. நாளெய்க்கு நீங்க ரெண்டு பேரும் வரணம்... ஒரே பந்திலருந்து சோறு தின்னணம்... ஒங்க எலயளெ நான் எடுக்கியன்'' என்றான் வில்சன்.

துணி வெளுக்கும் எலியாசின் தங்கை பிலோமினாளுக்கும் வில்சனுக்கும் காதல். அதை மனத்தில் வைத்தே இவ்வளவு

துணிச்சலாகப் பேசுகிறான் எனக் கணித்தான் சார்லஸ். அது பெரும் பிரளயத்தை உருவாக்கும் என்று யாரும் எதிர்பார்க்கவில்லை.

“ஓய்.... எலய மட்டும் எடுத்தியளங்கி... நீரும் நானும் ஒண்ணாயிருவமா? ஒருவாடு நாளா கேக்க நெனச்சதெ இப்ப கேக்கியன்.... நாம எல்லாரும் வேதக்கார... இந்த அந்தோணியாரு கோவிலுக்கு வாறவிய... நீங்களும் வரிகுடுக்கிதிய நாங்ளும் குடுக்கியம்.... இத்தனெ வருசமா... கோவிலு கமிட்டில எங்ளுக்கு எடங்குடுத்தியளா? எல்லா வருசமும் நாடான்மாருதான் முடுதம்... ஒரு வண்ணானயோ, நாவியனயோ வரவிட்டியளா?” என நீதி கேட்டார் எலியாஸ். இதைக் கேட்டதும் தொபியாஸ் பந்தியை மறந்துவிட்டார். அப்படியே மடித்தும் மடிக்காமலும் கிடந்தன இலைகள். அடுத்த பந்திக்கு ஆட்கள் வந்து நின்றனர். ஆனாலும் தன்மான உணர்வால் ஆட்கொள்ளப்பட்டவராய்,

“ஓய் கோவிலுக்கு கோதம்பு வந்திருக்கு... பால் பொடி வந்திருக்கு. ஒரு பக்கா நாவியனுக்கோ வண்ணானுக்கோ குடுத்தியளா? பூசெ ஒதவிக்கு எங்க சாதியில ஒரு பயலயாவது விளிச்சியளா? ஈஸ்டருக்கு மின்ன பாதம் கழுவிய சடங்கிணு ஒண்ணு வருமெ.... அதில் நாடாரு காலுவளத்தான் சாமியாரு கழுவியாரு.. ஒரு நாவியன் காலயோ, வண்ணாங்காலயோ சாமியாரு கழுவினதுண்டா ?” எனக்கேட்டார்.

தங்களுக்குள் உயர்வு தாழ்வு பேசி மோதத்துணிந்தவர்கள், இப்போது நாடார் ஆதிக்கத்தை எதிர்த்தது ஆச்சரியமானது. இருவரும் கூட்டத்திலிருந்து விலகி வீடு நோக்கித் திரும்பினார்கள்.

“ஓய் நில்லுங்க ஓய்” எனச் சமாதானப்படுத்த முயன்றான் வில்சன். “அடுத்த மாசம் திருவிழா வருதில்ல... அப்ப பாக்கிலாம் ஓய்” பிரச்சினையைப் பெரிதாக்க நினைப்பவர்கள்போல் இருவரும் பேசிச்சென்றனர். சாப்பிட வந்திருந்தவர்களில் ஒருவர், “ஓய்.. வில்சா... தொபியாச எலய எடுக்கியதுக்குச் செல்லும்.... இல்லீங்கி நீரு எடுத்துப்போடும். அதுக்குப் பெறவு நியாயம் பேசும் ஓய்” என்றார். அவர்போல் ரோஷம் மிக்க இன்னொரு நாடார், “இவுனுவ காலுவளெ நாமெ கழுவணுமா.... லே.... நாய்க்குப் பெறந்தவனுவளெ வாருங்கல... இப்பளே கழுவியம்....” எனக் கோவம் கொப்பளிக்க ஒரு விறகுக்கட்டையைக் கையில் எடுத்தார். அவரோடு மூன்று நான்கு பேர் சேர்ந்து ‘‘வாருங்கலெ..... வாருங்கல’’ சத்தமிட்டார்கள்.

இது தமருக்குள் கொளுத்தப்பட்ட திரிபோல் ஊருக்குள் புகைந்தது. எப்போது வெடிக்குமோ பாறை?

திருவிழாவுக்கான ஊர்க்கூட்டம், பஞ்சாயத்து மெம்பர் மட்டும் வரவில்லை . அவர் மகனது வேலை விசயமாகத் திடீரென்று மெட்ராஸ் கிளம்பிவிட்டார். கூட்டம் தொடங்கியதும் கல்யாண வீட்டில் எழுப்பப்பட்ட நியாயங்களை முன்வைத்தான் மைக்கேல். காரசாரமான விவாதம். சார்லஸ், வில்சன், ஜான் ஆகியோர் சமூக நீதி குறித்து மிகச் சாதுரியமாக வாதிட்டனர். நல்ல வேளை தொபியாஸ், எலியாஸ் ஆட்கள் வரவில்லை; வந்திருந்தால் கைகலப்பு நடந்திருக்கும். எதிர்த்தரப்பினரில் ஒருவர், "கலிகாலத்தெ கொண்டு வருதிய... இது நல்லதுக்கு இல்லல...." என்று கூற, ஒன்றிரண்டு பேர் வெளிநடப்புச் செய்தனர். பங்குச் சாமியார் அவர்களைச் சமாதானப்படுத்தி உட்கார வைத்தார். பின்பு அவர்,

"கிறிஸ்துவுக்குள் சாதி வித்தியாசம் கிடையாது. நம்மளும் அவியளும் ஒரே கடவுளுக்க பிள்ளைய... நாம எல்லாரும் கூடப்பிறந்த சகோதரர்கள் மாதிரி. பூசை, பங்குக்கமிட்டி, திருவிழா எல்லாத்திலயும் வண்ணாருக்கும் நாவிதருக்கும் பங்கு குடுக்கணம்.... அதுதான் அன்புச் சமூகத்துக்கான அடையாளம்"

"சாமி.... இப்டியே ஒண்ணொண்ணா அவியள நொளைய விட்டியளங்கி... நாளெய்க்கு நம்ம வீட்ல வந்து பெண்ணு கேப்பினம்..... கட்டிக் குடுப்பியளா சாமி?"

"கல்யாணம், ஒரு ஆணுக்கும் பெண்ணுக்குமான பந்தம். அதெ பெத்தவிய மாத்திரம் பேசி முடிச்சிர முடியாது.. சம்பந்தப்பட்ட ஆணுக்கும் பெண்ணுக்கும் அதில் இஷ்டமிருக்கணம். அப்டி இஷ்டமிருந்தா சாதி மாறி கேக்கியதிலயும் குடுக்கியதிலயும் தப்பில்ல...."

"நாசமாப் போச்சி..... மானம், மதிப்பு, மரியாதெ எல்லாம் நாசமாப் போச்சி...." கொதித்தெழுந்தார் அவர். இன்னொருவரோ, பழியை இளைஞர்கள் மீது போட்டார்.

"இந்தப் பயலுவ சாமியாரெ கெடுத்திட்டானுவ. அதான் அவுரு அவுனுவளுக்குச் சப்போட்டா பேசியாரு" எனப் பழமைவாதிகளை அரவணைக்க முயன்றார். அவர்களை அடக்கும் வகையில் மைக்கேல்.

“இந்திய அரசியல் சாசனத்தை எழுதினவரு டாக்டர் அம்பேத்கர். அவுரு என்ன சென்னாரு தெரியுமா? சாதி ஒழிப்புக்கு உண்மையான வழி கலப்பு மணம்தான் என்று நான் உறுதியாக நம்புகிறேன். இரத்தக் கலப்பின் மூலம்தான் உற்றார், உறவினர் என்ற உணர்வு ஏற்படும். இந்த உறவும் உணர்வும் ஏற்பட்டு வலுவடைந்தாலின்றி சாதியால் ஏற்பட்டிருக்கும் வேற்றுமை உணர்வு மாறாது” என்று சொல்லி முடித்தான். அந்த நேரம் திடுதிடுவென்று ஒரு ஆட்டுக்குட்டி கூட்டத்துக்குள் புகுந்தது. மைக்கேலுக்குப் பழக்கமான குட்டிதான். “சி.. போ.... சி.... போ” என அவன் துரத்தினான். அது அவனது காலைச்சுற்றி “மே.... ம்மே” என்றது.

“சாமி ஸ்தோத்திரம்” கையெடுத்துக் கும்பிட்ட கிளாரா, “ஊருக்கூட்டம் நடக்குதா?” என ஏளனமாகக் கேட்டாள். இந்தக் கூட்டத்தில் ஒரே ஒரு கேள்வி கேட்கப் பல நாட்களாக அவளுக்கு ஆசை. ஆசை என்பதை விட ஆத்திரம் என்றே சொல்லலாம். “யென் ஆட்டுக்குட்டி எங்கெ?” அவள் கேட்கும் போது, சிலரது உடம்புகளில் உரசி உரசிச் சுற்றியது ஆடு. கேட்டாள் கிளாரா, “சாமி..... கோவிலுக்கு ஒரு நாளூவிடாத பூசெய்க்கு வாறது நாங்க... செபம் செய்யியது.... பாட்டுப்பாடியது எல்லாம் பெண்ணாப் பெறந்தவிய .... அவளுவள்ளெ ஒருத்தியெ விளிச்சியளா? கோவிலுக்கு வராதவியளெயும், ஒரு கர்த்தர் கற்பித்த செபம் செல்லத் தெரியாதவியளெயும் விளிச்சி யோசனெ கேக்குதிய... இது நியாயமா சாமி?'' அதற்குள் கூட்டத்தில் நின்ற ஆடு பின்னங்கால்களைச் சற்று அகல வைத்துச் சிறுநீர் கழித்து, புழுக்கை போட்டது. “சி.. போ..... சி.. போ.....” என துரத்தினார்கள் ஆட்டை. அதைத் தூக்கி கிளாரா கையில் கொடுத்தான் மைக்கேல். “ஆணும் பெண்ணும் சேந்தது.... ஊரு. இது ஊருக்கூட்டம் இல்ல சாமி..... இது ஆணாப்பெறந்தவிய கூட்டம்” என ஆணித்தரமாகக் கூறிவிட்டுத் திரும்பி நடந்தாள் கிளாரா. போகிற போக்கில் “தம்பி மிக்கேலு, வீட்டில் இருக்கியதெப்போல கமிட்டிலயும் பாதி பெண்ணுவ இருக்கணம்.. இல்லீங்கி ஒருத்தியும் திருவிழாவுக்கு வரமாட்டம்...'' என எச்சரித்தாள். உடனே கூட்டத்தில் இருந்த பழமைவாதி, “நண்டு கொளுத்தா வெடவுல கெடக்குமா? இப்டி ஆட்டிண்டுதாங் நடக்கும்” என கிண்டலடித்தார்.

இது பங்குச் சாமியாருக்கு மேலும் சிக்கலைத் தந்தது. என்ன செய்வதென்று தெரியாது குழம்பினார். பங்குக்கூட்டம் அடுத்த ஞாயிறுக்குத் தள்ளிவைக்கப்பட்டது.

பங்குச் சாமியார், பஞ்சாயத்து மெம்பர், மைக்கேல் மூவரும் தொபியாஸ் வீட்டுக்கும், எலியாஸ் வீட்டுக்கும் போய் அவர்களின் உறவினர்களோடு பேசி, ஒரு உடன்பாட்டுக்கு வந்தனர்.

அடுத்த ஞாயிறு கூட்டத்தில் பங்குக்கமிட்டிக்கு எல்லாச் சாதியினரும் தேர்ந்தெடுக்கப்பட்டனர். எலியாசின் சித்தப்பா சிலுவைதாஸ் கோவில் முடுதமானார். ஓராண்டுக்கு அவரே உதவித்தலைவர்; தலைவர் பங்குத்தந்தை. கிளாராவும், இன்னொரு பெண்மணியும் பங்குக்கமிட்டியில் இடம் பெற்றனர். சார்லஸ் எழுதிய ‘சாவுமுனை’ ஓரங்க நாடகம் ஒன்று பத்தாம் நாள் கலை நிகழ்ச்சியில் சேர்க்கப்பட்டது.

பதினான்கு

வெயிலின் உக்கிரம். கோடை மழைக்காகக் காத்திருக்கும் மக்கள். பங்குனியில் ஒரு மழை பெய்தது. அடுத்த மழை விரைவில் பெய்யும் என்ற நம்பிக்கையில் மரச்சீனி வைக்கத் தொடங்கினார்கள்.

“மம்மாட்டியெ இஞ்ச எடு” என்றார் முத்தையா. மண்வெட்டியை எடுத்துக் கொடுத்தார் எலிசபெத். தோளில் மண்வெட்டியும் இடுப்பில் வெட்டுக் கத்தியுமாக நடந்தார். கண்டத்தில் அவர் கால் வைத்தபோது, மூன்று பேர் குந்தியிருந்து பீடி குடித்தனர். “மம்மாட்டியெ எடுத்தீண்டு வாருங்க ஓய்” என்றார் முத்தையா; வந்தனர். நால்வரும் கண்டத்தில் ஒரு மூலையிலிருந்து வெட்டத் தொடங்கினர். தரைக்கு மேலே கூம்பு வடிவில் குழிகள் குவிந்தன.

பதினொரு மணி. இளங்குடிக்கான நேரம். குடத்தில் தண்ணீரும், கையில் கருப்பட்டியுமாக வந்தார் எலிசபெத். அவருடன் தலையில் மரச்சீனிக் கம்புகளும், கையில் ஆக்கத்தியுமாகக் கிளாரா. வேலையாட்கள் கருப்பட்டியைக் கடித்து. தண்ணீர் குடித்தனர். பின்பு ஆளுக்கொரு பீடியை இழுத்துத் தங்களை ஆசுவாசப்படுத்தினர். சற்றுநேர இளைப்பாறலுக்குப் பின்பு மண்வெட்டியைத் தூக்கினர்.

கிளாரா கம்புகளை எடுத்தாள். மூட்டுப்பகுதியை ஆக்கத்தியால் சீவித்தள்ளினாள்; பால் வடிந்தது. இந்தப் பாலிலிருந்துதான் வேர்பிடிக்கும். ஒரு உள்ளங்கை அளவு வைத்து கம்புகளை வெட்டினாள். அவற்றைக் குழிக்கு இரண்டாகப் போட்டாள். குழியின் மேல்பகுதியை மட்டந்தட்டி, குச்சிகளை எதிரெதிரே நட்டாள் கிளாரா. பின்பு குழிகளைச் சுற்றி நான்கு பெரும்பயறு விதைகளை ஊன்றினாள். மதிய வேளை வந்தது. கஞ்சி எடுத்துவர வீட்டுக்குச் சென்றாள் அவள்.

தலையில் கஞ்சிப் பானையோடு எலிசபெத்தும், கையில் மயக்கிய உணக்கைக் கிழங்கும் சம்மந்தியுமாகக் கிளாராளும் வந்தனர். ஒரு வடலியிலிருந்து ஓலை வெட்டி வந்து பட்டை செய்தார் முத்தையா. இன்னொருவர் பலா மரத்தில் இலைகளைப் பறித்து வந்தார். அதைக் கோட்டி மடக்கி தென்னை ஈக்கிலைச் சொருகினார். அது சின்னத் தவி போல் ஆயிற்று.

ஆளுக்கொரு பட்டையை எடுத்தனர். கஞ்சியை ஊற்றினார் எலிசபெத். குடிக்கத் தொடங்கினர் நால்வரும். கஞ்சித்தண்ணியைக்

குடித்த பின்பு, பட்டையில் முக்கால் அளவு சோறும் உளுந்தும் கிடந்தன. அவற்றை இலைத்தவியால் எடுத்து, வாயில் போட்டனர். கஞ்சியும் கிழங்கும் சம்மந்தியும் அடுத்து வேலை செய்வதற்கான சக்தியை அவர்களுக்குக் கொடுத்தன.

மாலை ஐந்து மணிக்கெல்லாம் அந்தக் கண்டத்தை வெட்டி முடித்தார்கள். ‘இண்ணு ஒரு தூத்தலாவது போடாதா?’ என்ற ஏக்கத்தோடு எல்லாரும் வீடு திரும்பினார்கள்.

ஒரு துளி நீருக்காக மடிப்பிச்சைக் கேட்டு நின்றது பூமி. மேகங்கள் கறுத்துத் திரளும்போது, ஒரு கொடிய முதலாளியைப்போல் கதவடைப்புச் செய்தது வானம்.

இலை உதிர்ந்த மரங்களில் துளிர்விட்ட பச்சை மொக்குகளை தீநாக்கன் தின்றிருந்தான். பாறைகளுக்குள்ளிருந்த ஈரம், ஆவியாய் அலைந்தது. விஷம் தின்றவைபோல் செத்துச்செத்து வீழ்ந்தன கோழிகள். பானையில் தலையை நுழைத்து நக்கிப்பார்த்த நாய், கோவத்தில் அதை உடைத்துப்போட்டது.

ஒரு வாரம் கடந்தது. ஆண்கள் காக்கட்டைகளோடும் பெண்கள் குடங்களோடும் குளத்துக்கு நடந்தார்கள். கலங்கித் தொளியாகிக் கிடந்தது குளம். ஒரு வாரத்துக்கு முன்புதான் மீன் பிடித்திருந்தார்கள். கொஞ்சம் தண்ணீர்தான் கிடந்தது. கிடந்ததைக் கோரி, மேட்டுக் கண்டங்களுக்குச் சுமந்து சென்றார்கள். ‘நாளை பெய்யும், மத்தினா பெய்யும்’ என ஒருவரையொருவர் ஆற்றுப்படுத்தினர்.

தெவ்வானைக் கிணற்றில் ஒரு மணி நேரத்துக்கு ஒரு குடம்தான் ஊறியது. அதற்கும் மூன்று, நான்குபேர் காத்திருப்பு. நாயர் கிணறுகள் ஆழமானவை; சூரியன் சுட்டாலும் சாகாத நீர்வலிமை கொண்டவை. அவற்றில் நாடார்களோ, மற்ற சாதியினரோ கோர முடியாது. கிணற்றைச் சுற்றிக் குடங்களை வைத்துவிட்டுப் பெண்கள் காத்திருப்பார்கள். நாயர் வீட்டு ஆண்கள் வந்து குடங்களை நிரப்புவார்கள். ஆண்கள் இல்லாவிட்டால், பெண்கள் வரவேமாட்டார்கள். பெண்களுக்கு அப்படி ஒரு கட்டுப்பாடு. அதனால் ஆண்கள் வரும்வரை காத்திருக்க வேண்டும்; அல்லது காலிக்குடத்தோடு வீடு திரும்ப வேண்டும்.

மூன்று குளங்களும் வற்றின. அவற்றின் வெடிப்புகளில் விலாங்குகளும் விரால் மீன்களும் செத்துச் சுண்ணாம்புக் கட்டிகள் போல் வெளிறிக்கிடந்தன. நடுதலை நட்டிருந்தவர்கள் புதுக்குளத்தில்

இரண்டு நீராழிகளை வெட்டினார்கள். அவை பத்தடி ஆழமும், அதற்கேற்ற அகலமும் கொண்டவை. இரவு ஊறும் வெள்ளத்தை விடியலில் வந்து கோரிச்செல்வார்கள். அது நடுதலைகளை நனைக்க உதவும்; வீட்டில் சமையல் செய்யும் பெண்களுக்கு உதவுமா?" அவர்களோ நாயர் கிணறுகளைத் தேடி அலைந்தார்கள்.

கிளாரா, ரபேக்கா, மேரி மூவரும் சசிகலா வீட்டுக் கிணற்றடியில் குடங்களை வைத்துவிட்டு, தென்னை மரத்தடியில் காத்திருந்தார்கள். ஒரு மணியிருக்கும்; சந்திரபிள்ளை யாமான் குடை பிடித்தபடி காம்பவுண்டுக்குள் நுழைந்தார். அவர் வந்து தண்ணீர் ஊற்றுவார் என மூவரும் கிணற்றடிக்கு வந்தனர். அரை மணி நேரமாகியும் அவரைக் காணவில்லை. உச்சிவெயில் அவர்களின் உடம்புக்குள் இருந்த நீரை உறிஞ்சி வெளியே தள்ளியது. தாவணியால் மூவரும் கழுத்தையும் இடுப்பையும் துடைத்துவிட்டு, முக்காடு போட்டு நின்றனர்..

அக்காளைத் தேடி வந்தான் மைக்கேல். "மணி ரெண்டு ஆவுதுக்கா... இன்னும் ஒருத்தளும் வரேலியா?" கேட்டபடி சந்திரபிள்ளையின் காம்பவுண்ட் வாசலுக்குப் போனான். முகத்தைத் திருப்பி அங்குமிங்கும் பார்த்தான். ஆள் அரவம் அற்றதுபோல் வீடு .... "யாமானெ.... யாமானெ" என அழைத்தான். யாரும் எட்டிக்கூடப் பார்க்கவில்லை. மைக்கேல், வீட்டு வாசல் முன் நின்று "அம்மிங்கிரெ, வெள்ளம் ஊத்துங்க" எனச் சத்தம் போட்டான். சசிகலா வெளியே வந்தாள். தொடர்ந்து அவளது பாட்டி. "நீ அகத்துப்போடி" சசிகலாவை உள்ளே தள்ளிவிட்டார் பாட்டி. "எடோ என்ற மோன் பட்சணம் கழிச்சீண்டு ஒறங்கியதே உள்ளு... தான் போய்க்கோடா நாளெ வரணம்..." என்று அலட்சியமாகச் சொல்லிவிட்டு உள்ளே திரும்பினார். மைக்கேலுக்கு வந்ததே ஆத்திரம். "அம்மிங்கிரெ பதினொன்ணு மணிக்கு வந்தினம். இப்ப மணி ரெண்டு.... மூணு மணி நேரமாக் காக்க வச்சீண்டு ... நாளெய்க்கு வாருங்கன்ணு சென்னா... நாங்க எப்டி கஞ்சி காச்சியது? யாமான வரச்செல்லுங்க..." சற்றுக் கோவத்தோடுதான் சொன்னான்.

பாட்டியைத் தள்ளிவிட்டுச் சசிகலா வெளியே வந்தாள். வேகமாக நடந்தவள், கிணற்றடியில் நின்றாள். தோண்டியைக் கிணற்றில் போட்டுக் குடங்களை நிரப்பினாள். "சசி.." கத்திக் கொண்டே வேட்டியை மடித்துக் கட்டியபடி பெருஞ்சீற்றத்தோடு வந்தார் சந்திரபிள்ளை. அதுவரைக்கும் பாசாங்கு செய்த அவர், மகள் கோரி ஊற்றுவதை அறிந்ததும், சூத்திர மானம் பறந்ததுபோல்

பதறிப்போனார். ஒரு அடி சசிகலாவில் தோள்பட்டையில் விழுந்தது. “கேறுடி வீட்டினகத்து... இனி இவிட நிந்நெங்கில் கொந்நு களையும்” என்று மிரட்டிவிட்டு “எடோ சாணான்மாரே....” ஏளனத்தோடு உச்சரித்துவிட்டு ஒரு குடத்தில் இருந்ததைக் கவிழ்த்து விட்டார். அடுத்த குடத்தைக் கவிழ்க்க அவர் கை வைப்பதற்குள், “யாமானெ...” எட்டி அவர் கையை இறுக்கிப்பிடித்தான் மைக்கேல். “சீ... விடுடா நாயிடமோனெ” கேவலப்படுத்தி கையை உருவி எடுத்த சந்திரபிள்ளை .

“வாடி....” மகளைப் பிடித்துக்கொண்டு விரைந்தார்.

“கூ.... ஓ.... கூ...ஓ” கூக்கா விளித்தபடி காம்பவுண்ட் கதவுவரை துரத்தினாள் கிளாரா. கூடவே மற்றவர்களும் சத்தம் எழுப்பி அவரை ஓடச்செய்தனர்.

இதுபோல் இருபது ஆண்டுகளுக்கு முன்பு நாயர்களுக்கும் நாடார்களுக்கும் ஒரு தகராறு. வீரியம் மிக்க வெயில் காலம் அது. நாயர்கள், நாடார்களுக்குத் தண்ணீர் தர மறுத்தார்கள். நாடார்கள் தாங்களாகவே அவர்கள் கிணறுகளில் தோண்டிகள் இறக்கி வெள்ளங் கோரினார்கள்.

குண்டாந்தடிகளோடு வந்தது போலீஸ். ஒவ்வொரு வீட்டிலும் நுழைந்து ஆண்களை அடித்தனர்; பெண்களை மிரட்டினர். அவர்களிடம், “குடிச்ச வெள்ளங்குடுங்க” எனக் கேட்டனர் பெண்கள். அதற்கு எந்தப்பதிலும் போலீசாரிடம் இல்லை. சாதாரண மக்களின் பிரச்சினை புரியாது. ஆதிக்கவாதிகளுக்காகத் துப்பாக்கியை நீட்டுவதுதான் அவர்கள் கடமையாக இருந்தது.

தம் ஊர் மக்களுக்காக மனுவேல் ஆசான், தெவ்வானை வயலில் ஒரு கிணறு வெட்டினார். இருபது அடிகளில் தண்ணீர். அந்த ஆண்டு எல்லாருக்கும் கொண்டாட்டம்தான். அடுத்து வந்தக் கோடைக் கொடுமையில் தெவ்வானைக் கிணறும் ஊசலாடியது. இப்படி மழை பொய்த்தால் நெருக்கடிதான்.

பஞ்சாயத்து, பஞ்சாயத்து யூனியன் என உருவான பின்பு, பஞ்சாயத்து மெம்பர் சிபாரிசில் ஊரின் தென்பகுதியில் ஒரு கிணறு தோண்டினார்கள். பதினைந்தடியில் பாறை. வெடிவைத்து ஐந்தடி தான் உடைத்திருந்தார்கள். அதற்குள் வேலைகளை நிறுத்தி விட்டார்கள். நூறு அடிகளுக்குமேல் பாறை இருப்பதாக அதிகாரிகள் கூறினார்கள். அடுத்த ஐந்தாண்டுத் திட்டத்தில் ஊரின் வட

பகுதியில் ஒன்றும், கல்லடையில் ஒன்றும் என இரண்டு கிணறுகள் தோண்டினார்கள். இரண்டிலும் பாறை. மொத்தத்தில் மூன்று கிணறுகளும் பாழும் கிணறுகளாயின.

நாடார் குடியிருப்புகள் மேட்டுப்பகுதியில் இருந்தன. அவற்றுக்கடியிலோ பெரும்பாறை. ஓரிரு நாட்களுக்கு மேல் நீர் தேங்கி நிற்காது. அதனால் மழைநீரும் விழிநீரும் வியர்வை நீரும் நாயர்களின் வயல்களையோ, குளங்களையோ வளப்படுத்தவே பயன்பட்டன.

மூன்றாம் நாள் வெள்ளிக்கிழமை; கல்லூரியில் இலக்கிய மன்றக் கூட்டம், முடிய ஐந்தரை மணி ஆயிற்று. மைக்கேலும் நண்பன் நடராஜனும் பஸ்சைப் பிடித்துக் கருங்கல் வந்தனர். இருட்டுவதற்குள் வீட்டுக்கு வரும் முனைப்பில் இருவரும் வேகமாக நடந்தனர். முத்தாரம்மன் கோவில் பக்கம் வரும்போது இருட்டி விட்டது. குளம், வயல் எனக் கடந்து, மேட்டுப்பகுதிக்குள் கால் வைத்து விட்டார்கள். நடராஜன் கல்லடைக்குத் திரும்பினான். மைக்கேல் மேல்நோக்கி மெல்ல நடந்தான்.

பக்கத்து கொல்லாம்படப்பு சலசலத்தது. மைக்கேலின் பத்தடி முன்னால் குதித்தான் ஒருவன். மைக்கேல் உடம்பில் மெல்லியதான பயம் படர்ந்தது. திரும்பிப்பார்த்தான்... பின்னாலிருந்தும் ஒருவன். அவனது பயம் அடர்த்தியாயிற்று. இந்த அளவு உயரமும் பருமனும் கொண்டவர்களைப் பார்த்திருக்கிறான். இருப்பினும் இன்னார்தான் என்று துல்லியமாகச் சொல்லமுடியாத அளவுக்கு இருளின் மாறாட்டம்.

“அம்மா” திடீரென்று கத்தினான் மைக்கேல். பலமான அடி ஒன்று மைக்கேலின் முதுகில் விழுந்திருந்தது. தப்பித்து ஓடுவதற்குள், முன்னால் போனவன் திரும்பி நின்று, மைக்கேலின் வயிற்றிலும், நெஞ்சிலும் குத்தினான். இரண்டு முரடர்களின் தாக்குதலுக்குள்ளான மைக்கேல், “அய்யோ... சார்லஸ்....” என உரக்கக் கத்தினான். சார்லசின் வீடு அருகில்தான் இருந்தது. “யாருல அது... சார்லீசு... வெட்டூத்திய எடுல....” என சார்லசின் தந்தை சத்தம் போட, மைக்கேலை ஒரு குண்டில் தள்ளிவிட்டு இருவரும் ஓடிவிட்டனர்.

“ம்.... அம்மா... ம்” வலியால் முனகிய மைக்கேலை, சார்லசும் அப்பாவும் கைத்தாங்கலாக வீட்டுக்கு அழைத்து வந்தார்கள். அவனது இடப்பக்க மேல் உதடும், அதை ஒட்டிய கன்னப்பகுதியும் பிளந்து ரத்தம் ஒழுகியது. சார்லசின் அம்மா கஞ்சித்தெளிவு

கொடுத்தார். நிதானமானதும் அவனை வைத்தியர் வீட்டுக்கு அழைத்துச்சென்றனர். "என்ன நடந்தது?" விவரமாக விசாரித்த வைத்தியர் காயத்துக்கு மருந்திட்டார். ஒரு தைலத்தைக் கையில் கொடுத்து "மூணுநாளு ஆறு நேரம் குடி... கொணமாவும் போ" என்றார்.

"காலேஜிலண்டு வாறச்சில காலு பெரண்டு ஒரு குண்டில விழுந்திருக்கியான்.. பேடிச்சியதுக்கு ஒண்ணுமில்ல" என்று மைக்கேல் சொல்லியதை அவன் தாயிடம் ஒப்புவித்தான் சார்லஸ். அவன் முகத்தைப் பார்த்த தாய்க்குக் கால் பெரண்டு விழுந்ததுபோல் தெரியவில்லை. வெளியே வந்த அவர், "யாருல அடிச்சது?" சார்லசிடம் கேட்டார். "ஒருத்தனும் அடிச்சேல அத்தெ.... அதெல்லாம் நாங்க பாத்துக்களியம்.... நீ .. அவுனுக்குச் சோறு குடு" என்றான். ஆனாலும் பெத்த மனம் பேதலித்தது.

சற்றுநேரத்தில் வில்சனும் ஜானும் வந்தார்கள். அடித்தவர்களின் அடையாளங்களை சார்லீஸ் சொன்னதும், வில்சனுக்குப் புரிந்து போயிற்று. இரண்டு பேரும் சந்திரபிள்ளையின் பண்ணைக்காரச் சாம்பான்கள் என்று.

அன்று சசிகலா வெள்ளங்கோரி ஊற்றியதும், சந்திரபிள்ளையின் கையை மைக்கேல் இறுக்கியதும்தான் காரணம் என ஊகித்தார்கள். இவனுக்கும் சசிகலாவுக்குமான காதல் அவருக்கு தெரிந்திருக்குமோ? என்ற சந்தேகமும் அவர்களுக்கு ஏற்பட்டது. எப்படியிருப்பினும் சந்திரபிள்ளை தந்திரசாலி. நேரடியாக இறங்காமல் சாம்பவர்களையும் நாடார்களையும் மோதவிட்டிருந்தார். சார்லஸ் சொன்னான்: "லே... சாம்பான்மாரு நம்மெ ஒண்ணுரெண்டு அடி அடிச்சாலும் வேண்டிக்கிழுங்க... நாம அடிச்சியது சூத்திரமாரு ஒடம்பிலதான் விழணம்".

நாலைந்து பேர் கத்தி, கம்புகளோடு புறப்பட்டார்கள். சந்திரபிள்ளை யாமான் வீட்டுக்குத் தெற்கேயிருந்த பாறையின் உச்சியில் மனிதர்களை நட்டதுபோல் நின்றிருந்தார்கள். அவர் வீட்டில் மின்விளக்குகள் அணைக்கப்பட்டிருந்தது. டார்ச் லைட்டோடு இரண்டு பேர் முற்றத்தைச் சுற்றி நடப்பது தெரிந்தது. இறங்கி கையாலை அருகே சென்று பார்த்தார்கள். மேலும் இரண்டு பேர் பதுங்கியிருந்தார்கள்.

வில்சனது அப்பா, "லே. அவனுவ சண்டெய்க்கு ரெடியா இருக்கினம் பாத்துக்க..... இப்ப நாம எறங்கினா யாமானெ அடிச்ச

முடியாது. சாம்பான்மாரோடதான் சண்டெ பிடிச்சணம். ரெண்டு நாளு ஆறப்போட்டா... பொக போட்டதும் வெடவில இருக்கிய பாம்பு வாற மாதிரி யாமான் ஒத்தைக்குச் சிக்குவாரு..... அடிச்சித் தூக்கி குளத்லயோ, வயல்லயோ போட்டுண்டு ஒண்ணும் தெரியாதவியளப் போல இருக்கிலாம்'' என்றார்.

அவர் யோசனையை எல்லாரும் ஏற்றுக்கொண்டார்கள். யாமான் தனியாகப் போவதையும் வருவதையும் கண்காணிக்க இரண்டு பேரை நியமித்தார்கள்.

மறுநாள் இரவு எட்டு மணியிருக்கும். கோவில் அருகே ஒரு அம்பாசிடர் கார் வந்து நின்றது. நாற்பது வயதுக்குமேல் மதிக்கத்தக்க ஒரு ஆணும் இரண்டு இளம் பெண்களும் இறங்கினர். "வரணம்... இஞ்சோட்டுப் போனா மதி... கிட்டதான்.... வரணம்'' என்றாள் ஒரு இளம் பெண். அவள் ஊர்க்காரப் பெண் அல்லது ஊரைப்பற்றித் தெரிந்தவளாக இருக்கலாம். மற்ற இருவரும் அவளை உதவிக்கு அழைத்திருக்கலாம். டார்ச்லைட் வெளிச்சத்தில் மூவரும் நடந்தார்கள்.

அந்த வீட்டின் வெளியே நின்றனர் மூவரும். வழிகாட்டிப்பெண், "சின்னம்மா...'' அழைத்தாள். "ஆ.... கிளாராக்கா'' என குரல் கொடுத்தபடி வெளியே வந்தாள் ரபேக்கா...

"என்னெ மனஸ்லாகுந்நோ?'' எனக்கேட்டாள் கூட வந்திருந்த இளம்பெண். "ம்.... மனஸ்லாச்சி .... சசிகலா....''

"தன்னெ..... ஞான் சசிகலா தன்னெ..... இத்தேகம் என்றே அம்மாவன்''

நம்ப முடியவில்லை; இவர்கள் பேசுவதைக் கேட்டுக் கொண்டு கிடந்த மைக்கேலுக்கு. 'இவளுக்கு எப்டித் தெரிஞ்சுது? எந்த வழியில வந்தினம். அச்சன் ஆளெ வச்சி அடிச்சான்; மொவ சொகம் விசாரிச்ச வாறா' இப்படியெல்லாம் மைக்கேல் யோசித்துத் தெளிவடைவதற்குள் மூவரும் உள்ளே நுழைந்தனர். மைக்கேல் எழுந்து சுவரில் சாய்ந்தான்.

"கெடக்கணம்... கெடக்கணம்... எங்ஙனெப் பற்றி... சத்ருக்கள் யாரெங்கிலும் உண்டோ?'' கேட்டார் வாசுதேவன். நடந்ததை விவரமாகச் சொன்னான் மைக்கேல். அதில் சந்திரபிள்ளையின் சூழ்ச்சி வெளிப்படாத வகையில் கவனிப்போடு பேசினான்.

“ஆ.. ஒந்நும் பேடிக்கண்டே.... வேகம் செரியாவும்” என்றபடி மைக்கேல் அருகே அமர்ந்த சசிகலா, மைக்கேலின் முகத்தில் தன் விழிக்குதிரையை மேயவிட்டாள். சில நிமிடங்களில் ரபேக்கா பக்கம் திரும்பி, கையிலிருந்த பொதியை நீட்டி “இது என்றே ரபேக்காளுக்கு...” அதில் ஒரு தாவணி இருந்தது. பின்பு மைக்கேலின் தங்கைகள் அருகில் சென்று, ஆளுக்கொரு ஹீரோ பேனாவும், சாக்லெட்டும் கொடுத்தபடி, “இதாணு என்றே பிரசன்டேஷன்” என்றாள் சசிகலா. மெல்ல தெரசம்மாளுக்கு முகம் காட்டிய அவள், “அம்மெ... நிங்கட்கு ஞான் ஒந்நும் வேணிச்சில்லா ... பட்ச நமஸ்கரிக்கிந்து” கூறிக்கொண்டே தாயின் கைகளை எடுத்துத் தன் கண்களில் ஒற்றிக்கொண்டாள். மெல்ல தாய்க்கு மட்டும் கேட்கும்படி “நிங்ஙளோட மோனெ ஞான் பிரேமிக்குந்நு.... குழப்பம் ஒந்நும் இல்லல்லோ” இனிமையோடும் ஏக்கத்தோடும் கேட்டாள். அவளின் மலையாளம் அரைகுறையாகத்தான் தெரசம்மாவுக்குப் புரிந்தது. எதையாவது கேட்டு அவளை நொம்பலப்படுத்த வேண்டாமென்று தலையை ஆட்டினார்.

சசிகலா நகர்ந்து மைக்கேல் அருகில் வந்தாள். மாமாவிடம், “அம்மாவன். ஒண்ணு பொறத்தே இரிக்கணம்” என்று சொல்லிய அவள், கிளாராவின் காதில் எதையோ கிசுகிசுத்தாள். வாசுதேவன், கிளாரா, ரபேக்கா மூவரும் வெளியேறினர். அவனுக்கும் தனக்கும் நடுவே விளக்கைப் பிடித்த சசிகலா, “மைக்கேல்... என்றே ஹிருதயத்திலாணு நிங்கள் ஜீவிக்கிந்நது. அதெ வலிச்நெறிஞ்ஞுங்கில் ஞான் செத்துகளெயும்” என்று கண் கலங்கினாள். அடுத்த கணம் விளக்கைக் கீழே வைத்துவிட்டு, அவன் காயத்தில் தன் உதடுகளைப் பதித்து முத்தமிட்டாள். அவளது கையைப் பிடிக்கவோ, முகத்தைத் தொடவோ தைரியமற்று விறைத்து நடுங்கினான் மைக்கேல்.

‘திக்’கென்றது தெரசம்மாளுக்கு. யாரும் பார்த்து விடக்கூடாது என்று நினைத்தே பெரியவர்களை வெளியே அனுப்பிவிட்டு தாய்க்கும் கடைக்குட்டிப் பெண்களுக்கும் தெரியாத விதத்தில் இருட்டில் முத்தமிட்டாள். இருட்டிலும் ஊடுருவும் கூர்மை தாயின் கண்களுக்கு மட்டும் இருந்தது. அப்டிப்பட்ட கண்களால் கண்டதும், பற்றி எரிந்தது அவர் நெஞ்சு.

சசிகலாவை இழுத்து வெளியே தள்ள கைகள் ஆவேசப்பட்டன. மனம் ‘சற்று நேரம் அடங்கி இரு’ என ஆணையிட்டது. ‘இம்பிடு பேரு இருக்கச்சில ஒருத்தனுக்கும் தெரியாத இப்டிச் செய்யியவ... அவன் ஒத்தைக்குக் கிட்னா... அய்யோ... அவென் படிப்பெ

முடிச்சியதுக்கு மின்னயே இழுத்தீண்டு பெய்ருவாளே... அப்டி ரெண்டு பேரும் ஓடுனா என் மக்களுக்குக் கதி ..? மூத்தவளுக்கு வயசு இருபத்து நாலு. அவளுக்கு ஒரு மாப்ள பாத்துக் கட்டிக்குடுக்கணம். கடெக்குட்டியளெ படிச்ச வச்சி அவியளுக்கும் மாப்ள தேடணம்.... யென் மோன நம்பியல்லவோ நாங்க வாழியம். இவ குறுக்க வந்தா எங்க கதி...' பதற்றம் தாயைக் கவலை கொள்ளச் செய்தது. நிதானப்பட.. நிதானப்பட.. சசிகலாவின் அன்பும் அழகும் தெரசம்மாளைக் கவர்ந்தது என்றே சொல்லலாம். எல்லாரையும் தொழுது சசிகலா தன் மாமாவுடன் கிளம்பினாள்.

மைக்கேலுக்கு அடிபட்டதை அவன் வீட்டார் மறக்கலாம். ஊரால் மறக்க முடியுமா? அவர்கள் தாகம் இன்னும் அடங்கவில்லையே. வானமும் தூற்றவில்லை; நாயர்களும் ஊற்றவில்லை. பெண்கள் குடங்களோடும், ஆண்கள் காக்கட்டைகளோடும் அலைந்தார்கள்.

வெள்ளங்கோரப்போன பெண்கள், கோவில் முன்பு கூடி நின்றார்கள். "யாமான் மாருவ கெணத்துக்கு காம்பவுண்ட் கட்டி, கதவு போட்டுப் பூட்டிருக்கினம். யாரும் வெள்ளங்கோரி ஊத்த வரேல" எனப் புலம்பினார்கள். கல்லடையிலும் இதே நிலைதான். சார்லஸ், மைக்கேல், ஜான், வில்சன், கல்லடை நடராசன், நீலகண்டன், அய்யாவழி சிவலிங்கம் ஆகியோர் கூடி யோசித்தார்கள்.

இளைஞர்கள், பெரியவர்கள் என இருபத்தைந்துக்கும் மேற்பட்டோர் கரம் கோர்த்தனர். கடப்பாரை, கூடம், பிக்காசி, மண்வெட்டி எல்லாம் தயார். ஒரே இரவில் ஆறு கிணறுகளையும் சுற்றிக்கட்டியிருந்த மதில்களையும் உடைத்தார்கள். கதவுகளையும், பூட்டுகளையும் வயல்களில் வீசி எறிந்தார்கள். யார் வேண்டுமானாலும் வெள்ளங்கோரும் நிலைக்குக் கிணறுகள் மாறின.

கோவில் முன்பு ஒரு வேன். அதிலிருந்து லத்திகளோடு நாலைந்து போலீஸ்காரர்கள் இறங்கினார்கள். ஒவ்வொரு வீட்டையும் தட்டி இளைஞர்களைத் தேடினார்கள். எல்லா வீடுகளிலும் பெண்களும் குழந்தைகளுமே இருந்தனர். கல்லடையிலும் அதுபோல்தான் போலீஸ் வருமென ஊகித்து இளைஞர்கள் பாதுகாப்போடு இடம்மாறிவிட்டார்கள். பங்குச்சாமியாரிடம் ஏதோ பேசிவிட்டுப் போலீசார் கிளம்பினர்.

மறுநாள் பங்குச்சாமியார், பஞ்சாயத்து மெம்பர், மைக்கேல் இன்னும் சிலர் போலீஸ் ஸ்டேசன் வந்தனர். சந்திரபிள்ளை தலைமையில் சில நாயர்களும் வந்திருந்தார்கள். நான்கு இளைஞர்களையாவது அடிப்பது அவர்கள் திட்டம். போலீசாருக்குப் பணம் கொடுத்தும், மேலதிகாரிகளை வைத்து நிர்ப்பந்தித்தும் அதை நிறைவேற்றப் பார்த்தார்கள். நாயர்களின் எந்தச் சூழ்ச்சியும் பலிக்கவில்லை. மக்களின் தண்ணீர் பிரச்சினை என்பதால் எல். எல்.ஏவும் பஞ்சாயத்து யூனியன் சேர்மேனும் நாடார்களுக்கு ஆதரவாகக் களமிறங்கினார்கள்.

ஓரிரு நாட்களில் மழை பெய்தது. குளங்களில் தண்ணீர் கொஞ்சம் தேங்கியது. மரச்சீனிக் கம்புகளில் துளிர் மொட்டுகள்.

பதினைந்து

ஒருமூடு மரச்சீனிக்கம்பைப் பிடுங்கினான் சார்லஸ். அதில் மூன்று பெரிய கிழங்குகள். அவற்றின் தோலை உடைத்து அம்மாவிடம் கொடுத்த அவன், "அக்கானியிலப் போட்டு அவிச்சிக் குடும்மா" என்று சொல்லிவிட்டு நண்பர்களைத் தேடிச்சென்றான்.

கிழங்கு வெந்து 'கமகம' வென்று மணத்தது, 'சூடு ஆறுவதற்குள் தின்றால்தான் நல்ல ருசியாருக்கும்' எனத் தாய் நினைப்பதற்குள் மைக்கேல், வில்சன் ஆகியோருடன் வந்தான் சார்லஸ். கிழங்குகளை ஒரு அலுமினியத் தட்டில் கொண்டு வந்து வைத்தார் தாய். அந்த மண்ணின் மிக அற்புதமான தின்பண்டம் அதுதான். மூவரும் கிழங்கைத் தின்னத் தயாரானபோது, வீட்டுச்சுவரில் தொங்கிய இயேசு நாதரின் இராப்போஜனப் படம் சார்லஸ் கண்ணில் பட்டது. "அந்தப் படத்தெப் பாருங்கல" என்றான் சார்லஸ், பார்த்தார்கள். அடுத்து அவனிடமிருந்து வந்தது ஒரு கேள்வி, "நம்ம இயேசு நாதரு பாலஸ்தீன நாட்ல பெறந்தவரு... அங்கவுள்ள ஜனங்க கோதம்பில செய்த அப்பத்தத் தின்னுவினம்... திராட்சையிலண்டு வடிச்ச ரசத்தெக் குடிப்பினம். அதனால ராப்போஜனத்தண்ணிக்கி இயேசு, அப்பத்தெ எடுத்து ஆசீர்வதிச்சி, "இது என் சரீரம் - ன்ணு சென்னாரு. அது மாதிரி ரசத்தெ எடுத்து ஆசீர்வதிச்சி "இது என் ரத்தம்"ன்ணு சென்னாரு. அவுரு நம்ம எடத்ல பெறந்திருந்தா எதெக் சரீரன்ணு செல்லிருப்பாரு... எதெ ரத்தம்ன்ணு செல்லிருப்பாரு?"

இருவரும் யோசனையில் மூழ்கியபடியே கிழங்கைப் பிய்த்துத் தின்னத் தொடங்கினர். வில்சன் ஏதோ பிடிபட்டதுபோல் ஆரம்பித்தான். "நம்ம எடத்ல உள்ளவிய மரச்சீனிக் கெழங்கத் தின்னுவினம். அக்கானியெக் குடிப்பினம். அவுரு இங்கெ பெறந்திருந்தா... இது மாதிரி பெருசா அவிச்ச கெழங்கா எடுத்து ஆசீர்வதிச்சி... இது என் சரீரன்ணு குடுத்திருப்பாரு. அது மாதிரி அக்கானியெ எடுத்து ஆசீர்வதிச்சி, இது யென் ரத்தம்ண்ணு தந்திருப்பாரு ... சீடருங்கேல்லாம் தின்னு, குடிச்சி கொண்டாடியிருப்பினம்".

"நம்ம அக்கானி, ரசம் மாதிரி இருக்காதுல... ரசம் அதியம் குடிச்சா போதெ ஏறும் பாத்துக்க. நான் பூசெ ஓதவிக்கு நிக்கிய சமயத்ல குடிச்சிருக்கியன்..." என்றான் சார்லஸ். "அப்ப கள்ளுதான்... வேற ஒரு நாளு கெழங்கை கள்ளில அவிச்சி

தின்னுலாம் இப்ப இந்த கெழங்க இயேசுவின் சரீரன்னு நெனச்சிண்டு தின்னுவம்....'' என வில்சன் சொல்ல, மூவரும் சுடச்சுடச் சாப்பிட தயாராயினர். அப்போது மைக்கேல் ஒரு திருத்தம் சொன்னான் "சார்லீசு... இயேசு பெறந்தது ரெண்டாயிரம் வருசத்துக்கு மின்ன.. நம்ம நாட்ல மரச்சீனி கெழங்கு வந்ததோ இருநூற்று அம்பது வருசத்துக்கு உள்ளெதான். ஆங்கிலேயர் காலத்ல திருவுதாங்கூர் சமஸ்தானத்ல பெரிய பஞ்சம். ஜனங்களுக்கு தின்ன ஒண்ணும் கிட்டேல. அப்ப நம்ம விசாகம் திருநாள் மகாராசா பிரேசில் நாட்டிலண்டு வேண்டீண்டு வந்து நட்டதாம். பெறவு எல்லா ஊருக்கும் குடுத்தாராம். இப்டித்தான் எங்க தமிழ் லெச்சரர் சென்னாரு.... அதனால.... இப்ப இயேசுநாதர் நம்ம ஊருல பெறந்திருந்தா என மாத்திருவம்.''

"ஒங்டே மாத்திருலாம்'' என்றான் சார்லீசு.

வெளியே ஆண்களும் பெண்களும் வேகமாகப் போய்க்கொண்டிருந்தார்கள். "ஓய்.. எங்க ஓடுதிய?'' கேட்டான் சார்லஸ். நடந்துகொண்டே போன ஒரு பெண்மணி... "சானல்ல வெள்ளம் வருதாம் பாக்கப் போறோம்'' என்றார்.

"வாருங்க நம்மளும் போவொம்'' என அழைத்தான் சார்லஸ். அந்தப் பெண்மணியோடு பேசிக்கொண்டு நடந்தான் வில்சன். ஒரு வாரத்துக்கு முன்பு நண்பர்களோடு மாத்தூருக்குப் போனது மைக்கேலுக்கு நினைவுக்கு வந்தது. அவன் சார்லசிடம் "நம்ம பெருந்தலைவர் காமராஜர் கொண்டு வந்ததுதான். இந்தப் பட்டணம் சானல் திட்டம்''என்றான். கூடுதல் விவரங்களை அறியும் ஆவலிலிருந்த சார்லஸ், அவனுடன் நடந்தபடியே "செரி மிக்கேலு பட்டணம் நம்ம தேங்காப்பட்டணன்னு தெரியுது... இந்தச் சிற்றாறு எங்கேருக்கு?''

"சிற்றாறா? ம்... திருவட்டாத்திலண்டு ரெண்டு மூணு கிலோ மீட்டர் போனா பறளியாறுண்ணு ஒரு ஆறு போவுது... அதெத் தாண்ட்னா எங்கபாத்தாலும் மலெ. அந்த மலெயளுக்க நடுவுலண்டு ரெண்டு சின்ன ஆறுவ ஓடுது. அந்த ரெண்டு ஆத்லயும் ரெண்டு அணெயெக் கட்டி சிற்றாறு ஒண்ணு, சிற்றாறு ரெண்டுண்ணு பேரு வச்சினம்''.

"ஓகோ... அதான் சிற்றாறா! அதிலண்டு நம்ம சானலுக்கு எப்டி வெள்ளம் வருது......? "

“அந்த அணெயிலண்டு, கணியான்பாறை மலையயும் கூட்டு வாயுப்பாறை மலையயும் இணெச்சி, பறளியாத்துக்கு மேல மூனு பர்லாங் தூரத்ல தொட்டிப்பாலம் கட்டிருக்கினம் பாத்துக்க ... அந்த அழகிருக்கே. ஆகா.. ஒரு பாலம் ஜனங்க நடக்கியதுக்கு... அதோட சேந்து இன்னொரு பாலம் வெள்ளம் ஓடியதுக்கு... இது வழியாத்தான் நம்ம சானலுக்கு வெள்ளம் வந்து சேருது...’

“பறளியாத்துக்கு மேலேங்கி தூணெல்லாம் ரெம்ப ஓயரமா கட்டிருப்பினுமே .....”

“ஓங்..ஓயரந்தான். நடுவில் உள்ள தூணு நூத்திப் பதினஞ்சு அடி உயரம். அதுபோல ஓயரமானதுவளும் சின்னதுவளுமா இருபத்தியெட்டு தூணுவ அந்தப் பாலத்தெத் தாங்கிப் படிச்சிண்டு நிக்கிது. ஆசியாவுலயே இந்தத் தொட்டிப் பாலந்தான் ஒயந்ததுண்ணு செல்லினம்”.

“இதெல்லாம் ஓனக்கு எப்டித் தெரியும்? பேப்பர்ல படிச்சியா?”

“இல்லடே.... போன சனியாச்ச நானும் கல்லட நடராஜனுமா மாத்தூர் போவப் பிளான் பண்ணினம்...... கூட பாலகிருஷ்ணன்ணு ஒருத்தரு சேந்திட்டாரு.. அவரு நாகர்கோவிலு ஹிந்து காலேஜில படிச்சியவரு. இந்திய மாணவர் சங்கத்துக்காரரு. நாங்க பாலம், ஆறு மலெண்ணு சுத்திப் பாத்தம். அந்தப் பாலகிருஷ்ணன் இருக்காரே... ஓயரமான ஒரு கல்லில் ஏறி இருந்தீண்டு கவிதெ எழுத ஆரம்பிச்சிட்டாரு...”

திரும்பவும் வந்து நண்பர்களோடு ஒட்டிக்கொண்டான் வில்சன். கவிதை என்றதும் உள்ளூர் புலவன் சார்லசுதான் அவன் நினைவுக்கு வந்தான், “நம்ம சார்லீசு மாதிரி சினிமா மெட்டுக்குப் பாட்டெழுதுவாரோ?” எனக் கேட்டான். “பாட்டில்ல வில்சா!, இது பாரதியார், பாரதிதாசன் எழுதின மாதிரி கவிதை. ஒரு நாலு வரிதான் ஞாபகத்திலருக்கு... அதெச் செல்லியன் கேக்குதியளா?”

‘எதிரெதிரான மலைகளை இணைத்து
எழுந்த பாலம் மீதேறி
புதிராய்த் தண்ணீர் நடக்கிறது
புதுமை கூறி மணக்கிறது
நதிக்கு மேலே நதியைப் பாய்ச்சும்
நாட்டின் அதிசயம் பாருங்கள்!’

கைதட்டல்கள் வில்சன், சார்லசிடமிருந்து.

தூர்வாராத சானலில் ஒரு முதலையைப்போல் ஊர்ந்து வந்தது வெள்ளம். அதிசயத்தைப்போல் மக்கள் அதைப் பார்த்து நின்றார்கள். சிறுவர்கள் வெள்ளத்தின் கூடவே கால்வாயிலும் கரைகளிலும் நடந்துசென்றனர். பலநூறு ஆண்டுகளாய்த் தவமிருந்த பூமி, மடை திறந்து வந்த வெள்ளத்தை வாய் பிளந்து தனக்குள் இறக்கிக் கொண்டிருந்தது. அதன் உள்ளிருந்து வந்த ஏப்பம், குமிழ்களாய் மேலே வந்து உடைந்து சிதறின. வீடுகளையும் விளைகளையும் சுற்றித் தண்ணீரின் சாகசங்கள்.

வெள்ளம்தான் நாயர்களின் மூலதனம். அதுதான் அவர்களை ஆதிக்கச்சக்தியாக ஆக்கியிருந்தது. நெல், தென்னை, வாழைகளைத் தங்கள் விளைகளில் விளைத்தெடுக்கும் நாடார்களின் கனவை நனவாக்க எக்காளம் ஊதியது சானல் நீர்.

சானல்கரை கலிங்கில் மைக்கேல், சார்லஸ், வில்சன். தூரத்தில் இரண்டு ஆண்கள் வருவது தெரிந்தது. உற்றுப்பார்த்தான் மைக்கேல். நெருங்கி வரவரச் சேவியரும் செபஸ்தியானும் என்பது தெரிந்தது. சேவியருக்கு விடுதலை. அவன் சிறைக்குச் சென்று இரண்டு மாதங்கள் ஆகியிருக்கும். மூன்று பேரும் அவனைப் போய்ப் பார்த்தார்கள். அதன் பிறகு அவனது மூத்த அக்கா கமலமும், கணவரும் போய்ச் சந்தித்ததாகக் கேள்விப்பட்டார்கள். செபஸ்தியாரைக் காணும்போது “சேவியரு எப்டிருக்காரு?” என விசாரிப்பார்கள்.

சிறையிலிருந்து வந்தவன்போல் தெரியவில்லை. கேரளத்திலிருந்து திருவிழா கொண்டாட வந்தவன்போல் தெரிந்தான். வில்சனைப் பார்த்து ‘தோ’ என உச்சரித்த தன் நாவைக் கட்டிப்போட்டு “வில்சா” என விளித்தான். மூவரிலும் அவன்தான் மூத்தவன். வில்சன் பக்கத்தில் வந்ததும் கையைப்பிடித்துக் குலுக்கினான் சேவியர். அதுபோல் மற்ற இருவரின் கைகளையும் குலுக்கினான்.

ஏதோ ஒரு திட்டத்தை வரைந்து, மூளைக்குள் புதைத்து வைத்திருப்பதைப் போன்ற ஒரு கர்வத்தை அவன் முகம் காட்டியது. சதித்திட்டமா, இல்லை.. சாதிக்கும் திட்டமா? போகப்போகத் தெரியலாம். தகப்பனும் மகனும் வீடு திரும்பினர்.

சற்று நேரத்தில் வேறு இரண்டு பேர் வருவதைக் கவனித்தான் மைக்கேல். பக்கமாக வரவர ஒரு ஆள் அகஸ்டின் எனத் தெரிந்தது. அவன் மதுரை கல்லூரி ஒன்றில் படிக்கிறான். கூடவந்தவரை அடையாளம் காண இயலவில்லை. அவருக்கு நாற்பது வயதிருக்கும்;

மாநிறம். பக்கம் வந்ததும் அகஸ்டின், "ஓய் சொகந்தானா... பாடெல்லாம் எப்டிப் போவுது?"

"நல்லாத்தான் போவுது. இவுரு யாரு?" எனக் கேட்டான் மைக்கேல். "பேரு தங்கப்பழம்.... பெறவு பேசியன். ஒடம்பெல்லாம் ஒரே சீணமாருக்கு... கொளத்தில பெய் ஒரு முங்கு முங்கினாத்தான்...." என இழுத்தான். அதற்குள் சார்லஸ் குறுக்கிட்டு, "இஞ்ச பாரும் ஓய் சானல்ல வெள்ளம்... சட்டயெக் கழத்தும்... ஒரு முங்கு என்ன.. பத்து முங்கு முக்கி எடுக்கியன்...." குறுக்கிட்ட மைக்கேல் "அவுர வுடுடே.... ஓய் பெயிட்டு வாரும்...." என அவரை அனுப்பி வைத்தான். இருவரும் திரும்பிப் பார்த்துப்பார்த்து நடந்தனர். அவருக்கு எதையோ சுட்டிக்காட்டிப் பேசியபடி சென்றான் அகஸ்டின். அங்கிருந்து மூவரும் கோவில் பக்கம் வந்தனர்.

மைக்கேல், சார்லஸ், வில்சன் மூவரும் வரும்போது, கோயில் முன்பு இரண்டு பெண்கள் நின்றிருந்தார்கள். ஒருத்தி தாவணிப்பெண், இன்னொருத்தி சேலைப் பெண். "மிக்கேலு.." இது தாவணிப் பெண்ணின் குரல். திரும்பினான் மைக்கேல். அதற்குள் அவள் பிலோமினா என்பதையும், அருகில் வந்து நிற்பது அவளது சித்தி என்பதையும் அடையாளம் கண்டான் வில்சன்.

ஆதியிலிருந்து அந்தம்வரை பேசினார் சித்தி. அதிலிருந்து பிலோமினாளுக்கு மாப்பிள்ளை பாத்திருப்பதையும், அவளோ வில்சனைத்தான் கட்டுவேன் என்று ஒற்றைக்காலில் நிற்பதையும் அறிய முடிந்தது. கடைசியா.... "ஆனெயக்குடுத்தாலும் ஆசெயெக் குடுக்கப்பாது பாத்துக்க...." என்றார் சித்தி. விரைவில் இருவருக்குமான கல்யாண ஏற்பாடுகளைச் செய்வதாக உறுதி கூறினான் மைக்கேல். காதலர் தனிமையில் பேசிப் புதுவாழ்வுக்குப் புகலிடம் தேடினர்.

வில்சனின் அப்பா பனையேறி, அண்ணன் நெசவாளி, பள்ளி செல்லும் இரண்டு தங்கைகள். இவனுக்குக் கணக்குப் போட வராது. ஆசிரியரின் அடிக்குப் பயந்து ஓடினான் சென்னைக்கு. அங்கு ஒரு ஓட்டலில் ஒட்டிக்கொண்டான். அதுவும் பிடிக்காது ஆறு மாதத்தில் வீட்டுக்கு வந்தான்.

ஊரிலிருந்த ஜவுளி வியாபாரி ஒருவருக்குச் சுமை தூக்கியானான் வில்சன். அவர் ஜவுளிகளை மூன்று, நான்கடி உயரத்துக்குக் கட்டி வைத்திருப்பார். அதைச் சுமந்தபடி அவர் பின்னால் நடந்தான். இனையம் துறையிலிருந்து தூத்தூர் கடற்கரை வரைக்கும் சுடுமணல் மேல் சுமையோடு அவனது பாதயாத்திரை.

அந்த அனுபவம் ஒரு வருடத்தில் வில்சனை ஜவுளி வியாபாரி ஆக்கியது. வியாபாரத்துக்குப் போகும் வழியில் பிலோமினா வீடு. ஒரு நாள் ஜவுளிக்கட்டை இறக்கி ஆப் சாரி எடுத்தாள் அவள். அன்றிலிருந்து தொடங்கிய நட்பு பின்பு காதலாயிற்று.

மைக்கேலும் சார்லசும் வில்சனின் வீட்டுக்குச் சென்றனர். சானல் கரையில் அவனது வீடு. அவன் அப்பா இருந்தார். மைக்கேலுக்கு அவர் மாமன்முறை. அவரிடம் வில்சனின் கல்யாண ஆசையை விவரித்தான் மைக்கேல்.

“இப்பதான் கச்சவடத்தில் நாலு பைசா சம்பாதிச்சியான் அதுக்குமின்ன பெண்ணு கேக்குதோ? ரெண்டு வருசம் கழிஞ்சு கட்னா பெண்ணு கிட்டாதா? இதெல்லாம் நீங்க செல்லிக்குடுக்க மாட்டியளா?”

“சென்னம் மாமா... என்ன செய்யியது .. இவுனும் அவளும் ஒருத்தர ஒருத்தர் விரும்பினம்... பெண்ணு வீட்ல மாப்பிள்ளே பாத்திருக்கினம்...... அவெ கட்டினா இவுனெத்தாங் கட்டுவென் ... இல்லீங்கி செத்திருவேண்ணு கெடக்கியா...”

“ம் ஒரு வீடு கீடு வச்சியதுக்கு மின்ன பெண்ணெக் கட்னா எங்கெ தாமசிப்பான்? இருக்கியது இந்தச் சின்ன வீடுதான்... ஒரு பொறிதியில மூத்தவன் தாமசிச்சியாங்... மிச்சமிருக்கிய எடத்தில நாங்க தாமசிச்சியம்... ‘ம்’ வேணுமிங்கி வீட்டோட சேத்து மேக்கெ சாய்ச்சி எறக்கி ஒரு சாப்புக் கட்டி தாமசிச்சச் செல்லு” என்றார்.

அதன் பின்புதான் பெண்ணைப் பற்றி விசாரித்தார். அவள் பெயர், அப்பா, அம்மா, ஊர் குறித்த பல கேள்விகளைக் கேட்டார். மௌனம்தான் பதில் சொல்ல முயன்றது. அது அவரைத் திருப்திப்படுத்துமா? நடப்பது நடக்கட்டும் என்று பிலோமினாவைப் பற்றித் தயங்கித் தயங்கிச் சொல்லத் தொடங்கினான் மைக்கேல்.

“சீ.... ஒரு வண்ணாத்தியெக் கட்டப் போறானா? என் குறியமுண்டெ வெளுக்கியவனெ..... நான் மச்சினாண்ணு விளிச்சணுமா? பேச வந்திட்டினம்.... நாய்க்குப் பெறந்த பயலுவ போங்கல....” துரத்தினார் அப்பா.

நின்று நிதானித்து பல முயற்சிகள் எடுத்தனர், மேற்கொண்டு அவர் பேசத் தயாராக இல்லை .

வில்சன் வீட்டாரின் சம்மதமின்றிக் கல்யாணத்தை நடத்த வேண்டிய சூழல். அதனால் சீட்டடிக்கவோ, செலவு வைக்கவோ

திட்டமிடவில்லை. வார்த்தைப்பாடு, பறை போன்ற மதச் சம்பிரதாயங்கள் மன்னிக்கப்பட்டன. பங்குச்சாமியார் ஒரு கடிதம் கொடுத்தார். மங்கலக்குன்று கோவிலில் வில்சனுக்கும் பிலோமினாளுக்கும் திருமணம். அவனது அப்பாவுக்குத் தெரியாது. அண்ணனும் மனைவியும் வந்திருந்தனர். அது எல்லாருக்கும் மகிழ்ச்சியைத் தந்தது. மனைவியுடன் வீட்டின் முன்பு வந்த வில்சன், படிக்கட்டில் வைக்க காலைத் தூக்கினான்.

“அடத் தாயோளி மோன; வண்ணாத்தியெக் கூட்டிண்டு வந்திட்டியா? நடெயில கால வச்ச... வெட்டிப் பொலி போட்ருவன்” வெட்டுக்கத்தியைத் தூக்கினார் அவன் அப்பா. காலை எடுத்துப் பின்வாங்கினாள் பிலோமினாள். அவள் அருகே வந்துநின்ற வில்சன், பாசத்தை எதிர்பார்த்து “அப்பா...’ என்றான். “யாருபெல ஒனக்க அப்பன்.... அவன் வண்ணாக்குடியில் கெடக்கியான். இஞ்ச யாம்பெல வந்த? போவெல பெறத்த.... “வெட்டுக்கத்தியை ஓங்கி ஒரு அடி முன்னால் வந்தார் தந்தை. பயந்துபோன வில்சனும் பிலோவும் சானல் கரைக்கு வந்தனர். கெட்ட வார்த்தைகளைப் பேசியபடி, கத்தியை ஓங்கி.. ஓங்கி.. துரத்தினார் அவனது தந்தை.

ஊரின் ஒருபக்கம் இப்படி அச்சுறுத்தும் நடவடிக்கையாக இருந்தாலும் இன்னொரு பக்கம் மகிழ்ச்சியை அடைத்து வைத்திருந்த தபால் வந்தது. அமலா பி.டி. படிப்பில் சேருவதற்கான உத்தரவுக் கடிதம் அது. அதை எடுத்துக்கொண்டு அக்காளும் தங்கையும் சாமியாரைப் பார்க்கப் போனார்கள்.

அதை அறிந்த தங்கையாவுக்கு மட்டற்ற மகிழ்ச்சி. ‘இந்தப் படிப்பெ முடிச்சா அமலாளுக்கு அரசாங்க வேலை கிட்டும். இருக்கிய கஸ்டம் தீந்துரும்’ என்ற நினைப்பில் ஒரு கணம் கனவுலகில் சஞ்சரித்தார் தங்கையா.

அவளுக்குச் செலவு செய்ய இப்போது பணம் வேண்டுமே, ஏற்கனவே அவளுக்காக வாங்கிய கடன் அவரது சங்கை இறுக்கிப் பிடித்துக் கொண்டிருக்கிறது. என்ன செய்வது? தடுமாறினார் தங்கையா.

நேசத்தின் அண்ணன் மரியதாஸ் வந்தார். அவர் கையில் ஒரு சாக்கு மூட்டை. “வாரும் ஓய் வாரும்” வரவேற்றார் தங்கையா. “என்னாது சாக்கில?” கேட்டார் நேசம். “சக்கெ..... நம்ம வீட்டுக்குப் பெறம நிக்கிய பிலாவிலண்டு பறிச்சது” என்றார் மரியதாஸ். நேசத்துக்கு நாக்கில் எச்சில் ஊறியது. “அதிலெண்டு ஒரு சொள

தின்னு எம்பிடு நாளாச்சி. அது தேன் வருக்கெப் பிலாவாச்சே... ஒவ்வொரு சொளயிலயும் கனி நெறஞ்சு நிக்குமே..." என உடனே தின்று பார்த்தது போன்ற ஒரு நிறைவோடு சாக்கை வாங்கினார் நேசம். சாக்கோடு அடுக்களைக்குப் போன நேசம் இரண்டு அலுமினிய கிளாசுகளில் கடுங்காப்பி கொண்டு வந்து இருவருக்கும் கொடுத்தார். காப்பியைக் குடித்த மரியதாஸ், "எங்க.... மக்களெக் காணேல?"

"அமலாளுக்கு பி.டி. படிக்க ஆர்டர் வந்திருக்கு. அதெச் சாமியாரிட்ட காட்டீண்டு வர அக்காளும் தங்கச்சியும் போயிருக்கினம்.

"ரெம்ப சந்தோஷமாருக்கு மச்சினா .... ம் ....செலவுக்கு என்ன செய்யப்போறிய....?"

வீட்டுக்கு அருகே கிடந்த கண்டத்தைக் காட்டிய தங்கையா, "இதை வித்திரலான்னு இருக்கியன் மச்சான்" என்றார். சற்று யோசித்து, நன்மை தீமைகளை ஆராய்ந்த மரியதாஸ் "இது நயமான கண்டம் ஓய்.... வீடு கட்ட ராசியான பூமி. வித்தா ஒடுக்கம் வேண்ட முடியாது. வடலி வெளயிலயோ கொசவன் வெளயிலயோ விய்க்கப் பாரும்...."

"கொசவன் வெளயில இருபத்தஞ்சு செண்ட் குடுத்தா அஞ்சாறு ஏத்துப்பனைய போயிரும். இப்ப கிட்டிய அக்கானி கிட்டாது"

"அதெப் பாத்தா முடியுமா ஓய்... கல்யாணத்துக்குக் குடுக்கிய மொதலில ஒரு பங்குன்னு நெனச்சுக்கிளும்.... படிச்சி உத்தியோகம் கிட்டினா... அவெ பாட்டெ அவெ பாத்திருவா..... அது போறதா?"

"நீரு செல்லியதும் நியாயமாத்தான்ருக்கு...ம் ..... பாத்து அதெ முடிச்சிரியன்" என்றார்.

அமலாளும் கிளாராவும் வந்தார்கள். சக்கையை வெட்டி, ஆளுக்கு மூன்று நான்கு சுளைகள் கொடுத்தார் நேசம். எல்லாரும் தின்று மகிழ்ந்தனர். மரியதாஸ் கிளம்பினார்.

'விளையை விற்பதில் நேசத்துக்கு உடன்பாடில்லை. ரெண்டு பெண்கள். கல்யாண நேரத்தில் என்ன செய்யியது? கடைசி காலத்தில் ஒரு நோய்நொடி வந்தா எதை வச்சி செலவு செய்யியது' எனப் பாறையில் அமர்ந்து சிந்தித்தார். ஞானம் பிறக்குமா?

இருபத்தைந்து செண்ட் பூமியை விற்றார் தங்கையா. அது வருத்தமளித்து நேசத்துக்கு. 'சொத்தை விட அமலாளின் படிப்பே

மேலு. அவ சம்பளம் வாங்கத் தொடங்கினா இருபது சென்ட் என்ன? ரெண்டு ஏக்கர் பூமிகூட வேண்டிர முடியும்' என்பதே தங்கையாவின் வாதம். நேசமும் அதற்கு உடன்பட வேண்டியதாயிற்று.

தங்கையாவும் அமலாவும் பாளையங்கோட்டை சென்றார்கள். கல்லூரி பீஸ், ஹாஸ்டல் பீஸ் எனத் தேவையானவற்றைக் கட்டினார் தங்கையா. கைச்செலவுக்குக் கொஞ்சம் காசை அமலாளிடம் கொடுத்தார். "நல்லா படிச்சணும் மக்கா... லீவு கெடச்சா வீட்டுக்கு வந்திரு" என அறிவுறுத்திவிட்டு ஊருக்குப் புறப்பட்டார் தங்கையா.

வருமானம் குறைந்தது. அதைச் சரிகட்ட முயற்சித்தாள் கிளாரா. அவளால் என்னதான் செய்ய முடியும்? நெய்ய முடியும். எலிசபெத், தன் தறியில் இறங்கி நெய்யச்சொன்னார். நெய்வது, ஆட்டையும் குட்டியையும் மேய்ப்பது. இரவு நேரங்களில் சித்தப்பா பிள்ளைகளுக்கு ஏதாவது சொல்லிக்கொடுப்பது அவளது தினசரி வேலைகள்.

ஒருமுறை நேசத்துக்கு இழுப்பு வந்தது. அம்மாவைச் சுண்டவிளை ஆஸ்பத்திரிக்கு அழைத்துச்சென்றாள் கிளாரா. குணமாகும்வரை, அக்கானி எடுப்பது, கருப்பட்டி ஊற்றுவது, சமையல் என வீட்டு வேலைகளை அவளே கவனித்தாள். 'நாளுமுச்சூடும் வேலெ செய்யியா.. எனக்கு வந்ததுபோல சொவக்கேடும் வந்திரப்பாது இயேசுவே' என்பதே தாயின் வேண்டுதல்.

பதினாறு

கோவிலுக்குப் போய்விட்டு வந்தாள் கிளாரா; வழியில் கட்டாந்தரை புளியமரத்தில் பழங்கள் சலசலத்ததைப் பார்த்தாள். ஒரு காற்றடித்தால் பாதி தொளிந்துவிடும் போலிருந்தது. நள்ளிரவில் அம்மா போகவிடமாட்டாள். அதற்கு முன்பு எப்போது காற்றடிக்கும், எப்போது போவது?

இரவு ஏழு மணி அளவில் 'சுயிங் சுயிங்' சத்தம். காற்று பலமாக அடித்தது. 'இப்ப புளிய தொளிஞ்சிருக்கும்... போனா ஒரு பெட்டி நிறைய பெறக்கி எடுத்திருலாம்' என நினைத்தாள் கிளாரா. "அம்மா... பிள்ளைப்பயலுக்கு கணக்குச் செல்லிக் குடுக்கணம்..... சின்னம்மா வீட்டுக்குப்போறங்; அங்கயே சோறுதின்னச் சென்னா... நீ .... தேடி அலையாதெ...." என்று சொல்லிவிட்டுச் சித்தி வீட்டுக்குப் போனாள் கிளாரா.

சற்றுநேரம் தம்பிக்குக் கணக்குச் சொல்லிக்கொடுத்தாள். "வந்து சோறு தின்னுட்டி" அழைத்தார் சின்னம்மா . கிளாரா சாப்பிட அமர்ந்தாள். திடீரென்று கூரையில் கல்லெறிவதுபோல் மழையின் பெருந்துளிகள் விழும் சத்தம். அவள் சாப்பிட்டு முடிக்கும்போது அதுவும் நின்றிருந்தது. காற்று மட்டும் வீசியது. சட்டியைக் கழுவி வைத்துவிட்டு, "சின்னம்மா... போறேன்" வந்தாள் கிளாரா.

அம்மாவுக்குத் தெரியாதபடி சிரட்டை, தீப்பெட்டி, மெழுகுவர்த்தி எடுக்க வீட்டுக்குள் புகுந்தாள். எல்லாவற்றையும் எடுத்துவிட்டுப் பின் வாசல் வழி வெளியேறினாள். விக்கல் எடுத்தது. இரண்டு மூன்று முறை எடுத்தது. அந்தச் சத்தம் அம்மாவுக்குக் கேட்டு விடுமோ எனப் பயந்தாள். அப்போதுதான் சின்னம்மா வீட்டில் சோறு தின்றுவிட்டுக் கஞ்சித்தெளிவு குடிக்காமல் அவசர அவசரமாகக் கிளம்பியது நினைவுக்கு வந்தது. அடுக்களையைத் திறந்து உள்ளே போனாள். கஞ்சிப்பானை இருக்குமிடம் அவளுக்குத் தெரியும். ஆனாலும் இருட்டில் எது, எங்கே இருக்கிறது என்று துல்லியமாகத் தெரியவில்லை. கைகளால் துளாவி மூடியைத் திறந்து இரண்டு தவி கோரிக்குடித்தாள்; சற்றுப் புளித்தது. 'ஓ.... காலத்த வச்ச.. கஞ்சித்தெளிவு' என மனத்துக்குள் சொல்லிக் கொண்டாள்.

காலையில் வைத்ததா, மத்தியானம் வைத்ததா? அல்லது வேறு ஏதாவது வெள்ளமா? ஆராயும் மனநிலை அவளுக்கில்லை. நினைவெல்லாம் புளி மீதிருந்தது. சட்டென்று வெளியே நடந்தாள்.

கட்டாந்தரையைத் தொட்டன கிளாராவின் கால்கள். மெழுகுத்திரியைக் கொளுத்திச் சிரட்டையில் நிறுத்தினாள். கண்களைக் கூராக்கி, சிரட்டையை அங்குமிங்குமாகத் திரும்பினாள். கிளைகளிலிருந்த செத்த அணில் குஞ்சுகளைப்போல் விழுந்து கிடந்தன புளிகள். காற்றடிக்கும் திசையைத் தாவணியால் மறைத்து, திரியை அணையாது காத்தபடி மெதுவாகக் குனிந்துநடந்தாள். புளிகளைப் பெட்டிக்குள் ஒவ்வொன்றாய் எடுத்துப்போட்டாள்.

சிலநொடிகளில் மேகம் நீரை இறைத்தது. கூடவே காற்றின் இரைச்சல். மடிந்தது மெழுகின் வெளிச்சம். மீண்டும் பற்றவைத்தாள் தீக்குச்சியை. எரிவதும் காற்றில் அணைவதுமாய்க் குச்சிகள். தாவணியை முக்காடாக்கி மரத்தை ஒட்டி நின்றாள். பேய் பிடித்தது போல், மேலே கிளைகளின் ஆட்டம்; பூமியைக் கீறிச்சென்றது கீழே நீரின் ஓட்டம்.

ஒதுங்க இடம் தேடினாள் அவள். ஐந்தாறு விளைகளைத் தாண்டினால்தான் வீடுகள். 'அங்க போறதுக்குமின்ன தொப்பு தொப்புனு நனைஞ்சிருவங். என்ன செய்யியது?' எனத் தவிப்பதற்குள். அடுத்த கண்டத்திலிருந்த குடிசை அவள் கண்ணில் பட்டது. அது பொன்னுமுத்துக்குச் சொந்தமானது. அவருக்குப் பீர்மேடு தேயிலைத் தோட்டத்தில் கங்காணி வேலை. ஆண்டுக்கு ஒருமுறை குடும்பத்தோடு வந்து, தங்கிச்செல்வார். அந்தக் குடிசையின் கதவுகளுக்குப் பூட்டு இல்லை; ஒரு கொக்கியில் மாட்டப்பட்டிருக்கும். அதை நோக்கி ஓடினாள் அவள்.

திண்ணையில் ஏறினாள் கிளாரா . திண்ணையோ மிகச் சின்னது. ஒருவர் நிற்கும் அளவுக்கு மட்டுமே அகலம் கொண்டது. மழையின் சாரல் மீண்டும் அவளைத் துரத்தியது. மெல்லக் கொக்கியை எடுத்துக் கதவைத் திறந்தாள். பார்வையைப் பறித்தது இருட்டு. உள்சுவரில் சாய்ந்த அவளுக்கு லேசாக மயக்கம் வருவதுபோல் இருந்தது.

'டமார்' என்றொரு சத்தம். திடுக்கிட்டு எழுந்தார் நேசம். சிம்மினி விளக்கைக் கையில் எடுத்து, பின்கதவைத் திறந்தார். அடுக்களைக்கு வெளியேயிருந்த கலயத்தில் பனங்காய் விழுந்திருந்தது. சொல்லிவைத்தாற்போல் பனங்காய், கலயத்தின்

வாய்க்குள் புகுந்து, அதை உடைத்திருந்தது. உடைசலில் இருந்து வெள்ளை நிறத்தில் ஒழுகிய கள் மண்டி செம்மண் நிறத்து மழைநீரோடு கலந்து ஓடியது.

“பனையில் இருக்கிய காய் பழுத்திருக்கு. வெட்டிப் போடுங்கண்ணு எம்பிடு நாளா சென்னென். கேட்டினுமா? இது வீட்ல விழுந்திருந்தா... கூரெ பொத்து, வீடு நாசமாயிருக்கும்” சொல்லிக்கொண்டே “இஞ்சேருங்க.. இஞ்சேருங்க” படுத்துக்கிடந்த கணவரை எழுப்பினார் நேசம். தங்கையா புரண்டாரே தவிர எழும்பவில்லை.

“என்ன எளவு கள்ளோ, குடிச்சிண்டு ஓர்மை இல்லாத மாதிரி கெடக்கினம். ‘இருட்டியதுக்கு மின்ன அடுக்களையில வச்ச கள்ளு. மழெ ஒறச்சிப் பெய்யிய சமயத்ல குடிச்சினம். மழெ விட்ட பெறவு குடிச்சிருந்தா....! சின்னம்மா வீட்டுக்குப் போன பெண்ணு இன்னும் வரேலியேன்னு ஓர்மெயிருந்திருக்கும். இப்ப நாங்கெடந்து வெப்பிராளப்படியன்” நொந்து கொண்டார் நேசம்.

மழையும் காற்றும் நின்றன. ‘மழெ விட்டாச்சி... இந்தக் குட்டியெ இன்னும் காணேலியெ’ முனகியபடி முற்றத்துக்கு வந்தார் நேசம்.

தூரத்தில் ஒரு கறுத்த உருவம். ‘யாரிது?’ மனத்தில் கேள்வி எழுந்ததுமே மெல்ல அடையாளம் தெரிந்தது. கொண்டு போனவற்றை இழந்து, இருட்டால் காயப்படுத்தப்பட்ட வலியோடு வந்து கொண்டிருந்தாள் கிளாரா. முகத்தில் எதையோ பார்த்துப் பயந்த மிரட்சி.

“என்னட்டி பெறயிதம்போல நடக்கிய? போய் துணியெ மாத்தீண்டு கெடந்து ஒறங்குட்டி....” கட்டளை இட்டார் நேசம்.

துணியை மாற்றி, உடுத்திருந்ததைப் பிழிந்து காயப்போட்டாள் கிளாரா. உடம்பைக் கழுவி வேறொரு பாவாடை, தாவணியை உடுத்தினாள். தேகம் லேசாகச் சுட்டது. காய்ச்சல் வந்திருக்குமோ? நெற்றியில் கை வைத்துப்பார்த்தாள். ‘பெரிசா ஒண்ணுமில்லெ. மழையில் நனெஞ்ச சீணம்தான்’ எனத் தனக்குத்தானே கூறிவிட்டு அவள் பாயில் சரிந்தாள்.

தூக்கம் அவளுக்கு எதிரியானது. தூங்காத நினைவுகளின் குறுக்கும் நெடுக்குமாக அந்தப் பயங்கரம். ‘நான் தள்ளிவிடத் தள்ளிவிட என்மேல விழுந்துதே, அது நாயா, பேயா? நாயாருந்தா

கடிச்சிருக்குமே, பல்லுவ அங்கங்க பதிஞ்சிருக்குமே. நவம் கீறியிருக்குமே.... அந்த அடையாளம் ஒண்ணும் என் தேகத்ல இல்லியே! நாக்குத் தொண்டையில எறங்க.... வேளம் செல்ல முடியாத விக்கினேனே! அது கறுத்த இருட்டுக்குப் பயந்து வந்ததா? பேய் அடிச்சிது, வாதெ அடிச்சின்னு செல்லுனுமே... அதெல்லாம் இதுபோல பேடிச்சிவாறதுதானோ?' இப்படி நினைத்து நினைத்து மூளை களைத்த பின்பு, தூக்கம் அவளை இழுத்துக்கிடத்தியது.

மறுநாள் காலை, "சின்னம்மா சொகந்தானா?" கேட்டபடி மேரி வந்தாள்.

"வா மேரி... கொப்பனும் கொம்மெயும் சொவமாயிருக்கினுமா? ஒன் கொண்ணன் கல்யாணத்தில கண்டது பாத்துக்க... ஆங்.. ஒனக்குக் கல்யாணத்துக்குப் பேசின மொதல குடுத்தினுமா?"

"இல்ல, சின்னம்மா... அண்ணனுக்குக் கலியாணம் ஆனொண்ண தாறதாப் பேச்சு.... அதெ வேண்டீண்டு போவத்தான் இஞ்ச வந்து நிக்கியன் பாத்துக்க"

"வந்த பெறவு இன்னும் மாத்திரவெளைக்குப் போவேலியா?"

"இல்ல. பணத்தெ வேண்டாத போனா.... அவிய சண்டெ பிடிப்பினம் பாத்துக்க...."

"சங்கடப்படாத மேரி... மயினியாருக்குப் போட்டிருக்கிய உருப்படியெ அடவு வச்செங்கிலும் தந்திருவினம்"

"தந்திட்டா.. சந்தோசமா போயிருவென்"

"ஆங்.. என்ன சோலியா இஞ்சவந்த?"

"தாணி வெளயில பனவண்டி போட்டிருந்தெம்.... குருத்திருக்குதெங்கி பிடுங்கீர்லான்னு வந்தேன்..."

"கெழங்கு வண்ணமாருக்குமா?"

"ம்... பாரு மண்ணில் பனங்கொட்டெயளெப் போட்டா கெழங்கு நல்ல வண்ணமாருக்கும் பாத்துக்க...'

"ஓங் மேரி.. சாதா மண்ணில் போட்டா வண்ணம் கொறஞ்சி நீளந்தான் கூடுதலாருக்கும்"

"பிடுங்கினோன்ண, ரெண்டு பனங்கெழங்கு எடுத்தீண்டு வாறெங். எம்பிடு பருத்திருக்கின்னு பாத்துக்க.... ம்.... கிளாரா எங்க சின்னம்மா?"

“வெள்ளங் கோரப்போனா...”

திரும்பிப் பார்த்த நேசம் கிளாரா வருவதைக் கண்டு,

“அந்நா வாறா” என்றார். குடத்தை இறக்கி வைத்தாள் கிளாரா. அவளின் கையைப் பிடித்த மேரி, “வா... கிளாரா... இங்கின பாறேல இருக்கிலாம்”

இருவரும் எதிர்எதிரே இரண்டு பாறைகளில் அமர்ந்தார்கள். கிளாராவை உற்றுப்பார்த்த மேரி “யேன் மொகம் ஒரு மாதிரியாருக்கு. ராத்ரி ஒறங்கேலியா?”

“ம்..... ராத்ரி அம்மெய்க்குத் தெரியாத புளிபெறக்கப் போனென்.. மழெ ஒறச்சிதா.... கங்காணி வீட்ல சிக்கிட்டென். பாத்துக்க...”

“எங்க வீட்டுக்கு வராத ....என்னத்துக்கு அங்க போன.”

“ஒங்க வீட்டுக்கு நாலு கண்டம் தாண்டி வரணக்கா.. அந்த மழெயில் நனஞ்சீண்டு..... எப்டிக்கா...? அதான் கங்காணி வீட்ல ஒதுங்கினென்.... ஒரே இருட்டு....”

“பேடிச்சிட்டியோ?”

“ம்... நல்லாப் பேடிச்சிட்டேன்க்கா ....!

“எம்பிடு தைரியமானவ நீ... இதுக்கெல்லாம் பேடிச்சிலாமா?.. ஆங்.. பனெங்கெழங்கு பிடுங்கப்போறென் வாறியா?’

“ம்.... வாறேன்க்கா .... அம்மா .... அக்கா கூடப்போறேன்...”

பேசிக்கொண்டே போனார்கள் இருவரும்.

சற்று நேரத்தில் கையில் பனங்கிழங்குகளோடு திரும்பி வந்தாள் கிளாரா. அவற்றை அம்மாவிடம் கொடுத்துவிட்டு சித்தி வீட்டுக்குப் போனாள். வழக்கம்போல் தறியில் இறங்கி நெய்யத் தொடங்கினாள் கிளாரா.

பனங்கிழங்கை வேகவைத்தார் நேசம். அன்று தங்கையா வீட்டில் இருந்தார். மதியம் பன்னிரெண்டு மணி அளவில் மரியதாஸ் வந்தார். “வா அண்ணா, மயினியும் மக்களும் சொகமாயிருக்கினுமா?”

“சொகந்தான் ..... இந்நா ..” கையிலிருந்த துணிப்பையைக் கொடுத்தார் மரியதாஸ். அதைத்திறந்து பார்த்த நேசம்,

“மாங்கா... செங்காவருக்கயா?”

“ஓங்.. ஒனக்க மவ தின்னுவாளேன்னு எடுத்தீண்டு வந்தென்”

பையோடு போன நேசம், காப்பி போட அடுக்களையில் நுழைந்தார். அதற்குள் வெற்றிலை, பாக்கு, புகையிலை வாங்கப் போனார் தங்கையா. முன்புபோல் நாயர் கடைக்கு ஓடவேண்டியதில்லை. ஊருக்குள்ளேயே ஒருவர் கடை வைத்திருந்தார்.

பனங்கிழங்கும் காப்பியுமாக வந்தார் நேசம். முதலில் கிழங்கின் தோலை உரித்து இரண்டாகப் பிளந்தார் மரியதாஸ். மஞ்சள் நிறத்தில் இருந்தது கிழங்கு. பின்பு ஒடித்து நாரை நீக்கிவிட்டு கிழங்கைத் தின்னத் தொடங்கினார். அதற்குள் தங்கையா வந்தார். அவரும் ஒரு கிழங்கை ஒடித்துத் தின்றார். பிறகுதான் காப்பியைக் குடித்தனர். மரியதாஸ், “கடுப்பமாருக்கு காப்பி.... எள்ளுப்போல, பஞ்சார போட்டுக்கொண்டா” என்றார். இருவர் காப்பியையும் எடுத்துச்சென்ற நேசம் சீனிபோட்டுக் கொண்டு வந்தார். இருவரும் குடித்து முடித்தனர்.

மரியதாஸ் வெற்றிலை போட, தங்கையா பீடியை இழுக்கத்தொடங்கினார். மரியதாஸ் வாய்க்குள் எச்சில் நிரம்பியது. முற்றத்தில் துப்பிவிட்டுப் பேசினார்.

“அமலா, இன்னும் நாலு மாசத்தில் படிப்பெ முடிச்சீண்டு வந்திருவா..... கவர்மென்ட்லியோ, நம்ம மேனேஜ்மென்ட்லியோ உத்தியோகம் குடுப்பினம். குடுத்த வொண்ண... ஓட்டன் பயலுவ சம்மந்தம் பேச வந்திருவினம். அதுக்கு மின்ன கிளாராளுக்கு ஒரு மாப்பிளயெப் பாக்கியது நல்லது....”

“அண்ணா அமலா சம்பாரிச்சாதானெ எங்க கையில நாலு பைசா மிஞ்சும்.... அதுக்கு மின்னெ.. இவுளுக்குக் கலியாணம்... முடியுமாண்ணா?”

“முடியுதோ, முடியேலியோ, ஒரு விசயத்தெ... மனஸ்லாக்கணும் பாத்துக்க... அமலா, கிளாராளுக்கு வேண்டி காத்திருக்க மாட்டா... பிராயமாவி தாவணி கட்டிய விசயத்தில் எங்க வீட்ல வந்து எப்டி தாளம் போட்டான்னு.... மயினியாரெக் கேட்டுப்பாரு செல்லுவா....”

“அதெல்லாம் அறிஞ்சம் மச்சினா... கல்யாணத்தெ தள்ளீண்டு போவண்டாம்.... அவுளுக்கு நல்ல சம்மந்தம் இருந்தாப் பாத்துச்செல்லும் ஓய்”

“ஓங் செல்லியன். ஓட்டெனக் கண்டாலும் செல்லிவச்சியன்”

இருவரும் சேர்ந்து கிளாரா கல்யாணத்தைப் பக்கத்தில் கொண்டு வந்தார்கள். நேசத்துக்கு மகிழ்ச்சி. அவர்கள் வீட்டைச் சுற்றி வந்து ஆட்டம் போட்டது திருமணக் களை.

சசிகலா வந்துவிட்டுப் போனபின்பு மைக்கேலால் அவளைச் சந்திக்க இயலவில்லை. கல்லூரி விடுமுறையில் கூட அவள் வீட்டுக்கு வரவில்லை. விசாரித்ததில் சந்திரபிள்ளையும் மனைவியும் சசிகலாவோடு திருவனந்தபுரத்தில் தங்கியிருப்பதாகத் தெரிந்தது. இவர்களின் அதிகாரக் கோட்டைத் தாண்ட முடியாது அவள் தவிக்கிறாள் என்பது இவனது புரிதல், ‘திருவனந்தபுரம் போ போ’ என அடித்துக் கொண்டது இதயம். அதன் வேகத்துக்குக் தடை போட்டது பணமின்மைதான். கேட்டால் ஆசிரியர் கொடுத்திருப்பார். கல்விக்கு உதவும் அவரிடம் காதலுக்குக் கை நீட்ட சங்கடமாக இருந்தது.

கல்லூரி திறந்த பின்பு, வீட்டுக்கு ஒரு கடிதம் வந்திருந்தது ‘என்றே ஜீவனே’, எனத் தொடங்கித் தமிழும் மலையாளமும் கலந்து எழுதப்பட்டிருந்தது. எழுத்துக்கள் புரியாவிடினும், அது சொல்லும் செய்தி புரிந்தது. “வரும் வாவுபலிக்கு குழித்துறை கண்காட்சிக்குத் தான் வருவதாகவும், மாலை நான்கு மணிக்கு வந்தால் சந்திக்கலாம்” என்றும் சசிகலா எழுதியிருந்தாள். அதோடு மைக்கேலின் போட்டோ ஒன்றையும் கேட்டியிருந்தாள். அவனுக்கு இருப்புக் கொள்ளவில்லை. கருங்கல் ஸ்டுடியோ ஒன்றில் போட்டோ எடுத்து, இரண்டு காப்பிகள் வைத்திருந்தான். அதோடு தீர்ந்தது கையில் இருந்த பைசா.

வாவுபலியன்று காலை கிளாரா வீட்டுக்கு வந்தான் மைக்கேல். அவனைப் பார்த்த கிளாரா, “மிக்கேலு, யாரும் செய்யாத ஒரு பெரிய காரியத்தெ செய்திருக்கிதிய”

“என்னக்கா?”

“வில்சனுக்கும் பிலோமினாளுக்கும் கல்யாணம் செய்து வச்சிருக்கிதிய... எம்பிடு பெரிய விசயம் அது! கடவுளு... மனுசனுவளெ ஒண்ணுபோலத்தான் படெச்சியாரு... மனுசனுவதான் சாதி வித்தியாசம் பாக்கினம். இனுமே சாதி வித்தியாசம் பாத்து வெள்ளந் தரமாட்டேன்... வீட்டுக்குள்ள விடமாட்டென்... பெண்ணு தரமாட்டென், கல்யாணம் செய்ய விடமாட்டேன்ணு சென்னா...

அவுனுவளெ அடிச்சி வெரட்டணம்... நீ செணம் அந்த சசிகலாவெக் கட்டணம் பாத்துக்க... என்ன செல்லிய?

"செல்லியதுக்கு என்னருக்கு ... சசிகலா இன்னு குழித்தறெ வாவுபலிக்கு வாறா. அவளெப் பாக்கப் போறதுக்கு பைசா இல்ல... ஒரு அஞ்சி ரூபா குடு... நாளெய்க்குத் தந்திரியன்".

"எனக்கிட்ட ஏதில பைசா? எனக்கே புத்திமுட்டாருக்கு..... அம்மா வச்சிய எடத்தில் காசு இருக்காண்ணு பாக்கியன்..." உள்ளே போன கிளாரா மடித்து வைத்திருந்த ஐந்து ரூபாய் நோட்டு ஒன்றை எடுத்துவந்தாள். அதை வாங்கிய மைக்கேல் நோட்டை பூப்போலப் பிரித்தான். மடிப்புக்குள்ளிருந்து ஒரு பட்டாம்பூச்சி போல் சசிகலா சிறகடித்தாள். சில நொடிகள் சுயநினைவிழந்தான் மைக்கேல்.

சரியாக நான்கு மணிக்கு கண்காட்சி அரங்கின் நுழைவாயிலில் மைக்கேல். மனமலர்ச்சியோடு வரவேற்றாள் சசிகலா. அப்பாவும் அம்மாவும் வந்திருந்ததால் அவனை அழைத்துக் கொண்டு வெடிவச்சான் கோவில் நோக்கி நடந்தாள். ஏற்கனவே சந்திரப்பிள்ளையோடு குழித்துறை தாலுகா ஆபீசுக்கு வந்திருக்கிறாள். அதனால் சில இடங்களைச் சசிகலா அறிந்திருந்தாள். கோவில், குழித்துறை ஆற்றின் பாலத்தருகே இருந்தது. அந்த அம்மன் வெடி விரும்பி. அதனால் பக்தர்கள் வெடிகளையே காணிக்கையாக்குவார்கள். அரையடி உயர உரல் போன்ற வடிவிலான வெடிகளும், தென்னங் கொதும்பில் சுருட்டிக்காட்டப்பட்ட சூட்டுகளும் தயாராக இருக்கும்.

பாலத்தின் வழியே செல்வோர், வாகனத்தில் இருந்தபடியே காசுகளை வீசி எறிவார்கள். பாலத்தை அவர்கள் கடக்கும் முன்பு வெடிச்சத்தம் கேட்கும்.

ரோட்டிலிருந்து, ஆத்துக்குச் செல்ல ஒரு வழி. அந்த வழியின் இடப்பக்கம் ஐயப்பன் கோவில், வலப்பக்கம் மரங்கள், செடிகள், கற்பாறைகள்.

அந்தக் கோவிலில் இருந்த எல்லா தெய்வங்களையும் கும்பிட்டு, விபூதியை நெற்றியில் பூசிக்கொண்டு வந்தாள் சசிகலா. இருவரும் வலப்பக்கம் வந்து கற்களில் அமர்வதற்குள் வெடிச்சத்தம் கேட்டது. மைக்கேல்,

"எம்பிடு ரூவா குடுத்த?"

"அஞ்சு ரூபா?"

"ம். எல்லா மதங்களும் சேந்து கடவுளெ ஒரு லஞ்சப் பேர்வழி ஆக்கிட்னம். பணமும் ரெக்கமென்டேசனும் இல்லிங்கி கடவுளெ நெருங்கவே முடியாது போலருக்கு. எங்க கோவில்லயும் பாரு.. ஒங்க கோவில்லயும் பாரு... புரோக்கர்களுக்குத்தான் பெரிய பெரிய சிலைகளெ வச்சிருக்கினம். அவியளத்தான் ஜனங்க விழுந்து விழுந்து கும்பிடினம்..."

"எனக்கு புரோக்கர் வேண்டாம் மிக்கேல். ஞான் டைரக்டா பிரார்த்திக்கிந்து..... ஈஸ்வரா..... ஞான் மிக்கேலின்ற பாரியா ஆவணம்... மிக்கேல் என்றே பர்த்தா வாகணம்... ஞங்ஙளோட விவாகம் பிரச்சனங்கள் இல்லாதே நடக்கணம் ஈஸ்வரா... மிக்கேலும் பிரார்த்திக்கணம்..."

"ம்.... ம்... கடவுளே எங்க ரெண்டு பேருக்கும் சந்தோசமா கல்யாணம் நடக்கணம்... சசி... நீயும் பிராத்திச்ச நானும் பிராத்திச்சன்.... நம்ம நாட்ல எந்தக் கோவில்லயாவது ஒரு நாயர் பெண்ணு கழுத்துல ஒரு நாடானெ தாலி கட்ட விட்ருக்கினுமா? பின்னெ நம்ம கோவில்களையும் கடவுளெயும் நம்பி என்ன பிரயோசனம்?"

"நம்பணம்... மிக்கேல் நம்பணம். ஞான் நம்ம விவாகத்தை நடப்பிக்கும். அந்தத் தன்றேடம் எனிக்கு உண்டெ ... யாதொரு சம்சயமும் வேண்டா ..."

"சம்சயம் இல்ல சசி... அண்ணு நீ வெள்ளங் கோரி ஊத்தினதுக்கு ஒன் அப்பா... ஆளுவச்சி அடிச்சாரு... இப்ப நீ கல்யாணம் செய்யப் போறேண்ணு தெரிஞ்சா கொல்லாம விடுவாரா?... ஒண்ணு மட்டும் செல்லியின் சசி... நான் பயந்தாங்கொள்ளியில்ல...... ஒன் கொப்பனாருந்தாலும் சரி, பண்ணயாளுவளாருந்தாலும் சரி. இனி என்னெ அடிச்சா நானும் அடிப்பென்... கொல்ல வந்தா அதுக்குமின்ன நான் கொல்லுவென்..."

"அய்யோ ... அய்யோ ஷெமிக்கணம். அங்ஙன ஒந்நும் இனி சம்பவிக்கில்லா... மிக்கேல் பேடிக்கருது... அம்மாவென் நம்மே சகாய்க்கான் வாக்குக் குடுத்திட்டுண்டெ.. ஏதெங்கிலும் பிரச்சனம் வந்நெங்கில் ஞான் நோக்கிக் கொள்ளாம்..... நிங்கள் நந்நா படிச்சு டிகிரி நேடிச்சு வலிய ஓபீசரா வரணம். அப்போள் என்றே தறவாட்டிலுள்ள ஆட்கள் மும்பெ ஒரு ராஜகுமாரனெப்போல நிங்ஙளெ ஞான் நிறுத்தும்... விவாகமும் கழிக்கும்.... இதாணு என்றே சொப்னம்..." சசிகலா சொன்னதும் நிசப்தம்... அந்த

நிசப்தத்தின் ஊடாக இருவரும் தங்கள் மணநாளைக் கண்டுகளித்தனர். மதங்கள் அண்டா மலையுச்சியில் ஏறி, மாலை சூட்டிக்கொண்டனர்.

“நிங்ஙளோட போட்டோ... கொண்டு வந்நோ?” கேட்டதும் சசிகலா கையில் தன் புகைப்படத்தைக் கொடுத்தான் மைக்கேல். அவளும் தன் படத்தை அவனுக்குக் கொடுத்தாள். இரண்டும் மார்பளவு படங்கள்தான். சசிகலா படத்தைப் பார்த்து மைக்கேல் மயங்கிவிட்டான் என்றே சொல்லலாம். மெய்மறந்த அவன், திரும்பி உட்கார்ந்து அவள் படத்தில் முத்தமிட்டான். ஏதோ குற்றம் புரிந்தவன்போல் மைக்கேலின் விரல்கள் நடுங்கின. அதைக் கவனித்த சசிகலா,

“ஒளிச்சு வச்சி எனிக்கு உம்மெ தருந்நோ?”

“இல்லெ... இல்லெ...” அவள் படத்தைச் சட்டைப்பையில் போட்டான் மைக்கேல்.

“உம்மெ தராம் ஆசெயங்கில் என்றே சுண்டில் தராம்... தருந்நோ....”

“வேண்டாம் சசி... வேண்டாம்...’ என்ற மைக்கேல், ஒரு புன்சிரிப்போடு அவளது உதடுகளைக் கூர்ந்து பார்த்தான், சீவி வைத்த பனம்பழத்துண்டுகள்போல் இருந்தன அவளது உதடுகள். அக்கணம் ஆயிரம் முத்தங்கள் கொடுத்தது போன்ற ஒரு கனவுலகில் மூழ்கிப்போனான் மைக்கேல். அந்தக் கனவு கலைந்த படப்படப்போடு எழுந்தான் அவன். அந்தி வெயிலோ இருட்டை அறிமுகப்படுத்தத் தயாராகிக் கொண்டிருந்தது.

“சமயமாயி வருஉ” என்றாள் சசிகலா. இருவரும் கண்காட்சிக்கு வந்தனர்.

கண்காட்சியைச் சுற்றிப் பார்க்க நேரமில்லை. அப்பா, அம்மா கண்ணில் பட்டு விடக்கூடாது என்பதில்தான் அவளது கவனம். அரசின் சாதனைகளை விளக்கும் அரங்கில் கிணற்றில் மோட்டார் சைக்கிள் ஓட்டும் சாகசம், அழகிய கடற்கன்னி, மேஜிக், ராட்டினங்கள், விளையாட்டு என மக்கள் டிக்கட் வாங்கிக் கொண்டிருந்தார்கள். வேளாண் துறையினர் விற்பனைக்கு வைத்திருந்த ஒரு ரோஜாச் செடியை வாங்கினாள் சசிகலா. அதில் அழகாக ஒரே ஒரு பூ மட்டும் பூத்திருந்தது. கூடவே இரண்டு மொட்டுகள்.

“இதாணு என்றே பிரசண்டேஷன். இதெ நம்முட வீட்டு மும்ப நட்டு வளத்தணம்”. அதை மைக்கேல் கையில் கொடுத்தாள். வாங்கிய அவன் ரோஜாப் பூவையும் அவள் முகத்தையும் மாறி மாறிப் பார்த்தான். அவனுக்குள் ஒரு பலத்த சந்தேகம்.

“சசி.. ஒன் அம்மா எங்கெ.. அவியளப்பாத்து ஒரே ஒரு காரியம் கேக்கணம்”.

“எந்தா விசயம் ... என்றடுத்துப் பறயணம் ....”

“ஒண்ணுமில்ல..... சசிகலாவும் ரோஜாப்பூவும் ஒட்டிப் பெறந்த ரெட்டப் பிள்ளெயளாண்ணு கேக்கணம். எம்பிடு தேடினாலும் ஒன் மொகத்துக்கும், ரோஜாவுக்கும் ஒரு வித்தியாசத்தைக் கூட கண்டு பிடிச்ச முடியேல”...என நிறுத்தினான் மைக்கேல்.

உண்மையில் சற்று வெட்கப்பட்டாள் சசிகலா. தன் அழகு நலனைப் பிறர் பாராட்டுவதை விரும்பாதவள் அவள். இருப்பினும் மைக்கேல் சொல்லும்போது அவளது பெண்மை பூரித்தது என்றே சொல்லலாம். அதை மறைக்கவே முயன்றாள் அவள்.

அந்தச் செடித்தொட்டியோடு அவனை வெளியே அனுப்பினாள் சசிகலா. அவனும் பஸ் ஏறினான். கிளாரா வீடு அல்லோலப்படப்போவதை அறியாது இரவில் ஊருக்குள் நுழைந்தான் மைக்கேல்.

பதினேழு

நெய்யும்போது கிளாராளுக்குத் தலை சுற்றுவதுபோல் இருந்தது. சித்தியிடம் சூடாகக் கஞ்சித்தெளிவு வாங்கிக்குடித்தாள். ஆனாலும் அடிக்கடி தலைசுற்றியது. ‘உடம்புக்கு சொவமில்லியோ? அப்டி என்ன சொவக்கேடு வந்திரப்போவுது...’ அண்மையில் உடலில் ஏற்பட்டிருக்கும் சின்னச்சின்ன மாற்றங்களை எண்ணிப்பார்த்தாள். அவை மனத்துக்கு சஞ்சலத்தைத் தந்தன. மாற்றங்களின் புள்ளி ஒன்றில் குத்திட்டு நின்றது நெஞ்சு. அதைப்பற்றி யாரிடம் கேட்பது? அம்மாவிடம் கேட்கலாமா? ஊகூம் ரபேக்காளிடம் கேட்கலாம். அவ அண்டி ஆபீஸ் போயிருப்பாளே! மேரி அக்கா... ம்... அவளிடம் கேட்கலாம்.

வீட்டிற்குப் போய் மேரியை வெளியே அழைத்துவந்தாள் கிளாரா. அவளிடம் மெல்லப் பேச்சுக்கொடுத்தாள். தன் நெஞ்சைக் கற்றாளை முள்போல் குத்திக்கொண்டிருந்த சந்தேகத்தைக் கேட்டாள். அதை மிகச் சாதாரணமானதுபோல் எடுத்துக்கொண்ட மேரி, “இதெல்லாம் பிராயமானவியளுக்கு வாறதுதான் கிளாரா. நான் பிராயமாவி ஒரு வருசம்வரை தேதி மாறாத வந்துது. பெறவு ரெண்டு மூணுமாசமா வரேல.... அம்மா... வைத்தியர் மாமா வீட்டுக்குக் கூட்டீண்டு போனா... அவுரு ஒரு லேகியம் குடுத்தாரு.... ஒரு மாசம் தின்னென் அம்பிடுதான். கல்யாணம்வரை ஒழுங்காவே போச்சிது” என்றாள். மேரியுடன் வீடுவந்து சேர்ந்தாள் கிளாரா.

நேசம், கிளாரா, மேரி மூவரும் வைத்தியர் வீட்டுக்கு வந்தார்கள். மேரிக்கு நெருங்கியச் சொந்தக்காரர் அவர். அதனால் உரிமையோடு சொன்னாள். “ஓய் மாமா... எனக்குத் தேதி பிந்திப் போனதுக்குக் குடுத்தீரில்ல, ஒரு லேகியம். அதெக்கிளாராளுக்கும் குடுக்கணம்”

“நீ சென்னா குடுக்காத இருப்பனா.. மக்கா” என்றார் வைத்தியர். நேசமோ, “எதுக்கும் கைபாத்து மருந்து குடுக்கணம் அண்ணா...” என்றார்.

கிளாராவின் கையைப் பிடித்து நாடி பார்த்துவிட்டு, விரல்களைத் தரையில் கொட்டினார் வைத்தியர். கூடவே நாக்கையும் கண்ணையும் பார்த்தார். பின்பு “நீங்க ரெண்டு பேரும் போங்க மக்கா.... லேகியத்தெ..... செந்தரையா கையில குடுத்து விடியன்” என்றார். மேரியும் கிளாராவும் திரும்பினார்கள்.

நேசத்தின் முகத்தைச் சில நொடிகள் பார்த்தபடி இருந்த வைத்தியர், குளோரியின் படிப்பையும் தங்கையாவின் பனையேற்றத்தையும் விசாரித்தார். 'கிளாராளப் பத்திச் செல்லாத, வேற காரியங்களைக் கேட்டு காலம் கடத்துறாரே' தனக்குள் முனகினார் நேசம்.

நிழல் விழுந்ததுபோல் வைத்தியர் முகம் மங்கியது. பல்லால் உதட்டைக் கடித்து, முகத்தைச் சுளித்தபடி, "வரப்பிடாத் நோவு வந்திருக்கு" கூறிய அவர், கிளாராவுக்கு வந்திருக்கும் தீவினையை நேசத்திடம் விளக்கினார்.

அதிர்ச்சியில் தன்னுணர்வை இழந்து தடுமாறினார் நேசம். "செந்தரையா... செந்தரையா...." சத்தமிட்டு அழைத்தார் வைத்தியர். பின்புதான் நேசம் சுயநினைவுக்கு வந்தார். தலையை நிமிர்த்த முடியாது உடல் குறுகி நின்ற நேசம், "நல்லாப் பாத்தீரா?" "வெப்பிராளப்படாத.... ஒனக்கு சம்சியமாருந்தா.. வேற வைத்தியரெப் பாரு.... இல்லீங்கி ஆஸ்பத்திரிக்குப் பெய்க்கூட கேளு"

ஏங்கி, ஏங்கி அழுதார் நேசம். மூச்சு வாங்கியது. சுருங்கி விரிய மறுத்தது நுரையீரல். மூச்சுத்திணறத் திணற நெஞ்சில் அடித்துக்கொண்டே சாய்ந்தார் கீழே.

தான் பயந்தபடி எதுவும் இல்லை என்பதில் கிளாராளுக்கு மகிழ்ச்சி. அம்மா வரத் தாமதமாகும் எனக் கருதி கஞ்சி வைக்க ஆரம்பித்தாள். ஆனால் மேரிக்குப் பலத்த சந்தேகம். சின்னம்மா, ஏன் இன்னும் வரவில்லை. ரகசியமாக எதையோ மாமா சொல்லியிருப்பாரோ? ஒரு வேளை புற்றுநோய், வயிற்றில் கட்டி போன்ற பெரிய நோவுகள் ஏதாவது இருக்குமோ? எது இருந்தாலும் இருக்கட்டும். அவள் கர்ப்பம் இல்லை என்றாலே எனக்கு நிம்மதிதான்.

"அக்கா கருப்பிடி தின்னிதியா?' ஒரு துண்டைக் கொடுத்தாள் கிளாரா. இருவரும் கருப்பட்டி தின்று கொண்டிருக்கும்போது, நேசமும் வைத்தியரும் வந்தனர்.

"குட்டியே கொம்மைய்க்கு ஒரு நேரம் மருந்து குடுத்திருக்கியன்... கொறயேலிங்கி இந்தப் பொடியெ சுடுவெள்ளத்திலக் கலக்கிக் குடு".... ஒரு பொதியை அவள் கையில் கொடுத்தார். "கொம்மெய்க்க உயிரு... இப்ப ஒனக்கக் கையிலதான் மக்கா ருக்கு... பத்திரமா பாத்துக்க" எனச் சொல்லிவிட்டுச்சென்றார் வைத்தியர்.

அம்மாவின் அருகில் போன கிளாரா..... "சூடாக்கஞ்சி குடிச்சிதியா?" உட்கார வைக்கக் கையைப் பிடித்தாள். மகளின் கையைத் தட்டிவிட்ட தாய் "தொடாத பெண... போ... பெண... அரிப்பெ அடக்க முடியேலன்னு செல்லியிருந்தீங்கி ஒரு பயலெப் பாத்துக் கட்டி வச்சிருப்பெனெ... இப்ப எவன் கூடயோ கெடந்து... வவுத்தில் பிள்ளெயோட... வந்து நிக்குதியே..... அய்யோ.. அந்தோணியாரே எனக்கு இப்டி ஒரு சோதனெயத் தந்திட்டியே...." ..ச்சூஉம்....

"யென் வவுத்தில பிள்ளெயா?.... வயிற்றில் அடித்தாள்.... அலறி அலறித் துடித்தாள் கிளாரா. கடவுளே, கடவுளே...! எப்டி இது?"

'அந்த மழெ ராத்திரியில இருட்டுக்குக் கைகால் முளைச்சது போல என்னெப் பிராண்டியது ஒரு ஆணா? அந்த இருட்டுக்கக் கொளுப்புதான் யெங் உயிர் வாசலை அடைச்சிதா?' அவள் மேனி மீண்டும் அந்தக் கொடூர இருளில் மூழ்கிக் கொதித்தது.

ஒரு கையைச் சுவரில் வைத்து, மூச்சு வாங்கிய நேசம், "பெணே... பெணே... மரியாதியா அந்தத் தேவ்டியாபயன்ஆருன்னு செல்லு.... எம்பிடு நாளா இந்தக் கூத்து நடக்குது... செல்லு பெணே...."

"அம்மா..... அய்யோ..... அம்மா.. அவென் யாரு? எப்டி வந்தான்?... எப்டிப் போனான்? எனக்கு ஒண்ணுமே தெரியாதும்மா... அப்பனாண தெரியாதும்மா...."

"இப்ப நீ உள்ளதெச் செல்லேல..." தட்டுத்தடுமாறிப் போய் விளக்குமாற்றை எடுத்தார் நேசம். "செல்லுபெண... செல்லுபெண...' ஒவ்வொரு ஈக்கிலும் ஒடிந்து ஆங்காங்கே விழும்வரை அடித்தார்.

நேசத்தைத் தடுத்த மேரி, கையைப் பிடித்து அவரைச் சுவரோரத்தில் உட்கார வைத்தாள்.

"எந்தத் தப்பும் நாங் செய்யேலம்மா.. எந்தப் பயலயும் நாங் ஆசெப்படேல... எவனும் என்னெ ஆசெப்பட்ட மாதிரியும் எனக்குத் தெரியேலம்மா.... தெரியாத ஒண்ணெ.... செல்லு.... செல்லுன்னு அடிச்சா... நாங் எப்டிம்மா செல்லுவெங்..." விம்மி விம்மி அழுதாள் கிளாரா. திருப்தியடையவில்லை நேசம்; அவரிடமிருந்து ஒரு அபத்தமான மிரட்டல்.

"செல்லமாட்டீங்கி.... இப்ப மூணு பெறயிதம் விழும். இந்த வீடே சிமித்தேரியாயிரும்... ஓர்மையில வச்சிக்க..."

அவசர முடிவுக்குப் போய்விட்டார் அம்மா.. இனி உண்மை விலைபோகாது ... யாரைப் பாதுகாப்பது, யாரைப் பலிகொடுப்பது? என்பதே பிரச்சினை. யோசித்த கிளாரா,

"மூணு பெறயிதம் வேண்டாம்மா... இம்பிடு நாளா என்னெ வளர்த்த நீயும் அப்பனும் சந்தோசமாருக்கணம்.... ஒரே ஒரு பெறயிதத்தோட இந்த மானக்கேடு போவுட்டும்... காலத்த விடியியதுக்கு மின்ன நான் செத்துக்கெடப்பென்... போருமா?" கூறிவிட்டு அடுக்களைக்குப் போனாள் கிளாரா.

தண்ணீரைச் சூடாக்கி வைத்தியர் கொடுத்த பொடியைக் கலக்கி, அம்மாவிடம் நீட்டிய அவள், "மருந்தும்மா... குடி" கிளாராளைப் பார்த்தார் தாய். மகளின் முகத்தில் மரண அழுக்குகள் .... நேசத்தின் கைகால்கள் நடுக்கம் கண்டன.

சாகத்துணிந்து நிற்கும் தருணத்திலும் 'அம்மா அவஸ்தைப்படக்கூடாது' என எண்ணும் கிளாராவின் பாசம் மேரியை வியக்க வைத்தது.

இந்த வீட்டின் சோகக்குரல் எலிசபெத்தை எட்டியது; ஓடி வந்தார். அவரின் பார்வை நேசத்தின் மீதே விழுந்தது. "கரையாத அக்கா.... கிளாராளுக்கு ஒண்ணும் ஆவாது... நல்லாருப்பா." எனப் பலவாறு பேசி ஆறுதல் படுத்தினார். நேசத்தின் ஆவேசம் சற்றுத் தணிந்திருந்தது.

எலிசபெத்தும் மேரியும் கிளாரா அருகே அமர்ந்தனர். அந்த மழை இரவில் நடந்தது. ஆண்களுடனான அவளது பழக்கம். காதல், ஆசை.... பற்றியெல்லாம் கிளாராளிடம் விசாரித்தார் எலிசபெத் கடைசியில், "நீ சென்னதெ வச்சிப்பாத்தா..... எந்தத் தப்பும் நீ செய்யேல மக்கா.... அந்தப் பாவி.... எப்டி இருப்பான்னு ஓர்மிச்சிப்பாரு!" "எள்ளுப்போலத் துப்புக் கெடச்சாக்கூட... அவனெக் கண்டு பிடிச்சி, கொண்டு வந்திருவெம்... ஒங் கழுத்ல தாலி கட்டவும் வச்சிருவெம்..."

"அவென் வந்த பெறவுதான் தெரியும் சின்னம்மா.... யென் கழுத்ல அவென் கட்டுவானா... அவென் கழுத்தெ நான் வெட்டு வனான்னு?"

அதன்பின்பு யாரும் பேசிக்கொள்ளவில்லை. அரவம் அற்றதாய் இருந்தது வீடு. கிளாரா, பழிவாங்கும் வெறியில் இருக்கிறாள் என்பதை உணர்ந்த மேரி, எலிசபெத்தை வெளியே அழைத்துச்

சென்றாள். இருவரும் கல்யாணம் ஆகாது கர்ப்பமான பெண்களின் வேதனைகள் குறித்தும், அதிலிருந்து மீள்வதற்கான வழிகள் குறித்தும் பேசினர். அது ஊர் நடைமுறைகளைப் பின்பற்றுவதாகவே இருந்தது. உள்ளே வந்தனர் இருவரும். மேரி , "கிளாரா... அவென் யாருன்னு தெரியேலிங்கி. வவுத்ல இருக்கியதெ என்ன செய்யியது?.. நாளு ஆவ... ஆவ... பிள்ளெ வளரும். வவுறு பெரிதாவும்.... அதுக்கு மின்னெ இதெக் கலச்சிருலாம்... விளாப்பெட்டில ஒரு மருத்துவச்சி இருக்கியாளாம். ஒரு நொம்பலமும் இல்லாத கலச்சிருவாளாம்.... ஒரு மணி நேரத்ல வீட்ல வந்து எத்திர்லாம்....."

இது எரிச்சலைத் தந்தது கிளாராளுக்கு. ஆனாலும், மேரி சங்கடப்பட்டு விடக்கூடாது என்று நிதானமாக,

"வேண்டாம்க்கா... என் வவுத்ல இருக்கியது ஒரு உயிரு..... அதெக்கொல்லியது பாவம்க்கா....'

"பாவ, புண்ணியம் பாத்தா ஜீவிச்ச முடியாது கிளாரா.. இதெக் கலெச்சிட்டா ஒரு ஆணாப் பெறந்தவனெக் கட்டீண்டு நீ சந்தோசமா ஜீவிச்சிலாம்... இல்லீங்கி தேவ்டியா பட்டம் கட்டி விட்ருவினம்... பெறவு ஊரு வாயெ மூட ஒலெ மூடி கிட்டாது"

"அப்பெ... வவுத்தில் இருக்கியதெக் கொன்னா நான் பத்தினி... பெத்து வளத்தா.. தேவடியா.. இதான் ஊர் தர்மமா?" எனக்கேட்டாள் கிளாரா.

'இந்தக் கேள்வி அவளை நெருக்கடியிலிருந்து காப்பாற்ற உதவாது. அதேநேரம் இதை ஏற்கும் மனநிலையை அவளுக்குள் உருவாக்கியாக வேண்டும்' என்ற படபடப்பில் குறுக்கிட்ட எலிசபெத், "அப்டி இல்ல மக்கா.... இதுக்கு அப்பன் யாருன்னு தெரியுமிங்கி.... நாம காத்திருக்கிலாம். தெரியேலீங்கி.... இந்தப் பிள்ளெயப் பெத்தீண்டு எப்டி ஜீவிப்ப?"

"ஆணாப் பெறந்தவன் தொணெ இருந்தாத்தான் ஜீவிச்ச முடியும்ன்னு நான் நெனச்சதே இல்ல சின்னம்மா...."

"நெனச்சியோ, நெனச்சேலியோ. இது ஒன்னெ அவஸ்தப்பட வச்சிரும் கிளாரா"

வயிற்றைத் தடவினாள் கிளாரா. "இது என்னெக் கேவலப்படுத்துன்னு நீ நெனச்சிய... அந்த ஆணாப் பெறந்தவனெக் கேவலப்படுத்துன்னு நாங் நெனச்சியன். கருவில கலஞ்சுபோன

சிசுக்களும், அப்பன், அம்மா பேரு தெரியாத அனாத பிள்ளெயளும், மனித சமூகத்துக்கு ஆண்கள் செய்த துரோகத்தின் அடையாளங்க... இப்ப இது யென் பிள்ளெ.. கலச்சி ரத்தக் கட்டியா பூத்த மாட்டென் ...."

"ம்.... ம்" சலிப்படைந்த இருவரும் நாம் சொல்வதை இவள் கேட்கமாட்டாள் என்ற முடிவுக்கு வந்தார்கள். 'வேறு யார் சொன்னால் கேட்பாள்' என யோசித்தார்கள். சிந்தனையில் ஒருவர் வந்து நின்றார். அந்தத் தைரியத்தில் எலிசபெத், "குட்டியே, கொம்மெ சென்னான்ஞு செத்துக்கித்துப் போயிராத.... ரெண்டு நாளு போவுட்டும். அதுக்குமின்ன இதெச் சுபமா முடிச்சிருவொம்..."

"அதெ அம்மய்க்கிட்ட செல்லீண்டு போங்க" என்றாள் கிளாரா.

காலையில் சட்டினி ஊற்றிக் கட்டிய தோசைப் பொதிகளோடு வந்தான் மைக்கேல். அவனிடம் கிளாரா "என்னல அது!"

"தோய" ஒன்றைக் கிளாராவின் கையில் கொடுத்தான். பொதியைப் பிரித்து, தோசையைத் தின்ற அவள், "கொள்ளாம் ருசியாருக்கில... அம்மெய எழுப்பி கையில இருக்கியதெக் குடு"... நேசத்தின் அருகே சென்ற மைக்கேல், "மூத்தம்மா.... மூத்தம்மா.. இந்தத் தோயயெத் தின்னு மூத்தம்மா..." தோசையைப் பிய்த்து நேசத்தின் வாய்க்கு நேராகக் கொண்டு போனான். அதற்குள் கையில் வாங்கி வாயில் போட்டார் நேசம்.

தங்கையாவைத் தேடினான் மைக்கேல். கண்ணில் படவில்லை அவர்,

"மூத்தப்பன் எங்கெ?"

"அவிய பனெ ஏறப் போச்சினம்"

"தோயயெ தின்னுத் தீத்திரு... நான் பெய் அக்கானி எடுத்தீண்டு வாறென்"

"வேண்டாம் மக்கா.... அஞ்சாறு பனெதான் உண்டு.... அவிய கொண்டு வந்திருவினம்" ஏறினால் கொண்டு வருவார். தங்கையாவால் பனைகளை ஏற முடிந்திருக்குமா?

அவர், பனையின் அடியில் மிருக்குத்தடியை வைத்தார். கால்களில் திளாப்பை மாட்டி, இரு கைகளாலும் பனையைப் பற்றினார். நெஞ்சை மரத்தோடு நெருக்கிக்கொண்டு, ஒரு தவளைபோல் கால்களை மேல்நோக்கி நகர்த்திச்சென்றார்.

பத்தடிதான் ஏறியிருப்பார்; அவர் கருவிழிக்குள் ஒரு அபலையாய் எழுந்து நின்றாள் கிளாரா. அது அவரது பார்வையைப் புரை விழுந்ததுபோல் மறைத்திருந்தது. தங்கையாவின் கைகால்கள் நடுங்கின; நெஞ்சம் பதைபதைத்தது.... மேலே ஏறுவதா.. வேண்டாமா? கால் தவறி விழுந்துவிட்டால்... பயந்தார் அவர். உயிர் மீது ஒட்டியிருந்த ஆசை... கீழ்நோக்கி இறங்க வைத்தது. தங்கையா அருவாப்பெட்டியைக் கழற்றி, பனை மூட்டில் வைத்தார்.

திரும்பி வீட்டுக்குச் செல்ல மனம் ஒத்துழைக்கவில்லை. சென்றால் வருவோருக்கும் போவோருக்கும் பதில் சொல்ல வேண்டும். அதனால் ஊராரின் கண்படாத ஓர் இடத்தை அவர் தேடினார். அதற்காகத் தொலைதூரம் செல்லவும் அவர் விரும்பவில்லை. இரண்டு கண்டங்கள் தாண்டி ஒரு பாறை, அதன் அந்தப்பக்கம் ஒரு புளியமரம். அதன் நிழலில், இடுப்பில் கட்டியிருந்த துண்டை விரித்துத் தேகத்தைக் கிடத்தினார். வாயில் வைத்த பீடி, புகை, பனிமேகங்களாகி அவரது முகத்தை மறைத்துக் கொண்டது.

முதுகைத் திருப்பியது பூமி; ஊரெல்லாம் இருள். தலையில் முக்காடு போட்டபடி நடந்தனர் இரண்டு பெண்மணிகள். கோயிலுக்குச் செல்பவர்கள்போல் தோன்றியது. ஆனால் அந்நேரத்தில் கோயிலில் எந்த வழிபாடும் இல்லை. ஒருவேளை தங்கள் முகத்தை யாரும் பார்த்துவிடக்கூடாது என்ற எண்ணத்தில் முக்காடு போட்டிருக்கலாம். எப்படியோ அவர்கள் கோயில் பக்கம் வந்துவிட்டார்கள். ஆனால் கோவிலுக்குள் நுழையவில்லை. கோவிலின் வடமேற்கில் இருந்த மேடை வாசலில் வந்து நின்றார்கள். படல் கதவைத் திறந்து இருவரையும் வரவேற்றார் பங்குத்தந்தை.

வந்தவர்கள், வராந்தாவில் கிடந்த பெஞ்சில் உட்கார்ந்தனர். எதிரில் ஒரு மேசையை ஒட்டிக்கிடந்த நாற்காலியில் அமர்ந்தார் பங்குத்தந்தை. எப்படித் தொடங்குவது பேச்சை? வந்தவர்களுக்கும் பங்குத்தந்தைக்கும் தயக்கம். சில நொடிகள் துயரம் தோய்ந்த நிசப்தம். மேரியும் வந்து பெஞ்சில் அமர்ந்தாள். நிசப்தத்தில் வார்த்தைகளைக் கொளுத்தியது அவளது வாய்தான்.

“காலத்தெ சென்னேனெ சாமி.... இப்ப நீங்கதான் இவுளுக்கு ஒரு பாதெயெக் காட்டிக் குடுக்கணம்...”

“ம்... கிளாராளுக்கு இப்டி ஒரு சோதனெயா? என்னால நம்பவே முடியேலே.... நீயும் கொழந்தெயும் பாதுகாப்பா ஜீவிக்க ஒரு வழியெச்செல்லியன்.... அடைக்கலாபுரத்ல ஒரு கான்வென்ட்ருக்கு..... அங்க இருக்கிய சிஸ்டருங்க.... வாழ்க்கையில் தவறிப்போன பெண்களுக்குப் புது வாழ்வெக் குடுக்கினம் பாத்துக்க..”

குறுக்கிட்டாள் கிளாரா. “சாமி நான் தவறிப்போன பெண்ணில்லெ....”

“உண்மெதான்... மாத்திரியன்.... ஆண்களின் ஆதிக்க வெறிக்குப் பலியான பெண்களுக்கு... தங்க எடம், சாப்பாடு எல்லாம் அவியளே குடுப்பினம்... பெறக்கிய கொழந்தய அவியளே வளத்திருவினம்..... நீ... தனியா வீட்டுக்கு வந்திருலாம்” என்றார் பங்குத்தந்தை.

உடனே நிம்மதியடைந்தவர்போல் ஆசுவாசப்பட்ட எலிசபெத், “அது போறும் சாமி... பெறவு செணம் ஒரு மாப்பிளயப் பாத்து இவுளுக்குக் கல்யாணத்த முடிச்சிருவம்....” என்றார். அவரைக் கடிந்து கொள்பவள்போல் “சின்னம்மா” குரலை இறுக்கிய கிளாரா.

“கொழந்தயெ அவிய என்ன செய்வினம் சாமி?”

“அங்க இருக்கிய ஆர்பனேஜில சேத்துப் படிக்க வைப்பினம். யாரு போய்க் கேட்டாலும் தாய் பேரயோ, தகப்பன் பேரயோ செல்ல மாட்டினம்... ஏன். அட்ரஸ் கூட குடுக்க மாட்டினம் பாத்துக்க...

கிளாரா யோசிக்கத் தொடங்கினாள். மேரியோ, “ஒரு லெட்டர் குடுங்க சாமி.... இவுளெக் கூட்டீண்டு நாளெய்க்கே போறோம்” என்றாள்.

சாமியார் மேசை டிராயரிலிருந்து ஒரு வெள்ளைத்தாளை எடுத்தார். பேனாவைத் திறந்து குனிந்து எழுத அவர் எத்தனித்தபோது, கிளாரா, “சாமி” என குரல் கொடுத்தாள். பேனாவைப் பிடித்த விரல்களோடு நிமிர்ந்தார் பங்குத்தந்தை. அவரிடம் ஒரு கேள்வியைக் கேட்டாள் கிளாரா,

“அம்மெயும், அப்பனும் உயிரோட இருக்கச்சில இந்தக் கொழந்தெ அனாதயா வளரணுமா சாமி?”

“வளரப்பாது... இண்ணு இருக்கிய சமூக நெலமையில் இப்டி ஒரு ஏற்பாட்டெத்தான் என்னால செய்ய முடியும் பாத்துக்க...”

“நான் ஜீவிச்சி இருக்கிய வரெயக்கும் என் பிள்ளயெ அனாதயா வளர விடமாட்டென் சாமி...”

“குட்டியே!?” ஒரே சமயத்தில் சீறி எழுந்தனர் எலிசபெத்தும், மேரியும். ஆனாலும் நடக்கக்கூடாதது எதுவும் நடந்துவிடவில்லை. மேற்கொண்டு கிளாராளை வயப்படுத்த வார்த்தைகளோ, வழிகளோ தெரியாத அவர்களின் சீற்றம், மௌனத்தில் உருகிக் கொண்டிருந்தது. அந்த மௌனத்தைத் தணித்தது கிளாராவின் கருநேயக்குரல்

“நீங்க எனக்க வாழ்க்கெயெப் பத்திக் கவலெப்படுதிய சாமி... நானோ... எனக்க வவுத்ல இருக்கிய கொழந்தெ வாழ்க்கெயெப் பத்திக் கவலெப்படியன் ....”

அவ்வளவுதான், எலிசபெத்தும், மேரியும் தலைகுனிந்து, உமிழ்நீரை தொண்டைக்குள் தள்ளிவிடும் சத்தம்தான் கேட்டது.

பங்குத்தந்தையின் நெஞ்சிலிருந்து குமிழ்போல் ஒன்று மேலே வந்து வாய்க்குள் பயணித்தது. அவர் உதட்டில் முட்டி அது உடைந்தபோது, ‘கிளாரா... நீ மனுஷி... நீதான் மனுஷி.... நீதான் உயர்ந்த மனுஷி’ என அறுதியிட்டது. எழுந்து உள்ளே சென்றார் அவர்.

சிலுவையில் தொங்கும் இயேசு படத்தின் முன்பு மண்டியிட்ட சாமியார், “ஆண்டவரே! இந்தப் பெண், துயரங்களைச் சந்திக்கப்போகிறாள். அனைத்து நெருக்கடிகளையும் எதிர்கொண்டு வாழும் வல்லமையை அவளுக்குத் தருவீராக!” என வேண்டினார்.

திரும்பி வந்து அவர் பார்த்தபோது, மூவரும் வராந்தாவில் இல்லை.

மகளுக்கு ஒரு விமோசனம் கிடைக்கும் என்ற நம்பிக்கையோடு தங்கையாவும் நேசமும் காத்திருந்தனர். நேசத்துக்கே பதற்றம் அதிகம். செபஸ்தியான் மகள் ரஞ்சிதமே அவர் கண்முன் வந்தாள். அடுத்து அண்ணன் முறையுள்ள ஒருவனால் கருவுற்று, அவனை மணமுடிக்க முடியாது ஊரைவிட்டு ஓடிய பெண், மணமான ஒருவனால் கர்ப்பமாகித் தற்கொலை செய்து கொண்டவள், ஒருவரை ஒருவர் விரும்பி கருத்தாங்கித் திருமணம் செய்து வாழும் பெண் எனப் பலரை அவரின் நினைவு அசை போட்டது.

கிளாராளுக்குப் பிள்ளெயெக் கொடுத்த பாவி ஆரு...? எங்கே போனான்? ஓடிவந்து இவளெ பெண்டாட்டியா ஏற்றுக்கொள்ள மாட்டானா? தவித்தது அவர் நெஞ்சு.

சாமியாரைப் பார்க்கப் போனவர்களில் எலிசபெத்தும் கிளாராவும் வந்தார்கள். மேரி வீட்டுக்குப் போயிருப்பாள் என ஊகித்தார் நேசம். தங்களுக்கு ஆறுதலளிக்கும் செய்தி எதையும் எலிசபெத் முகத்தில் கண்டறிய முடியவில்லை .

கிளாரா, வீட்டுக்குச் சென்று, விளக்குமாடத்தின் அருகே சுவரில் சாய்ந்து கொண்டாள். வெளியே நின்ற எலிசபெத், சாமியார் செய்யவந்த உதவியையும், கிளாராவின் முடிவையும் விவரித்தார். கடைசியாகச் சாமியார் "நீதான் மனுஷி" என்று சொன்னதை விட்டுவிட்டு, கிளாராமேல் பழி சுமத்துவதுபோல் இருந்தது அந்த விவரிப்பு. பயினிப்பானை உடைந்து காலில் விழுந்ததுபோல் பொள்ளிப்போயின பெற்றோரின் இதயங்கள். கடைசியாக எலிசபெத், "குட்டியே, புத்தியில்லாத கழுதெ பொதி செமக்கும் பாத்துக்க" எரிச்சலோடு சொல்லிவிட்டுக் கிளம்பினார்.

மாடவிளக்கின் வெளிச்சம், முடிந்து கட்டாது விரிந்துகிடந்த கிளாராவின் தலைமுடியை ஊடுருவிச்சென்றது. அதனால் அவளது பாதி முகத்தில் விளக்கின் மஞ்சள் கோடுகள் விழுந்திருந்தன.

வீட்டுக்குள் ஒரு பேய் வந்து அமர்ந்திருக்கிறது என்ற பிரம்மைக்கு உள்ளான நேசம், ஆவேசத்தில் ஓடி வந்து, "பெணே ஒன்னெச் சவுட்டிக் கொன்னுபோடுவன் பாத்துக்க...." தூக்கினார் வலது காலை...

'நீயோ இழுத்து இழுத்து எலும்பும் தோலுமா கெடக்கிய... ஒனக்கு எதுக்கும்மா இந்த வீறாப்பு?' மனத்துக்குள் கேலி செய்தாள் கிளாரா. சவுட்ட முடியவில்லை நேசத்தால், அழ மட்டுமே முடிந்தது; அழுதார்.

"பெணே, சின்னம்மா செல்லியும் கேக்கேல.... சாமியார் செல்லியும் கேக்கேல..... யாரு செல்லியதெயும் கேக்காத நீ.. இருந்தாலும் ஒண்ணுதான்; செத்தாலும் ஒண்ணுதான். பாளெயெச் சீவிப்போடிய மாதிரி.... ஒன் கழுத்தெச் சீவிப்போடியன். பாரு...." ஓடிப்போய் அருவாக்கத்தியை எடுத்து வந்து கிளாராளை நெருங்கினார் தங்கையா.

'ஒரே இழுப்பில் தலை துண்டாகியிருக்கும். ரத்த வெள்ளத்தில் அவள் உடம்பு' "அய்யோ... மோளே... என் செல்ல மோளே.." புலம்பியபடி மயங்கி விழுந்தார் நேசம்.

கிளாராவின் உச்சி முடியைப்பிடித்து, கழுத்தை அறுக்க, அவள் தலையைச் சற்று நிமிர்த்தியபோது....

வெறித்தன கிளாராவின் கண்கள். கருவிழிகளிலிருந்து களங்கமற்றத் தீப்பொறிகள் பறந்தன. அவற்றின் அனலில் தங்கையனின் உடலெங்கும் கொப்பளித்தது வியர்வை. கைகால்கள் விறைத்தன.

இப்படி ஒரு வெளியேற்றம் நடக்குமென்று யாரும் எதிர்பார்க்கவில்லை. பஞ்சாயத்து மெம்பர், மைக்கேல், சார்லஸ், வில்சன் நால்வரும் தங்கையா வீட்டுக்கு வந்தனர், அடுக்களைக்கு வெளியே கிடந்த கல்லில் இருந்தாள் கிளாரா; அருகே ஒரு துணி மூட்டை. மெம்பரை வாதநோய் தாக்கியிருந்தது. கையில் ஓர் ஊன்றுகோலோடுதான் வந்திருந்தார்.

“ஓய் மெம்பரே.... ரெஞ்சிதம் அக்கா செத்த மாதிரி நானும் செத்திரணுமாம்..... இல்லீங்கி! இந்த வீட்லயும் நம்ம எடத்லயும் இருக்கப்பாதாம்.... ஓடிரணுமாம்... புருசனும் பெண்டாட்டியும் சேந்து எனக்கு உத்தரவு போட்டுருக்கினம்.... நான் கய்ய ஓங்னா இவிய தாங்குவினுமா?”

“ஆத்ரப்படாதெ கிளாரா.... அவியள விளிச்சிக் கேக்கியேன்” அவளைச் சமாதானப்படுத்தப் பேசிய மெம்பர், வீட்டின் முற்றத்தில் நின்று விளித்தார். “ஓய் தங்கையா?”

வெளியே வந்தார் தங்கையா; கூடவே நேசம்.

“மெம்பரெ... ராத்ரியே செல்ல வேண்டியதெ செல்லியாச்சு..... இப்டி ஒரு பெண்ணெ வீட்ல வச்சி சோறு குடுக்க முடியுமா? அவெ எங்கியாவது பெய் ஜீவிச்சட்டும்.” அவர் சொன்னதும், தனது கண்ணில் கசிந்த நீர்த்துளியைத் துடைத்துக் கொண்டார் நேசம். அதைப் பார்த்துப் பரிதாபப்பட்ட கிளாரா வாரிசுரிமையை முன்வைத்தாள்.

“அதெப்டி மெம்பரே..... இந்த வீடும் சொத்தும் இவிய ரெண்டு பேரும் சம்பாதிச்சி உண்டாக்கினதா? இல்லியே... எங்க அப்பச்சி வேதக்கண்ணு நேடி வச்சது.. அந்த மாதிரிதான் இந்த எடமும். நான் பெறந்து வளந்த ஊரு... இந்த மண்ணெவிட்டு எங்கயும் போமாட்டென்.... வேணுமிங்கி அவியளெப் போவச் செல்லும்...”

“இப்டியே றாங்கி பேசினா... அவளெ இப்பளே வெட்டிப் பொலி போட்ருவென்”

“என்ன ஓய் இது.... இப்டிப் பேசிதீரு.... இவ.. நீங்க பெத்த பெண்ணு ஓய்... எள்ளுப்போல நெனச்சிப்பாரு செந்தரையா...

பதிமூணு வயசில படிப்பெ விட்டூண்டு ஒனக்கு வேண்டி அக்கானி காச்சினவ!.. இழுத்தீண்டு கெடந்த ஒன்னெ... பிள்ளெ மாதிரியா.. இல்லியே.... ஒரு தள்ளெ மாதிரி ஒன் கையெப் பிடிச்சி ஆஸ்பத்ரிக்கு கூட்டீண்டு போனவ!... ஓய்.. ஒம்ம போலீசு பிடிச்சிண்டு போச்சுதே அப்ப எவனுக்காவது போலீசெ எதித்து நிக்கிய தைரியம் வந்துதா ஓய்....? இல்லியே.. இவதான் தைரியமாப் பேசி.. ஒம்மெ வீட்டுக்குக் கூட்டீண்டு வந்தா...! எப்பேர்ப்பட்ட பெண்ணு இவ? கிளாரா மாதிரி வீட்ல உள்ளவியளுக்கும் ஊருல உள்ளவியளுக்கும் பாடுபடிய ஒரு பெண்ணு கிட்டுமா ஓய்.....?''

“கிட்டாது... அதுக்கு இந்த மானக்கேட்டோட எப்டி ஜீவிச்சியது?'' தங்கையாவின் இந்தக் கேள்வி வில்சலுக்கு எரிச்சலூட்டியது. அவனது அப்பா தலையிலும் இவர் தலையிலும் இருப்பது ஒரே களிமண்தான் என்பதைப் புரிந்த அவன்,

“சித்தப்பா.... எனக்க அப்பன் சாதி கௌரவண்ணு வெட்டூத்தியெ தூக்கீண்டு வெரட்டினாரு.. நீங்க.... மானம் போச்சினு கிளாராளத் தொரத்துதிய... இந்தக் கௌரவமும் மானமும் நம்ம பிள்ளையெள நாமே வெறுக்கியதுக்கும் கொல்லியதுக்கும் மேல் சாதிக்காரனுவ தீட்டி வச்சிருக்கிய ஆயுதங்க... அதெத் தூக்கீண்டு நடந்தா வேலை செய்து பெழச்சிய ஜனங்க அழிஞ்சி போயிருவினம்......'' என்றான். அவனைத் தொடர்ந்த மெம்பர்,

“நம்ம பிள்ளய மேல நமக்கு அன்பும் நம்பிக்கெயும் இருக்கணம் ஓய்... இல்லீங்கி அதுவளெப் பெத்து வளத்ததில என்ன அர்த்தமிருக்கு?'' ஒரு கேள்வியைக் கேட்டு மகளை ஏற்றுக் கொள்ளும் ஒரு மனப்பாங்கைத் தங்கையாவிடம் எதிர்பார்த்து நின்றார். எத்தனை தலைமுறைகளாகக் காப்பேறிக் கிடக்கும் மனம் அது; எளிதில் உருகிவிடுமா? ஏதோ கொஞ்சம் இளகியது எனலாம்.

“இதுக்குமேல .. நாங்ளும் அவளும் ஒரே வீட்ல தாமசிச்சியது சொகப்படாது மெம்பரெ... வேணுமிங்கி கொசவன் வெளயில் ஒரு சாப்பு கட்டித் தாமசிச்சச் செல்லுங்க...'' என்றார் தங்கையா. இது மெம்பருக்கும் இளைஞர்களுக்கும் பரவாயில்லைபோல் தோன்றியது... கிளாராளோ,

“சாப்பு கட்ட எனக்கக் கையில எங்க ஓய் பைசாருக்கு? நான் கடங்கேட்டா யாருங்கிலும் குடுப்பினுமா? மெம்பரே..... அவிய கொசவன் வெளயில சாப்போ, வீடோ கட்டீண்டு போட்டும். நான் இஞ்ச கெடந்துக்கிளியன்..''

தங்கையாவும் நேசமும் இதை ஏற்றுக் கொள்ளாதவர்கள் போல் முகத்தை திருப்பினார்கள். இருவரையும் வீட்டுக்குள் அழைத்துச்சென்றார் மெம்பர். இருவரும் கொசவன்விளைக்குப் போக ஒரு மாதம் அவகாசம் கேட்டனர். அதுவரை யாருடைய வீட்டில் கிளாராளைத் தங்க வைப்பது..? இரு தரப்பும் ஏற்கும் வகையில் ஒரு ஏற்பாடு அமையவில்லை. இளைஞர்களோடு கலந்து பேசினார் மெம்பர். பின்பு அவர் ஒரு முடிவை அறிவித்தார்.

“ஒரு வாரத்தில் தங்கையாவும் நேசமும் கொசவன் விளைக்குப் போய்விட வேண்டும். அதுவரை தெரசம்மாள் வீட்டில் கிளாரா தங்கிக் கொள்ளலாம்”.

ஒருவாரம் ஆயிற்று. கொசவன் விளையில் தென்னங்கீற்றால் ஒரு சாப்பைக் கட்டி தங்கையாவும், நேசமும் குடியேறினர். கிளாராளும், மைக்கேல் வீட்டிலிருந்து தன் வீட்டுக்கு வந்தாள்.

மறுநாள் தான் வாங்கிக் கொடுத்த ஆட்டையும், குட்டியையும் கொண்டு செல்ல வந்தார் தங்கையா. ஆடு வேப்பமரத்தில் கட்டப்பட்டிருந்தது. மாவிலைகளை அதற்குத் தின்ன கொடுத்துக் கொண்டிருந்தாள் கிளாரா. கயிற்றை அவிழ்த்ததும் வேப்பமரத்தில் சாய்ந்துநின்றாள் அவள்.

அவர் ஆட்டை மேற்கு நோக்கி இழுத்தார். ஆடோ அவரைக் கிழக்கு நோக்கி இழுத்தது. “ம்மே....ம்மே..” கிளாராளைப் பார்த்துக் கரைந்தது ஆடு.

“ஆடு இஞ்ச கெடக்கட்டும் ஓய்.... வேணுமிங்கிக் குட்டியக் கொண்டு போவும்...” என்றாள் கிளாரா. “வெளங்காத போங்க....” சாபமிட்டு; குட்டியோடு திரும்பினார் தங்கையா

சொந்த வீட்டில் தனி ஆளாய்க் கிளாரா. அச்சத்திற்குரிய இரவு அவளுக்குச் சிநேகிதமாயிற்று. தாயின் கர்ப்பத்தில் துயில் கொள்ளும் குழந்தையைப்போல் இருட்டின் கர்ப்பத்தில் அவளது உறக்கம். மாடத்தில் இருந்த சிம்மினி விளக்கின் திரியை இறக்கினாள். ஒரு மங்கலான நட்சத்திரம்போல் தெரிந்தது. மேகக்கட்டிலில் ஒரு தேவதையைப்போல் தான் கிடப்பதாக நினைத்துக்கொள்வாள். வெக்கை நாளில் திண்ணையில் படுப்பாள். துணைக்கு ஒரு வெட்டுக்கத்தியும் கம்பும் இருக்கும். வெளியே சத்தமோ, அரவமோ கேட்டால் விளக்கோடும் கம்போடும் வீட்டைச் சுற்றி நடப்பாள். அப்போதுதான் தனக்குப் பாதுகாப்பாக

அப்பா அம்மா இல்லையே என ஏங்குவாள். ஆனால் சுற்றியிருக்கும் வீட்டார் சிலர் இரவின் காவல் தெய்வமாக அவளைக் கருதினர்.

வேறு சிலரோ, இரவில் குழந்தை விழித்து, அழுது அடம்பிடித்தால் அங்கப்பாரு "உம்மாங்கி.. உம்மாங்கி.." எனக் கிளாராளைக் காட்டி அச்சுறுத்தினர். குழந்தையும் வாயடைத்துக் கண் மூடும். ஊருக்கு இரண்டுமாகி வாழ்ந்தாள் அவள்.

சித்தி எலிசபெத் வீட்டுக்குப்போய் நெய்யத் தறி கேட்டாள் கிளாரா. "வேண்டாம் மக்கா... கொப்பனும் கொம்மெயும் சண்டெய்க்கு வந்திருவினம்" என பயந்தார் அவர். ஆயினும் அவ்வப்போது இருட்டியதும் கிழங்கும் மீனும் கொண்டு வந்து கொடுப்பார். பகல் நேரங்களில் அதிகமாக வருவது மேரிதான். தினமும் ஒரு நேரமாவது தெரசம்மாளும் ரபேக்காவும் வந்து செல்வார்கள்.

பதினெட்டு

பி.எஸ்சி.யில் எழுபது சதவிகிதத்துக்கு மேல் மார்க் எடுத்திருந்தான் மைக்கேல். எம். எஸ்.சி படிக்க மதுரைக் கல்லூரி ஒன்றிற்கும், பி.எட் படிக்க பாளையங்கோட்டை கல்லூரி ஒன்றிற்கும் விண்ணப்பித்திருந்தான். இந்த மகிழ்வைக் கொண்டாட முடியாத அளவுக்கு மனம் நொந்திருந்தான் மைக்கேல். கிளாராளுக்கு நேர்ந்த கொடூரம் அவன் வீட்டாரைத் துயரத்தில் ஆழ்த்தியது. அவனுக்கோ தீயினால் சுட்ட புண்ணாய் வலித்தது. அந்தத் துரோகியைத் தண்டித்தாக வேண்டும் என்ற வெறி அவனுக்குள். அதே நேரம் கிளாரா மனத்தின் வலியைப் போக்கவும், வாழ்வை ஆக்கவும் வழி தெரியாது திக்குத்தெரியாத காட்டில் தத்தளித்தது அவன் நெஞ்சு. ஏதோ ஒரு சிந்தனையில் பேனாவோடும், நோட்டோடும் வெளியே வந்தான்.

"மோனெ, கஞ்சி குடிச்சிண்டு போ" என்றார் தாய். உள்ளே போய் இரண்டு துண்டு கிழங்கை வாயில் போட்டு, ஒரு தவி கஞ்சித்தெளிவு குடித்திருப்பான், அதற்குள் ரபேக்கா வந்தாள். "ஜோசப் சாருக்கு சொகமில்லியாம். ஆஸ்பத்ரிலண்டு இப்பதாங் வந்திருக்கினுமாம்" என்றாள் அவள். அது மைக்கேலை நிலைகுலையச் செய்தது. மீதி கஞ்சியைக் குடிக்காது, சட்டையை எடுத்துக் கொண்டு ஓடினான் மைக்கேல்.

வியர்க்க வியர்க்க அவன் வந்து நின்றபோது சத்தமோ, சந்தடியோ இல்லாதிருந்தது ஆசிரியர் வீடு. "சார்" அழைத்தபடி உள்ளே நுழைந்தான். ஆசிரியர் கண்மூடி கட்டிலில் படுத்திருப்பதும், மனைவி பேசாது நின்றதும் மைக்கேலுக்குப் படபடப்பைத் தந்தது.

"அம்மா... சாருக்கு..." அவன் தொடங்குவதற்குள் பதுக்கப் பேசு... அவிய ஒறங்கினம்" என மெல்லப்பேசி முற்றத்திற்கே செல்லும்படி அவனுக்குச் சைகை காட்டினார். "கஞ்சி குடிச்சிதியா?" ஆசிரியரின் மனைவி கேட்டதும் "குடிச்சீண்டுதான் வந்தென் அம்மா... சாருக்கு என்ன செய்யிது?"

"அதெயேன் கேக்கிய... மேல கடுவு போட்டா... கடுவு பொட்டித் தெறிக்கும் அப்டி ஒரு பனி பாத்துக்க. கழிஞ்ச பொதனாச்ச வந்தது. பொதனோட பொதன் எட்டு, வியாழன் ஒம்பது... வெள்ளி பத்து... இண்ணைக்குப் பத்து நாளாச்சி

எள்ளுப்போலும் கொறயேல.. கருங்கேல இருக்கிய ஜெகநாதன் டாக்டரு... மருந்து, ஊசின்னு என்னவெல்லாமோ குடுத்துப்பாத்தாரு... கேக்கேல... இண்ணு திருவனந்தபுரத்துக்குப் போவச்செல்லி லெட்டர் குடுத்திருக்கியாரு".

"திருவனந்தபுரம் மெடிக்கல் காலேஜீ ஆஸ்பத்ரிக்குப் போணுமிங்கி நாளெய்க்கு விடியியதுக்கு மின்ன வண்டி ஏறணம். ம் ... பிள்ளெய எங்க?"

"அதுவளெ இப்பதான் அம்மா வீட்ல விட்டுண்டு வந்தென். நீ இண்ணைக்கு இஞ்ச கெடந்து ஒறங்கு".

மறுநாள் காலையில் மூவரும் திருவனந்தபுரம் மருத்துவமனைக்கு வந்தனர். ஜெகநாதன் டாக்டர் தந்த கடிதத்தை, ஆசிரியருக்கு வைத்தியம் செய்யும் டாக்டரிடம் கொடுத்தார் மனைவி. அதைப் படித்த டாக்டர், இரண்டு தாள்களில் எதையோ எழுதி நர்சிடம் கொடுத்தார். நர்ஸ், ஆசிரியரை அழைத்துவந்து ஓர் அறையில் படுக்க வைத்தார். ரத்தம், சிறுநீர், மலம் பரிசோதனைக்காக எடுத்துச்சென்றனர்.

சற்று நேரத்தில் ஆசிரியரின் கட்டிலைச் சுற்றி மூன்று டாக்டர்கள், நான்கைந்து நர்சுகள். அவர்கள் கேட்ட கேள்விகளுக்கு மட்டும் ஆசிரியரும் மனைவியும் பதில் சொன்னார்கள். சாருக்கு வெறும் காய்ச்சல்தானே. அதற்கு வைத்தியம் செய்யவா இத்தனை டாக்டர்கள், நர்சுகள்? சந்தேகித்த மைக்கேல், ஒரு நர்சை அணுகினான். அவரோ, "பேடிக்கான் ஒந்நுமில்லா வேகம் நந்நாவும்" என்றார். அந்தப் பதிலில் மைக்கேல் திருப்தியடையவில்லை. "ஏதோ ஒரு பெரிய நோய் அவருக்குள் இருக்கிறது. அதனாலதான் டாக்டர்கள் இவ்வளவு பிரயத்தனப்படுகிறார்கள்" என்ற கணிப்புக்கு வந்தான். பின்பு யோசனையில் மூழ்கியபடி வெளியே போய் வேப்பமரத்தடியில் உட்கார்ந்தான்.

மாலை நான்கு மணி. கண்களைக் கசக்கியபடி வந்தார் ஆசிரியரின் மனைவி. மரத்தடியில் இருந்த மைக்கேலை அழைத்துச்சென்று, ஆசிரியர் அறையில் கிடந்த பெஞ்சில் உட்கார வைத்தார். முகத்தை முந்தானையால் துடைத்த அவர், "மிக்கேலு. சாரெப் பாத்துக்க. நான் வீட்டுக்குப் பெய் பிள்ளயளெக் கூட்டீண்டு வந்திரியன்" என்று கூறிவிட்டு, வீட்டுக்குக் கிளம்பினார்.

அந்தி சாயும் நேரத்தில் பாலும் பிரட்டும் வாங்கி வந்தான் மைக்கேல். இருவருக்கும் அதுதான் இரவுச் சாப்பாடு. நர்ஸ் வந்து மாத்திரையைக் கொடுத்து, ஊசியும் போட்டார். சற்று நேரத்தில் உறங்கிவிட்டார் ஆசிரியர். 'சாரு செணம் ஒறங்கிட்டாரு... தூக்க மாத்திரெ குடுத்திருப்பினுமோ?' என்ற நினைப்போடு பெஞ்சில் வந்து அமர்ந்தான். இரவில் தான் செய்ய வேண்டியதைப் பட்டியலிட்டுப் பார்த்தான். 'இரவில் ஆசிரியர் எழுந்து பாலோ, சுடுவெள்ளமோ கேட்டால் கொடுக்க வேண்டும். சிறுநீர் கழிக்க விரும்பினால் அழைத்துச்செல்ல வேண்டும். அவர் கண் திறக்கும் போதெல்லாம் எப்டிருக்கு? என்ன வேணம்? என்றெல்லாம் கேட்க வேண்டும்... காய்ச்சலும் குளிரும் அதிகமானால் உடனே டாக்டருக்குத் தெரிவிக்க வேண்டும். அதிக நேரம் நான் தூங்கக் கூடாது; ஒருமணி நேரத்துக்கு ஒருமுறை எழும்பினால் நல்லது' என்றெல்லாம் மனத்துக்குள் திட்டமிட்டுக்கொண்டு பெஞ்சில்படுத்தான்.

மைக்கேல் கண்களை மூடி இடப்பக்கம் தலையைச் சாய்ப்பதற்குள் கனவு...

ஆறு, ஏழு முரடர்கள் அவனை அடித்து, கீழே தள்ளி மிதிமிதியென்று மிதிக்கிறார்கள். மூர்ச்சையாகிறான். மூங்கில் தடி ஒன்றில், கால்களை ஒரு பக்கமும், கைகளை இன்னொரு பக்கமுமாகக் கட்டுகிறார்கள். நான்கு பேர் மூங்கிலைத் தூக்க... ஊஞ்சலில் ஆடுவதுபோல் அசைகிறது அவனது உடம்பு. கண்களைக் கொஞ்சம் திறந்து பார்க்கிறான். அவனை ஒரு பெருங்காட்டுக்குள் கொண்டு செல்கிறார்கள். அங்கே சப்பும் சவறும் நிறைந்த ஒரு ஆழமான படுவால். அவனைத் தூக்கி அதில் வீச.... 'அய்யோ' அலறிய மைக்கேல் விழித்துக்கொண்டான்.

அதன் பின்பு அவனுக்கு உறக்கம் வரவில்லை. கட்டிலருகே சென்றபோது, அமைதியாகத் தூங்கிக் கொண்டிருந்தார் ஆசிரியர். அறைக்கு வெளியே ஒரு சுற்றுச்சுற்றிவிட்டு மீண்டும் பெஞ்சுக்கு வந்தான். கண்ணயர்ந்தால் படுக்கலாமென்று சுவரோடு சாய்ந்தான். உறக்கம் வருவதுபோல் ஒரு மயக்கம். பெஞ்சில் கிடத்தினான் உடலை, மீண்டும் கனவு....

பத்து, பன்னிரெண்டு முரடர்கள் உயர்ந்து நின்ற பனை மரங்களையும் புளிய மரங்களையும் வெட்டிச்சாய்த்தார்கள். மூட்டுப்பகுதிகள் மட்டும் மண்ணில் இருந்தன. மற்றப் பகுதிகள்

துண்டாகிக்கிடந்தன. கொம்புகள் உடுத்திருந்த இலைகளையும் மலர்களையும் உரித்தெறிந்தார்கள்.

ஒரு விசித்திர மனிதர் வந்தார். இறந்துபோன அவனது அப்பாவின் முகச்சாயல். ஒரேயொரு வித்தியாசம். அவருக்குத் தலையில் கத்திரிக்கப்பட்ட முடிகள். விசித்திர மனிதருக்குத் தோள் வரை விரிந்து தொங்கும் தலைமுடிகள். நரை கலந்த, அடர்த்தியான குறுந்தாடி. புன்சிரிப்போடு அவர், துண்டாகிக் கிடந்த பகுதிகளை ஒவ்வொன்றாய்த் தூக்கிச்சென்று அதனதன் மூட்டுப்பகுதியில் பொருத்தினார். மறுகணம் அவை தளிர்விட்டுப் பூத்துக் குலுங்கின. அவனையும் அழைத்தார். அவனும் ஒரு மரத்தைப் பொருத்தினான். அதுவும் இலைகளோடும் மலர்களோடும் மீண்டெழுந்தது. வெடிச்சத்தம்..

முரடர்கள் தமரின் திரியைப் பற்றவைக்க, வெடித்தன பாறைகள். மேலெழுந்த பெருங்கற்கள் இருவரையும் நோக்கிப் பாய்ந்தன. தனது முஷ்டியை உயர்த்தி ஒரு கல்லை உடைத்தார் விசித்திர மனிதர். இன்னொரு கல்லை உடைக்க மைக்கேல் முஷ்டியை ஓங்குவதற்குள் திடுக்கிட்டு விழித்தான்.

இரண்டு கைகளையும் பெஞ்சில் ஊன்றி, கால்களைக் கீழே போட்டு உட்கார்ந்தான் மைக்கேல். 'பயங்கரமான கனவுகளாக இருக்கிறதே!' முணுமுணுத்தபடி முகத்தைத் துடைத்தான். இப்படி படுத்தபோதெல்லாம் உறங்கவிடாது அவனை அச்சுறுத்திச் சென்றது இரவு.

மறுநாள் காலையில் ஆசிரியரின் மனைவி, குழந்தைகள், தெரசம்மாள் ஆகியோர் வந்தனர். ஆசிரியர் மனைவியிடமும் தெரசம்மாளிடமும் ஒவ்வொரு பை. அவற்றில் துணிகள், பாத்திரங்கள். தெரசம்மாள் கையிலிருந்த பழப் பொதியை ஆசிரியரிடம் தந்துவிட்டு, பையை மகனிடம் கொடுத்தார். எல்லாவற்றையும் வாங்கி பெஞ்சுக்கு அடியில் வைத்தான் மைக்கேல். அப்போது அவன் அருகே வந்த தாய், "மோனெ, நேத்து குளிச்சியதுக்குப் போவச்சில சசிகலாவுக்க மாமனாரெக் கண்டென். சாரும் நீயும் இஞ்ச இருக்கியதெச் சென்னென் பாத்துக்க... செலப்ப வந்தாலும் வருவினம்".

"வந்தா பாத்துக்களியன்" என்றான் மைக்கேல்.

குழந்தைகள் அப்பாவின் கட்டிலில் அமர்ந்தன. ஒவ்வொருவரையும் 'என் செல்ல மோனெ', 'என் செல்ல மோளெ' என அழைத்து,

உச்சியில் முத்தமிட்டு இறக்கிவிட்டார் ஆசிரியர். "அப்பா எப்ப வீட்டுக்கு வருவிய?" மூத்த மகன் கேட்டான். இடக்கையை நெற்றியில் வைத்தபடி மூவரையும் மாறி மாறிப் பார்த்தார் ஆசிரியர். அவரால் பதில் சொல்ல இயலவில்லை. இமையோரத்திலிருந்து நீர்த்துளிகள் மட்டும் உதிர்ந்தன. மௌனத்துக்கும் கண்ணுக்கும் ஒரே மொழியோ?

குழந்தைகளின் கவனத்தைத் திருப்ப அவர்களை ஆஸ்பத்ரிக்கு வெளியே அழைத்து வந்தான் மைக்கேல். கேக்கும், ஐஸ்கிரீமும் வாங்கிக் கொடுத்தான். "அண்ணா, அண்ணா" என்று கொஞ்சிக் கொஞ்சி அவற்றைத் தின்றார்கள்.

மதியம் எல்லாரும் சாப்பிட்டார்கள். தெரசம்மாள் வீட்டுக்குப் புறப்படத் தயாரானார். அவரோடு பிள்ளைகளை அனுப்பிவைத்தார் ஆசிரியரின் மனைவி.

மைக்கேல் மரத்தடியில் அமர்ந்து, பையிலிருந்த தபால்களைப் பிரித்தான். ஒன்று மதுரையிலிருந்து வந்திருந்தது. எம்.எஸ்.சி.யில் சேருவதற்கான உத்தரவுக் கடிதம் அது. இன்னொன்று பாளையங்கோட்டையிலிருந்து, பி.எட்டில் சேருவதற்கான அழைப்புக் கடிதம். அங்கிருந்து ஆசிரியர் அறையைத் திரும்பிப் பார்த்தான். அவரது மனைவியின் முதுகோடு சேர்ந்த இடக்கையில் ஒரு நோட்டு இருந்தது. இடப்பக்க உடம்பு மட்டும் தெரிந்தது. 'நான் எம். எஸ்.சி. படிக்கவேண்டுமென்று அளவு கடந்து ஆசைப்பட்டவர் ஜோசப் சார். அவரிடம்தான் தபால்களை முதலில் காட்ட வேண்டும்'. பையுடன் எழுந்தான் மைக்கேல்.

வாசல் அருகே வந்ததும், 'சொகமில்லாது ஆஸ்பத்ரியில் இருக்கும்போது இதைக் கொடுப்பது சரியா? பணத்துக்கு அடிபோடுகிறான் என்று தவறாக நினைக்கமாட்டார்களா?' தயங்கினான் மைக்கேல். அப்போது ஆசிரியர் மெதுவாகச் சொல்லச்சொல்ல, மனைவி "ம்...ம்" என்று சத்தம் கொடுத்துக் கொண்டே நோட்டில் எழுதுவதை அவனால் பார்க்க முடிந்தது.

"எல்லாம் கூட்டிக் கழிச்சிப் பாத்தா பிறத்தியார் ஒங்களுக்குத் தரவேண்டியது இருபத்தஞ்சாயிரம் ரூபா .. நீங்க பிறத்தியாருக்குக் குடுக்க வேண்டியது பத்தாயிரம். இந்தப் பத்தாயிரமும் கூட, அடுத்தவியளுக்கு ஒதவி செய்ய வேண்டினதுதாங்" என்றார் ஆசிரியரின் மனைவி. இந்தக் கணக்கில் எனது படிப்புக்குச் செய்த செலவுகளும் இருக்குமோ? மைக்கேலின் கால்கள் பின்வாங்கின.

மனைவியிடமிருந்து நோட்டை வாங்கி, தரவேண்டியவர் பெயர்களையும் தொகைகளையும் மூளையால் படித்தார் ஆசிரியர் சில நொடிகள் யோசனையில் மூழ்கினார். பின்பு அவர், "இவிய தர வேண்டிய பணத்தெ வேண்டாத... குடுத்தது குடுத்த மாதிரியே இருந்தீண்டு போட்டும். மக்களெப்போல் அதுவும் நான் வாழ்ந்ததுக்கான அடையாளமா இருக்கட்டும். குடுக்க வேண்டிய பத்தாயிரம் வீட்டு மேசெ டிராயரில் இருக்கு நாளெய்க்கோ.. மத்தினாளோ எடுத்துக் குடுத்திரு..." என்றார். ஏங்கி ஏங்கி அழுதார் மனைவி.

'மலைபோல உயந்த மனசு சாருக்கு. அதுக்குப் பெருமைப்பட வேண்டிய மனைவி இப்டி கரையிலாமா? இவரால்தானே என்னெப்போலப் பலர் படிச்சினம், பட்டம் வாங்கிச்சினம், உயிரோடு வாழினம். கணவரின் கார்மேகக் கரங்களுக்காவ அழுதிருக்க மாட்டினம். 'ஒரு வேளை சாரின் ஹார்ட்டிலோ, மூளையிலோ பெரிய ஆப்பிரேசன் செய்யப் போவினுமோ?'... நினைப்பதற்குள் அவன் இதயம் படபடத்தது... 'இந்த நேரத்ல நான் தபால்களோடு நிக்கியது, எரிகிற தீயில் எண்ணெய் ஊற்றுவதுபோல் ஆவிருமே! நாளைக்கோ, மறுநாளோ, ஏன் அவர் குணமடைந்த பெறவோ காட்லாம்' என நிதானத்துக்கு வந்தான் மைக்கேல்.

சற்று நேரத்தில் வாசுதேவனும் சசிகலாவும் வந்தனர். இருவரையும் ஆசிரியர் அறைக்கு அழைத்து வந்தான் மைக்கேல்.. அவர்களைக் கண்டதும் ஆசிரியரும் மனைவியும் முகத்தைத் துடைத்து, தங்களை இயல்பாக்கிக்கொண்டனர். ஒவ்வொருவரையும் அறிமுகப்படுத்தி வைத்தான் மைக்கேல்.

ஆசிரியரை அறிமுகப்படுத்தும்போது, "என்னெப் படிக்க வச்சியது இந்த ஜோசப் சாருதான். எங்க வீட்ல என்ன கஸ்டம் வந்தாலும் கடவுள் மாதிரி காப்பாத்துவாரு...யாரு வந்து கேட்டாலும் கையில் இருக்கியதெக் குடுத்திருவாரு.. ரெம்ப அத்தியாவசியமான காரியமெங்கி கடம் வேண்டியாவது தந்திருவாரு... இது அவுரு மனைவி டெய்சி. இவிய பெத்தது மூணு பிள்ளையதாங். ஆனா அம்மாண்ணு விளிச்சியது என்னெயும் சேத்து நாலு பிள்ளய" என்றான். அது உண்மை என்பதுபோல் ஆசிரியரும் மனைவியும் வெட்கத்தோடு புன்னகைத்தனர். அதைக் கவனித்த வாசுதேவன்,

"ஓ.... கோ... நிங்கள் அவிடேயுள்ள பரோபகாரியாணு இல்லே" என நெகிழ்ந்தார். உடனே மைக்கேல் ஆசிரியரிடம், "சார்...

இவுரும் இந்த எடத்தில் ஒரு பரோபகாரிதான்... கம்யூனிஸ்ட் பரோபகாரி" எனத் தெரிவித்தான். அந்த நேரத்தில் வாசுதேவன் அருகே வந்த ஒரு நர்ஸ், "சகாவே .... இவுடே காணுந்நு .... விசேஷம் வல்லதும் உண்டோ?"

"ஆ... இல்ல... சகாவே... இந்தேகம் என்ற ரிலேஷனாணு...?" பேசிக்கொண்டே இருவரும் நர்சுகள் அறைக்குள் நுழைந்தார்கள். மாதர் சம்மேளனக் கூட்டங்களில் வாசுதேவன் பிரசங்கம் செய்வதுண்டு. அது போன்ற இயக்க நிகழ்வுகளில் ஏற்பட்ட தோழமை இருவருக்கும்.

மைக்கேலும் சசிகலாவும் பெஞ்சில் அமர்ந்து சொற்களால் உறவாடிக் கொண்டிருந்தார்கள்.

வாசுதேவன் வந்தார். ஆசிரியரிடம், "ஆ.. சாரே... என்றே வீடு அடுப்பமாணு... மிக்கேல ஒந்நு அயக்கணம்...... ஒரு மணிக்கூறில்... ஞான் அத்தேகத்தோட திரிச்சி வந்தெத்தும்" என்றார். இவர்களுக்கும் மைக்கேலுக்கும் நல்ல பழக்கம்போல் இருக்கு எனக் கணித்த ஆசிரியரின் மனைவி,

"என்ன மிக்கேலு... போறியா?"

"இல்லம்மா... நான் இஞ்ச சார்கூட இருக்கியன்"

"சாரெ நான் பாத்துக்களியன்... நீ ... போ.. பெயிண்டு இருட்டியதுக்கு மின்ன வந்திரு" என்றார்.

ஆசிரியர் முகத்தையும் மனைவி முகத்தையும் பார்த்துப் பார்த்து மூவரும் வெளியே வந்தனர். வேப்ப மரத்தடி பக்கம் போனதும் திரும்பிய சசிகலா 'விறுவிறு' வென்று ஓடி, அறைக்குள் நுழைந்தாள்.

ஆசிரியர் முன்பும் மனைவியின் முன்பும் கழுத்தை நீட்டி, மாறிமாறி முகத்தைக் காட்டிய அவள் தன் நெஞ்சில் கைவைத்து, "இதாணு சசிகலா. இதாணு சசிகலா. ஒரு சீக்ரெட் ஞான் பறையட்டே.. மிக்கேல விவாகம் களிக்கான் ஜெனிச்சிட்டுள்ள பெண்ணாணு ஞான்.... என்றே செறுக்கனாணு அவன்.. வரட்டே...."

"சசிகலா... நில்லு...." ஆசிரியர் மனைவி சொல்வதற்குள், ஒரு பட்டாம்பூச்சி போல் பட்டென்று பறந்தாள் அவள்.

ஒரு நொடியில் அவர்களின் எல்லா வலிகளையும் விரட்டி விட்டு, காலியாக இருந்த மனத்துள் மகிழ்ச்சியை மட்டும் நிரப்பிச்

சென்றாள் சசிகலா. மைக்கேலின் எதிர்காலம் ஒளிமயமாகும்! பூரித்துப் பிரகாசமானது ஆசிரியர் முகம்.

மூவரும் காரில் ஏறி, வாசுதேவன் வீட்டின் முன்பு இறங்கினர். ஓடு போட்ட வீடு, சுற்றிலும் மரங்கள், செடி கொடிகள். முன்பகுதி பூக்களால் சுற்றி வளைக்கப்பட்டிருந்தது. உள்ளே ஒரு பிரம்பு நாற்காலியில் உட்கார்ந்தான் மைக்கேல். இரண்டு அச்சப்பங்களைக் கொண்டுவந்தாள் சசிகலா. அதைத் தின்று முடிப்பதற்குள் வந்தது சாயை. வாசுதேவன் சட்டையைக் கழற்றியபடி வீட்டின் பின்புறம் சென்றார். அவர் உடம்பு கழுவப் போவதாக நினைத்துக்கொண்டான்.

"வருவீன்" மைக்கேலை அழைத்துச்சென்ற சசிகலா, "இதாணு அம்மாவன் முறி. இவிடயாணு அத்தேகத்தின்ற ஜீவன் சுகிக்கிந்நது" பெருமிதத்தோடு கூறினாள். புத்தகங்களால் கட்டப்பட்ட சுவர்களோ? என வியக்கும் அளவுக்கு நாலாப் பக்கமும் புத்தக அடுக்குகள். ஆங்கில, மலையாளப் புத்தகங்களே மிகுதி. மேலே மார்க்ஸ், எங்கெல்ஸ், லெனின் படங்கள். கீழே நாளிதழ்கள், மாத இதழ்கள். ஆங்கிலப் புத்தகங்களைத் தொட்டுத் தொட்டு வரும்போது, *CAPITAL* மூன்று பாகங்கள் இருந்தன. முதல் பாகத்தை எடுத்து அங்கொரு பத்தி இங்கொரு பத்தியாகப் படித்துப் பக்கங்களைப் புரட்டினான்.

அருகே வந்து நின்று சில நொடிகள் அவனையே பார்த்துக் கொண்டிருந்த சசிகலா, " என்ற பொன்னு மிக்கேலே.. நிங்களோட காமுகி, ஈ புக்ஸோ, ஞானோ?... மிண்டாது. இவிட வரணம்..." வந்து, அவளுக்கு அருகே நின்றான் மைக்கேல். நேருக்கு நேராகச் சந்தித்த விழிகள் பேசத் தொடங்கின. காதலர்கள் கண்ணோடு கண்நோக்கும் தருணம். உலக மொழிகள் ஒலியும் வடிவும் இழந்து விடுகின்றன. வேறு எவரும் அறிந்திராத தனிமொழியைக் கருவிழிகள் உருவாக்கிக் கொள்கின்றன. நான்கு கண்களின் ரத்தமும் உறைந்த நிலையில் மைக்கேலின் இடுப்பைகே கிள்ளினாள் சசிகலா. கூச்சத்தின் கிளுகிளுப்பில் இடுப்பை அனுக்கிக் குலுக்கினான் மைக்கேல். சில நொடிகளில் சுதாரித்துக் கொண்ட அவன்,

"நானும் நுள்ளுவேன்"

"ம். இந்நா நுள்ளிக்கோ", இடுப்பைக் காட்டினாள் சசிகலா. மைக்கேலின் விரல்கள் அவள் இடுப்பைத் தொடும் தருணம்...

இடுப்பை உள்ளிழுத்து, உடம்பை வளைத்துக்கொண்டு ஓடினாள் சசிகலா. அவள் பின்னால் மைக்கேல். "சசி" குரல் கொடுத்தார் வாசுதேவன். அடுத்த நொடி பிரம்பு நாற்காலியில் தஞ்சமானாள்.

"மைக்கேல் இவிட இரிக்கணம்...... ஒரு வலிய காரியம் பறையான் உண்டு.....!" என்னவோ, ஏதோ என்ற பதற்றத்தோடு நாற்காலியில் உட்கார்ந்தான் மைக்கேல். தொடர்ந்தார் வாசுதேவன். "நிங்கட்கு அறியாமோ... ஜோசப் சாரின்ற பாடு வளர ஷீணமாணு" என்றார். இதன் அர்த்தத்தைப் புரிந்துகொள்ள சில நொடிகள் ஆயின. சாருக்குக் சீக்கிரம் குணமாகாது என்பதுபோல் மைக்கேலுக்குள் ஒரு புரிதல் ஏற்பட்டு, நெஞ்சை உலுக்கியது. அதற்குள் சசிகலா, "ஈஸ்வரா" மேலே கைகளையும் கண்களையும் உயர்த்தி, பின்பு கேட்டாள் "சாருக்கு எந்தாணு ரோகம்?" "கேன்சர் மோளே... பிளட் கேன்சர் எந்நாணு நர்சுகள் பறஞ்ஞுது ...."

"ஆ... அய்யோ" அதிர்ச்சியில் நிலைகுலைந்து நின்றான் மைக்கேல். "ஆ... ஈரோகத்துக்கு மருந்து இல்லல்லோ ... என்றே ஈஸ்வரா... ஜோசப் சாரெ ரட்சிக்கணமே" என மீண்டும் வேண்டினாள் சசிகலா... எந்த வேண்டுதலும் இனிமேல் பலிக்கப் போவதில்லை என்பதுபோல் வாசுதேவன், "எப்போள் வேணங்கிலும் அத்தேகம் மரிக்காம்.... அதாணு பிரச்னம்" என்றார்.

"சார்.... சார்.... நான் போறேன்..." வெப்பிறாளப்பட்டு வாசலை நோக்கி நடந்தான் மைக்கேல். தன் வலக்கையால் அவனது வாயைப் பொத்தி, இடக்கையால் பிடித்து, அணைத்து வந்து நாற்காலியில் அமரவைத்தாள் சசிகலா. "ஆத்தியம் வெள்ளம் குடிக்கணம்" என்றார். ஒரு செம்பு நீரைக் கொண்டு வந்து, அவனைக் குடிக்கவைத்தாள் அவள்.

கொஞ்சம் ஆசுவசமானது நெஞ்சு. 'இதைத் தெரிஞ்சிதான் கொழந்தேளெ கூட்டீண்டு வந்து முத்தமிட்டாரா? கணக்கு வழக்குவ பாத்து முடிச்சாரா? ரெண்டு பேரும் ஏங்கி ஏங்கி கரைஞ்சினுமே... அப்ப கூட எங்கிட்ட ஒரு வார்த்தை செல்லேலியே! அய்யோ சார்...' எனக் குமுறினான் மைக்கேல். கால்கள் தரையில் நிலை கொள்ளவில்லை.

கார் வந்தது. மைக்கேலும் வாசுதேவனும் ஏறி ஆஸ்பத்திரிக்கு வந்தனர்.

அறையில் ஆசிரியரோ, மனைவியோ இல்லை. காலியாகக் கிடந்தது கட்டில். நர்ஸ் ஓடிவந்தார். "சாருக்கு சீரியசாயி... அய்சியுவிலாணு" என்றார்.

டாக்டர்கள் தீவிர சிகிச்சையளித்தார்கள், ஆயினும் மறுநாள், இருட்டில் பிரிந்து காற்றுடன் பயணித்தது அவரது உயிர்.

உடல், டெத், மெடிக்கல் சர்ட்டிபிகேட்கள் விரைவில் கிடைப்பதற்கான ஏற்பாடுகளைச் செய்தார் வாசுதேவன். காலை பதினொரு மணிக்கு ஜோசப் சார் உடலோடு, மனைவி, மைக்கேல், வாசுதேவன், சசிகலா ஆகியோர் காரில் ஏறி ஊருக்கு வந்தனர்.

வீட்டில் பெருங்கூட்டம். மனிதர்கள் கண்ணீர் வடித்தார்களா, சுடுநீர் தெளித்தார்களா? எனச் சந்தேகிக்கும் அளவுக்கு வீடும் முற்றமும் அனப்பேறிக் கிடந்தது. கோயிலில் பூசையும் மரணச்சடங்குகளும் நடந்தேறின. கோவிலிலிருந்து சிமித்தேரிக்கு உடலை எடுத்துச் செல்லும்போது ஜோசப் ஆசிரியரின் மகனிடம் சிலுவையைக் கொடுத்து வழிநடத்தினான் மைக்கேல். அது, தந்தை ஞானமுத்து இறந்தபோது நடந்த நிகழ்வுகளை மைக்கேலுக்கு நினைவூட்டியது.

அடக்கம் முடிந்ததும் வாசுதேவனும் சசிகலாவும் திருவனந்தபுரத்துக்குக் கிளம்பினர். மைக்கேல் அங்கே இருந்து மற்ற வேலைகளைக் கவனித்தான்.

பத்தொன்பது

பஸ்சிலிருந்து இறங்கினாள் அமலா. நிறுத்தத்தில் நின்றிருந்த தங்கையா டிரங்க் பெட்டிகளை வாங்கினார். தலையில் பெட்டிகளைச் சுமந்தபடி மகளை அழைத்துவந்தார். இவள்தான் குடும்ப மானத்தைக் காப்பவள் என்ற நம்பிக்கையோடு நடந்தார். அமலாளோ ஒரு ஏக்கத்தோடு ஊரின் புது அழகை ரசித்தபடி வந்தாள்.

டிரயினிங் படிக்கச் செல்லும்போது, சானல் நீரில் குளித்துப் பழகியிருந்தாள் அமலா. அவர்கள் வீட்டிலிருந்து மூன்று விளைகள் தாண்டித்தான் ஓடியது வெள்ளம். குடிநீருக்கு நாயர் கிணறுகளுக்குச் செல்லவில்லை, கோவில் அருகே வெட்டிய கிணற்றிலிருந்து தண்ணீர் கோரி வந்தாள். கடந்த ஓராண்டில் வெள்ளம் புகுந்த விளைகளில் நின்ற மரங்கள் படுகொலை செய்யப்பட்டிருந்தன.

மீன் கறிக்குச் சுவையூட்டிய புளிகள் எங்கே? குஞ்சால் ஆடிய கொம்புகள் எங்கே? பூமி போர்த்த மரங்கள் நெய்து கொடுத்த பூம் போர்வைகள் எங்கே? பசிபோக்க அக்கானி, நுங்குகள், பழங்கள், தந்த பனைகள் எங்கே? கனி ஒழுகிய மா, பலா, கொல்லாவுகள் எங்கே? குழம்பினாள் குளோரி. பல விளைகளில் அவை பிடுங்கப்பட்டிருந்தன. ஆங்காங்கே சில பனைமரங்கள் தெரிந்தன.

வானத்தோடு நெருங்கிக் கிடந்தது பூமி, ஐ.ஆர். எட்டு, ஐ.ஆர். இருபது ரக நெல்கள் புதுவயல்களில் வளர்ந்து காற்றிசைக்கு தாளம் தட்டின. வரப்புகளில் தென்னங்கன்றுகள் தோகை விரித்தன. வாழைகள் குலைகள் தள்ளச் சகுனம் பார்த்தன. ஆங்காங்கே காளை மாட்டுடன் புது விவசாயிகள்.

வெள்ளமும் வயலும் நாயர்களின் ஆதிக்கச் சொத்துகள். அவர்கள்போல் தாங்களும் நீருக்கும் நெல்லுக்கும் உடைமையாளர் ஆகிவிட்டதாகச் சில நாடார்களுக்குத் தற்பெருமை. இது நீடிக்குமா?

இப்பகுதிக்கு வரும் நீரைத் தம் பகுதிக்குத் திருப்பிவிட அரசியல் பிரமுகர் ஒருவர் முயற்சிப்பதாக ஒரு செய்தி உலவியது.

சில நெருடல்கள் இருப்பினும், மாற்றங்கள் அமலாளுக்கு மகிழ்ச்சியைத் தந்தன என்றே சொல்லலாம். ஊரார் படும் துன்பங்களைப் பற்றிய கவலை எப்போதும் அவளுக்கு இருந்ததில்லை. அவளது அப்பா, எப்படிக் கிளாராளை வெறுத்தாரோ அப்படியே அவளும் வெறுத்தாள். தனக்கும் தன் எதிர்காலத்துக்கும்

அவள் இடையூறாக இருந்துவிடக்கூடாது என்பதே இவளது உள்ளக் கிடக்கையாக இருந்தது.

பதினைந்து நாட்களில் அமலா தேர்ச்சி பெற்றதற்கான எல்லாச் சான்றிதழ்களும் வந்து சேர்ந்தன. பங்குச் சாமியாரின் அறிவுரைப்படி இரண்டு பள்ளிகளுக்குக் கொடுப்பதற்கான விண்ணப்பங்களைத் தயாரித்தாள் அமலா. துணைக்கு மைக்கேலை அழைத்தாள். கிளாரா குறித்து அவள் கேட்கவுமில்லை; மைக்கேல் சொல்லவுமில்லை . இருவரும் பஸ் ஏறினர்.

முதலில் நாடார்கள் அதிகம் வாழும் ஒரு பங்கிற்குச் சென்றனர். அங்கிருந்த உயர்நிலைப்பள்ளித் தாளாளரிடம் ஒரு மனுவைக் கொடுத்தாள் அமலா. ஒவ்வொரு கத்தோலிக்கப் பள்ளிக்கும் தாளாளரும் மேலாளரும் பங்குச் சாமியார்தான். அவர் படித்துப்பார்த்தார்.

“நல்ல மார்க்கும்மா... எம்பது பிரசன்ட்க்கு மேலே எடுத்திருக்க... பனையேறி வீட்டுப் பெண்ணு நீ.. பாவப் பட்டவளாவும் இருக்கிய, ஓங்க வீட்டெப்பத்தி... பங்குச்சாமியாரு எழுதியிருக்கிய லெட்டரெப் பாத்தா... கல்லும் கரைஞ்சிரும்... இம்பிடு கஸ்டப்படிய ஒனக்குத்தான் இந்த வேலெயக் குடுக்கணம்.... என்ன செய்யியது...” கேள்விக்கு விடைதேடுபவர்போல் தலையைச் சொறிந்தார் சாமியார். சில நொடிகளில் மேசை மீதிருந்த ஃபைலைக் காட்டினார்.

“இது இந்தப் பங்கில் இருக்கிய கேன்டிடேட் குடுத்த அப்ளிக்கேசன். அம்பது பிரசன்ட் மார்க்தான் எடுத்திருக்காரு.. வயலு, தோப்புண்ணு நல்ல வசதியானவருதான். ஆனாலும் அவருக்குத்தான் குடுப்பம்.... இஞ்ச ஆளிருந்தா கத்தோலிக்க-ராருந்தாலும் வேற பங்கிலண்டு எடுக்க விடமாட்டினம்” வருத்தத்தோடு தெரிவித்தார் சாமியார்.

“முடிஞ்சா குடுங்க சாமி” வேண்டிவிட்டு இருவரும் கிளம்பினர்.

அடுத்து இருவரும் பஸ் ஏறி கடற்கரை பங்கிற்கு வந்தனர். மனுவை வாங்கிய பின்பு, சாமியார் தெளிவாகச் சொன்னார்: “மேத்ஸ் போஸ்டிங் இருக்கியது உண்மெதான்... அதெ இந்தப் பங்கிலவுள்ள மீனவருக்குத்தாங் குடுப்பம். இப்ப இந்தப் பங்கில கோவாலிபைடு கேன்டிடேட் இல்லெ. ஆனாப் பக்கத்துத் தொறயில் இப்பதாங் ஒரு அம்மா.. பி.எட் படிக்க அப்ளிக்கேஷன் போட்ருக்கு... அது கெடய்ச்சி, படிச்சி முடிச்சீண்டு வந்தா. அந்த

டீச்சருக்குத்தாங் வேலெ குடுக்கணன்ணு ஊர்க்கூட்டத்லத் தீர்மானம் போட்டாச்சி... அதெ மீறி நாங்க ஒண்ணும் செய்யமாட்டேங்" என்றார்.

தலைகுனிந்தனர் இருவரும். சில நொடிகள் கடந்து அவர்கள் நிமிர்ந்தபோது, அவர்கள் முகங்களில் சோகம் படர்ந்திருந்தது.

"பாதர்....... அந்தம்மா படிச்சீண்டு வாறது வரெய்க்கும் அக்காளுக்குக் குடுக்கிலாமெ.." கேட்டான் மைக்கேல்.

"நியாயமான கேள்விதான் தம்பி ..... அடுத்த நிமிஷமே இங்க பெரிய கலவரம் நடக்கும்... அதனால அந்தம்மா வாறது வரெய்க்கும் யாதெங்கிலும் காரணத்தெச் செல்லி வருசத்தெ ஓட்டிருவம்".

"ம்... வாய்ப்பிருந்தா குடுங்க சாமி...." என்ற வேண்டுகோளோடு விடை பெற்றனர்.

வெளியே, கோவில் கோபுரத்தின் நடுப்பகுதியில் இரு கரங்களையும் விரித்தபடி நிற்கும் அழகான ஒரு இயேசு சிலை அவர்கள் கண்ணில் பட்டது.

"இயேசு இருகரம் விரித்துத் தம் மக்களை அழைக்கிறார். எல்லாரும் வருனம். அவியளெச் சாதிசாதியாய்ப் பிரிச்சி, தனக்க சாதியச் சேராதவியளெ புன்னகைத்துக் கொண்டே வெறுக்கினம்.. பகைக்கினம். இயேசு ஒரு பக்கவாதக்காரனைப்போல நடக்க முடியாது விழியாரு" எனத் தனக்குள் பேசிக்கொண்டான் மைக்கேல்.

பஸ்சிலிருந்து இறங்கி வீட்டுக்கு வரும்போது, அமலா கேட்டாள், "மிக்கேலு... பி.எட் படிக்க ஒனக்கு ஆர்டர் வரேலியா'.

"வந்துதுக்கா....... அதான் சாரு போயிட்டாரெ.. பீஸ் கட்ட பணமில்ல அடுத்த வருசம் பாக்கிலாண்ணு விட்டுட்டென்" மூச்சை இழுத்து இழுத்து விம்மினான் மைக்கேல்.

"யாரு? ... ஜோசப் சாரா?"

"ம்... மலெ சாய்ஞ்சிதுன்ணு செல்லுவினுமெ அதுமாதிரி சாய்ஞ்சிட்டாருக்கா. பாறெயும் பனியும் நெறஞ்ச இமயமலை மாதிரி ஒடம்பும் உள்ளமும் ஒயந்த மனுசனக்கா அவுரு.... தப்பு செய்யாத என்னெ அடிச்ச ஒரே காரணத்துக்காவ... பி.எஸ்.சி.வரை படிக்க வச்சவுரு. வயித்துக்குச் சோறு போட்டவரு ஆ... அய்யோ...." மீண்டும் விம்மி விம்மி அழுதான்.

"கரையாதல. ஒரு கதவு அடஞ்சிதெங்கி வேற ஒரு கதவு தெறக்கும்ல.... அடுத்த வருசம் பாக்கிலாம்..... பெறவு வீட்டுக்கு வாலெ" ஆறுதல் சொல்லிவிட்டுக் அமலா போனாள். ஆசிரியரைப் பறிகொடுத்த மைக்கேலின் வேதனையை, கிளாரா குறித்து எதுவும் கேட்காதுபோன அமலாளின் நெஞ்சிறுக்கம் அதிகமாக்கியது.

"பள்ளிக்குப் போவாம வீட்ல கெடந்து மூணுபேருக்கும் எம்பிடு ஒழச்சிப்போட்டா... பாவம் கிளாரா அக்கா" மனம் நொந்தபடி வீட்டிற்குள் நுழைந்தான் மைக்கேல்.

கிளாரா வயிற்றின் கருவுக்கு உரியவன் யார்? கண்டுபிடிக்கப் பெற்றோருக்கோ, அமலாளுக்கோ ஆர்வமில்லை. கிளாராளோ அமைதி காக்கிறாள். ஆனாலும் எங்கேனும் ஒரு சங்கேத மொழி வெளிப்பட்டால் கூட. சீறிப் பாய்ந்துவிடும் சினம் அவளுக்குள் உறுமிக்கொண்டிருந்தது. மைக்கேலும் வில்சனும் அந்த அயோக்கியனைத் தேடத் தொடங்கினர். எனினும் "இவன்தான் குற்றவாளி" என ஒருவனைக் கை நீட்டிப் பிடித்துவர இயலவில்லை. அரைமணி நேர விவாதத்துக்குப் பின்பு, சேவியர் மீது அவர்களின் சந்தேகம். அமலா விவகாரத்தில் அவனது மணிக்கட்டைத் திருகியபோது கிளாராளை நாசமாக்குவதாகச் சூளுரைத்தவன் அவன்தான். சம்பவம் நடப்பதற்கு ஒரு வாரத்திற்கு முன்பே ஜெயிலிலிருந்து வந்திருந்தான். ஆணுறவு கிளாரா மீது திணிக்கப்பட்ட மழை இரவில் சேவியர் எங்கிருந்தான், எங்கெங்கு போனான்? என்பன குறித்துத் தெரிந்தால் நெருக்கிப் பிடித்துவிடலாம் என முடிவு செய்தார்கள்.

சேவியர் பற்றிய விசாரணையை சார்லசிடமிருந்து தொடங்கினர். அவன் தெளிவாக இருந்தான். "நீங்க ரெண்டு பேரும் கேக்கியதுக்குமின்ன... நான் கிளாராளுக்கிட்ட கேட்டன். அவசென்ன எடம், நாளு, நேரம் எல்லாம் ஒத்து வரேல... அந்தச் சனியாச்ச அந்திக்கு சேவியர் வேற எடத்லருந்தான்..."

"எங்கல இருந்தான்... நாகர்கோவிலு ஜெயிலண்டு பாளையங்கோட்டெக்குப் போனானோ..." நக்கலாகக் கேட்டான் வில்சன். "இப்டி எடக்கு மடக்கா பேசித் தீக்கிய காரியமால இது. அது.... ஒரு வகையில.... ஒருத்தளுக்கும் செல்லப்பிடாத ரகசியம்" என்றான் சார்லஸ்.

"அதென்ன நாங்க தெரியப்படாத ரகசியம்... ஒனக்கும் அவனுக்கும். அப்டி என்னல கூட்டுக்கட்டு...?"

“அப்டி ஒண்ணுமில்ல...அண்ணு நானும் அவனும் அகஸ்டின் வீட்லருந்தோம்”.

“அங்க எதுக்குடே ஒன்னெக் கூட்டிண்டு போனான்.”

“அவன் கூட்டிண்டு போவேல..... அகஸ்டின் வந்து அந்திக்கு ஆறுமணிக்கே... கூட்டீண்டு போனான்.... அங்க போன பெறவுதான் சேவியரெப் பாத்தென். பேசிப்பேசி பத்து மணி..... ஆச்சு....”

“அப்டியா... அதெ இதுவரெ ஏன் செல்லேலண்ணு கேளு மிக்கேலு... பெரிய மர்மமாருக்கு...” நிர்பந்தித்தான் வில்சன்.

“மர்மந்தான்டே..... அகஸ்டின் வீட்டுக்கு வாறச்சில அவனுக்கக் கூட தங்கப்பழன்னு ஒருத்தரு வந்தாரே. சானல் கரெல பாத்துப் பேசினமே...... நெனவிருக்கா....... அவுரு யாரு தெரியுமா?”

“யாரு?”

இதற்குப் பதில் சொன்னால் விபரீதமான சம்பவங்கள் நடக்கலாம்; போலீஸ் படையெடுத்து வரலாம், வந்தால் வரட்டும் என்ற தைரியத்தில்

“அவரு ஒரு நக்சலைட்” என்றான். வில்சனுக்கு ஒன்றும் புரியவில்லை, இருவரையும் திரும்பித் திரும்பி பார்த்தான், பின்பு,

“நக்சலைட்டா அது யாரு?”

என்ற கேள்விக்கு நேரடியாக பதில் சொல்லாமல் வேறு ஏதாவது சொல்லி வில்சனைக் குழப்பிவிட நினைத்தான் சார்லஸ், அந்த இடைவெளியில் மைக்கேல்,

“தீவிர கம்யூனிஸ்ட்” என்றான்.

“தீவிர கம்யூனிஸ்டா? கம்யூனிஸ்ட்லயும், தீவிர கம்யூனிஸ்ட்கள், தீவிரமில்லாத கம்யூனிஸ்ட்கள் இருக்கினுமா? பின்ன யேங் அவியளெ நக்சலைட்டுன்னு செல்லிய?” வில்சனின் அர்த்தமுள்ள குடைதல் இந்த இயக்கத்தவரின் தொடக்கப்புள்ளியை துலங்க வைத்தது.

“வில்சா........ மேற்குவங்காளத்தில டார்ஜிலிங்னு ஒரு மாவட்டம் இருக்கு. அதுல உள்ள ஒரு கிராமத்துக்குப் பேருதான் நக்சல்பாரி. அங்க ஆயிரக்கணக்கான ஏக்கர் நிலங்களை எல்லாம் பண்ணையாருங்க வைச்சிருந்தினம். அவிய வயல்ல வேலை செய்யிய பெண்களைக் கெடுக்கியதும், ஆண்களை சித்ரவதை

செய்யியதும் சர்வ சாதாரணமா நடக்கும். யாராவது எதிர்த்துக் கேட்டாக் கூட்டமாக் கொன்னுப் போட்டுருவினம். இதுக்கு முடிவுகட்ட மார்க்சிஸ்ட் கம்யூனிஸ்ட் கட்சியில் இருந்த சில தீவிரமான கம்யூனிஸ்ட்காரங்க வெவசாயிகள ஆயுதம் ஏந்த வச்சி, கொடுமையான நெல மொதலாளிங்களெக் கொன்னினம். அவிய நெலத்தப் பறிச்சி, வெவசாயிகளுக்குப் பங்கு வச்சி குடுத்தினம். அதோட நிக்கேல வில்சா 'நாங்க இனி பண்ணையாருக்கு அடிமெயில்ல... சுதந்திரமான வெவசாயிங்க'ண்ணு அறிவிச்சினம். மக்கள் கோர்ட்டுக்களை உருவாக்கி நிலப்பிரபுக்கெள விசாரணைக் கூண்டில் ஏத்தி, விசாரிச்சி மரண தண்டனை குடுத்தினம். இந்தக் கிராமத்தில நடந்த மாதிரி ஆயுதங்களோட போயி நிலப்பிரபுக்களை கொன்னு நிலங்கெள மக்களுக்குப் பிரிச்சிக் குடுக்கிய ஆளுவளெ 'நக்சல்பாரிகள்'ண்ணு விளிச்சினம்.... இங்கிலீஷ்ல 'நக்சலைட்'ண்ணு பேப்பர்ல எழுதிச்சினம்''

வாயைப் பிளந்தபடி இருந்தான் வில்சன், சில நிமிடங்களுக்கும் பின்புதான் இயல்பு நிலைக்கு வந்தான். சார்லசுக்கு மீண்டும் ஒரு முறை நரம்புகளில் சூடேறியது. தங்களை யாராவது கவனிக்கிறார்களா எனத் திரும்பித் திருப்பிப் பார்த்த வில்சன், மெதுவான குரலில் ஒரு ரகசியம் போல் கேட்டான், "இவியளுக்குத் தலைவரு யாரு?

"நீ செல்லிக்குடுல" பதில் சொல்ல சார்லசைத் தூண்டிவிட்டான் மைக்கேல். அவனும் நிதானத்துடன்,

"சாரு மஜூம்தார். அவரு கூட கனுசல்யால் இருந்தாராம்"

இப்போது வில்சனின் மூளை லாஜிக்கா யோசித்தது. வந்தவரு கூட சார்லஸ்தான் பேசிருக்கான்; இந்த விசயமெல்லாம் மைக்கேலுக்கு எப்படித் தெரிந்தது. இதில் அவனை மடக்கிவிட முடியுமென்று கணித்து, மைக்கேலிடம்,

"இதெல்லாம் ஒனக்கெப்படித் தெரியும்?" எனக்கேட்டாள்.

"இங்கிலீஷ் பேப்பர்ல படிச்சது" பட்டென்று மைக்கேல் சொன்னதும், சார்லஸ் ஆரம்பித்தான். "அண்ணைக்கு அகஸ்டின் கூட்டீண்டு வந்த ஆளோட பேசிண்டிருந்த சமயத்ல சேவியரும் எங்க கூட இருந்தான். அதனாலதான் செல்லியன் கிளாரா கர்ப்பத்துக்கும் சேவியருக்கும் சம்பந்தமில்லெ. நம்ம எடத்தில வேற எவனோ ஒரு அயோக்கியென்ருக்கான்"

“இல்ல சார்லீசு. நல்லா யோசனெ செய்து பார்த்தேன். ஒண்ணு கல்யாணம் ஆனவனா இருக்கணம்..... இல்ல வெளியூருக்காரனா இருக்கணம்.... பாக்லாம் செணம் சிக்கிருவான்.... சரி சால்லீசு.... அகஸ்டின் மதுரைக்கு போவச்சில வேற ஒண்ணும் செல்லேலியா?

“ஆ..... அந்த தோழரு... ஒரு மாசம் கழிச்சி வந்தாலும் வருவேண்ணு சென்னாரு..... ரெண்டு சின்னப் புஸ்தகமும் குடுத்தாரு வீட்லருக்கு... எடுத்தீண்டு வாறன்...”

பத்து நிமிடங்களில் இரண்டையும் எடுத்து வந்தான். ஒன்று மாசேதுங் எழுதிய முரண்பாடுகள், இன்னொன்று மூன்று உலகக் கோட்பாடுகள். இரண்டுக்கும் இடையே வைத்திருந்த தாளை எடுத்துவிட்டு புத்தகங்களை நீட்டினான். அதை வில்சன் வாங்கினான். அதை அவன் புரட்டிக் கொண்டிருக்கும்போது,

“வாங்கீண்டு வந்த ஒடன.... பத்தாயத்துக்கு அடில கொண்டு பெய் ஒளிச்சிவச்சேன்”...

“பேடிச்சாத... நான் இதெ இங்கிலீஷ்ல படிச்சிட்டன்.... நல்லாருக்கு.... ராவும் பவலுமா பேசினியளே... தமிழ் நாட்டப்பத்தி ஒண்ணும் பேசலியா?”

“பேசினமே ... அதெ ஒரு பாட்டா எழுதி வச்சிருக்கேன் ‘பாலும் பழமும் கைகளிலேந்தி ராகத்ல’ பாடட்டா .....?” அனுமதி கேட்டான் சார்லஸ். மைக்கேலும் வில்சனும் அவனது வாயையே கவனித்தனர். சார்லஸ் பாட ஆரம்பித்தான் பாலும் பழமும் கைகளில் ஏந்தி - மெட்டு

பனைகள் ஏறியும் தறிகள் நெய்தும்
பசியும் நோயும் தீரவே இல்லை
உணவும் வீடும் கல்வியும் கிடைக்க
உழைக்கும் மக்களே ஒன்றிணைவோமே

பின்பு மூவரும் சேர்ந்து ஒருமுறை பாடினார்கள். சார்லஸ் அந்தப்பாடல் இருந்த தாளை அவர்களிடம் கொடுத்தான். இப்போது மூவரும் ஒன்றாகப் பாடினார்கள்.

அரைப்படி கூலி நெல் கேட்டதற்காக
ஐம்பது பேரை எரித்தே கொன்றான்
அந்த ஆண்டைகள் சூழ்ச்சியை ஒழிப்போம்
ஆயுதம் ஏந்தி ஆட்சியைப் பிடிப்போம்

-பனைகள் ஏறியும்

சம்பளம் கேட்டும் போனஸ் கேட்டும்
அகிம்சை வழியில் பேராடி னாலே
துப்பாக்கி யாலே சுட்டுக் கொல்லும்
முதலாளிகளின் திமிரை அழிப்போம்

-- பனைகள் ஏறியும்

டாட்டா, பிர்லா, பண்ணையார்கள்
கோடிகள் சேர்க்கத் திட்டங்கள் தீட்டும்
போலி அரசியல் கட்சிகள் வேண்டாம்
புரட்சி செய்வோம் புது உலகமைப்போம்

-- பனைகள் ஏறியும்

மூன்று பேரும் கைத்தட்டி மிகுந்த உணர்ச்சியோடு பாடினர். வில்சன், "இந்தப் பாட்ல.... அரைப்படி கூலி நெல் கேட்டதற்காக ஐம்பது பேரை எரித்தே கொன்றான்னு வருதே.... அதுவும் நக்சல்பாரில நடந்தது தானா?"

"இல்ல வில்சா..... அது தமிழ்நாட்ல நடந்துது .... அதுவும் ஒரு கிறிஸ்மஸ் அண்ணு நடந்துது. கிறிஸ்துமசுக்கு நாமெல்லாம் ஒரு குடிலுக்குள்ள குழந்தெ இயேசு உருவத்தெ வச்சி, மெழுகுதிரி கொளுத்திக் கொண்டாடுவோம். தஞ்சாவூர்ல ஒரு பண்ணையாரு ஒரு குடிசைக்குள்ள நாற்பத்தி நாலு தாழ்த்தப்பட்ட கூலி விவசாயிகளெ பூட்டிப் போட்டு உயிரோட தீ கொளுத்திக் கொண்டாடினான்.... அந்த மனுசங்க எரிஞ்சி சாம்பலா போச்சினம், கடவுளு அவனெத் தண்டிப்பாருண்ணு ஜனங்க நம்பிச்சினம்.. எந்த மதக் கடவுளும் அவனெத் தண்டிக்கவே இல்ல. தண்டிச்சா பண்ணையாரு படியளக்க மாட்டானேண்ணு கடவுளும் பேடிச்சிட்டாரு....." சார்லஸ் சொல்லி முடித்தான்.

'இப்போதைக்கு இவிய இரண்டு பேரும் பெய்ப் பண்ணையாரெத் தண்டிச்சாதாங் உண்டு. சரி நடக்கட்டும். சார்லஸ் எழுதின பாட்டின் பல்லவி மாதிரி, பனையேறிகள், நெசவாளிகள், வாழ்க்கெத் தரத்தெ ஒயத்தவும், வாலிபர்க்கு வேலை வாய்ப்பை உருவாக்கவும் என்ன செய்யியது? நாம அதைப்பத்தி யோசிப்போம்' என மனத்துக்குள் நினைத்துக்கொண்டான் மைக்கேல். அப்போது சேவியர் வந்தான். சார்லசையும், மைக்கேலையும் பார்த்த அவன் "ஒங்க ரெண்டு பேரையும் சாமியார் விளிச்சியாரு வரணுமாம்" என்றான். இருவரும் எழும்பினர்.

தனது மேடைக்கு வந்த இருவரையும் "வரலாறு படைக்கும் வாலிபர்களே வருக" வரவேற்றார் சாமியார். அவர்கள் பெஞ்சில் அமர்ந்ததும் அவர் போய் பீங்கான் கிண்ணத்தில் டீ எடுத்துவந்தார். இருவரும் குடித்தனர். "வாற வெள்ளியாச்ச கோடிமுனை பங்கில வாலிபர்களுக்கான ஒரு கூட்டமிருக்கு, கூட்டமன்னு சொல்ல முடியாது, கலந்துரையாடல்ன்னு வச்சிக்கலாம். பெங்ளூர், இந்தியன் சோசியல் இன்ஸ்டிட்டியூட்டின் டைரக்டர் பாதர் ஸ்டேன் லூர்துசாமி வாறாரு.... "நீதியும் சமத்துவமும் உள்ள சமுதாயம்" என்ற தலைப்பில் விவாதிக்கலாம். மைக்கேலும் சார்லீசும் போனா ஒங்க முற்போக்குச் சிந்தனைகளுக்கு ஒரம் போட்ட மாதிரி இருக்கும்" பங்குச் சாமியார் சொன்னதும்.

'ஓர் அரிய வாய்ப்புத் தவறிப் போகுதே' அங்கலாய்த்தான் மைக்கேல். அன்று திருவனந்தபுரம் வருவதாகச் சசிகலாவுக்கு உறுதியளித்திருந்தான்.

"பாதர் வாற வெள்ளியாச்ச திருவனந்தபுரம் போணம்... இந்தத் தடவ இவிய ரெண்டு பேரும் போட்டும். அடுத்த தடவெ கண்டிப்பா நான் போவென். மன்னிச்சிருங்க பாதர்" என்றான். மைக்கேல் வரவில்லையென்றால் நாங்களும் போகவில்லை எனச் சொல்ல நினைத்தான் சார்லஸ். காரணம் மைக்கேல் நிறைய புத்தகங்கள் படிப்பவன். எதையும் ஆழமாக விவாதிப்பதில் கெட்டிக்காரன். என்ன செய்வது? அவனைக் கட்டாயப்படுத்த முடியாதே என நிதானப்பட்டான் அவன்.

"சரி, சார்லசும், சேவியரும் போங்க" அறிவித்தார் பாதர்.

வெள்ளி காலையில் மைக்கேல் எழுந்து குளிக்கச் சானலுக்கு கிளம்பும்போது, குளித்துவிட்டு, வீட்டு முற்றத்தில் வந்திருந்தார் அவனது தாய்.

"என்னம்மா விசேசம்... விடியதுக்கு மின்ன குளிச்சீண்டு வந்து நிக்கிய...?"

"ராத்ரி நீ நல்லா ஒறங்கீண்டிருந்த மக்கா... அதான் செல்லேல கிளாராளுக்குக் கொழந்தெ பெறந்துது .... ஆம்பிள்ளெ"

அம்மா சொன்னதும் உடனே போய்ப் பார்க்க வேண்டும் போல் ஒரு ஆவல் மைக்கேலுக்கு.

"நான் பெய் பாத்தீண்டு வந்திரியன்..."

“பெறந்து ரெண்டு மணி நேரந்தான் ஆச்சில.... அதுக்கு மின்ன ஆணாப் பெறந்தவிய என்னதுக்கு? நீ எங்கயோ போணன்னு சென்னியே... பெயிண்டுவா..... அந்திக்குப் பாக்லாம்”

“மூத்தம்மா வரேலியா”

“அவளும் வரலே... அமலாளும் வரேல...”

“கூட இருக்கியது யாரு?”

“மேரியும் வைத்தியரும்”

“ம்” குளிக்கப் போனான் மைக்கேல். வந்ததும் அவன் திருவனந்தபுரம் கிளம்பினான்.

சசிகலா வீட்டுப்படியில் கால் வைத்தான் மைக்கேல். கிளிப் பச்சையில் இளமஞ்சள் பூப்போட்ட முழுசாரி உடுத்தி, நெற்றிப் பொட்டும் ஈர ஜடையுமாய் ஒரு வண்ணச்சிலை போல வாசலில் நின்றிருந்தாள் சசிகலா. பவுடர் போட்டது போலவும் போடாதது போலவும் இருந்தது முகம்.

“வருக.. வருக....”

“என்ன சசி.. முழுசாரி உடுத்திருக்க?”

“ஞான் வலிய பெண்ணல்லே”

“ம்.... அழகாருக்கு”

மைக்கேல் சொன்னதும், ஒரு பெருமிதச் சிரிப்போடு முந்தானையைச் சரி செய்தபடி அவனை அழைத்துச்சென்றாள். பிரம்பு நாற்காலியில் அமர்ந்தான் மைக்கேல். பீங்கான் கிண்ணமும், அச்சப்பமும் வைக்கப்பட்ட ஒரு தட்டுடன் வந்தார் சசிகலாவின் மாமி.

“சாயெ குடிப்பீன்”

“பிள்ளய எங்க?”

“ஸ்கூலுக்குப் போயி”

முகத்துக்கு முகம் பார்த்துப் புன்னகைத்தனர்.

ஒரு தோள் பையில் கேமராவைப் போட்டபடி அறையிலிருந்து வந்தாள் சசிகலா.

“மைக்கேல் வரணம்... அம்மே... உச்சைக்கு ஹோட்டலில் ஊணு கழிக்கும். ஞங்கள் போட்டே” கிளம்பினர் இருவரும்.

பல இடங்களை மைக்கேலுக்குச் சுற்றிக்காட்ட சசிகலாவுக்கு ஆசை. அதற்குக் கால அவசாசம் வேண்டுமே. முதலில் மிருகக்காட்சி சாலைக்குள் நுழைந்தனர்.

அங்கு உலகின் அனைத்து வண்ணங்களிலும் செடிகள், கொடிகள், இலைகள், பூக்கள். கண்கள் திரும்பும் திசையெல்லாம் அழகே கொலுவிருந்தது. இறக்கமும் ஏற்றமுமாக இருந்த அந்த வளாகத்துள் நூற்றுக்கணக்கான சிட்டுக் குருவிகள் மரங்களுக்குள் புகுந்து மேலே வருவதும், மீண்டும் கீழ்நோக்கிச் சென்று மேலே வருவதுமாய்ச் சாகசம் புரிந்தன. தரையிலும் மரங்களிலும் அதிக உரிமை கொண்டாடியவை குரங்குகளே. பறவைகளின் இனிய ஒலிகளும், கொடிப் பூக்களின் வாசமும் குளிர்ந்த இளந்தென்றலும் இருவரின் மனத்தையும் மெல்லிய இறகுகளாக்கின. நினைத்தால் இனி அவர்களால் பறக்க முடியும்.

கூண்டுக்குள் அடைக்கப்பட்ட ஓநாயும் நரியும் அப்பாவிகளாய் முகத்தை வைத்திருந்தன. வாய்பிளந்து கடிக்க வந்தது புலி. கம்பீரமாக நடந்தது சிங்கம். யானையும் குட்டியும் கட்டிப்போடப்பட்டிருந்தன.

ஒட்டகச் சிவிங்கிக்கு வானத்தில் மேய்ந்து மேகங்களைத் தின்றுவிட ஆசை, கழுத்தை உயர்த்தி நீட்டின, எட்டவில்லை வானம். புலம் பெயர்ந்தவர்போல் கூட்டம் கூட்டமாக நடந்தன மான்கள். அடர்த்தியான மரங்கள் நின்ற பகுதிக்குக் கீழே ஒரு சின்ன குளம். அதில் இரண்டு காண்டாமிருகங்கள். நீரில் மூழ்கிய அவை திடீரென எழும்பி உருண்டு திரண்டு பருத்த உடல்களைக் காட்டிப் பயமுறுத்தின.

"சசி காலு நோவுது... எங்கயாவது இருக்கிலாம்" என்றான் மைக்கேல். அதற்குள் வலப்பக்கம் மரங்களுக்கிடையே கிடந்த சிமெண்ட் பெஞ்சு ஒன்றில் கால்களை மடக்கி உட்கார்ந்தாள் சசிகலா. அப்போதுதான் தன்னைவிட அவளுக்கு, அதிகமாகக் கால்கள் வலித்திருக்கும் என்பதை உணர்ந்தான். ஒரு காலைக் கீழே போட்டு, இன்னொரு காலை மடக்கி பெஞ்சின் மேல் வைத்து அமர்ந்தான் மைக்கேல். அவன் மூளை எதையோ யோசிக்க, கைகள் கேமராவை சுழற்றிக் கொண்டிருந்தன.

"எத்தறெ ஸ்னாப்புகள் எடுத்து?" கேட்டாள் சசிகலா.

"ஒன்னெ ஒத்தைக்கு நிக்கவச்சி நாலஞ்சு எடுத்திருக்கியன்... என்னெ ஒத்தைக்கு நிக்க வச்சி நீ நாலஞ்சி எடுத்திருக்க. நாம ரெண்டு பேரும் சேந்து நின்னு... அடுத்த வார்த்தையை உச்சரிப்பதற்குள் இருவரின் விழித்திரைகளிலும் அந்தக் காட்சி....

மைக்கேலின் இடக்கையில், தனது வலக்கையைக் கோர்த்து நின்றாள் சசிகலா. அதை இளைஞர் ஒருவர் படம்பிடித்தார். அதை நினைத்த இருவர் உதடுகளிலும் மென்னகை.

“ஜோசப் சார் மரிச்சில்லங்கில் மைக்கேல் எம்.எஸ்சி படிக்குமாருந்நு... எனிக்கு ஈ வருசம் வேஸ்டாயி.... வருந்த வருஷம் லா கோலேஜில் சேராம் எனிக்கு ஒரு ஆக்ரகம் உண்டெ. மிக்கேலும் வந்நெங்கில் ஒருமிச்சிப் படிக்காம், ஒருமிச்சிப் பாசாகாம்..... ஒருமிச்சி விவாகம் கழிக்காம்.” சசிகலா தன் ஆசையைச் சொன்னாள்.

“ம்” என்ற மைக்கேல் அவள் பேசியதை அலசிப் பார்த்தான்.

‘சுற்றி வாழும் மக்கள் மீது அக்கறை இல்லாது, கடிவாளம் போட்ட குதிரைகளாய் வாழும் மேட்டுக்குடியினர், தங்கள் படிப்பு, உத்தியோகம், கல்யாணம் பற்றி மட்டுமே சிந்திக்கிறார்கள்; அவர்கள் போலவே சசிகலாவும். நீருக்கடியில் பிணைந்து கிடக்கும் ஆப்பல் தண்டுகள்போல் சாதாரண மக்களை, அப்பா, அம்மா, அண்ணன், தங்கை, உறவுகள், குடும்பப் பிரச்சினைகள், சமுதாய நெருக்கடிகள் பிணைத்துள்ளன. அவை பற்றி அதிகம் அறியாதவளாக இருக்கிறாளே! அவளுக்குப் புரியவைக்க முடியுமா? முடியும் என்றும், முடியாது என்றும் வாதிட்டது மூளை, வக்கீலுக்குப் படித்தால் அவள் சிந்தனை மாறக்கூடும்’. சசிகலா அவசரப்படுத்தினாள்.

“கெழக்கெக் கோட்டெ போவாம்”

“அங்க எதுக்கு?”

“அவிட தன்னெ ஸ்ரீ மகாவிஷ்ணு ஷேத்ரம்!”

“ஓ.... அனந்த பத்மசுவாமி கோவிலா? போவாம்.”

“ஈ பெயரிலிருந்தானு திரு+அனந்த+புரம்= திருவனந்தபுரம் என்றாயது. நாலுபுறமும் வாதல் கொண்ட ஒரு மகா ஷேத்ரமாணு..... அகத்தே நூறு அடி பொக்கத்தில் ஏழு அடுக்குகளுள்ள கோபுரங்கள் உண்டெ. கெழக்கு வாதல் தொடங்கி கர்ப்பகிரகம் வர நீண்ட தாழ்வாரம். அதன்ற சைடில் சித்திரத்தோடுள்ள ஸ்டோன் பில்லர்ஸ் உண்டெ..... வேகம் போயெங்கில் காணாம்.

இருவரும் கிழக்குக் கோட்டை வந்தனர். அப்போது மணி பன்னிரெண்டு இருக்கும். கோவிலின் கிழக்கு வாயிலுக்குச் செல்லும் போது மணிச்சத்தம் கேட்டது; இடது பக்கம் திரும்பினான் மைக்கேல். ஒரு கட்டடத்தின் உச்சியில் ஒரு கடிகாரம். அதில்

ஒன்று முதல் பன்னிரண்டு வரை ஆங்கில எண்கள். அதன் மேல் தாடி வைத்தது போன்ற ஒரு முகம். அது வாயைப் பிளந்ததும். இருபுறமிருந்து இரண்டு ஆட்டுக் கடாக்கள் வந்து முகத்தின் தாடையில் முட்டின. உடனே மணிச்சத்தம் கேட்டது. மைக்கேல் வாயைப் பிளந்தபடி நின்றான். உடனே சசிகலா,

"ஈ மணி இருக்கிந்நது கருவேலபுர கொட்டாரத்தின்ற மோழிலாணு. ஒரு நூற்றி நுப்பது கொல்லத்து மும்பெ... பிரம்ம ஸ்ரீ கொளத்தூரான் ஆச்சார்யா செய்ததாணு. ஒந்நு மொதல் பந்திரண்டு வரை ஏதெங்கிலும் ஒரு மணிக்கூர்க்காய நேரம் வந்நெங்கில் ஆ... மொகம் வாயைப் பிளக்கும்.... ரெண்டு ஆடுகளும் வந்து செவிட்டில் முட்டும். அங்ஙன முட்டும்போள் மணியடிக்கும். அதாணு விஷேசம். இதெ மேத்தன் மணி எந்நும், வாய்பிளந்தான் எணி எந்நும் விளிக்கும்." என்றாள்.

"மேத்தண்ணு முஸ்லீம்களெத்தானெ செல்லுவினம்"

"ம்... அது வாஸ்தவமாணு. பட்செ எனிக்கு அது குறிச்சி அறிஞூடா"

கோவிலின் கிழக்கு வாயிலில் ஒரே பக்தர்கள் கூட்டம். கற்படிகளும் சிற்பங்கள் செதுக்கிய கல்தூண்களும் அற்புதமாக இருந்தன. சசிகலாவின் சினேகிதி ஒருத்தி வந்திருந்தாள். அவளுடன் பேசிக் கொண்டிருந்தாள் அவள். அதற்குள் படியருகே சென்ற மைக்கேல் அவமானப்பட்டவன்போல் திரும்பி வந்தான். அதைக் கவனித்த சசிகலா அவன் அருகே வந்தாள்.

"எந்தாணு?"

"கிறிஸ்டியன்சும் முஸ்லீம்சும் வராம் பாடில்லாண்ணு செல்லினம்"

"ஓ..... அங்ஙனயாணோ .. ஞான் மறந்தே போய் ..."

"...... மைக்கேலுக்குத் தொழாம் பாடில்லாத்த ஷேத்திரத்தின் அகத்து எனிக்கு எந்தாணு ஜோலி... ஞான் பொறத்தே நிந்நு தொழாம்" படிக்கட்டின் அருகே நின்று கும்பிட்டாள், அது மைக்கேலை நெகிழ வைத்தது. அன்பில் உருகினான் அவன். "சசி" என தழுதழுத்தன அவன் உதடுகள். அவள் முன்பு போய் "கடவுளெக் கும்பிடியதும், கும்பிடாததும் ஒனக்க ஆன்மீக உரிமெ... என்னால அதெ நீ எழந்திரப்பிடாது... நீ உள்ளெ பெய்கும்பிடு சசி...." என்றான். குதூகலத்துடன் குதித்தாள் சசிகலா.

பத்மசுவாமி கோவிலில் அந்நிய மதத்தவரும், தாழ்த்தப் பட்டவரும் நுழையக்கூடாது என்ற நிலை அவனுக்கு வருத்தமளித்தது.

வைகுண்ட சாமி, நாராயணகுரு, அய்யங்காளி, தந்தை பெரியார், காங்கிரஸ், கம்யூனிஸ்ட் பேரியக்கங்கள் போராடியும் தீண்டாமை இன்னும் தொடர்வது ஏமாற்றமளித்தது. அப்படியெனில், சாதிய பெருமரத்தின் சில கொம்புகள் வெட்டப்பட்டுள்ளன. அதன் ஆணிவேர் ஆழத்தில் இருக்கிறது. அதைப் பிடுங்கியெறிய இன்னும் கூரான ஆயுதங்கள் தேவைப் படுகின்றன என நினைத்தபடி நடந்தான். கட்டடங்களை ஒட்டி ஒரு குளம். நீரின் தெளிவும் மீன்களின் நெளிவும் அதற்கு அழகு சேர்த்தன. நீரின் குளிர்ச்சியை உறிஞ்சி வந்து அவன் உடலில் போர்த்தியது காற்று. சற்று இதமான மைக்கேல் மெயின்ரோட்டுக்கு வந்தான். பெரிய பெரிய வணிகக் கடைகள் இருந்தன. ஒரு புத்தகக் கடைக்குள் நுழைந்தான். மலையாளத்திலும் ஆங்கிலத்திலும் புத்தகங்கள். சில புத்தகங்களைத் தொட்டதும், அவை சுட்டதுபோல் ஓர் உணர்வு. அவை அவன் தேடலில் இருந்தவை. சட்டைப் பையில் கையை விட்டான். வீடு போய்ச் சேர்வதற்கான பஸ் செலவு போக மீதியைக் கணக்கிட்டான். அவனால்

கார்ஸ் மார்க்ஸ் எழுதிய *THEORIES OF SURPLUS VALUE*, லெனின் எழுதிய *STATE AND REVALUTION* புத்தகங்களை மட்டுமே வாங்க முடிந்தது.

கோவில் கிழக்கு வாயிலுக்கு மீண்டும் வந்தான். அங்கு நின்றிருந்தாள் சசிகலா. இருவரும் ஓட்டல் ஒன்றில் சாப்பிட்டனர். பின்பு ஒன்றாக வீடு வந்து சேர்ந்தனர்.

சற்று நேரம் சசிகலாவின் மாமியோடு பேசினான் மைக்கேல். பின்பு அவர் கொடுத்த சாயையும் யாத்தன் பழப் பச்சியையும் தின்று விட்டு எழுந்தான் "சசி.... இருட்டியதுக்கு மின்ன வீடு பெய் எத்தணம். நான் வரட்டுமா?" அவனை அனுப்ப அவளுக்கு விருப்பமில்லை. சசிகலாவுக்குக் காய்ச்சலோ எனச் சந்தேகிக்கும் அளவுக்கு அவள் உடம்பில் வெப்பத்தின் அனல்.

"போவாம்..... புக்ஸ் வேண்டே... வரணம் எடுத்தோண்டு போவாம்." இருவரும் வாசுதேவனின் அறிவுக் கருவூலகத்தில் நுழைந்தனர். ரயில்வே, வங்கி, காப்பீட்டுக் கழகம் எனப் பலவிதத் தேர்வுகளுக்கான வினா விடை புத்தகங்களும், கெய்டுகளும் இருந்தன. அவற்றை ஒரு தாளில் சுற்றிக் கட்டினாள் சசிகலா. அதையும், பக்கத்தில் இருந்த இன்னொரு கட்டையும் அவனிடம் கொடுத்தாள்.

"இதில... என்ன?"

"ஆயினிப் பழம். வண்ணமாயும் நல்ல மதுரமாயும் இருக்கும். நிங்களோட கூடப் பிறப்புகள் கழிக்கும். சூட்சிச்சி எடுத்தோண்டு போணம்" சசிகலா சொன்னதும். இரண்டையும் கையால் தூக்கிப் பார்த்தான். கொண்டு செல்லும் அளவுக்கு இருந்தது எடை. அதற்குள் சசிகலா முகத்தின் ஒளி மங்கியது. பாதிக் கதவைச் சாத்திய அவள் தன் பின்தலையைக் கதவில் வைத்து, தாடையை உயர்த்தியபடி சாய்ந்து நின்றாள். அவளது நெஞ்சு விம்பி, மார்பு மேலும் கீழுமாய் ஏறி இறங்கியது. மைக்கேல் கூர்ந்து பார்த்தான் அவளது முகத்தை.

இமை முடியில் தூக்கிட்டுத் தொங்கின கண்ணீரின் துளிகள். கலங்கினான் மைக்கேல். "சசி..........." இமைகளுக்கு மை தீட்டுவதுபோல் மெல்லக் கையை வைத்து, விரல் நகங்களில் ஏந்தினான் கண்ணின் துளிகளை. மெய்மறந்து கண்களை மூடிய சசிகலா, அவன் ஆசைப்படுவதைச் செய்து கொள்ளட்டும் என்று சிலையாக நின்றாள்.

"கரையாத... செணம் வருவென்......" அவளது வலக்கன்னத்தில் முத்தமிட்டான்.... மைக்கேல். அவள் மெய் சிலிர்த்தாள். ஓர் அனிச்சைச்செயல்போல் மைக்கேலை நெஞ்சோடு அணைத்துப்பிடிக்க அவளது கைகள் மெலெழுந்தன. விரல்கள் தோளைப் பற்ற நெருங்கியபோது நடுக்கம் கிடுகிடுத்தது. தொங்கிப் போயின கைகள். உதட்டை இறுக்கித் தன் உணர்ச்சிப்பெருக்குக்குத் தடை போட்டாள் சசிகலா. அவளைப் பார்த்தபடியே நிதானமாகக் குனிந்து கட்டுகளைத் தூக்கினான்.

வழியனுப்ப வாசலில் வந்து நின்றாள் சசிகலா. அவளது ஏக்கப் பெருமூச்சு, ரோட்டில் போய்க் கொண்டிருந்த மைக்கேலின் பிடரியைச் சுட்டது. கையைப் பிடரியில் வைத்துத் திரும்பினான் மைக்கேல்.

இருபது

காலை பத்து மணி. சேவியர், சார்லஸ், மைக்கேல் மூவரும் பங்குக்குருவின் மேடை வராந்தாவில் வந்து நின்றனர். சார்லஸ் சாமியார் அறையை மெல்ல எட்டிப்பார்த்தான். ரகசியம் பேசுவது போல் மெதுவாக நண்பர்களிடம் "சாமியாரு ரெண்டு பேருகிட்ட பேசிண்டிருக்காரு. அவிய போன பெறவு நாம போவ்லாம்" என்றான். மூவரும் வெளியே கிடந்த பெஞ்சில் அமர்ந்தனர். சில நிமிடங்கள் மவுனமே ஆட்சி செய்தது. ஊமையாய் இருக்க விரும்பாத சார்லஸ், "மிக்கேலு... திருவனந்தபுரம் போனியெ.... சசிகலாவெப் பாத்தியா?"

"பாத்தென். பொஸ்தகத்தெக் குடுத்து படிச்சி... பரிட்செ எழுதச்சென்னா.... அங்க போனதுக்கு ஒங்ககூட வந்திருக்கலாம். நாட்டெப்பத்தி எம்பிடு புதிய விசயங்களெத் தெரிஞ்சிட்டு வந்திருக்குதிய!" உடனே சேவியர் பேச்சுக்கொடுத்தான்.

"நாட்டெப் பத்தியே பேசிண்டிருந்தா வீட்டெப் பாக்கியது யாரு? அதுக்கு சசிகலா மாதிரி புத்திசாலிய வேணுண்டே..." என்றான். அதற்குள் உள்ளேயிருந்து பங்குக்குருவும் இரண்டு பெரியவர்களும் வந்தனர். அவர்களை அனுப்பிவைத்துவிட்டு, வராந்தாவில் கிடந்த நாற்காலியில் அமர்ந்தார் சாமியார். மூவரையும் பார்த்துவிட்டு மூத்தவரான சேவியரிடம் "கருத்தரங்கு எப்டி இருந்தது ஓய் ம்.. சேவியர் செல்லும்" என்றார். சேவியர் சொல்லப் போகிறவற்றை மனத்துக்குள் நினைத்து ஒழுங்காக்க ஒரு நிமிடம் எடுத்துக்கொண்டு, "பாதர்.. போவச்சில ஒரு சாதாரண மனுசனாப் போனென்... வாறச்சில ஒரு சமுதாயப் புரட்சியாளனா வந்திருக்கியன். இப்ப எனக்கு நம்ம பைபிளு ஒரு பூஜிக்கிய பொஸ்தகமா மட்டும் தெரியேல பாதர். சமுதாய ஏற்றத் தாழ்வுகளெ மாத்தியதுக்குள்ள பெரிய ஆயுதமா தெரியுது" எனத் தெரிவித்தான். ஒரு மெல்லிய புன்னகையோடு அதை ஏற்றுக்கொண்ட குருவானவர், "ம்... சார்லஸ் ஒமக்கு எப்டி?"

"பண்ணையார்களாலும் பெரு முதலாளிகளாலும் கொடுங்கோலர்களாலும் ஒடுக்கப்படும் மக்களின் கூக்குரலெ.... கடவுளின் அழுகுரலா நெனச்சி அந்த மக்களின் விடுதலைக்காகப் பாடுபடியவன்தாங் கிறிஸ்தவன்ண்ணு தெரிஞ்சிது...."

"ஒம்ம கணக்குப்படி பாத்தா.... இப்ப திருச்சபையில இருக்கியதில நூத்துக்குத் தொண்ணூத்து ஒம்பது பேரு கிறிஸ்தவியளே இல்ல..... இப்டிச் செல்லிலாமா..." நையாண்டித் தொனியோடு கூறிய குருவானவர் மைக்கேலிடம்,

"மிக்கேலு... இதெல்லாம் கேட்டா... ஒமக்கு எப்டித் தோணுது?" எனக் கேட்டார். அவன் கருத்தரங்குக்குப் போகவில்லை. ஆனாலும் கல்லூரி நூலகப்புத்தகங்களோடும் மாணவர் சங்கப் போராட்டங்களோடும் அனுபவங்கள் உண்டு. அவற்றையும், கருத்தரங்குக்குப் போய்வந்த நண்பர்கள் பேசியதையும் வைத்து,

"கேரளத்ல ஒரு ஸ்லோகம் விளிப்பினம் பாதர் 'குந்நுகள் வீழட்டே; குண்டுகள் நிரம்பட்டே'ண்ணு இரண்டாயிரம் வருசத்துக்கு மின்ன மலைகளையும், குன்றுகளையும் வீழ்த்தி, பள்ளங்களை நெரப்பி, ஒரு சமத்துவமும் நீதியுமுள்ள சமுதாயத்தெப் படைக்க வந்தவரு இயேசு.... இண்ணு இருக்கிய கிறிஸ்தவிய நெனச்சா மட்டும் அதெப் படைச்சிர முடியாது. ஒலகத்ல இருக்கிய ஒழெச்சிய ஜனங்கேல்லாம் ஒண்ணு சேந்தாத்தான் முடியும். அவிய எல்லாரும் கிறிஸ்தவச் சபைகளெச் சேந்தவியளாத்தாங் இருக்கணுன்ணு அவசியமில்ல...." என்று கூறினான்.

மூன்று பேரும் சொன்னதைக் கேட்டுப் பூரித்துப்போன குருவானவர் சிந்தையில் புரட்சிப்பொறிகள் சிந்தின. "அப்பப்பா எம்பிடு பெரிய சமூக அக்கறை. எவ்வளவு பெரிய சிந்தனைகள். நீங்க மூணு பேரும் சென்னது மாதிரியுள்ள புரட்சிகரமான கொள்கைகளோடு உருவானதுதான் 'விடுதலை இறையியல்' அன்பின் வழியில் உலகத்தில் சமத்துவத்தெ உருவாக்க முடியுண்ணு சொல்வது கிறிஸ்தவம். மக்கள் புரட்சியின் மூலமாகத்தான் சமத்துவம் உருவாகுண்ணு சொல்வது மார்க்சியம். இரு துருவங்களிலண்டு தொடங்கும் இந்த இரண்டுக்கும் லட்சியம் ஒண்ணுதான். அதாவது மானுட மாண்புகளை மீட்டெடுப்பது. இப்டி எதிரெதிராகக் கருதப்பட்ட பைபிளும் மார்க்சியமும் சந்தித்து உரையாடினபோது உருவானதுதான் விடுதலை இறையியல். அதனாலதாங் 'கிறிஸ்தவம் பத்து மடங்கு, பத்தாயிரம் மடங்கு மார்ச்சியத்தோடு ஒத்திருக்கிறது' என்றார் பெடல் காஸ்ட்ரோ" இதைக் கேட்ட மூவரும் பிரமித்துப்போயினர். வெள்ளை அங்கிக்குள் ஒரு சிவப்புச் சிந்தனையாளன் ஒளிந்திருப்பதை அடையாளம் கண்டார்கள். மைக்கேல் அதுகுறித்துச் சிந்திப்பவன். அவனோ,

"காஸ்ட்ரோ கியூபாவில் மக்களெத் தெரட்டி புரட்சி செய்த பெறவு ஒரு மக்கள் குடியரசு உருவாச்சிது. அந்த மாதிரி நம்ம நாட்ல கொண்டுவர, நாம பைபிளப் படிச்சா மட்டும் போராது. கொஞ்சம் கார்ல் மார்க்ஸ், லெனின் எழுதின புத்தகங்களையாவது எல்லாரும் தெரிஞ்சிருக்கணம் பாதர்" என முடித்தான். உடனே சார்லஸ் "அதெல்லாம் நாமப்படிச்சித் தெரியியது நல்லதுதான். ஆனா அதெ சாதாரண மக்களும் தெரிஞ்சாத்தானெ ஒரு போராட்ட சக்தியா மாறும். அந்த ஜனங்களுக்குக் கொண்டு பெய் சேக்கியது எப்டி?" அதற்கு அந்த ஊர் சூழலுக்கு ஏற்பவும் ஒரு விவாதத்தைத் தொடங்கி வைக்கும் வகையிலும் சாமியார் எளிமையான ஒரு யோசனையைச் சொன்னார்.

"நாடகம், பாட்டு, ஓவியம், எழுத்து, பேச்சு, போராட்டம்ண்ணு பல மொறயில கொண்டு போலாமெ" என்றார். அதற்கு சேவியர், "இப்பளத்தக்கி நம்ம எடத்ல ஒரு நாடவமோ, பட்டிமன்றமோ போடுலாம் சாமி..... அதுக்குப் பெறவு ஜனங்களெ சங்கமாக்கியது பத்தியும் போராடியது பத்தியும் யோசிச்சிலாம்..."

மைக்கேலுக்கு சேவியர் சொன்னது ஏற்புடையாயிற்று. "நாடவம் நல்லாருக்கும் பாதர். அதுக்குத்தான் நம்ம ஆஸ்தான எழுத்தாளர் சார்லஸ் இருக்காரே..." என்றான். அடுத்தகணம் குருவானவர் "ஓய் சார்லீசு... என்ன எழுதீர்லாமா?"

"ஓங் பாதர்" என்றான் சார்லஸ். அந்த முடிவுக்கு மகுடம் சூட்டுவதுபோல் சேவியர் "வாற திருநாளுக்குப் போட்ருவம். இந்தச் சுத்துவட்டாரத்தயே ஒரு கலக்குக் கலக்கிர்லாம் சாமி..." குருவானவரைக் கும்பிட்டு மூவரும் வெளியே வந்தனர்.

அப்போது அமலாவும் அம்மாவும் வந்தனர். இருவர் முகங்களிலும் பேரானந்தம் பிரகாசித்தது. மேடையின் உள்ளே சென்று இரண்டு தபால்களைக் குருவானவரிடம் கொடுத்தாள். ஒன்று மதுரை பாத்திமா உயர்நிலைப்பள்ளியின் தாளாளர், தாயார் அனுப்பியிருந்த வேலையில் சேர்வதற்கான உத்தரவுக்கடிதம். இன்னொன்று அமலாவோடு பி.டி. படித்த ஒரு கன்னியாஸ்திரியின் கடிதம். அமலாளுக்காக அந்தச் சகோதரிதான் சிபாரிசு செய்திருந்தார்.

இரண்டையும் படித்த குருவானவர், "வாழ்த்துக்கள் அமலா இந்த ஊரில் முதல் பட்டதாரி ஆசிரியை நீதான். ஒன் அப்பாம்மா ரொம்ப கஸ்டப்பட்டு ஒன்னெ படிக்க வச்சிருக்கினம். இனுமே அவிய கஸ்டமெல்லாம் தீருண்ணு நெனச்சியன்" என்று செல்லிக்கொண்டே

ஒரு கடிதம் எழுதினார். அதை மடித்து, ஒரு கவரில் போட்டு, அமலாளிடம் கொடுத்தார். “கடவுள் உன்னை ஆசீர்வதிப்பாராக” எனக்கூறி நெற்றியில் சிலுவை அடையாளம் போட்டார். “ரெம்ப தாங்ஸ் பாதர்” எனக் கூறி அமலா தாயுடன் வெளியே வந்தாள்.

“மிக்கேலு, வேலய்க்கு ஆர்டர் வந்திருக்குல... அதான் பாதரெப் பாக்க வந்தென்... நீயும் நானும் எம்பிடு அலெஞ்சம்... இப்ப மதுரையிலண்டு வந்திருக்கு... மத்தினா போணும்...”

“ரெம்ப சந்தோசமாருக்கக்கா...”

மிக்கேல், சார்லஸ், சேவியர் மூவரும் மகிழ்வோடு அவளை வாழ்த்தினார்கள்.

கிளாராளுக்குக் குழந்தை பிறந்து மூன்று மாதங்கள் ஆகியிருக்கும். மேரி வீட்டில் தகராறு. அவளுக்குக் கொடுக்க வேண்டிய ரூபாய் ஐயாயிரத்தை இன்னும் அண்ணன் கொடுக்கவில்லை. மேரியின் ஜாடைப் பேச்சும் மயினியாரின் சண்டையும் வீட்டைக் கலவர பூமியாக்கின.

மனைவியின் நகைகளை அடகு வைத்து நாலாயிரம் ரூபாய் கொடுத்தான் அண்ணன். பாக்கி ஆயிரத்துக்காகப் புலம்பிக் கிடந்தாள் மேரி, “நாலாயிரத்தோட பெய் காலெடுத்து வச்சா.. கழுத்தெப்பிடிச்சித்தள்ளுவான் என் மாப்பிள... இஞ்சவந்து ஒரு வருசம் ரெண்டு மாசம் ஆவுது. செலவளுவ இருட்டியதுக்கு மின்ன மாப்பிளயெக் கூட்டீண்டு பெய் முறிக்குள்ள கெடக்கியாளுவ ... இம்பிடு நாளா... யென் மாப்பிள்ளயெப் பாத்திருப்பேனா, ஒரு வேளம் பேசிருப்பேனா, தவிச்சிய தவிப்பு எனக்கில்ல தெரியும்...”

இது அண்ணியை வம்பிக்கிழுப்பது போலவும், திருமணம் ஆகாத தங்கையின் பாலுணர்ச்சிகளைத் தூண்டி விடுவது போலவும் இருந்தது. “வாயெ மூடு பெண... மூடுபெணவாயெ.” பலமுறை எச்சரித்தார் தாய், கேட்கவில்லை அவள். ஆத்திரம் கொண்ட தாய், “பெணே! நீ மாப்ளெ சொகம் கிட்டாதயா கெடந்த...? சனியாச்ச ராத்ரியானா.. நீ அந்தக் கங்காணி வீட்டுக்குப்போறதும் ஒன் மாப்ள வாறதும்... ரெண்டு பேரும் கூத்தடிச்சியதும் எனக்குத் தெரியாதுண்ணு நெனச்சியா?” சத்தம் போட்டு, அழுத்தமாகக் கேட்டாள் தாய். பதற்றமடைந்த மேரியின் புலம்பல், தண்ணீர் தெளிக்கப்படும் அடுப்புத்தீபோல் கொஞ்சம் அணைந்து போயிற்று. தாய் பேசினால் தனக்கு ஆபத்தாய் முடியும் எனக் கருதி, நாலாயிரத்தோடு மாத்திரவிளைக்கு ஓடினாள்.

பதினைந்து நாட்களுக்குப் பின்பு எலிசபெத் வீட்டுக்கு வந்திருந்தாள் மேரி. அவள் முகத்தில் மகிழ்ச்சியின் தாண்டவம். இருவரும் தறிக்கூடத்தில் அமர்ந்தனர். "சின்னம்மா, கிளாராளுக்கு ஒரு சம்பந்தம் வந்திருக்கு... பேசி முடிப்பமா?

"ஆங்... சாயம் போன சேலெமாதிரி கெடக்கிய அவுளுக்கா?" மனத்துக்குள் சொல்லி ஆச்சரியப்பட்ட எலிசபெத்,

"மாப்ள யாரு?

"செல்வராஜி... என் கொழுந்தனாரு!"

"ஒன் கொழுந்தனாரா? என்ன வேலெ செய்யினம்?"

"நடுதலெ நடினம்... வாழ வச்சியது... பின்னெ... பொட்டுப் பொடி வேலயும் செய்வினம்... அவிய எஸ்.எஸ்.எல்.சி பெயிலு... பாசாவியிருந்தா... கவர்மென்ட்ல உத்தியோகம் கிட்டிருக்கும்...'

"கிளாராளுக்கு நடந்த கிருத்திருமத்தெச் சென்னியா? "

"எல்லாம் செல்லிருக்கியன்... கொழுந்தன் அவளெப் பாக்கணம்... பிடிச்சிருக்கிணு செல்லணம்... அம்பிடுதான்... கோயில்ல வச்சி தாலியெக் கட்டிக் கூட்டீண்டு பெய்ருவென்..."

"பிடிக்காத போவுமா? கிளாரா சக்கெச்சொள மாதிரி சந்தன நெறத்ல எம்பிடு அழகாருக்கியா?... பெத்தவிய... குடும்பத்ல உள்ளவிய.... ஒருத்தளும் செய்யாத காரியத்தெ... நீ செய்திருக்க மேரி.... ம்.... என்ன யோசிச்சிய?"

"ஒண்ணும் இல்ல சின்னம்மா.... என் கொழுந்தனாரு ஒண்ணு சொல்லிச்சினம்... "கிளாராளெ நான் கட்டியன்... கொழந்தயெ... அவெ அம்மா வளக்கட்டுண்ணு"

"ஒனக்குத் தெரியுமெ மேரி, கர்ப்பமா இருக்கிய சமயத்லயே கொழந்தய கிளாரா விட்டுக்குடுக்கேல இப்ப.... விட்டுக்குடுப்பாளா?"

"நீ பேசினா விட்ருவா சின்னம்மா.... ரெண்டு பேருகிட்டயும் ஒண்ணு பேசிப்பாரென்... வாற ஞாறாச்ச பெண்ணுபாக்க வாறம்.. அவளெ சம்மதிச்ச வச்சியதும், இந்தக் கல்யாணம் நடக்கியதும் ஒன் கையில தான்ருக்கு... நேரமாச்சி.. நாங் போட்டா ...?"

போய்விட்டாள் மேரி. பதில் கிடைக்காத கேள்விகள் ஒன்வொன்றாய் எலிசபெத் மூளைக்குள் முட்டி மோதின. 'கொழுந்தனை எப்டிச் சம்மதிக்க வச்சா மேரி?. அந்த மழெராவில

கங்காணி வீட்டுக்கு வந்தவன் இவந்தானோ? இவனெங்கி கொழந்தய ஏங் வேண்டாண்ணு செல்லியான். வேற ஒருத்தன்தாங் கொழந்தைக்கு அப்பனா இருப்பானோ?' குழம்பினார் எலிசபெத்.

ஞாயிறு காலை பத்து மணி இருக்கும். மேரி, கணவன், கொழுந்தன் செல்வராஜ் மூவரும் கிளாரா வீட்டுக்கு வந்தனர். வரவேற்றார் எலிசபெத். குழந்தையைத் தோளில் போட்டபடி கிளாரா. அதைக் கையில் வாங்கினாள் மேரி. குழந்தையின் மூக்கையும் உதட்டையும் கணவனுக்குக் காட்டி, ரகசியமாக எதையோ கூறினாள். அவனும் குழந்தைக்கு முத்தமிட்டுத் தூக்கிப்பிடித்தான். எல்லோரும் வீட்டுக்குள் அமர்ந்தனர். மூவருக்கும் அரிசி முறுக்கும் கடுங்காப்பியும் பரிமாறினார் எலிசபெத். குடித்து முடித்ததும், செல்வராஜை மேரியும் கிளாராளை எலிசபெத்தும் அறிமுகப்படுத்தினர். இருவரும் ஒருவரை ஒருவர் பார்த்துப் புன்னகைத்தனர்.

பேச்சைத் தொடங்கினார் எலிசபெத், "இந்த வீடும் வீட்டடியும் இவுளுக்குத்தான்.. எப்டியும் அஞ்சாறு பவுனு போடுவம்.

"இதெல்லாம் தெரிஞ்சிதான் பெண்ணு பாக்கவந்தென். கிளாராளெ எனக்குப் பிடிச்சிருக்கு...." செல்வராஜ் சொன்னதும் மலர்ந்தது கிளாராவின் முகம். தன்மேல் பூசப்பட்ட களங்கத்தைக் கழுவித்துடைத்ததுபோல் அவளுக்குள் ஒரு புத்துணர்ச்சி.

"அப்ப ஒறப்பிச்சிருலாமா?" கை விரல்களை ஒவ்வொன்றாக மடக்கி, மனக்கணக்கிட்ட எலிசபெத், "தையில கோவிலு திருவிழா..... தை மாசக் கடேசி மூர்த்தத்தில் வைச்சிலாம்.... அது போனா பங்குனிதான்..."

"சின்னம்மா" குறுக்கிட்டாள் மேரி...... குழந்தையை வளர்ப்பது பற்றி கிளாராளிடமும் அவள் அம்மாவிடமும் தனித்தனியாகப் பேசச் சொல்லியிருந்தாள் மேரி. அதுபற்றி எதுவும் சொல்லாது எலிசபெத் நேராகக் கல்யாணத்துக்குப் போனது சங்கடத்தைத் தந்தது. மேரியே வாய் திறந்தாள்.

"கிளாரா ... கல்யாணத்துக்குப் பெறவு கொழந்தயெ ஒனக்க கொம்ம வளப்பினம்...ஆங்..."

"இல்லக்கா, இது யென் கொழந்தே... அதெ நான்தாங் வளப்பென். அதுக்கு இவிய சம்மதிச்சா எனக்கு சந்தோசமாருக்கும்."

“கொம்மெ வளக்கியது பிடிச்சேலிங்கி செல்லு... நான் வளக்கியன். நீ எப்ப வேணுமிங்கிலும் வந்து பாரு.... எடுத்திண்டு பெய் ஒன் வீட்ல கூட வச்சி வெளயாடு...”

“அதெல்லாம் செரிப்படாதுக்கா!”

கிளாரா உறுதிப்படக்கூறினாள். அதைக் கேட்டதும் செல்வராஜூக்குச் சற்றுக் கோவம் வந்தது.

“இஞ்ச பாருங்க மயினி.. கொழந்தயெ விட்டுண்டு வந்தா இப்பகூட இவ கழுத்ல தாலி கட்டிக் கூட்டீண்டு போறங்... இல்ல... கிளாரா யோசிச்சி ஒரு நல்ல முடிவுக்கு வரட்டும்...... ஆறு மாசமானாலும் நாங் காத்திருக்கியன்”. எழுந்தான் செல்வராஜ். மூவரும் வெளியே வந்தனர். முற்றத்தில் மெதுவாக நடந்த மேரி, “சின்னம்மா... அவிய சென்ன அவதிக்குமின்ன. நானும் கொழுந்தனாருட்ட பேசியன்... நீயும் கிளாராளெச் சம்மதிச்ச வச்சப்பாரு...'' சொல்லிக்கொண்டே வீட்டைக் கடந்தாள். இப்போதுதான் கிளாராளிடமும் நேசத்திடமும் அக்கறையோடு பேசத் தீர்மானித்தார் எலிசபெத்.

கிளாராவின் குழந்தைக்குத் தந்தை செல்வராஜ் என்றே பலர் நம்பினர். சேவியர், சார்லஸ், மைக்கேல் ஆகிய மூவரும் மட்டுமே அதை நம்பவில்லை. செல்வராஜ், ‘பெண் போதும், பிள்ளை வேண்டாம்’ என்கிறான். இவன் எப்படிப் பிள்ளைக்கு அப்பனாக இருக்க முடியும்? சந்தேகம் வலுத்தது. மூவரின் அம்புகளும் மேரியை நோக்கிக் குறிவைத்தன.

கங்காணி வீட்டில் கிளாரா பலவந்தம் செய்யப்பட்ட நாளிலிருந்துதான் மேரி, கிளாராவோடு நெருக்கமானாள். கர்ப்பத்தைக் கலைக்கவும், மடத்தில் சேர்க்கவும் வியூகம் அமைத்தது அவள்தான். இரண்டுக்கும் மசியாதபோது கிளாராளைக் கவனித்ததிலும் பிரசவம் பார்த்ததிலும் மேரிக்கு முக்கிய பங்கு உண்டு. யாவற்றையும் ஓரிழையில் கோத்தார்கள்.. மேரியின் மனச்சிறைக்குள் உண்மை கட்டுண்டு கிடந்ததைக் காண முடிந்தது. தற்போது அவள் மாத்திரவிளையில் இருந்தாள். அங்கு போவதற்கு முன்பு, ஏதாவது தகவல் கிடைக்கும் என்று நம்பி அவளது அண்ணியைப் பார்த்தனர்.

தாய்க்கும் மேரிக்கும் நடந்த சண்டையில் ஒட்டுக் கேட்டதையே அண்ணி கூறினார். “எல்லாச் சனியாச்சயும் ராத்திரியானா மேரி, கங்காணி வீட்டுக்குப் போயிருவாளாம். மாப்பிளெ அங்க

வந்திருவானாம்!. இந்தத் தகவல் அவர்களுக்கு அதிர்ச்சியளித்தது.. அது தணியத்தணிய ஒரு மங்கலான வெளிச்சம். வெளிச்சம் விரிய விரிய ஒரு தெளிவான சித்திரம் கிடைத்தது..

மழை இரவில் கிளாரா, கங்காணி வீட்டில் ஒதுங்கியிருக்கின்றாள். தலைசுற்றி அவள் மயங்கிய தருணம், நுழைந்திருக்கிறான் மேரியின் கணவன். உணர்ச்சிச் சூடேற, மனைவியென்று எண்ணி அவளைப் புணர்ந்திருக்கிறான். பின்பு அவள் மேரியா, வேறு பெண்ணா? சந்தேகம் அவனுக்கு. மழை நின்று, கிளாரா போகும்போது, வந்திருக்கிறாள் மேரி. அப்போது அவள் வேறு ஒருத்தி என்பது தெரியவந்தது. மேரியும் அவளை அடையாளம் கண்டாள். நிலைகுலைந்தனர் கணவனும்.... மனைவியும்.

ஒரு நாள் உறவுதானே ஒன்றும் ஆகிவிடாது என்றிருந்தனர். வைத்தியர் கிளாராவின் கையைப் பிடித்தார், கர்ப்பம் உறுதியாயிற்று. குழந்தையோடு தன் வாழ்வில் குறுக்கிடுவாளோ கிளாரா? பயந்திருக்கிறாள் மேரி. அவளைப் பாதுகாக்கப் பல முயற்சிகள் எடுத்திருக்கிறாள். கடைசியாக மேரி, கிளாராளுக்கு உருவாக்கிய வாழ்வே செல்வராஜ்.

இவற்றில் எதைப் பேசினாலும் கிளாராளின் திருமணம் தடைப்படும். மீண்டும் ஒருமுறை அவள் வாழ்வு பாழ்படும். அதனால் “நாம இப்ப அன்னெழிக்க ஆரம்பிச்சா எல்லாம் கொமஞ்சி போவும்” என்றான் மைக்கேல். கிளாராளுக்கோ, மற்றவர்க்கோ இவை தெரியாதபடி பார்த்துக்கொள்ள மூவரும் உறுதிபூண்டனர்.

குழந்தை எழவில்லை; முழித்தாள் கிளாரா. குழந்தையின் உடலைத் துணியால் போர்த்தி விட்டு எழுந்தாள். தலைமுடியைச் சுருட்டிக் கட்டியபடி அங்கும் இங்கும் பார்த்தாள். வழக்கம்போல் தெற்குப் பக்கம் நின்ற மூன்று பனைகளுக்கு அருகே ஒரு பானை இருந்தது. பானைமேல் ஒரு சில்லாட்டை. சில்லாட்டை மேல் ஒரு சிரட்டை. இரண்டையும் எடுத்துவிட்டுக் குனிந்து பார்த்தாள். முக்கால் பானை அக்கானி இருந்தது. சிரட்டையில் கோரி ஒரு வாய்க் குடித்தாள்.. குடிக்கப் பருவமாக இருந்தது. குழந்தைக்கும் தனக்கும் என ஒரு கலயத்தில் கொஞ்சம் ஊற்றிவைத்தாள்.

கைக்குழந்தையோடு அக்கானியைக் காய்ச்சி, கருப்பட்டி ஆக்குவது அவளுக்கு இயலாது.. அதனால் பரஞ்சோதி மாமாவுக்கு விற்றுவிடுவாள். அவர் கொடுக்கும் காசே போதுமென்றிருந்தாள்.

திண்ணை மூலையில் ஒரு பானையோட்டில் இருந்த உமிக்கரியை எடுத்துப் பல்லைத் தேய்த்தபடியே இடப்பக்கமாகத் திரும்பினாள் கிளாரா. "மே.... ம்மே...." சத்தமிட்டது சூலி ஆடு. அது வீட்டருகே நின்ற வேப்பமர வேரில் கட்டப்பட்டிருந்தது. ஆடு, முன்னங்கால்களைத் தூக்கியபடி அவளைப் பார்த்தது. வாயும் வயிறுமாக இருக்கும் எனக்கு இரை போட மாட்டாயா?' எனக் கேட்பதுபோல் அதன் பார்வை. மாங்கொம்பு ஒன்றை எடுத்து அதன் முன்பு போட்டாள்..

பக்கத்தில் இருந்த குடத்தைச் சரித்து வாயைக் கழுவினாள் கிளாரா. அப்போது கையில் பானையோடு வந்தார் பரஞ்சோதி மாமா. மரத்தடியில் இருந்த அக்கானியைத் தூக்கித் தன் பானையில் ஊற்றினார். இவர் கள்ளுக்கு மவுசு குறையவே இல்லை.

"ஓய் மாமா... இஞ்ச வாரும். ஆடு எப்பக் குட்டி போடும் பாத்துச்செல்லும் ஓய்" எனக் கேட்டாள் கிளாரா. ஆட்டின் முதுகிலும் வயிற்றிலும் தடவிப்பார்த்த அவர், "மடி எறங்கிருக்கு மக்கா. மத்தினா காலத்தப் போட்டிரும் பாத்துக்க" என்றார். "மூத்த குட்டி போடச்சிலயும் இதுக்கு நீருதான் பேறு பாத்திரு... மத்தினா காலத்த மறக்காத வந்திரும் ஓய்"

"ம்.... வந்திரியன்... நீ எள்ளுப்போல மஞ்ச அரச்சி, ஒரு கலயம் வெள்ளமும் அனத்தி வச்சிரு மக்கா..." எனச் சொல்லிய பரஞ்சோதியார் பானையைத் தூக்கித் தோளில் வைத்தார்.

சற்று நேரத்தில் கையில் ஒரு பொதியோடு வந்தான் மைக்கேல்.

"இந்நா... பிட்டுக்கா"

"பயறும் பப்படமும் இருக்கால" அவள் கேட்பதற்குள், "எல்லாம் ருக்கு தின்னுக்கா" எனக் கூறிவிட்டு, குழந்தை அருகே அமர்ந்தான்.

"அக்கா... இன்னும் பிள்ளெப்பயங் முழிச்சேலியா?"

"இல்லல..."

காக்கா உட்காரப் பனம்பழம் விழுந்ததுபோல், மைக்கேல் அமர்ந்தும் வெளிக்கிருந்தது குழந்தை. 'சளசள' என்றிருந்த மலத்தின் மேல் கை கால்களை அடித்தபடி அழத்தொடங்கியது. "அக்கா! பிள்ளெ தூறிருக்கான்"

“தூக்கீண்டு வந்து கழுவில” கட்டளை இடுவதுபோல் கிளாரா சொன்னாள். ஒருகணம் தயங்கினான் மைக்கேல்.

“என்னல.... இதேல்லாம் ஆணாப் பெறந்தவன் செய்யிய சோலியா? பெத்தவதாங் கழுவித்தொடச்சனுன்னு நெனச்சிதியோ?” அதற்குள் குழந்தையைத் தூக்கி, தண்ணீர் இருந்த குடத்தருகே கொண்டு சென்றான். குழந்தையை வாங்கிய கிளாரா “வெள்ளம் கோரி ஊத்துல” என்றாள். குடத்தெத் தூக்கி ஊற்றினான். குழந்தையைக் கழுவித்துடைத்தாள் கிளாரா. “ஆங் மத்தினா காலத்த... ஆடு குட்டி போட்ருமாம்... பரஞ்சோதி மாமா சென்னாரு.... மறக்காத வந்திருல....” என்றாள்.

மூன்றாம் நாள் பொழுது விடிந்ததுமே ஆடு “ம்மே....... ம்மே....” விட்டு விட்டுக் கத்தியது. காதுகளை ஆட்டியபடி பற்களைக் கடித்தது. சுற்றிச்சுற்றி வந்து சத்தமிட்டது. அந்நேரம் பரஞ்சோதியாரும் மைக்கேலும் வந்தனர்.

ஆட்டின் அறிகுறிகளைப் பார்த்த பரஞ்சோதியார் “மக்கா.. ஒரு சாக்கு கொண்டா” என்றார். கிளாரா கொண்டு வருவதற்குள், மைக்கேல் போய் வாங்கிவந்தான். கிளாரா அரைத்த மஞ்சளையும் சுடுநீரையும் கொண்டு வந்து வைத்தாள். பரஞ்சோதியார் ஆட்டின் வயிற்றுப் பகுதிக்குக் கீழே தரையில் சாக்கை விரித்தார்.

திடீரென்று “ம்....ம்.... ம்... மே எஎ...” பலமாகக் கத்திய ஆடு பின்னங்கால்களை மடக்கியது. அதன் வயிற்றுப்பகுதி சாக்கில் படும் முன்பு மெல்லிய அழுகுரலோடு வெளியே வந்தது குட்டி.

அடுத்த சில நொடிகளில் ஆடு எழுந்தது. அதன் பின்பகுதியில் மஞ்சளைத் தேய்த்துச் சுடுநீரால் கழுவினார் பரஞ்சோதியார்.

தலையை வளைத்துக் குட்டியை நக்கத் தொடங்கியது ஆடு. தாயின் நாக்கால் புனித நீராடிய குட்டிக்குப் பசி. பால் காம்புகளைத் தேடியது. குட்டியைப் பிடித்துத் தாயின் மடியருகே விட்டார் பரஞ்சோதியார்.

கிளாராவின் கவனம் குட்டிமேல் இருந்தது. அதை ஒருவிதப் பொறாமை என்றுகூடச் சொல்லலாம். ‘இந்த ஆட்டுக்குட்டியெப் போல பெறந்த ஒண்ணிரண்டு நாளில யென் மவனும் நடக்கத் தொடங்கியிருந்தா.. நாங் நெய்யப்போயிருப்பென்; கையில நாலு காசு சேத்திருப்பெங்; நாலு பேரெப்போல வாழ்ந்திருப்பெங்.’ இது அவளது ஆதங்கம். இயற்கை அதற்கு இடம் தருவதில்லை.

குழந்தை பிறந்த பத்தாம் நாள் சித்தி எலிசபெத் வீட்டில் போய் நின்ற கிளாரா,

“சின்னம்மா, ஒரு தறி குடு நெய்யியன்”

“பச்செஒடம்பு மக்கா..... நீ இப்ப தறியில எறங்கினா ஒனக்கும் சொகப்படாது .... பிள்ளெப்பயலுக்கும் சொகப்படாது.”

“செலவுக்குக் கையில் பைசா இல்லெ சின்னம்மா....”

“வேணுமிங்கி காலத்தெயும் உச்சைக்கும் வந்து தார் சித்திக் குடு” சொல்லியபடியே குழந்தையை வாங்கினார். கன்னத்தில் முத்தமிட்டு, மேலே தூக்கி, “கள்ளப் பயலெ” கொஞ்சினார் எலிசபெத்.

மறுநாள் கிளாரா ஒரு சின்னக்குறுங்கட்டியில் உட்கார்ந்தாள். குழந்தையை மடியில் போட்டு தார் சுற்றத் தொடங்கினாள். மிச்சமிருக்கும் நேரங்களில் பூட்டுவலை கட்டுவாள்; வவ்வால் கையை விரிப்பதுபோல் காக்கட்டை ஓலை விரியும். விரிந்ததை மடித்துத் காக்கட்டை ஆக்கும் வகையில் ஓலையைத் தைத்துக்கொடுப்பாள். கிடைக்கும் காசை வைத்து நாட்களைக் நகர்த்தினாள்.

அதன் நடுவேதான் ஆடு குட்டி போட்டது. “மிக்கேலு இந்நா... மாமனும் நீயும் காப்பி குடிங்க” எட்டணா கொடுத்தாள் கிளாரா. ஊரின் கடைசியில் காப்பிக்கடை இருந்தது. அது தொடங்கி ஓராண்டுதான் ஆகியிருக்கும். பரஞ்சோதியாரும் மைக்கேலும் அங்கு தான் போயிருப்பார்கள் என்பது கிளாராவின் ஊகம்.

மூன்று நாட்கள் ஆயின. ஆடு வழக்கம்போல் இல்லை. கொடுத்த கஞ்சியை இரண்டு வாய் குடித்ததோடு சரி... இலைகளையும், புற்களையும் ஒரு கடி, இரண்டு கடி அவ்வளவு தான். குட்டி போட்ட அசதியாக இருக்கும் எனக்கருதினாள் கிளாரா.

விடிந்ததும் கிளாரா எழுந்து பார்த்தபோது, குட்டி அங்குமிங்கும் துள்ளித்திரிந்தது. ஆடு படுத்துக்கிடந்தது. பதற்றத்தோடு அதன் அருகே சென்றாள். முந்தின நாள் தின்ன வாழை இலைத்துண்டுகள் செரிக்காமல் வாய்க்கு வெளியே வந்திருந்தன. அதன் முன்னங்கால்களைப் பிடித்து அசைத்தாள். எந்த உயிர்த்துடிப்பும் இல்லை. அதன் தலையைத் தூக்கி மடியில் வைத்து, கையால் தட்டித் தட்டிப் பார்த்தாள்.

“அய்யோ... என் ஆடு செத்துப்போச்சே.. செத்துப் போச்சே....” கிளாராவின் ஒப்பாரி. அந்தச் சத்தம் கேட்டதும் குழந்தை அழுதது. இருவரும் ஒரே நேரத்தில் சத்தம் போட்டது பரபரப்பை

உண்டாக்கியது. "குழந்தைக்கு என்ன ஆச்சுதோ?" என்ற படபடப்போடு, கிளாராவின் சித்தப்பா, சித்தி, அத்தை புஷ்பா, பரஞ்சோதியார், மைக்கேல், வில்சன் வந்தார்கள். திண்ணையில் கிடந்த குழந்தையைத் தூக்கித் தன் தோளில் போட்டான் மைக்கேல். ஆட்டின் தலையைத் தன் முகத்தோடு வைத்து அழுதாள் கிளாரா.

ஆட்டின் நினைவுகளில் கிளாரா மறுகுகையில் "கா...கா...கா...." வேப்பமரக்கிளையில் இரண்டு காகங்கள். அவை கரையக்கரையக் காக்காக் கூட்டம் அதிகமாயிற்று. பச்சை இலைகள் உதிர்ந்த மரக் கொம்புகளில் கறுப்பு இலைகள் முளைத்ததுபோல் அவற்றின் சிறகுகள்.

இறந்த ஆட்டுக்கு உறவினர்கள் இல்லை; நாம் கூடி ஒப்பாரி வைப்போம் எனக் கரைந்தனவா?... நமக்கு ஒரு இரை கிடைத்துள்ளது கொத்தித் தின்போம் வாருங்கள், என அழைத்தனவா?... ஆடு வெயிலில் கிடக்கிறது; நம் சிறகுகளை விரித்து நிழல் கொடுப்போம் வாருங்கள் என விளித்தனவா? எதுவாக இருப்பினும் இப்போது ஆடு கிடந்த இடத்தில் நிழல் விழுந்திருந்தது.

பரஞ்சோதியார் மைக்கேலிடம், "அறுப்புக்காரனுக்குக் குடுத்தா அஞ்சோ, பத்தோ கிட்டும்... என்ன செய்லாண்ணு கேட்டுச்செல்லுல..." என்றார். அது கிளாரா காதிலும் விழுந்தது. "ஒரு மனுஷன் செத்தா என்ன செவ்வியளோ , அதெல்லாம் செய்து என் ஆட்டெ அடக்கணம். மிக்கேலு... ஒரு பெட்டியும் கோடித்துணியும் வேண்டீண்டு வா தம்பி..."

"குட்டியே, செத்தது ஒனக்க அப்பச்சி இல்ல... ஆடு. ஒரு குண்டு தோண்டி பூத்தினா கதெ முடிஞ்சிது... அதெ விட்டூண்டு, பெட்டி வேண்டி, மணி அடிச்சி, பூசெவெச்சி, சிமித்தேரியிலப் பூத்தச் செல்லுதியா? நீயும் ஒனக்க ஆடும்... சி...." கோபித்துக்கொண்டு போய்விட்டார் பரஞ்சோதியார்.

"பெட்டி வேண்டாங்க்கா" என்றான் மைக்கேல். வீட்டுக்குள் சென்று வந்த கிளாரா, "இந்நா.. இருக்கிய பைசாய்க்குக் கிட்டியதெ வேண்டீண்டு வா..." என்று கூறி காசைக் கொடுத்தாள்.

வீட்டுக்கும் பாறைக்கூட்டத்துக்கும் இடையேதான் மண்ணும் சின்னச்சின்னக் கற்களும் கலந்த இடமிருந்தது. அதில் குழிதோண்டச் சொன்னான் மைக்கேல், மண்வெட்டியுடன் வந்த வில்சன் ஒரு வெட்டு வெட்டினான். குழிக்கான அளவைக் குறித்துக் கொடுத்துவிட்டுக் கிளம்பினான் மைக்கேல்.

சற்று நேரத்தில் கோடித்துணி, மெழுகுத்திரிகள் ஊதுபத்திகளுடன் வந்தான் அவன். தயாராக இருந்தது குழி. இருவரும் துணியால் ஆட்டைச் சுற்றிக் கட்டி குழியில் வைத்தார்கள். மண்ணைப் போட்டு மூடினான் வில்சன். அதன் மேல் ஒரு கல்லை வைத்தான் மைக்கேல்.

“அ.....ம்மே.....அம்... மே” மெல்லிய குரலோடு துள்ளித்துள்ளி வந்த ஆட்டுக்குட்டி, கிளாராளின் காலைச் சுற்றியது.

அந்தி மயங்கிய நேரம். யாரோ போகிறார் என்பது தெரியும். அது யார் என்று துல்லியமாகச் சொல்லிவிட முடியாது. தான் வந்திருப்பது கிளாராளுக்குத் தெரியக்கூடாது என்று புளியமரத்தில் உடலை மறைத்தபடி ஒற்றைக் கண்ணால் கூர்ந்து நோக்கினார் நேசம்மாள். ஆட்டுக்கு என்ன ஆயிற்று? என்பதைப் பார்க்க வந்திருந்தார் அவர்.

தலைமாட்டில் ஒரு மரச்சிலுவை. நடுப்பகுதியில் சாம்பிராணித்திரியின் புகை வளையங்கள். கால்மாட்டில் எரியும் மெழுகுத்திரிகள். அதன் அருகே பாய் போட்டுக் கிழக்குப் பார்த்துப் படுத்திருந்தாள் கிளாரா. அவள் என்ன செய்கிறாள்? சரியாகத் தெரியவில்லை. குழந்தை எங்கே? என்ற கேள்வியுடன் முன்னோக்கி மெல்ல மெல்ல நகர்ந்தார் நேசம். அவர் காதில் கிடந்த பாம்படங்கள் ஊஞ்சலாடின. முழுவதுமாகக் கிளாரா தெரியும் விதத்தில் பாறைகளுக்கிடையே வந்து, குனிந்து பார்த்தார். அதிர்ச்சியில் நிலைகுலைந்தார் நேசம். கண்களைத் துடைத்துக்கொண்டு மீண்டும் பார்த்தார். கிளாராவின் ஒரு மார்பில் குழந்தையும், இன்னொரு மார்பில் ஆட்டுக்குட்டியும் பால் குடித்துக் கொண்டிருந்தன.

“அடப்பாவி மட்ட.... இதுக்கா ஒன்னெப் பெத்தேன் .... அய்யோ!” விம்மி விம்மி சத்தமிட்ட வாயைப் பொத்தினார். மூச்சு வாங்கியது நேசத்துக்கு. ஆட்டுக்குட்டியைத் தூக்கிப் பாறையில் அடித்துக்கொன்றுவிடத் துடித்தது மனம். தன் இருப்பை அவள் அறியக்கூடாது என்ற கர்வத்தில் வாயையும் மனத்தையும் அடக்க முயற்சித்தார். அது முடியவில்லை. மேல் மூச்சு, கீழ் மூச்சு வாங்கியது.

இருபத்து ஒன்று

திருநாள் நெருங்கியது. நாடகம் தயாராகிவிட்டது. புளியமரத்தடியே ஒத்திகை மேடை. இரவு ஏழு மணியிருக்கும் கக்கத்தில் ஒரு நோட்டும், கையில் ஒரு சிம்மினி விளக்குமாக வந்த சார்லஸ், முறுக்கான் கடையில் அமர்ந்தான். அரை மணி நேரத்தில் கல்லடை நீலகண்டன், நடராஜன், சிவலிங்கத்தின் தம்பி ஜெயமணி, தெருவுக்கடை சிலுவைதாஸ் ஆகியோர் வந்துவிட்டனர். உள்ளூர்க்காரர் சிலரைக் காணவில்லை.

வில்சனைத் தேடிச் சென்றான் மைக்கேல். “வில்சா!” மைக்கேலின் சத்தம் கேட்டதும் வெளியே வந்தான் வில்சன். “மிக்கேலு, இருட்டினா வெளியே போப்பாதுண்ணு எஜமானி உத்தரவு போட்ருக்கா...”

“வில்சா, வேணுமிங்கி சக்கெ வேரிலயும் காய்க்கும்ன்ணு செல்லுவினம். வரணன்ணு நெனச்சா வந்திர்லாண்டே.... பிலோவெ விளி...”

விளித்தான் வில்சன். வெளியே வந்த பிலோமினா, தன் மனத்தில் உறுத்திக்கொண்டிருந்த குற்றச்சாட்டைக் குப்புறக் கொட்டினாள்.

“அண்ணா, ஓமக்குத் தெரியாததா. என்னெக் கட்டீண்டு வந்த பெறவு இவிய வீட்ல சேக்கேல... எங்க வீட்ல குடுத்த பைசாயில அஞ்சு சென்ட் பூமி வேண்டினம். ஒரு சிட்டியோ கிட்டியோ போட்டு நாலு பைசா சேத்து ஒரு வீடுகட்டுவண்ணு தோணுதா? யாவாரத்துக்குப் போவேலிங்கி அங்க இங்க சுத்தி இருக்கிய பைசாயெப் கேக்கியவியளுக்குத் குடுத்தீண்டு அர்த்த ராத்ரியில் வந்து சேருனம்”.

“நியாயமான கம்லேன்ட்தான்.... ஒரே ஒரு விசயம் கேக்கட்டா... பாவப்பட்டவிய கேட்டாக் குடுக்கிய நல்ல கொணத்த பாத்துத்தானெ... இவுனெ காதலிச்ச.... கட்னா இவனத்தாங் கட்டுவேண்ணு உண்ணாவிரதம் இருந்த... கட்ன பெறவு அவங் சம்பாரிச்சி ஒரு பைசா கொறயாத ஒனக்கக் கையில் குடுக்கணம்... பாவப்பட்டவியள கைவிட்ரணன்ணு செல்லுதியே ... இது நியாயமா பிலோ...?

மைக்கேல் முகத்தைப் பார்த்துப் பேச முடியாது, தலை குனிந்தாள் பிலோமினாள். அவள் விம்மி ... மூச்சிழுப்பதைக்

கவனித்த மைக்கேல், அவள் மனம் புண்படும்படியாக ஏதோ நடந்திருக்கிறது எனக் கணித்தான். வில்சன் பக்கம் திரும்பி,

"என்னடே பிரச்செனை...?"

"அதான் மிக்கேலு... காலனியில இருக்கிய சடையனுக்கப் பெண்ணு வயல்ல களெ பறிச்சிண்டு போவச்சில... ரெண்டு சூத்திரப்பயலுவ தூக்கீண்டு பெய் கெடுத்தானுவல்ல... அந்த கேசுக்கு ஒங்கூடதானெ ரெண்டு நாளு அலெஞ்சென்... அதெச் செல்லியா,"

"இல்லண்ணா... அண்ணு நீங்க எட்டு மணிக்கு மின்ன வீட்டுக்கு வந்திய... ஓங்க கூட வந்த இவுரு... நேரா தமயனுங்க வீட்டுக்குப் பெய்யிருக்கினம்... வர பத்து மணியாச்சி... ஒத்தக்கி இந்தச் சாப்ல கெடக்க எம்பிடு பேடியாருக்குத் தெரியுமா?"

"அப்டிக் செய்லாமடே..... ஒரு நாயோ பூனையோ, இல்ல ஒரு சப்போ சவறோ வீட்டுக்குள்ள வந்தா என்ன செய்வா...?" மைக்கேலின் கேள்விக்குப் பதில் சொல்ல முடியாது வில்சன் தலைகுனிந்தான். ஓரக்கண்ணால் அவனைப் பார்த்த பிலோமினா முகத்தில் ஒரு திருப்தி தெரிந்தது. இதைக் கவனித்த மைக்கேல், "பிலோ. இப்ப இவனெக் கூட்டீண்டு போறேன்...? ஒன் தொணைக்குத் தங்கச்சியெ வரச்செல்லட்டா?"

"வேண்டாம்... பாவம்... அந்தப் பிள்ளெ எதுக்குக் கஸ்டப்படுது.... இவியளெ செணம் விட்ருங்க".

இருவரும் கிளம்பினர். அவர்கள் வருவதற்கு முன்பே விளக்கைக் கொளுத்தி ஒத்திகையைத் தொடங்கினான் சார்லஸ். சுற்றியிருக்கும் வீடுகளிலுள்ள நாலைந்து சிறுவர்களும், வீட்டு முற்றத்தில் நின்றிருந்த பெண்களும் பார்வையாளர்கள். அன்று ஒத்திகை பாதி நாடகம்வரை நடந்தது. அதற்குள் விளக்கில் எண்ணெய் தீர்ந்தது.

அடுத்த நாள் ஜார்ஜ் வரவில்லை. இசைக்கருவிகள் வாசிப்பதிலும், வில்லனாக நடிப்பதிலும் வல்லவன் அவன். ஒத்திகைப் பொறுப்பை மைக்கேலிடம் ஒப்படைத்துவிட்டு சார்லசும் சேவியரும் தேடிப் போனார்கள். ராஜப்பன் வீட்டைத் தாண்டி ஜார்ஜ் வீடு. சார்லஸ் போகும்போது அவர், வீட்டு வராந்தாவில் ஈசிச்சேரில நிமிர்ந்து உட்கார்ந்தபடி வெற்றிலைக்குச் சுண்ணாம்பு தடவிக் கொண்டிருந்தார். அநேகமாக தன்னைக் கடந்து சென்றவர்களை அவர் பார்த்திருக்கக் கூடும். ராஜப்பனுக்கு நாற்பது வயதிருக்கும். தெருவுக்கடையில்

ரைஸ்மில் வைத்திருந்தார். பழைய மெம்பரின் அண்ணன் மகன். மெம்பர் வாதநோயால் பாதிக்கப்பட்டதால் அவரது அரசியல் வாரிசாகத் தன்னைத்தானே நியமித்துக் கொண்டார். அவரது கூட்டாளிகளில் சில ரவுடிகள் உண்டு.

மூவரும் வந்து கொண்டிருந்தனர். ஒரு கனமான குரல் அவர்களை இடைமறித்தது.

“இவனெ எங்கடே விளிச்சிண்டு போற?”

“நாடகம் ரிகர்சல் .... அதுக்குப் போறோம்...”

“ஒங் நாடவத்துக்கு என்னடே பேரு?”

“தோழர் இயேசு”

“பயவ செல்லுச்சினம். ம்..... இயேசு பெறக்கச்சில கம்யூனிஸ்ட் கட்சியே இல்லியே, பின்ன எப்டிடே தோழர் இயேசுண்ணு பேரு வச்ச?”

“நீரு படிச்சவரு.. ஒமக்குப் பலதும் தெரிஞ்சிருக்கும்... ஆனாலும் செல்லியன். போராடிய ஜனங்களுக்குத் தோள் குடுத்து நிக்கிய ஆளெ தோழன்ணு செல்லுவினம்... இயேசு ஒரு சமூகப் போராளி மக்கள் போராட்டங்களுக்குத் தோள் குடுத்து நின்னவரு ... அதான் தோழர் இயேசுண்ணு பேரு வச்செேன்....’

“ம்” உதடுகளைப் பிரிக்க முடியாத அளவுக்கு உள்ளே நிரம்பியிருந்த எச்சிலை இடப்பக்கமாகத் துப்பினார் ராஜப்பன். இருவரையும் திணறடிக்கும் கேள்வி ஒன்றைக் கேட்க யோசிப்பது அவர் முகத்தில் தெரிந்தது. நேரத்தை வீணடிக்க விரும்பாத சேவியர்,

“ஓய்... புதிய ஏற்பாட்ல வாற சதுசேயருங்க இருக்கினுமே... அவுனுவ... நிலப்பிரபுங்க... லேவியருங்க பெரும் பணக்காரனுவ .... சட்ட வல்லுநர்கள் இருக்கினுமே அவியளுக்கு ஒரே வேலெ மூடத்தனங்களெ ஜனங்க மேலதிணிச்சியது. எல்லாத்துக்கும் மேல சதுசேயருங்க... யூத இனமே ஒலகத்ல ஒயர்ந்த இனம்ண்ணு பேசித் திரிஞ்சினம். இவியளுக்கு எதிராத்தாங் இயேசு போராடினாரு. ‘விரியன் பாம்புக் குட்டிகளே’, ‘குருட்டு வழிகாட்டிகளே’, ‘வெள்ளையடித்த கல்லறைகளே’, ‘உங்களுக்கு ஐயோ கேடு’ எண்ணு சபிச்சாரு... இந்தச் சமூக விரோதிகளால் ஒடுக்கப்பட்ட ஏழைகள், ஆடுமேய்ப்பவர்கள், மீனவர்கள், ஊனமுற்றவர்கள்,

நோயாளிகள் ஆகியோரோட சேந்து இயேசு தம் வாழ்க்கெயக் கொண்டாடினாரு... அதுதாங் நாடவத்ல இருக்கு..''

''செரி... செரி... இதெல்லாம் இந்தச் சாமியாரு செய்யிய வேலெ.... ம்... பெறவு பேசுவோம்... திருநாள் முடியட்டும்''.

ராஜப்பன் காங்கிரஸ்காரார். கண்ணை மூடி இரட்டைக் காளை சின்னத்தில் முத்திரைக் குத்தும் மக்கள். கடந்த சட்டமன்றத் தேர்தலின்போது ஒரு மூங்கில் கம்பத்தில் பறந்தது கறுப்புச் சிவப்புக்கொடி. சென்னைக்கு வேலை தேடிச்சென்று திரும்பிவந்த இருவரின் அரசியல் அது. கலைஞர் கருணாநிதியின் பேச்சும், எழுத்தும் அவர்களைக் கவர்ந்திருந்தது. கடுமையாக எதிர்த்தார் ராஜப்பன். அந்த இருவருக்கும் பெரிய அளவுக்கு அரசியல் தெரியாது, சானல் பிரச்சினை தெரியும். நம்ம ஊருக்கு வரவேண்டிய வெள்ளத்த தனக்க ஊருக்குத் திருப்பிவிட்டாரு ஓங்க கட்சி எம்.எல்.ஏ ... இந்தக் குற்றச்சாட்டே அவர்களின் பிரச்சாரம்.

முறையாகத் தண்ணீர் வராததால் நெல் விளையவில்லை. மரங்களை இழந்த மண், ரசாயன உரங்களைத் தின்று காயடித்த காளையானது. இதை அறிந்தும், மக்கள், காங்கிரசு கட்சிக்குத்தான் வாக்களித்தார்கள். இப்போது இளைஞர்கள், கம்யூனிஸ்ட் கட்சியை உருவாக்கி விடுவார்களோ? ஒரு பதற்றம் ராஜப்பனுக்கு. அன்று சிறப்பாக நடந்தது ஒத்திகை.

மறுநாள் வருகைக் குறைவு, ஐந்து பேர்தான். ஒத்திகை வேண்டுமா, வேண்டாமா? விவாதம், வேண்டும் என முடிவு. சார்லஸ் தொடங்கினான் ஒத்திகையை. சேவியரும், மைக்கேலும் ஆளுக்கொரு ·பக்கம் நடிகர்களைத் தேடினர். அல்போன்சின் வீட்டுக்கு நடந்தான் மைக்கேல். ஒருமுறை அவனை இளைஞர் முன்னணிக் கூட்டத்துக்கு மைக்கேல் அழைத்துச் சென்றிருந்தான். அதை அறிந்தார் அல்போன்சின் தாய். மைக்கேலின் வீட்டிற்குப் போய் மைக்கேலையும் வீட்டாரையும் கண்டபடி அவர் திட்டித்தீர்த்தார். தாய் மீது அவனுக்குக் கொஞ்சம்கூட கோபமோ, வெறுப்போ வரவில்லை. பெற்றோரிடம் சண்டையிட்டு பிள்ளைகளின் நட்பை இழக்க அவன் விரும்பவில்லை. என்றும் நண்பனாக இருந்து, துன்புறும் மக்களுக்காக அவன் போராட வேண்டும் என்பதே மைக்கேலின் நோக்கம்.

மைக்கேல் வருவதைக் கவனித்தார் அல்போன்சின் தாய். விளக்குமாற்றை எடுத்துக்கொண்டு முற்றத்தில் இறங்கினார். ''லே.

தெண்டிப்பயலெ..... திரிச்சறிவு இருக்கால ஒனக்கு? என்மோனெக் கெடுக்காதேண்ணு ஒன் வீட்டுக்கு வந்து, எம்பிடு அறுப்பு அறுத்தென்.... எள்ளுப்போல சொணெயிருக்குதால, வந்து நிக்கிய? இங்கின நின்னு கிணாட்டாத போவெல" வெடித்துத் தள்ளினார். அப்போதும் நெஞ்சில் அன்பை நிரப்பிக்கொண்ட மைக்கேல், தாயின் கோபத்தைத் தணிக்க என்ன செய்யலாம்? யோசித்தான். மீண்டும் தாய்,

"எனக்குத் தெரியாதுண்ணு நெனச்சியா? அது... என்னதோ... கம்யூனிஸ்ட் நாடவமாம்... நாளெய்க்கு இவன் வெட்டு, குத்துன்னு எங்கோட்டாவது ஓடிட்டானங்கி... நான் எப்படி ஜீவிப்பென்... என் மொனெ விட்ரு.." என வேண்டுதல்போல் கேட்டார். கோபத்தோடு தாயைப் பார்த்தான் அல்போன்ஸ். "ஏம்பல * ★ செறஞ்சிப் பாக்கிய?" மகனை மிரட்டினார் தாய். அதற்குள் உண்மை கலந்த யோசனை ஒன்று மைக்கேலின் நாக்கில் நின்றது.

"ஆ...... அத்தெ... இது கம்யூனிஸ்ட் நாடவம் இல்லெ. கிறிஸ்துவ நாடவம். அல்போன்ஸ் அதில பங்குச் சாமியாரா நடிச்சியான் பாத்துக்க.... லோவயெப் போட்டீண்டு வந்தானங்கி. நீயும் நாடவம் பாக்கியவியளும் மேடைல ஏறி 'சர்வேசுரனுக்கு ஸ்தோஸ்திரண்ணு' கால்ல விழுந்து கும்பிடப் போறிய...."

"ம்... எனக்க மோனா ...? சாமியா? பின்னெ விர்த்திகெட்ட நாடவண்ணு செல்லிச்சினம்?"

"அவுனுவ கள்ளப் பயலுவ... அல்போன்ஸ் வாடே.... அத்தெ... இவுனுக்கு வெள்ளெத் துணியில லோவெத் தச்சிக்குடு. அதைப் போட்டு, இடுப்ல ஒரு கறுப்புக் கச்செயும் கட்டீண்டு மேடையில் நின்னா... நாங்க பெய் அவனுட்ட பாவசங்கீர்த்தனம் செய்வம் பாத்துக்க. அத்தெ ..."

"ஆ"... ஆச்சரியப்பட்டு நின்றார் தாய். அல்போன்ஸ் மைக்கேலுடன் கிளம்பினான். ராஜப்பனும் அவனது ஆதரவாளர்களும் "இது கம்யூனிஸ்ட் நாடகம்; இதில் நடிப்பவர்கள் தீவிரவாதி ஆகிவிடுவார்கள்" என்று பிரச்சாரம் செய்திருப்பது தெரிந்தது. அதனாலோ என்னவோ ஒத்திகை பார்க்க நாளுக்கு நாள் ரசிகர்கள் கூட்டம் அதிகமாயிற்று.

கொடி ஏறியது. நாடகம் அரங்கேற இன்னும் பத்து நாட்களே இருந்தன. நடிகர்களுக்குள் நாடகத்தின் பெயர் பற்றிய சலசலப்பு.

* செறஞ்சிப்பார்த்தல் - முறைத்துப் பார்த்தல்

'பெயரை மாற்றினால் நடிப்போம்' மாற்றாவிட்டால் நடிக்கமாட்டோம். "தோழர் வேண்டாம், இயேசு மட்டும் போதும்" என்றும், "அப்பா இயேசு என்று வைக்கலாம்" என்றும், "அண்ணன் இயேசு இருக்கட்டும்" என்றும் பலவித யோசனைகள்.

"பேரெ மாத்தியதில எனக்கு ஒண்ணும் ஆட்சபனெ இல்லெ... எல்லாரும் கலந்து பேசி ஒரே ஒரு பேரெச் செல்லுங்க" என்று சொல்லிவிட்டுச் சார்லஸ் சற்று விலகியிருந்தான்.

விவாதித்தனர் நடிகர்கள். "பயலுவ சண்டெ பிடிச்சினம். நாடவம் நடக்குமா, நடக்காதாண்ணு தெரியேல" அது கூடி நின்ற ரசிகர்களின் ஏக்கக்குரல். முடிவில் "அண்ணன் இயேசு" என நடிகர்கள் ஒருமித்துக் கூறினர். தோழர் இயேசுவா, அண்ணன் இயேசுவா? தேர்வு செய்யும் பொறுப்பை மைக்கேலிடம் ஒப்படைத்தான் சார்லஸ்.

"நம்ம எடத்ல இம்பிடு அறிவாளியளா? என்ன அருமையான விவாதம்.... எல்லாரும் நல்லாப் பேசினிய... அப்டியே கீழ இருங்க..."

கலைஞர்கள் மண்ணின் மடியில் அமர்ந்தனர். மைக்கேல் தொடர்ந்தான். "மனுச ஒறவு மொறையில் அப்பா, அண்ணன். இரண்டுமே மதிப்புள்ள பெயருவதான். தோழர் அப்டி இல்ல..... அப்பா, அம்மா, அண்ணன், அக்கா, தம்பி, தங்கை, காதலன், காதலி போன்ற சொந்தங்களெ உருக்கி ஒண்ணாக்கின உன்னதமான உறவு. ஆண்கள், பெண்கள், குழந்தைகள், முதியவர்கள் எல்லாருமே தோழர்தாங். பறையரும் பிராமணரும், ஏழையும் சாதாரணப் பணக்காரரும் தோழர்தாங். சாதி, மதம், மொழி நாடு பாக்காத எல்லா ஜனங்களெயும் கட்டித் தழுவின இயேசு, நம் ஒவ்வொருத்தருக்கும் தோழர். அவருக்கு நாம் எல்லாரும் தோழர்கள். உங்களுக்காக நான், எனக்காக நீங்கள். நாம் எல்லாரும் எல்லாருக்காகவும் என்ற உறவுதான் தோழமை... வாருங்கள் தோழர்களே!" ஒவ்வொரு கலைஞனையும் கட்டித் தழுவினான் மைக்கேல். ரசிகர்களும் நடிகர்களும் கண்களைக் கசக்கினர். அவர்கள் கன்னங்களில் கண்ணீர்த்தேன் ஒழுகியது. "தோழர் இயேசு" ஏற்கப்பட்டது.

ஊர்த்திருவிழா ஒன்பது நாட்களின் நிகழ்வுகள் மிகச்சிறப்பு. பத்தாம் நாள் காலை, ஜோசப் சாரின் மனைவி டெய்சியும் குழந்தைகளும் வந்திருந்தனர். கூட்டுப் பாடற்பலி முடிந்ததும்

அவர்களை வீட்டிற்கு அழைத்துவந்தார் தெரசம்மாள். தற்காலிகக் காப்பிக் கடையிலிருந்து வாங்கிய தோசை, வீட்டில் குழம்பாக்கிய மாட்டிறைச்சி, இரண்டும் சேர்த்து எல்லாரும் சாப்பிட்டனர். வேடிக்கைப் பார்க்கக் குழந்தைகளோடு கோவிலுக்குச் சென்றாள் ரபேக்கா .

முற்றத்திலிருந்து ஓர் அழைப்புக் குரல்,

"சின்னம்மா.... சின்னம்மா.." வெளியே எட்டிப் பார்த்தார் தெரசம்மாள்.

மேரியும் ஒரு இளைஞனும்.

"வா மேரி. திருநாளுக்கு வந்தியா?.... இது.....?"

"கொழுந்தனாரு... இவியளுக்குத்தாங் கிளாராளெக் கேட்ருக்கம் பாத்துக்க ..."

"அப்ப மருமோப்பிள்ளெ... பிள்ளே வாருங்க.... காப்பிப் போடியங்."

"வேண்டாம் சின்னம்மா.... இப்பதாங் குடிச்சம்". எலிசபெத் முன்பு நடந்த பேச்சுவார்த்தை, குழந்தை விசயத்தில் கிளாராவின் பிடிவாதம், தாய் நேசம், "அவளெ ஒருத்தன் கெட்டியானங்கி கொழந்தய நான் வளக்கியன் என்றது" அனைத்தையும் கூறினாள்.

"நீங்க ஒண்ணும் கவலைப்படாதுங்க... மேரி ... நான் பேசி அவளெச் சம்மதிச்ச வச்சியன்... தங்கமான குட்டி அவ... நாங் சென்னாக் கேப்பா... பங்கினி மாசத்ல கல்யாணத்த வச்சிய மாதிரி பேசி முடிச்சிரியன்..... நாளைக்கு வா..."

சின்னம்மா பேசியது மேரிக்கு ஆறுதல் தந்தது. நம்பிக்கையோடு கிளம்பினர் இருவரும். வீட்டிற்குள் சென்றார். தெரசம்மாள். வெளியே செல்ல சட்டையைப் போட்டான் மைக்கேல். அவன் அருகே சென்ற டெய்சி;

"மிக்கேலு. இந்த வருசம் வீணாப் போச்சிது... அடுத்த வருசம் நீ ஆசப்பட்ட மாதிரி எம்.எஸ்சியோ, பி.எட்டோ படி இந்நா.." கைப்பையில் வைத்திருந்த ஒரு பொதியை எடுத்து நீட்டினார் டெய்சி... வாங்க மறுத்தான் மைக்கேல்.

"சாரே பெயிட்டாரு... எதுக்கும்மா இதெல்லாம்"

"ஒன் பேரெ எழுதி அவிய வச்சிருந்தது... பாத்துக்க... மேச டிராயரெத் தொறக்கிய சமயம் இது கெடச்சிது....."

கேட்டதும் மைக்கேலின் மனம் குமுறிக் குமுறி அழுதது. செய்யாத தவறுக்குப் பள்ளியில் அவர் தண்டித்தது. அதற்குப் பரிகாரமாக இன்றுவரை அவர் செய்து வரும் உதவிகள் அனைத்தும் அவன் நினைவில் வந்து போயின.

"சாருக்கு எம்பிடு பெரிய மனசு? சாவப் போறேண்ணு தெரிஞ்சதும், என்னெப் பத்தியே நெனச்சிருக்கியாரு...... அன்பே ரத்தமா ஓடின அவருக்க நரம்புவளெப் பாழாப்போன புற்றுக் கிருமிகளால் எப்டித்தான் தின்ன முடிஞ்சுதோ?..." இமையோரம் புரண்ட நீர்த்துளிகளைத் துடைத்த மைக்கேல்,

"வேண்டாம்மா... பாவம் இந்தப் பிள்ளெய... அதுவளுக்கு இருக்கட்டு"

"பிள்ளையளுக்கா?... அவியளுக்கு அண்ணனா நீ இருக்குதியே, அது போறாதா?"

'நம்பிக்கை - என் மீது பாறைபோல் அசைக்கமுடியாத நம்பிக்கை' மனத்துக்குள் பேசிய மைக்கேல்,

"அம்மா... இதுக்கு மேல் நான் படிச்சி உத்தியோகம் பாத்தாலும் செரி.. உத்தியோகம் கிட்டாத கூலி வேலை செய்தாலும் செரி; ஒங்க மக்களுக்கு நான் அண்ணந்தான்... அவியள படிக்க வச்சி பெரிய ஆளா ஆக்குவென். அந்த உரிமையில செல்லியங்... ஒங்க கையிலயே இது இருக்கட்டும். வேண்டிய சமயத்ல நானே வந்து கேட்டு வாங்கியங். ம்...... அம்மா நான் போறெங்..."

"ஏன் மோன இப்டித் திறுதிப்பபடிய" தெரசம்மாள் கேட்டார். "சீன் செட்டு, மேக்கப், மியூசிக், நடிகெய எல்லாரும் வந்திருக்கினம். நாடவம் ரிகேர்சல் இருக்கும்மா...." கிளம்பினான் மைக்கேல்.

இரண்டு அம்மாக்கள் மனங்களிலும் தீர்வுகாண முடியாத வகையில் ஓடிக்கொண்டிருந்த ஒரு செய்தியைச் சொன்னார் டெய்சி.

"சசிகலா லெட்டர் போட்ருந்தா..... நான் அம்மா வீட்டுக்கு வாறன்... எப்டியாவது என்னெ மீறிக்குக் கூட்டீண்டு பெயிருங்க.... மிக்கேலு நடிச்சியதெப் பாக்க ஆசையாருக்குண்ணு எழுதியிருந்தா ...."

"ம்..... இஞ்சயும் ஒரு எழுத்து வந்துது..... மிக்கேலு அல்போன்ஸ்கிட்ட செல்லிட்டிருந்ததெக் கேட்டென். 'அவளெக்

கூட்டீண்டு வாறதெ அறிஞ்சா..... சந்திரப்பிள்ளெ அடிச்சியதுக்கு ஆளனுப்புவாரு பெறவு நாடவம் நடக்காது; கலவரம்தாங் நடக்கும்..... வீட்லயே இருக்கச் செல்லு. காலத்தெ பெய் அவளெப் பாக்கியன்...!' இம்பிடுந்தான் யெங் காதில விழுந்தும்மா...."

"அப்டியா?" இப்போது சசிகலாவை அழைத்துவருவது சரியல்ல எனக் கருதிய டெய்சி, அவள் திருவனந்தபுரம் ஆஸ்பத்ரிக்கு வந்தது, கணவரின் அடக்கம் முடியும்வரை நின்றது. அவ்வப்போது தனக்கு ஆறுதலாகக் கடிதம் எழுதுவது போன்றவற்றை நினைவு கூர்ந்தார். அடுத்த நாள் அவள் வீட்டுக்குப் போகத் தீர்மானித்தார்.

ஓர் அபத்தமான எண்ணம். 'என் மோன் வேலெ செய்து, யென் மக்களெப் பாப்பானா, வாத்தியாரு பிள்ளெயள வளப்பானா; சசிகலாவெக் கவனிப்பானா?... ?' முணுமுணுத்தார் தெரசம்மாள். மகன், தன் வருமானத்தைப் பெற்றோருக்கும், கூடப் பிறப்புகளுக்கும் செலவு செய்ய வேண்டும் என்பது சாதாரண தாய்மாரின் எண்ணம்தான். இது தனக்குள்ளும் குறுகுறுப்பதை உணர்ந்ததும், "சீ...இ...இ... என் புத்தி ஏன் இப்டிப் போவுது?" தலையில் அடித்துக் கொண்ட தெரசம்மாள், கணவன் இறந்த பின்பு தன் குடும்பத்துக்கு மற்றவர் செய்த உதவிகளை எண்ணிப்பார்த்தார். பின்பு "கடவுளே, இவிய எல்லாரும் நல்லா இருக்கிய மாதிரி யெங் மோனுக்கு பெரிய வேலெ கிட்டணம்" என வேண்டினார்.

இருபத்து இரண்டு

இரவு பத்து மணி. "நீங்கள் ஆவலுடன் எதிர்பார்க்கும், தோழர் இயேசு" என உரத்தக்குரலில் தொடங்கி "தோழர் இயேசு... தோழர் இயேசு" என்று மென்மையாக வாய் உமிழும் காற்றோடு கலந்த ஒலி அறிவித்தது. அடுத்த சில நொடிகளில் இன்பத்தேனாய்ப் பாய்ந்தது இறைவணக்கம். அது முடியும்போது 'கட கட' வென்று திரைச்சீலை மேலே ஏறியது.

அரங்கத்தின் நடுவே நாற்காலியில் வெள்ளை அங்கி போட்ட குருவானவர், அவரது வலப்பக்க நாற்காலியில் சந்தன நிற ஜிப்பா, வேட்டியுடன் ஒருவர். அவர் தோளில் போட்டிருந்த நேரியதின் ஜருகையும் கழுத்துச் செயினும் விரல்களில் போட்டிருந்த வைர மோதிரங்களும் 'பள பள' வென மின்னின. இடப்பக்கம் ஓரத்தில் ஐம்பது வயது மதிக்கத்தக்க ஒருவர். அருகே ஒரு இளம் பெண். இவர்கள் எதிரில் திருக்காட்டூர் பங்கு மக்கள் சிலர்.

குருவானவர் : குளோரி டீச்சர்.... அப்பாவெக் கூட்டீண்டு வாருங்க.... கூட்டத்தில சேந்து இருக்கிலாம்.

குளோரி : வேண்டாம் பாதர்... நாங்க இஞ்சயே நிக்கியம்.

குருவானவர்: (நெற்றியில் வலது கையை வைத்து) பிதாவுக்கும் சுதனுக்கும் பரிசுத்த ஆவிக்கும் தோத்திரம் உண்டாகக் கடவது .... (கையை, நெஞ்சிலும் தோள்களிலும் வைத்து கரம் கூப்பினர்)

மக்கள் : (மந்திரத்தை முணுமுணுத்தபடி, வலக்கையை நெற்றி, நெஞ்சு தோள்களில் வைத்து, சிலர் கும்பிட்டும், சிலர் கும்பிடாமலும் விட்டு விட்டனர்)

குருவானவர்: அன்புக்குரிய பங்கு முடுதம் அருளானந்தம் அய்யா அவர்களே, பங்கு முக்கியஸ்தர்களே, (குளோரி டீச்சரைப் பார்த்தபடி) இங்கு கூடியிருக்கும் சகோதர, சகோதரிகளே....

அருளானந்தம்: நிறுத்துங்க சாமி (குறுக்கிட்டு, அதற்குமேல் பேசவிடாதபடி குருவானவரைத் தடுத்து) எம்பிடு வட்டம் செல்லிருப்பம்... அப்டி செல்லப்பாதுன்னு ... இது ஏசு பெறந்த எருசலேம் இல்ல சாமி.... நாமெ பெறந்த இந்தியா.... இஞ்ச சாதி பெரிசு.... அதெவிட பூமி பெரிசு... அதனால் எங்காளுவளெ விளிச்சிய சமயத்ல சாதிப் பெயரெச் செல்லீண்டு சகோதர......

சகோதரிகளேன்னு விளிங்க... இவுனுவள (குளோரியையும் அப்பாவையும் காட்டி) பறப்பயலுவளேண்ணு விளிங்க...

குருவானவர்: ஸ்டீபன்! (கூட்டத்தில் ஒருவரை எழுந்திருக்கச் சைகை காட்டல்)

ஸ்டீபன் : (எழுந்து நின்று) சாமி எனக்கொரு சந்தேகம்.... கடவுளு நம்மப் போலவுள்ள எல்லா மனுஷருக்கும் அப்பா தானெ. ... ஏசப்பா ஏசப்பான்னு தானெ விளிச்சியம்..?

குருவானவர் : (தலையை ஆட்டி) ஆமாமா... ஒரே கடவுள் தான்.... ஒரே அப்பாதான்...

ஸ்டீபன்: அப்டீங்கி.... நீங்க, அருளானந்தம் அய்யா, நானு, குளோரி டீச்சர், அவியளுக்க அப்பா சந்தன மரியான். இஞ்ச கூடி இருக்கியவிய... ஏன் உலகத்தில் இருக்கிய எல்லாரும் கூடப் பெறப்புவ இல்லிய சாமி...?

குருவானவர்: ஆமாமா, கூடப் பெறப்புவதான்

அருளானந்தம்: இந்தச் சின்னப்பயன் செல்லியதுக்கெல்லாம் ஏஞ்சாமி சிங்கி அடிச்சிதிய...? நான் யாரு..... வயலு, தோப்பு, ரப்பர் தோட்டம், எஸ்டேட்டுன்னு ஆயிரம் ஏக்கருக்கு மேல உள்ளவன். ஒரு ஜமீன்தார் மாதிரி ஜீவிச்சியன்... நானும் யென் மாட்டுத் தொழுவத்ல சாணாங்கி வழிச்சிய பறயனும் கூடப்பெறப்பு ஆவ முடியுமா?

ஸ்டீபன் : கிறிஸ்தவனாருந்தா முடியும் அய்யா.... அதுக்கு ஒரு வழியிருக்குச் செல்லட்டா ..... நம்ம பைபிளில்... சக்கேயுண்ணு ஒரு குட்டையான மனுஷன் வருவாரு... இயேசு வாறதெப் பாத்ததும் அவுரு ஒரு மரத்ல ஏறி ஒழிஞ்சிருவாரு .... அதைக் கவனிச்ச இயேசு, "சக்கேயுவே இறங்கி வான்ணு விளிச்சாரு..... அடுத்த நிமிஷம் தான் செய்த பாவங்களேல்லாம் நெனச்சி சக்கேயு வெப்பிராளப்பட்டாரு... அவுரு வச்சிருந்த சொத்தெல்லாம் அவுரோ அவுருக்க அப்பனோ தனியா ஒழச்சிச் சம்பாதிச்சதில்ல... பின்னெ எப்டி சேந்துதாம்.... ஏழைகளெ மோசடி செய்தும், ஒழச்சிய சனங்கள ஏமாத்தியும் வேண்டிச் சேத்தது... அந்தப் பாவங்களுக்காவ.... அவருக்க மனசு கதறிக் கரஞ்சிது... பெறவு என்ன சென்னாரு தெரியுமா? "ஆண்டவரே, என் சொத்துல பாதியெ ஏழெகளுக்குக் குடுக்கியன்... யாரெயாவது ஏமாத்தி எதெயாவுது கவர்ந்திருந்தால் நான்கு மடங்காகத் திருப்பிக் குடுக்கியண்ணு சென்னாரு.... அவுரு

மாதிரி நீரும் செய்த பாவங்களுக்குப் பரிகாரமா... ஒமக்குத் தேவயானத வச்சீண்டு... மிச்சமிருக்கியதெ ஒம்மால ஏமாந்துபோன திருக்காட்டீடுர் ஜனங்களுக்கும் மத்தவியளுக்கும் பிரிச்சிக் குடுத்தியளங்கி... நாம எல்லாரும் கூடப் பெறப்பு ஆவிருவம்.

அருளானந்தம்: சாமி.... இந்த ஸ்டீபன் பய கடவுளுக்கப் பேரச்செல்லி யென் சொத்தேல்லாம் அபகரிக்கப் பாக்கியான்..... சக்கேயு ஒரு புத்தி சுவாதீனம் இல்லாதவன் சாமி.... அதினாலப் பங்கு போட்டுக் குடுத்தான். இந்த ஜில்லாவுலேயே நான்தான் புத்திசாலி... நானும் என் பெண்டாட்டியும் ரெண்டு கையால ஒழச்சி சம்பாதிச்சம்... ஒரு சல்லிப் பைசாக்கூட எவனுக்கும் தரமாட்டம்....

(கூட்டத்திலிருந்து ராயப்பன் எழுந்து)

ராயப்பன் : இவுரு ஒரு நாளு கூட நம்மாட்டிப் பிடிச்சி வேலெ செய்ததெ நாங் பாக்கேல சாமி..... எப்பப் பாத்தாலும் இம்பாலாக் காரிலதான் அவுரும் பெண்டாட்டியும் சுத்துவினம்.

ஸ்டீபன்: இவுரு மாதிரி ஆளுவளெப் பாத்துதான் இயேசு 'ஊசி காதில் ஒட்டகம் நுழஞ்சாலும் பணக்காரன் மோட்ச ராச்சியத்ல நுழைய முடியாது'ண்ணு சென்னாரு......

அருளானந்தம்: அவுரு சிம்மா வெளயாட்டுக்குச் சென்னது சாமி... இந்தச் சிலுவெக் கோயிலக் கட்டியதுக்கு எம்பிடு பணம் குடுத்தன் தெரியுமா? ஒரு லட்சம் ரூவ ஓய்.. ஒரு லட்சம் ரூவா... அப்ப இருந்த சாமி... ஒரு நாளு ராவும் பவுலும் செபம் செய்து, மோச்சத்ல எனுக்கு எடம் பிடிச்சிக் குடுத்தாரு .... அதுவும் எங்க தெரியுமா? பிதாவாகிய சர்வேசுரனுக்குப் பக்கத்தில.

ராயப்பன்: நெறுத்தும் ஓய்... வாயெத் தெறந்தா புழுத்த கள்ளம்... சாமி இவுர இப்டியே வுட்டா... பிதாவாகிய சர்வேசுரனே நாங்தாண்ணு செல்லுவாரு.... என்ன காரியத்துக்கு ஊரெக் கூட்னிய... அதெச் செல்லுங்க சாமி.

குருவானவர் : நம்ம எல்லாருக்கும் சந்தோசமான காரியந்தாங்.. நம்ம சந்தனமரியான் அய்யா மகன் இம்மானுவேலு என்னெப்போல குருவானவர் ஆவப்போறாரு... வாற இருபத்தொண்ணாம் தேதி நம்ம மெட்ராசனக் கோவில்ல மேற்றாணியாரு... அவுருக்குக் குருப்பட்டம் குடுக்கியாரு.... இருபத்தி மூணாம் தேதி நம்ம கோவில்ல அவுரு மொதப்பூசெ..... வச்சியாரு..... அதுக்கு என்ன செய்லாம்..? ஒங்க அபிப்பிராயங்களெச் செல்லுங்க....

\- ஒரு நிமிடம் அமைதி -

(கூட்டத்திலிருந்து இன்னாசி என்பவர் எழுகிறார்)

இன்னாசி: சாமி..... மூணு வருசத்துக்கு மின்ன யெனக்க அண்ணனுக்க மோனுக்குப் பட்டம் குடுத்தினம்... வீட்லண்டு கோவிலுவரெ பந்தலு போட்டொம்... எம்பிடு கொடியள கட்னம்..... எம்பிடு சீரியல் வெளக்குவ..... தொங்கவுட்டம்..... மூணு நாளு..... சூரியன் உதிச்சதும் தெரியேல அடஞ்சதும் தெரியேல.... அப்டி ஒரு ஜோடனெ..... அயனம் குடுக்கிய மாதிரி ஆடு வெட்டில்ல சோறு போட்னம். மூணு தொறையில பட்ட மீனெல்லாம் வேண்டீண்டு வந்து பொரிச்சிப் பொரிச்சிக் குடுத்தினம். (பக்கத்தில் இருந்தவர் மூக்குப்பக்கம் வலக்கையைக் கொண்டு சென்று) மணத்திப்பாரும்... அந்த எறச்சியும் மீனும் இப்ப கூட மணக்கிது....

அருளானந்தம்: அவுரு நம்ம சாதிக்கார சாமி ஓய்.... ஆயிரக்கணக்கில செலவு செய்தாரு.... இந்த இம்மானுவேலு யாரு? யென் மாட்டுக்குப் போட்ட பருத்திச்சோத்த தின்னு வளந்த பறப்பய ....

ஸ்டீபன்: எந்தச் சாதியாருந்தா யென்ன அவுரும் நம்ம திருக்காட்டூர் பங்குதானெ...

அருளானந்தம் : இல்லல... அவன் நம்ம பங்கு இல்ல..... இந்தக் கோவிலு நம்ம சாதிக் கோவிலு... இதெக் கட்னது நாம... மாசாமாசம் வரி குடுக்கியது நாம.... இந்தக் கோவில்ல வந்து பூசெ பாக்க அவியளுக்கு ரெண்டு கண்டிசன் போட்டோம். ஒண்ணு... சிலுவெக் கோவிலுக்க எடக்கை பக்கம்தான் வந்து இருக்கணம். ரெண்டு, நம்ம சாதிக்கார நன்மெ எடுத்து நொணச்சி விழுங்ன பெறவுதான் அவிய நன்மெ எடுக்கணம்.... இதுவரெ அப்டித்தான் நடக்குது.... அதனால தான் செல்லியன்.... இம்மானுவேலு நம்ம கோவில்ல பூசெ வச்சப்பாது..... வேறே எங்கியாவது மொதப் பூசெ வச்சி பெளச்சட்டும்.

குளோரி: சாமி... சிலுவக் கோவிலு கட்டியதுக்கு மின்னயே இதுதான் எங்கப் பங்குக் கோவிலு.... எங்க எல்லாருக்கும் ஞானஸ்நானம், புது நன்மை, உறுதிபூசல் குடுத்ததெல்லாம் இந்தக் கோவில்ல தாங். யென் அண்ணன் இந்தப் பங்கு சார்பிலதான் சாமியாருக்குப் படிச்சான். குருப்பட்ட பூசெயெ மட்டும் வேற கோவில்ல எப்டி சாமி வச்ச முடியம்?

அருளானந்தம்: பெணே... லாப்பாயிண்டு பேசுதியா.... எனக்கும் தெரியும் லாப்பாயிண்டு பேசட்டா.... என்ன படிச்சாலும் ஒரு

பறப்பய செபம் செய்து ஆசீர்வதிச்சா... சாதாரண அப்பம் ஏசுவுக்க சரீரமா மாறிருமா? அதுமாதிரிதான ரசத்தெ ஆசீர்வதிச்சிட்டா ஏசுவுக்க ரெத்தம் ஆவிருமா? ஆவாது குட்டி ஆவாது. அதெ எங்ளால தின்னவும் குடிச்சவும் முடியாது பாத்துக்க....

ஸ்டீபன் : பண்ணயாரெ... எல்லாரெப் போல இம்மானுவேலும் பத்து பன்னண்டு வருசம் படிச்சி.... பல பங்குவள்ல ஊழியம் செய்து, சாமிமாருக்கும் மேற்றாணியாருக்கும் திருப்தியான பெறவுதான் .... பட்டம் குடுக்கினம். அவரெ இயேசுவுக்க ஊழியனா பாருங்க... ஒரு சாதிக்காரனா ஏன் பாக்குதிய?

அருளானந்தம் : அப்டித்தான் பாப்பென்..... அவென் அப்பன் சந்தனமரியான் யென் அடிமெ... கைகட்டி நின்னு கூலி வேண்டிப் பெழச்சிய பண்ணக்காரன்... அவனுக்க மோன் குடுக்கிய அப்பத்த வேண்ட நாங் தலெ குனிஞ்சி நின்னு நாக்கெ நீட்டணுமா? இன்னும் ஒண்ணுருக்கில... பூசெ முடிஞ்ச பெறவு இம்மானுவேலு வந்து நிப்பான்... நாங்கேல்லாம் வரிசயா நின்னு அவென் கையத் தொட்டு முத்தணும்... முடியாது சாமி.. அதெல்லாம் எங்க சாதிக்கு அவமானம் ... மகா அவமானம்... வேணுமிங்கி அவிய ஆளுவ இருக்கிய காலனியில வச்சிண்டு போட்டும்.

ஸ்டீபன் : சாதிக்கொரு பங்காப் பிரிச்சி பூசெ வச்சா.. அங்கேல்லாம் கடவுளு இருக்க மாட்டாரு பண்ணயார..... கல்லும் மண்ணும்தான் இருக்கம். யூதன்மாரு அண்ணு இயேசுவெ சிலுவைல அறஞ்சி கொன்னுனம்.. நீங்க இயேசுவெ சாதியில அறஞ்சி கொல்லுதிய ..

குளோரி: அய்யோ... இயேசுவே... (அப்பாவின் தோளில் சாய்ந்து அழுதல்) சாமி... இந்த மேல்சாதிக்கும் பண்ணையாருக்கும் சேவகம் செய்து செய்து யென் அப்பனுக்க முதுவு வளெஞ்சி ஒடிஞ்சி போச்சி.... பாத்துக்களுங்க.... யென் அண்ணன் சாமியாராவி நிமிந்து நிப்பாண்ணு பாத்தா... அவென் முதுகெலும்பயும் ஒடிச்சி அடிமெயாக்க நெனச்சினுமே.... (மீண்டும் அழுகிறார்)

குருவானவர் : கரையாதுங்க. டீச்சர்.... வாற இருபத்தி மூணாம் தேதி நம்ம கோவில்ல பாதர் இம்மானுவேலுக்க மொதப்பூசெ நடக்கும். எல்லாரும் வந்திருங்க...

அருளானந்தம் : அது எப்டி நடக்குதுண்ணு நானும் பாக்கியன்...? (திரை விழுகிறது)

அடுத்து வரும் காட்சிகளைச் சுருக்கமாகக் கூறிவிட்டு, உச்சக்கட்டத்துக்குப் போகலாம். குளோரி - ஸ்டீபன் சந்திப்பு. இருவரும் உயர்நிலைப் பள்ளியில் ஒரே வகுப்பில் படித்தவர்கள். எஸ்.எஸ்.எல்.சி. முடித்ததும் குளோரி ஆசிரியர் பயிற்சி முடித்து, ஆசிரியர் ஆனாள். ஸ்டீபன் திருநெல்வேலி மில் ஒன்றில் வேலைக்குச் சேர்ந்தான். இருவரும் பள்ளிப்பருவ நிகழ்வுகளை நினைவு கூர்ந்தனர். அண்ணனின் குருப்பட்டத்தைப் பிரச்சினை இல்லாது நடத்த உதவுமாறு ஸ்டீபனிடம் அவள் கேட்டுக் கொள்கிறாள்.

இம்மானுவேலுக்குக் குருப்பட்டம் கொடுக்கக்கூடாது; அவன் திருக்காட்டூர் கோவிலில் முதல் பூசை வைக்கக்கூடாது என்றெல்லாம் அருளானந்தம் பிஷப்புக்குக் கடிதம் எழுதுகிறார். இதையே தனது சாதி குருக்களிடமும் வலியுறுத்துகிறார். ஸ்டீபனும் இராயப்பனும் இம்மானுவேலுக்கு ஆதரவாக வேலை செய்தனர். இதனால் ஊர் இரண்டானது.

'இந்த ஊருக்குள்ள எவனும் இருக்கப்பாது' என்று அருளானந்தம் கத்துகிறார். அடியாட்கள், தாழ்த்தப்பட்டவர்களின் குடிசைகளைப் பிய்த்து எறிகின்றனர். அதைத் தடுக்க வந்த சந்தனமரியானை அடித்து, முதுகெலும்பை முறிக்கின்றனர். குளோரியையோ இழுத்துச்சென்றனர். ஸ்டீபனும் இராயப்பனும் அடியாட்களோடு சண்டையிட்டு குளோரியை மீட்கின்றனர். அவரது அப்பாவோ மருத்துவமனையில். இது ஸ்டீபனுக்கும் குளோரிக்கும் நெருக்கத்தை ஏற்படுத்துகின்றது.

நடந்தவற்றைச் சாதி மோதலாகச் சித்தரித்து பிஷப்புக்குத் தந்தி அடிக்கிறார் அருளானந்தம். அதில் இம்மானுவேல் திருக்காட்டூரில் பூசைவைத்தால் சாதிக்கலவரம் வெடிக்கும் என்றும் எச்சரிக்கிறார்.

மேற்றிராசனக் கோவிலில் நான்கு பேருக்கு குருப்பட்டம். ஒவ்வொரு சாதியத் தலைமைக் குருவும் இயேசுவுக்கு ஒரு ஊழியன் கிடைத்தான் என்பதைவிட தங்கள் சாதிக்கு ஒரு ஊழியன் கூடுதலாகக் கிடைத்தான் என்றே ஒவ்வொருவரையும் கட்டித் தழுவினர்.

திருக்காட்டூர் கோவிலில் இம்மானுவேலின் முதல் திருப்பலி தாழ்த்தப்பட்டோரும் மேல் சாதி எனச் சொல்லப்பட்டவர்களில் ஒரு பிரிவினரும் கலந்து கொண்டனர். கோவிலுக்கு வராத சில மேலோர் பரிசுப்பொருட்கள் கொடுத்தனுப்பினர். அதைத்

தொடர்ந்து பண்ணையார் வயல்களில் வேலை செய்யும் மேல்சாதி ஆக்கப் பட்டோரையும் தாழ்ந்த சாதி ஆக்கப்பட்டோரையும் ஒன்று சேர்த்து ஸ்டீபனும், ராயப்பனும் விவசாயச் சங்கம் அமைக்கின்றனர். சில கோரிக்கைகளைப் பண்ணையார் முன் வைக்கின்றனர்.

கோவத்தில் கொதிகலன் ஆனார் பண்ணையார். அப்போது தவக்கால் இறுதிவாரம். பெரிய வியாழன் இரவு. இயேசுவைப் பிடித்து, முகத்தில் காறித்துப்பி, கன்னத்தில் அறைந்து நையப்புடைத்ததுபோல் ஸ்டீபன், ராயப்பன், குளோரியின் சித்தப்பாக்கள் ஆகியோரைப் பண்ணையார், தோப்பில் கட்டி வைத்து, காறித்துப்பி சாட்டையால் அடித்து உடம்பைப் ரணமாக்கினார். குளோரியால் தடுக்க முடியவில்லை. எல்லாரும் கோவிலில் இருந்தனர். மறுநாளிலோ இயேசுவைச் சிலுவையில் அறையும் துக்கத்தில் எல்லாரும்.

இறுதிக்காட்சி

அரங்கில் ஒரு கத்தோலிக்கக் கோவிலின் பீடம் தெரிகிறது. பார்வையாளர் நடுவிலிருந்து; இயேசுவின் உருவத்தைத் துணியால் மறைத்திருந்த ஒரு சிலுவையை உயர்த்திப் பிடித்து, கால்பகுதியில் இருந்த துணியை அவிழ்த்து, முழந்தாளிட்டு,

குருவானவர் : *திருச்சிலுவை மரம் இதோ! இதிலேதான் தொங்கியது உலகத்தின் ரட்சண்ணியம்!*

உதவியாளர்கள்: *(முழந்தாளிட்டு) வருவீர்.... ஆராதிப்போம்.....*

எல்லாரும் எழுந்து மேடையின் முன்பு வருகிறார்கள். குருவானவர் வலக்கை பக்கமிருந்த துணியை நீக்குகிறார். முதலில் சொன்னதுபோல் சொல்லி முழந்தாளிடுகின்றனர். அப்படியே குருவானவரும் உதவியாளர்களும் அரங்கின் நடுப்பகுதியில் (பீடம்) வருகிறார்கள். குருவானவர் சிலுவையில் கட்டியிருந்த துணியை முழுவதுமாக அவிழ்த்துவிட்டு,

குருவானவர் : *திருச்சிலுவை மரம் இதோ! இதிலேதான் தொங்கியது உலகத்தின் இரச்சண்ணியம்!*

எல்லாரும் : *வருவீர் ஆராதிப்போம்.*

(குருவானவர் எழுந்து சிலுவையை உயர்த்தி ஆசீர்வதித்தல்)

குளோரி : *(நீர் நிறைந்த கண்களுடன் பீடத்தில் ஏறுகிறார்)* பாதர், மன்னிக்கணம். ஒரு மினிட்டு பேசிண்டு பெயிரியன்.

குருவானவர் : (அனுமதி கொடுத்தது போலவும், கொடுக்காதது போலவும் தயக்கத்தோடு நிற்கிறார்)

ஒருவர் :(அரைகுறையாக எழுந்தபடி) இந்தச் சந்தனமரியான் பெண்ணு எப்டி பீடத்ல ஏறுலாம்.....? இவுளெ இழுத்து வெளில தள்ளுங்க சாமி..... (பல்லைக் கடித்தபடி பீடம் நோக்கி கால் எடுத்து வைக்கிறார். அதைக் கவனித்த குளோரி, இப்படி நடக்குமென்று எதிர்பார்த்தவர் போல்...)

குளோரி :நாமெல்லாம் இயேசுவின் திருப்பாடுகளெ நெனச்சித் துக்கப்படியம்... அவுரு சிலுவெ செமந்தீண்டு போவச்சில... என்ன மாதிரியுள்ள பெண்ணாப் பெறந்தவிய... ஒப்பாரி வச்சி மாரடிச்சீண்டு பெறமப் போச்சினம்... அப்ப இயேசு சொன்னாரு. 'எனக்காக அழவேண்டாம்.... உங்களுக்காகவும், உங்கள் பிள்ளைகளுக்காகவும் அழுங்க'ண்ணு. இஞ்ச நாம் இயேசுவுக்காவ அழியம் அங்க... என் சித்தப்பமாரு ரெண்டு பேரும் அறுப்புக்கூலிக்கு அரெப்பக்கா நெல்லு அதியமா கேட்னம்... அவியளுக்க கையும் காலும் கட்டிப்போட்டு மாட்டுச்சாணங்கிய கலக்கி வாயில ஊத்தி குடிக்க வச்சிருக்கினம். சர்த்தலும் பீச்சலுமா போயி அதிலேயே பெரண்டு பெரண்டு கெடக்னம். பாத்துக்களுங்க.... (விம்மி விம்மி அழுகிறாள்) அவியள எளக்கிவிட்டது ஸ்டீபனும் ராயப்பனுமாம்.. அவியள தென்னெ மரத்ல கட்டிவச்சி வேட்டி சட்டெயளெ உரிஞ்சி..... சாட்டெ எடுத்து சாத்து சாத்துண்ணு சாத்திருக்கினம். நெஞ்சு பதபதச்சி குடிக்க ஒரு மடக்கு வெள்ளம் கேட்ருக்கினம்... அதுக்கு அவிய வாயில மோண்டு விட்னுமாம்.

இளைஞர் : (மூன்று இளைஞர்கள் எழுந்து வந்து) டீச்சர் இந்தக் கொடுமெ எங்க நடந்துது?... யாரு செய்தது? செல்லுங்க.....

குளோரி : சாத்தான் செய்தது. நம்ம ஊரு அருளானந்தன் சாத்தான் செய்தது. இண்ணு என்ன செய்திருக்கினம் தெரியுமா?... அவிய நாலு பேரயும் அருளானந்தம் ஆளுவ மாட்டுவண்டில கட்டி சுடுகாட்டுக்கு இழுத்தீண்டு போவினம். ஒடம்பெல்லாம் பிய்ஞ்சி சதையும் ரெத்தமுமா மண்ணில் பெரண்டு கெடக்கு..... மிச்சமிருக்கிய எலும்பும் உயிரும் நம்மெப் பாத்து என் திருச்சபையே யேன் என்னெய்க் கைவிட்டாய்! ஏன் என்னெய்க் கைவிட்டாய்?ன்னு கதறுது..... குருவானவரெப் பாத்து.. எங்க ஆன்மாவெ ஒங்க... கையில ஒப்படைக்கிறோம்... ஒப்படைக்கிறோண்ணு ஓலமிடுது.... அந்த ஏழைகளில் துடிதுடிச்சியது நம்ம இயேசு இல்லியா?

அவர்களுக்குள்ளிலிருந்து கூக்குரரெழுப்புவது.... (குருவின் கையிலிருந்த சிலுவையை வாங்கி மக்களை நோக்கி நீட்டி...) இந்த இயேசு... இந்த இயேசு. அந்த ரத்தப்பழி நம்ம தலயிலயும்..... நம்ம பிள்ளய தலையிலயும் தான் விழப்போவுது...'

இளைஞர் :விழாது டீச்சர் விழாது... சுடுகாட்ல எரிச்சியதுக்கு மின்ன அவியளெக் காப்பாத்துவோம்.

(பாதி மக்கள் பரபரப்புடன் எழுந்து நிற்கிறார்கள்)

குருவானவர்: காப்பாற்றுவோம் ! காப்பாற்றுவோம்!

நீதிமான்களைக் காப்பாற்றுவோம்!

மீதி ஆராதனை... இந்த கோவில்ல இல்ல

அந்தச் சுடுகாட்டில..... வாருங்கள்

(குருவானவர் சிலுவையை உயர்த்திப் பிடித்தபடி முன் செல்ல, இளைஞர்கள், மக்கள் கூட்டம் பின்னால் செல்கிறது. அப்படியே அசையாது எல்லாரும் நிற்கிறார்கள்)

(திரை விழுகிறது)

இருபத்து மூன்று

காலையில் தூங்கி எழுந்ததும், சசிகலா வீட்டுக்கு நடந்தான் மைக்கேல். அவளோ, அவன் வருவான் என்ற நம்பிக்கையில் அடுக்களையிலிருந்து எட்டிப்பார்த்தும், முற்றத்தைச் சுற்றி நடந்தும் தவித்தாள். கையாலையில் மறைந்து நின்ற மைக்கேல், "சசி... சசி....' மெதுவாக அழைத்தான். இப்படி அழைத்தால் அவளுக்கு எப்படிக் கேட்கும்? கையாலை முட்களுக்கு மேலே தலையை உயர்த்தி இன்னும் சத்தமாக அழைத்தான். இப்போது சசியின் காதுகளிலும் கண்களிலும் அவன் விழுந்தான். ஒரு புத்தகத்தை எடுத்துப் படிப்பவள்போல் பாவனை செய்தபடி கையாலை அருகே வந்தாள். கையாலையின் உள்ளே அவளும் வெளியே அவனும், தேசிய மாணவர் படையின் அணிவகுப்புப்போல் நடப்பதும் திரும்புவதும், நடப்பதும் திரும்புவதும் என அவர்களின் உரையாட்டம்.

அதற்குள், நாடகம், கதாநாயகனாகத் தான் நடித்தது. பலர் பாராட்டியது என யாவற்றையும் விவரித்திருந்தான் மைக்கேல். சசியோ "மிக்கேல்... ஞானும் கோலேஜில் அபிநயச்சுண்டு. என்னெ விளிச்சிருந்தெங்கில் மிக்கேலின் காமுகியா ஞான் அபிநயிச்சிருக்கும். அறியாமொ?"

"அறியாம்... ஒங்கூட பேசியதுக்கே இந்தப்பாடுபடியன்... ஒன்னெ ரிகர்சலுக்குக் கூட்டீண்டு பெய், ஸ்டேஜில ஏத்தி, நடிக்கவச்சி, வீட்டிலக் கொண்டு வந்து விடியதுக்கு மின்ன நின்றே அச்சன்... பண்ணக்காரனுவளோட வந்திருப்பாரு. பெறவு யாருக்கு உயிரிருக்கு, யாருக்கு உயிரில்லேண்ணு மூக்கில வெரல வச்சித்தான் பாக்கணும்...."

"எங்கில் அடுத்த கொல்லம் அபிநயிக்காம். அது போட்டே.... வாற மேயிலாணு பேங்க் எக்ஸாம். மிக்கேல் அப்ளிக்கேசன் வேணிச்சோ....."

"இல்லெ... மார்ச் மாசத்திலதான் குடுப்பினுமாம்"

"நிங்கள் வலிய ஓபீசராகணும் அதாணு என்றே ஆக்கிரகம்"

"எனக்கும் அந்த ஆசெயிருக்கு சசி..."

அதற்குள் அம்மாவின் குரல் "ஷசி.... ஷசி...."

"அம்மச்சி விளிக்குந்நு... ஞான் போட்டே...."

"ம்.... நாளெய்க்குப் பாக்லாமா?"

“நாளெ வெளுக்கும் மும்பே ஞான் ஸ்தலம் விடும். எட்டு மணிக்கு திருவனந்தபுரம் எத்தும்” சொல்லிக்கொண்டே திரும்பினாள் சசிகலா. தாயோ முற்றத்தில் நின்று முறைத்தார்.

மீறியில் டீக்கடையில் நின்றோரும், சுற்றியுள்ள ஊர்களிலிருந்து நாடகம் பார்க்க வந்தோரும் சார்லசையும், நடிகர்களையும் வெகுவாகப் பாராட்டினர். பதினைந்து நாட்கள் கடந்துதான் அதன் எதிர்வினையை அறிய முடிந்தது.

பங்குக்குரு, திருச்சபைக்கும் தேசத்துக்கும் துரோகம் செய்கிறார். ஒரு நக்சலைட் கூட்டத்தை உருவாக்கி, தீவிரவாதத்தைப் பரப்பி வருகிறார். பத்தாம் திருநாளன்று போட்ட ‘தோழர் இயேசு’ நாடகம் வன்முறையைத் தூண்டிவிட்டது. இதற்கும் காரணகர்த்தா பங்குச்சாமியார்தான். அவரை மாற்றி பக்தியுள்ள வேறொரு சாமியாரைத் தருமாறு ஆண்டகை அவர்களைப் பணிவுடன் வேண்டுகிறோம் என்ற சாராம்சம் அடங்கிய ஒரு புகாரை எழுதி, ராஜப்பன், சில பங்குக்குழுவினரிடம் கையெழுத்து வாங்கி பிஷப்புக்கு அனுப்பியிருந்தார். பிஷப் பங்குச்சாமியாரிடம் விசாரித்திருக்கிறார். அநேகமாகப் பங்குக்குரு மாற்றப்படலாம். பங்குத்தந்தையை மாற்றிவிட்டால் இளைஞர்களை அடக்கிவிடலாம் எனத் தப்புத்தாளம் போட்டிருந்தான் ராஜப்பன்.

அதற்கடுத்த வாரம் இன்னொரு அதிர்ச்சி. சார்லசின் உறவினர் ஒருவர், மாவட்டக் காவல் கண்காணிப்பாளர் அலுவலகத்தில் வேலை செய்தார். அவர், “எஸ்.பி. ஆபீசுக்கு ஒரு பெட்டிஷன் வந்திருக்கு. அதில் சாமியாரு, சார்லீசு, மிக்கேலு வில்சண்ணு ஒரு நாலஞ்சு நக்சலைட்டுவ இருக்கினம்; யாரையோ கொல்லியதுக்குத் தோக்கு செய்யினம்ன்னு எழுதியிருந்தினம்”, என்றார்.

இது ராஜப்பனின் அரசியல் சீற்றம். அவனது ஆட்கள் இளையோர்தம் பெற்றோரிடம் பேசிப் பேசிப் பீதியைக் கிளப்பினர். அல்போன்சின் அம்மா, சார்லசின் வீட்டு முற்றத்தில் நின்று சண்டையிட்டார். அவனது அம்மாவை இழுத்துவந்து “ஒனக்க மோன்தாங் எனக்கப் பயலெக் கெடுக்கியான். இனுமெ ரெண்டு பேரும் ஒண்ணிச்சி இருக்கியதயோ, ஒண்ணிச்சிப் போறதயோ பாத்தென் கை காலெ முறிச்சி அடுப்ல வச்சிருவன் பாத்துக்க....” வெடித்துத்தள்ளினார்.

மைக்கேலின் அம்மா சும்மா விடுவாரா? சேவியரின் வீட்டுக்குச் சென்று செபஸ்தியாரிடம், “ஒமக்க மோங் ஒருத்தனெ வெட்டீண்டு

ஜெயிலுக்குப் போனான்.... அது மாதிரி எனக்க மோனும் சீரழியணுமா?.... நானோ மாப்பிளயெ தின்னீண்டு ஜீவிச்சியன்..... ஒம்ம மோங் எனக்க மோனெத்தின்னுத் தீக்லாண்ணு நடக்கியானா.....? இஞ்ச பாரும் ஓய்.... அவுனுக்கு ஏதெங்கிலும் ஆச்செங்கி நாலு பேரும் வெசத்தெக் குடிச்சீண்டு ஒம்ம வீட்டு மித்தத்திலதான் வந்து கெடப்போம்...." கோவத்தைக் கொப்பளித்தார் தெரசம்மாள். இப்படிப் பெற்றோர்களிடையே மனஸ்தாபங்கள்.

இதற்கெல்லாம் இளைஞர்கள் சோர்ந்து விடவில்லை. சண்டையிட்ட பெற்றோரை மரியாதையோடு நடத்தினார்கள். சித்தி, சித்தப்பா, அத்தே, அம்மாச்சா என முறை சொல்லி அழைத்தார்கள். பொறுமையும், புன்னகையும் அவர்களின் மந்திரங்களாயின. நெய்வது, மரச்சீனி நடுவது, உழுவது போன்ற வேலைகளில் ஒருவருக்கொருவர் உதவினார்கள். கோவில் வழிபாடுகளை முன்னின்று நடத்தினார்கள்.

ஆனாலும் சேவியர், மைக்கேல், சார்லஸ் மூவரும் பயப்படவில்லை என்று சொல்லிவிட முடியாது. ஒரு முறை தங்கப்பழம் என்ற நக்சலைட் வந்து போயிருக்கிறார். அவர், அழித்தொழிப்பில் தொடர்புடையவரா? போலீசாரால் தேடப்படுபவரா? எதுவும் தெரியாது. அவரது உண்மைப் பெயர் அதுதானா என்பது கூடத் தெரியாது. அகஸ்டினோடு வந்தார்; அவனோடு போனார். பிரசுரம், பத்திரிகை போன்ற எதுவும் அவர் தரவில்லை. மாசேதுங் எழுதிய இரண்டு புத்தகங்கள் கொடுத்திருந்தார். ஆனால் மைக்கேலிடமும் சார்லசிடமும் மார்க்ஸ், லெனின், அம்பேத்கர் எழுதிய புத்தகங்கள் இருந்தன. அவை தடை செய்யப்பட்டவை அல்ல, ஒருவாறு சமாதானப்பட்டார்கள்.

ஒருவேளை போலீஸ் வந்து பிடித்துச் சென்றால், எப்படித் தப்பிப்பது? யாரிடம் ஆதரவு கேட்பது? இது எல்லாருக்குமான பிரச்சினை. மைக்கேலுக்கும் சார்லசுக்கும் தப்பிக்கும் வழி இருந்தது. அவர்கள் எல்லாரிடமும் கலந்து பேசினார்கள். பின்பு மைக்கேல், சார்லஸ், வில்சன், சேவியர், அல்போன்ஸ் ஐந்து பேரும் கருங்கல் முக்கிற்கு வந்தனர்.

கிழக்குப்பக்கமாக இருந்த கட்டடத்தின் திண்ணையில் மூன்றுபேர் பீடி சுற்றிக் கொண்டிருந்தனர். சற்று உயரமாக இருந்த ஒருவரின் மீசை, நீண்டு சுருண்டு கரும்பந்துபோல் இருந்தது. அவர், "தோழர் வணக்கம்" என்றார். பதிலுக்கு மைக்கேலும் சார்லசும்

வணக்கம் தெரிவித்தனர். ஏற்கனவே இவர்களுக்குள் பழக்கமிருக்கிறது எனக் கணித்தான் சேவியர். ஜெயிலில் இருந்த கம்யூனிஸ்ட்களுக்கும், சேவியருக்கும் கூட நெருக்கம் ஏற்பட்டிருந்தது. மைக்கேல் கேட்டான், "தோழர் மணிகண்டன் இருக்கியாரா?"

"ம்... அவுரும் தோழர் கொச்சுமணியும் மேல இருக்கினம். பெய்ப் பாருங்க" என்றார் மீசைத் தோழர்.

ஐந்து பேரும் மரப்படிகளின் வழி ஏறி மாடிக்குச் சென்றனர். சின்ன அறைதான். மூன்று தோழர்கள் அமர்ந்திருந்தனர். அவர்களில் மூத்தவர்போல் இருந்தவர் கொச்சுமணி ; இன்னொருவர் பால்ராஜ். சுவரை ஒட்டியபடி நாற்காலியில் அமர்ந்திருந்தவர் மணிகண்டன். அவர், "வாருங்க தோழர் வாருங்க..... அந்த பெஞ்சில இருங்க" என்றார். அவரது நாற்காலிக்கு மேலே சுவரில் மார்க்ஸ், எங்கெல்ஸ், லெனின், ஸ்டாலின் படங்கள். ஒரு மூலையில் கொடிகள் கட்டிய கம்புகள், பேனர்கள், மேசைமேல் துண்டுப்பிரசுரங்கள். எல்லாவற்றிலும் கண்களைச் சுழற்றியபடி வில்சன், சேவியர், அல்போன்ஸ் மூவரும் பெஞ்சில் அமர்ந்தனர். மைக்கேலும் சார்லசும் நின்றனர்.

"தோழர், மிக்கேலு.... நாகர்கோவில்ல நடந்த வாலிபர் முன்னணி கருத்தரங்ல நீங்க பேசினது நல்லாருந்துது... நாங்க பேசினா கச்சில உள்ளவியளுக்கு மட்டும்தாங் மனஸ்லாவும் பாத்துக்களுங்க... நீங்க கச்சில உள்ளவியளுக்கும் சாதாரண ஜனங்களுக்கும் செல்லம்போல மனஸ்லாவிய மாதிரி பேசினிய" என்றார் மணிகண்டன். "மிக்கேலு கோஷம் போட்டாரங்கி கம்பம் வெடிச்ச மாதிரி இருக்கும்" புகழ்ந்தார் பால்ராஜ்.

"தோழர் ஒம்ம மாதிரி ஆளுவ பிரச்சாரம் செய்தாத்தான் ஒரு சோசலிச சமுதாயத்தெச் செணம் உண்டு பண்ண முடியும். பேசாம நம்ம கட்சில சேந்திருங்களெ" இது மணிகண்டனின் விருப்பம். உடனே கொச்சுமணி, "அவுரு ஏற்கனவே வாலிபர் முன்னணி பிராக்சன்ல உறுப்பினர் தோழர் ".

"அப்படியா?" ஆச்சரியப்பட்டார் மணிகண்டன். "என்ன காரியமா வந்திருக்கிதிய?" என்று கேட்டார் மணிகண்டன். மைக்கேலும் சார்லசும் மாறி மாறி ஊரில் நடந்தவற்றைச் சொன்னார்கள். பொறுமையாகக் கேட்ட கொச்சுமணி,

"ராஜப்பன் குடுத்த பெட்டிசனெ வச்சி போலீசால ஒண்ணும் செய்ய முடியாது. சிம்மா ஓங்களெ மெரட்டிப் பாக்கினம். எங்கிலும்

நான் செல்லிய மாதிரி செய்ங்க'' சில செயல்திட்டங்களைச் சொன்னார். அதைப் புரிந்த மணிகண்டன் ஒரு கொடியை மடித்துச் சார்லசின் கையில் கொடுத்தார். ''என்ன வந்தாலும் நாங்க பாத்துக்களியம் தைரியமாப் போங்க தோழர்'' ஊக்கமூட்டினார் கொச்சுமணி. அவர்கள் மனத்தில் இருந்த பயம் காற்றோடு போக, நம்பிக்கை நாற்றாக வளர்ந்தது. ஐந்து பேரும் மகிழ்வோடு கிளம்பினார்கள். அப்போது கொச்சுமணி ''ஒரு காரியம் செல்ல மறந்திட்டேன் தோழர். பனையேறும் தொழிலாளர்களெ ஸ்தாபனப்படுத்த வேலெ செய்யியம். பத்து நாளைக்குள்ள ஒரு தேதி செல்லுங்க... மீறிக்கு வந்து ஆளுவளெப் பாத்துப் பேசி வேண்டியதெச் செய்யியம்...''

''இந்த வேலெ முடிஞ்சதும் தோழர் பால்ராஜ்கிட்ட செல்லி விடியம். பெறவு வாருங்க தோழர்'' மைக்கேல் சொன்னதும் ஐந்து பேரும் கீழே இறங்கினார்கள்.

சனிக்கிழமை மாலை ஐந்து மணி வாக்கில் அல்போன்ஸ், சார்லஸ், சேவியர் இன்னும் சிலர் சேர்ந்து ஒரு இலவ மரத்தை வெட்டி வந்தார்கள். கோவிலுக்கு நேராக நூற்று ஐம்பது மீட்டர் தூரத்தில் ரோட்டோரம் குழி தோண்டினார்கள். ஐந்து, ஆறு பேர் பிடிக்க, நடப்பட்டது இலவ மரம்.

ஞாயிறு காலை பூசை முடிந்து. ஆண்களும் பெண்களுமாய் வந்து கொண்டிருந்தனர். சார்லஸ் கயிற்றில் கட்டினான் கொடியை. தோழர் மணிகண்டன் கொடியேற்றினார். மைக்கேல் கோஷமிட்டான்.

'இன்குலாப் சிந்தாபாத்

இன்குலாப்... இன்குலாப் ....இன்குலாப் சிந்தாபாத்

தொழிலாளர் ஐக்கியம் சிந்தாபாத்

பனையேறிகள் ஐக்கியம் சிந்தாபாத்

நெசவாளர் ஐக்கியம் சிந்தாபாத்'

கோயிலிலிருந்து வந்ததில் பாதிப்பேர் சுற்றி நின்றனர். அரிவாள் சுத்தியலோடு ஒரு நட்சத்திரம் பொறித்த செங்கொடி பறந்தது வானில்.

''சவத்துக்குப் பெறந்த பயலுவ... கம்யூனிஸ்ட் கொடியெ ஏத்றானுவ... உருப்படுவானுவளா... நாசமாப் போட்டும்'' சபித்தான் ராஜப்பன். ஓரிரு பனையேறிகள், நெசவாளர்கள் பக்கத்தில் வந்து

விசாரித்துச் சென்றனர். உடனே சேவியர், "காங்கிரஸ் கொடி பறக்கிலாம், தி.மு.க. கொடி பறக்கிலாம்..... கம்யூனிஸ்ட் கொடி பறக்கப்பாதோ?"

பதில் சொன்னால் பிரச்சினை பெரிதாகும் என்று மௌனமாகத் திரும்பினான் ராஜப்பன். தோழர் மணிகண்டன் இளைஞர்களோடு பேசி ஒரு கட்சிக்கிளையை உருவாக்கினார். செயலாளர் சேவியர். புன்னகையோடு புதிய உதயத்தை வரவேற்றாள் கிளாரா.

அமலாளுக்கோ பிறந்த ஊர் பிடிக்காது போயிற்று. பனையேறியின் மகள்; மணமாகாது குழந்தை பெற்ற கிளாராவின் தங்கை, என்றெல்லாம் சொல்லிக்கொள்வதை அவள் இழிவாகக் கருதினாள். தன் வீட்டு நிலையை அறியாத இடத்திலிருந்து மாப்பிள்ளை வரவேண்டும் என்பதே அவள் கனவு.

மதுரையில் கோவிலுக்குப் போகும்போதும், வரும்போதும் அந்தோணிராஜ் ஆசிரியரோடு அவளுக்கு நட்பு, பள்ளி தொடர்பான கூட்டங்களில் சந்திக்கச் சந்திக்க இருவரும் நெருக்கமாயினர். அவர் அமலாளை வேலைக்கு அழைத்த கன்னியாஸ்திரியின் அண்ணன். வீட்டுக்கு வந்தது அமலாளின் கடிதம். படிக்கக் கேட்டனர் தங்கையாவும் நேசமும்.

இங்கு ஒரு சிஸ்டரின் அண்ணனுக்கு என்னைப் பெண் கேட்டார்கள். சம்மதம் தெரிவித்துவிட்டேன். வரும் மே மாதம் நம்ம கோவிலில் திருமணம். அதற்கான ஏற்பாடுகளைச் செய்யவும். கையில் பணம் கேட்க மாட்டார்கள்; நகை எதிர்பார்ப்பார்கள். இப்போது மாணவிகளுக்குத் தேர்வு. இன்னும் பத்து நாளில் அது முடிந்து விடும். உடனே வீட்டுக்கு வருவேன். வந்ததும் மற்ற காரியங்களை விவரமாகப் பேசலாம்.

அவளது சம்பளப் பணத்தில் ஒரு பிடி சோறு தின்பதற்குள் கல்யாணம் என்கிறாளே, கையில் சல்லிக்காசுகூட இல்லையே! என்ன செய்வது? மனம் தளர்ந்தனர் இருவரும்.

"நம்ம எடத்ல உள்ளவியளெப்போல் மொதலு பேசி ..கையில இத்தனெ ஆயிரம் குடுங்கன்னு கேக்கேலதான்.. உருப்படி போடணுமெ....மாப்ள வீட்லண்டு வாறவியளுக்கும் இஞ்ச உள்ளவியளுக்கும் சோறு போடணுமே... பனை ஏறி.. ஒரு கண்டத்த வித்து அவுளெ படிக்கவச்சென்.. இப்ப பழைய வீட்டடியில் கிடந்த நயமான கண்டத்தயும் விய்க்க வச்சிட்டாளே..."

எனக் கண்கலங்கினார் தங்கையன். மீதி இருந்தது, கொசவன் விளை வீடும், வீட்டடியிலுள்ள மூன்று பனைகளும்தான்.

"நம்ம கஸ்டத்த விடுங்க... அவெ மாப்பிளயோட சந்தோசமாருக்கட்டும்.... ரெண்டு மூணு வருசம் கழிஞ்சி எடுக்கியது இப்பளே வந்திட்டுன்னு நெனச்சிண்டு சோலியெப் பாருங்க" என்று கணவனைச் சமாதானப்படுத்துவதுபோல் பேசினார் நேசம்.

விடுமுறைக்கு வந்தாள் அமலா. அவள் வருவதற்கு முன்பே, பழைய வீட்டின் அருகே கிடந்த நயமான கண்டத்தை விற்றிருந்தார் தங்கையன். அமலா, மைக்கேல், தங்கையா மூவரும் சென்று நகைகள், புடவைகள் வாங்கி வந்தனர். கருங்கலில் அடிக்கக் கொடுத்திருந்த கல்யாணச்சீட்டைக் கையோடு வாங்கிவந்தான் மைக்கேல்.

ஊரிலுள்ள எல்லாருக்கும் சீட்டு கொடுத்தார் தங்கையன். கிளாராளுக்கு மட்டும் கொடுக்கவில்லை. தாயின் மனது படபடத்தது. ரகசியமாக ஒரு சீட்டை எடுத்து, மடியில் பதுக்கி மூத்த மகளின் வீடு நோக்கி நடந்தார். வீட்டின் மேற்கில் நின்ற புளியமரத்தின் அருகே வந்தபோது அமலா குறுக்கிட்டாள். "அவுளுக்குச் சீட்டு குடுத்தா... எனக்கக் கல்யாணம் மீறியில நடக்காது; மதுரையில நடக்கும் பாத்துக்க... சம்மதமா?" சீறினாள் இளைய மகள். கிளாராளை நினைத்துக் கசிந்த கண்ணீரோடு திரும்பினார் நேசம். அவர் மனசு ஆறவில்லை. அமலாளிடம் வந்து, "அவெ ஒனக்கு மூத்தவ மக்கா... அவுளுக்கு ஒரு மாப்பிளயெ பாக்கியதுக்கு மின்ன எளயவளுக்குக் கல்யாணமான்னு கேக்கினம். ஒன் கல்யாணத்தயாவது கண்டூண்டு போட்டும்.... அவ பாவம் மக்கா..."

"பாவமிங்கி.. நீ அவெ வீட்ல பெய் இருந்துக்க" கறாராகச் சொல்லிவிட்டு நடந்தாள் அமலா.

கல்யாண வேலைகள் நடந்தன. முதல் வேலை பந்தலும் ஆக்குப்பெரையும் போட்டதுதான். அடுத்து அரிசியும் மரக்கறிகளும் வாங்கிவந்தனர். அன்றே தங்கையாவின் அருவாப்பெட்டி, மிருக்குத்தடி, குடுவெ எல்லாவற்றையும் ஆக்குப்பெரை அருகே கிடந்த விறகுக்கூட்டத்தில் வைத்தாள் அமலா. அதோடு நிற்காது பனை ஓலைகளைப் போட்டு அவற்றை மறைத்தாள்.

மணமகன் வீட்டார் இரண்டு கார்களில் வந்தனர். இரண்டு குழந்தைகளோடு ஒன்பது பேர்தான். மைக்கேல், சேவியர், சார்லஸ்,

அல்போன்ஸ் எல்லோரும் நிற்க, முத்தையாவின் மகன் எதிர்மாலையும் சந்தனமும் போட்டு மணமகனைக் கையில் பிடித்து அழைத்துச் சென்றான். மாநிறமாக இருப்பினும் பார்க்கக் களையாக இருந்தார் மாப்பிள்ளை.

கிளாராளைப் புறக்கணித்ததில் மைக்கேல், சேவியர், சார்லஸ் போன்றோருக்கு மிகுந்த வருத்தம். "அவிய சீட்டு குடுத்தா என்ன, குடுக்கேலிங்கி என்ன... கோயிலுக்கு வாக்கா கட்டாயப்படுத்தினான் மைக்கேல். சேவியரும் அதையே சொன்னான். குழந்தையைத் தோளில் போட்டுக்கொண்டு கல்யாணப்பூசைக்கு வந்தாள் கிளாரா.....

தாலிகட்டு முடிந்ததும் கிளாரா வந்திருப்பதைக் கண்டார் நேசம்... "மோளே கிளாரா... வீட்டுக்கு வா மக்கா.. ஒரு பிடி சோறு தின்னீண்டு போவ்லாம்" கிளாராவின் கண்கள் கலங்கின. குழந்தையைத் தூக்கிக்கொண்டு வெளியே வந்தாள். நுங்குபோல் இருந்த அவள் கண்களின் ஊற்று முகத்தை யாரோ சீவிவிட்டது போல் கண்ணீர் ஒழுகியது. பெருமூச்செறிந்து ஏங்கி ஏங்கி அழுதாள். கோவிலுக்கு உள்ளே இருந்தவர்களும் வெளியே இருந்தவர்களும் அவளைச் சுற்றி நின்றனர். குழந்தையைத் தெரசம்மாள் எடுக்க. தோளைப் பிடித்தபடி கிளாராளை அழைத்துவந்தாள் ரபேக்கா. அவள் கண்ணீர் கோவிலிலிருந்து வீடுவரை கிடந்த மண்ணைத் தொளியாக்கியது.

விருந்துண்டு மகிழ்ந்த மணமக்கள், மதுரைக்குக் கிளம்பினர். அவர்களின் கார் கிளாராவின் கண்ணீர்த்தொளியை வாரி இறைத்துச் சென்றது. அதைப் பார்த்த பரஞ்சோதியார் நேசத்திடம், "நீ எல்லுமுறிய வேலெ செய்யணம்; நான் பல்லுமுறிய தின்னணன்னு செல்லுவினம் பாத்துக்க... அது மாதிரி ஆச்சிது ஒன் எளயமவுளுக்கக் கதெ... கேட்டதெல்லாம் வேண்டி வேண்டிக் குடுத்து வளத்தவ கிளாரா.... இப்ப எல்லாத்தயும் வாரீண்டு போறவ அமலா."

அமலாளின் கல்யாணத்தன்றுதான் அகஸ்டின் வந்தான். முன்பே விடுமுறை கிடைத்தும், பதினைந்து நாட்களுக்குப் பின்பே அவனது வரவு. வந்ததும் அவன் கண்ணில் பட்டது புதிதாக நடப்பட்டிருந்த எலவ மரமும், செங்கொடியும்தான். அடுத்து அவன் கண்ணில் பட்டது சேவியர். அகஸ்டின் வாயைத் திறந்தான். "என்ன சேவியரு, சி.பி.எம். கொடி பறக்குது... பாராளுமன்ற மாயையில் விழுந்திட்டியளா? அரசியல முதலாளித்துவ கட்சிகளுக்குக்

குடுத்தீண்டு ஓடஞ்சுபோன தொழிற்சங்கங்களெ மடில வச்சீண்டு நடக்குதிய... தேர்தல் வாற சமயத்ல எம்.பி, எம்.எல்.ஏ. சீட்டுக்கு மாநில கட்சிகளுக்க வாசல்படில விழுந்து கெடக்குதிய... இதான் ஒங்கப் புரட்சியா?"

"அகஸ்டினு..... நீங்க அஞ்சாறு பேரு மட்டும் சேந்து ஒரு கட்சீண்ணு வச்சீண்டு வீரதீரமா பேசலாம் .... ஒரு கட்சியெ உருவாக்கி, நாலஞ்சி மாநிலங்கள்ல வளத்து ஆளும் வர்க்கத்துக்கு எதிரா மக்களெத் தெரட்டிப் போராட வச்சியது லேசுபட்ட காரியமில்ல... பாத்துக்க... ஜனங்ககிட்ட பெய் வேலெ செய்து பாருங்க..... அப்ப தெரியும்...."

"வர்க்க எதிரியளெ அழித்தொழிக்காத இந்தியப்புரட்சிய முன்னெடுக்க முடியாது சேவியரு..."

"இப்ப அழித்தொழிப்பு நடத்தியதில எங்ளுக்கு உடன்பாடில்ல... ஒங்ளுக்கு முடியுமெங்கி செய்யுங்க.. ஒரு புதிய ஜனநாயக ஆட்சியெ அமெச்சுக் காட்டுங்க"

"சவால் விடுதியா.. நீ சென்னாலும் செல்லேலங்கிலும், நாங்க புதிய ஜனநாயகப் புரட்சியெ நடத்திக்காட்டத்தான் போறம்.... ம்... மிக்கேல் எங்கே?"

"அவன் வீட்ல இப்பதான் எதிர்பாராத பல சம்பவங்கள் நடந்திண்டிருக்கு.... அவன் சமாதானமா இருக்கச்சில பாரு...." என்றான் சேவியர்.

இருபத்து நான்கு

பனை, ஒரு மரம் மட்டுமன்று; வேவு பார்க்கும் கோபுரமும் கூட. நிலத்தில் ரகசியமாக நடப்பவை அதன் உச்சிக் கண்களுக்குத் தெரிந்துவிடும்.

கோவிலுக்குப் பின்புறம் மைக்கேலின் சித்தப்பா பொன்னையனுக்கு ஐந்து பனைகள் உண்டு. காலை, மாலை ஏறும்போதெல்லாம். பனை உச்சியிலிருந்து அவர் காணும் காட்சி அவரை வெப்பிராளப்படுத்தும், அண்ணி தெரசம்மாளிடம் அதைச் சொல்ல நினைப்பார். தவறாகப் போய்விடுமோ, என மௌனமாவார். வருவது வரட்டும் என்ற துணிச்சலில் நேரடியாகவே இறங்கினார்.

"யாருட்டி அவன்?"

ரபேக்காவின் வாய் குளறியது. "எனக்கக்கூட அண்டியாபீசில வேல செய்யிய ஒரு குட்டிக்க தமயன். விழுந்தாம்பலத்ல தையக்கடெ வச்சிருக்கியாரு..... எங்ளுக்குள்ள வேற ஒண்ணும் இல்ல சித்தப்பா"

"ஒண்ணுமில்லாதயா இஞ்சண்டு கூட்டீண்டு அங்க போறதும், அங்கண்டு கூட்டிண்டு இஞ்ச வாறதுமா.. ஒரு மாசமா நடக்குது... யேன் குட்டி இவன் கூட சுத்திய?"

"அவுரு என்னெக் கல்யாணம் செய்வேண்ணு செல்லிருக்காரு சித்தப்பா...."

"கூட்டிண்டு போவச்சில அப்டித்தான் குட்டி செல்லுவினம். போன பெறவு... வவுத்ல பிள்ளயோட வாறவளும் உண்டு.... கழுத்ல தாலியோட வாறவளும் உண்டு. நீ இப்டி அலயிய... ஒனக்கத் தம்பிய அந்தச் சூத்திரப் பெண்ணு பிடிச்சி வச்சிருக்கியா, ரெண்டுபேரும் இப்டி நடந்தா... கொம்மயும் அந்த சின்னதுவளும் எப்டி ஜீவிப்பினம்... வெளியில செல்ல * பரியேடாருக்குப் பாத்துக்க..."

"அம்மய்கிட்ட மட்டும் செல்லீரதயும் சித்தப்பா... வெட்டிப் பொலி போட்ருவா..."

"அந்தப் பேடி இருக்குதில்ல பின்ன எதுக்குட்டி இப்டி நடக்கிய?.... குட்டியே, நம்ம எடத்ல ஏமாத்திய பயலுவ மலிஞ்சி

* பரியேடு - கேவலம்

கெடக்கினம் பாத்துக்க. கிளாரா படியபாடப்பாத்தியா? ஓர்மிச்சி நடந்துக்க...."

"ஓங் சித்தப்பா" வீட்டுக்குத் திரும்பினாள் ரபேக்கா. சித்தப்பா அம்மாவிடம் சொல்லிவிடுவார் என்பது அவளுக்குத் தெரியும். அம்மா கேட்பதுவரை நாமாக எதுவும் சொல்ல வேண்டாம் என முடிவெடுத்தாள்.

சொல்லாமல் இருப்பாரா பொன்னையன்? ரபேக்கா விவகாரத்தை தெரசம்மாளிடம் விவரித்தார். தாய், மகளிடம் எதுவும் விசாரிக்கவில்லை.

ரபேக்காவுக்கு வயது இருபத்தாறு. இவள் வயதுள்ள ஒன்றிரண்டு பெண்களைத் தவிர, மற்ற எல்லாருக்கும் திருமணமாயிற்று. இனிமேல் கடக்கும் ஒவ்வொரு நாளும் பயங்கரமானது. எப்போது வேண்டுமானாலும் விபரீதங்கள் நடக்கலாம். மைக்கேலுக்கு வேலை கிடைக்கட்டும் எனக் காத்திருந்தால் ரபேக்கா சீரழிந்துவிடுவாள், அவளுக்கு ஒரு மாப்பிள்ளை பார்ப்பது நல்லது' என்ற முடிவுக்கு வந்தார் தெரசம்மாள்.

விழுந்தையம்பலம் பையனது குடும்பம், வேலை, வருமானம் குறித்துக் கொழுந்தனாரிடம் விசாரிக்கச் சொன்னார். அதேநேரம் மெதுவாகப் பேச்சை ஆரம்பித்து, ஆறு மாதமோ, ஒரு வருடமோ தள்ளிப்போடுவது தெரசம்மாளின் திட்டம். அதற்குள் மைக்கேலுக்கு வேலை கிடைக்கும் என்பதே அவரது குருட்டு நம்பிக்கை. இதை மனத்தில் வைத்தே முறைப்படி ரபேக்காளைப் பெண்பார்க்க வரச்சொன்னார்.

மாப்பிள்ளை, அம்மா, அப்பா, அண்ணன், அண்ணி என ஐந்து பேர் வந்தனர். மைக்கேல், மிக்சரும் யாத்தம்பழமும் வாங்கி வைத்திருந்தான். தெரசம்மாள் காப்பி போட்டார். ஒவ்வொன்றாய் மாப்பிள்ளை வீட்டாருக்குப் பரிமாறினான் மைக்கேல். காப்பி குடித்த பின்பு மாப்பிள்ளையின் அப்பா வெற்றிலைப்பாக்குப் போட்டார்.

"எப்ப கல்யாணத்தெ வச்சிலாம்?" கேட்டார் மாப்பிள்ளையின் அண்ணன். ஏற்கனவே அண்ணியோடு பேசி இருந்ததால் பொன்னையன் சட்டென்று சொன்னார். "அடுத்த மாசம் நாங்க கோளவடைக்கு வாறச்சில கல்யாணத்தேதி, குடுக்கல், வாங்கல் பத்திப்பேசி ஒறப்பிச்சிலாம்"

மாப்பிள்ளையும், பெண்ணும் சலித்துக்கொண்டனர். “அதுவரெ நாங்க இஞ்சண்டு அங்கயும், அங்கண்டு இஞ்சயும் நடந்தீண்டிருக்கணுமா? பத்து நாளையில் சட்டுப்புட்டுன்னு கல்யாணத்த வச்சாத இப்டி இழுக்கினுமே” குறுகுறுத்தாள் ரபேக்கா.

பேச்சை ஒரு மாதம் தள்ளிப்போட்டாலும் பிரச்சினை மாறப்போவதில்லை. கையில் கொடுப்பது, உருப்படி, கல்யாணச் செலவுன்னு பெரிய தொகை தேவைப்படும் கையில் இருப்பதை வைத்து நகை வாங்கலாம். மீதிக்கு எங்கு போவது? யோசித்தார் தெரசம்மாள். ‘யாரிடம் கடன் கேட்பது?’ பிடிபடாது வெளியே வந்தான் மைக்கேல்.

அவன் நிமிர்ந்து பார்த்தபோது விளைகளில் ஆங்காங்கே நின்றவர்கள் தெற்கு நோக்கி நடந்தார்கள். என்னவென்று விசாரிப்பதற்குள் கோவிலைக் கடந்துவிட்டார்கள். எங்கு செல்கிறார்கள்? ஏதாவது அசம்பாவிதம் நடந்திருக்குமோ? சந்தேகப்பட்ட மைக்கேல், “பாத்தீண்டு வந்திரியன்” அம்மாவிடம் சொல்லிவிட்டுக் கிளம்பினான். அதற்குள் செய்தி பரவிற்று. மாப்பிள்ளை வீட்டாரை அனுப்பிவிட்டு தெரசம்மாளும், பொன்னையனும் கலங்கிய கண்களோடு நடந்தார்கள்.

தங்கையன் வீட்டின் முன்பு இருபதுக்கும் மேற்பட்டோர். நேசமும் கிளாராவும் அழுது கொண்டிருந்தார்கள். சேவியரும் வில்சனும் தங்கையனைத் தூக்கி வந்து வீட்டில் கிடத்தினார்கள்.

விழிகள் மூட, நினைவிழந்தவராய்த் தங்கையன்.

வைத்தியர் வந்தார். நாடி பிடித்தார்; தலைக்காயத்தையும் பார்த்தார். சில நொடிகளில் கையை விரித்துவிட்டார். அவர் எந்த மருந்தும் கொடுக்கவில்லை. கூடி நின்றவர்களின் நெஞ்செல்லாம் படபடத்தன. “ஆஸ்பத்ரிக்குப் போவ்லாம்” மைக்கேல் சொன்னதும், கார் பிடிக்கச் சென்றான் சார்லஸ். அவர் பிழைத்தால் எல்லாருக்கும் மகிழ்ச்சி. அப்பனைப்போல் மரிக்க நேர்ந்தால், அவர் பனையிலிருந்து விழுந்துதான் இறந்தார் என்பதற்கான டாக்டர் சர்ட்டிபிகேட் முக்கியம். இதை மனத்தில் கொண்டே மைக்கேல் இயங்கினான்.

காருடன் வந்தான் சார்லஸ். தங்கையன், நேசம்மாள், கிளாரா, மைக்கேல், சேவியர் ஆகியோருடன் கார் கிளம்பியது. “நெய்யூருக்குப் போவமா?” கேட்டான் சேவியர். “கோட்டாறுக்குப் போவ்லாம்” என்றான் மைக்கேல்.

கோட்டாற்றில் தங்கையாவுக்குத் தீவிர சிகிச்சை. மைக்கேலுக்குப் பழக்கமான டாக்டர் ஒருவர் இருந்தார். அவரிடம் அவன் விசாரித்தபோது, "ரெம்ப ஒயரத்திலண்டு விழுந்திருக்கியாரு. மண்டெ ஒடஞ்சிருக்கு பாத்துக்க.... பௌச்சியது கஸ்டம்" என்றார். அவர். ஒரு மணி நேரம் கடந்தது. தங்கையன் இறந்து விட்டதாக மருத்துவர்கள் அறிவித்தனர்.

மறுநாள் போஸ்ட் மார்ட்டம். பனையிலிருந்து விழுந்து இறந்தவர் என்பதற்கான மருத்துவச்சான்றை வாங்கினான் மைக்கேல். உடல் ஊர்வந்து சேர்ந்தது.

"யென் தங்கமே, என் ராசாவே! அய்யோ... அய்யோ.." அழுது அழுது நேசம் மயங்கிவீழ்ந்தார். அவரைப் பிடித்த சில பெண்கள், முகத்தில் தண்ணீர் தெளித்து உட்கார வைத்தனர்.

"அப்பா.... அப்பா.. ஒனக்க வீட்டுக்கு வந்திருக்கியன் அப்பா... புளியங்கொம்ப ஒடிச்சி அடிப்பா.... என்னெ.... அடிப்பா.... பிள்ளெயோட வந்தா காலெ வெட்டுவேண்ணு சென்னியே.. வெட்டுப்பா.... எந்திரிச்சி வந்து வெட்டுப்பா..." குமுறிக் குமுறிப் புலம்பினாள் கிளாரா. அவர்களோடு சேர்ந்து இன்னும் பல பெண்களின் அழுகையும் ஒப்பாரியும். அந்த வெக்கை தாங்காது ஆண்கள் வெளியே வந்தனர்.

சேவியரும் ஜானும் சவப்பெட்டி, கோடித்துணி, மெழுகுத்திரி, சாம்பிராணி, பன்னீர், சோப்பு வாங்கிவந்தனர். சார்லசும் மைக்கேலும் கோவில், சிமித்தேரி காரியங்களைக் கவனித்தனர். உடலைக் குளிப்பாட்டி, பெட்டியில் வைத்து அமலாளின் வருகைக்காகக் காத்திருந்தனர்.

அமலாளும் கணவரும் வந்த பத்தாம் நிமிடத்தில் பெட்டியைத் தூக்கிச்சென்றனர் கோவிலுக்கு, கோவிலில் பூசையும், மரித்தோர் மன்றாட்டும் முடிந்ததும் பெட்டியைச் சிமித்தேரிக்குக் கொண்டு சென்றனர். அவர்களுக்கு முன்பு ஆண் வாரிசுகள் பிடிக்க வேண்டிய சிலுவையைக் கிளாரா பிடித்துச்சென்றாள்.

அடக்கம் முடிந்தது. வீட்டுக்கு வந்ததும் பதினாறு அடி யந்திரம் எப்போது என்ற கேள்வி எழுந்தது. "பத்து நாள் கழிச்சி வச்சிலாம்" சொன்னது மைக்கேல். குறுக்கிட்ட அமலா, "அவியளுக்கு லீவெல்லாம் தீந்து போச்சி... ஒரு வாரமோ, பத்து நாளோ கழிச்சி வரமுடியாது.... மத்தினா வச்சா எல்லாத்தயும் முடிச்சிண்டு போயிருவம்" என்றாள்.

“கெடந்தது எல்லாத்தயும் வித்துப் பெறக்கி, பனெயேறிப் பனெயேறி .. ஒன்னெப் படிக்க வச்ச கொப்பனுக்க சாவுக்கு ரெண்டு நாளு கூட இருக்க முடியாத போச்சுதே..... மோளே....” புலம்பத் தொடங்கினார் நேசம். புலம்பலால் அமலாளை மாற்றவா முடியும்?

மூன்றாம் நாள் காலையில் பூசையும், கல்லறை மந்திரிப்பும். மத்தியானச் சாப்பாட்டுக்கான வேலைகளைச் சேவியரும் மற்ற தோழர்களும் கவனித்தனர். குழந்தையுடன் எழுந்தாள் கிளாரா. நொந்துபோன தாய், “மோளே. கிளாரா.... உச்சைக்கு ஒருபிடி சோறு தின்னீண்டு போ மக்கா....” கெஞ்சுவதுபோல் கேட்டார்.

‘அப்பா தன்னை நேசித்தது? பள்ளிக்குப் போகக் கட்டாயப்படுத்தியது; ஆப்பம் தின்றது; ஜிமிக்கிக் கம்மல் வாங்கித் தந்தது; போலீசிடமிருந்து அவரைக் காப்பாற்றியபோது நெகிழ்ந்து உருகியது’ என அவள் நினைவு பாசயுகத்தில் தோய்ந்தது. அடுத்த நொடி அவலயுகம் வந்து அவள் நினைவுகளை அழித்துச்சென்றது. அம்மாவின் முகத்தை நேருக்கு நேர் பார்த்தாள் கிளாரா... அம்மாவின் கண்கள் உருகி நீரோடையானது. வருவேன் என்றோ, வரமாட்டேன் என்றோ சொல்லாது கிளம்பினாள் கிளாரா.

என்ன நினைத்தாளோ தெரியாது, கிளாரா, மதியம் வந்து சாப்பிட்டாள். ‘ஒருவேளை அம்மைக்கு இனி யாரு உண்டு நான் மட்டும்தானே!’ என நினைத்திருக்கலாம். ‘இந்தக் கொழந்தயெ வயித்தில செமக்கவும் பெத்தெடுக்கவும் நாங் எம்பிடு வேதனெப்பட்டேன்; என்னெப் பெறியதுக்கும் வளக்கியதுக்கும் எம்பிடு பெரிய வலித்தீயில அவ வெந்து தப்பிப்பெளச்சிருப்பா’ என்ற எண்ணமாகவும் இருக்கலாம். எல்லாரும் சாப்பிட்டதும் அமலாளும் கணவரும் மதுரைக்குக் கிளம்பினார்கள்.

மிக உயரத்தில் தன் வாழ்வைக் கண்டடைந்தவன் பனைத்தொழிலாளி. பனையின் உச்சியில் ஏறிக்களிப்பதும், இறங்கிக் குடிப்பதும் அவனது மரண வாடிக்கை. ஒவ்வொரு பனையேறியின் மரணமும் பனைத் தொழிலாளிகள் குடும்பங்களை அதிர்ச்சிக்குள்ளாக்கும். தங்கையனின் மரணமும் மற்ற பனையேறிக் குடும்பங்களை அதிர வைத்திருந்தது. அந்த அதிர்வுகள் அகலும் முன்பு அவர்களை அமைப்பாக்க வந்தார் தோழர் டி. கொச்சுமணி. அவருடன் முன்னங்கினாவிளை பால்ராசும் தொழிக்கோடு சண்முகமும்.

மூவரும் நேசத்தையும் கிளாராளையும் பார்த்து ஆறுதல் கூறினார்கள். பின்பு கட்டாந்தரை புளியமரத்தடியில் கூட்டம். அதற்கான ஏற்பாட்டை, மைக்கேல், சேவியர், சார்லஸ், வில்சன் செய்திருந்தார்கள். பதினைந்துக்கும் மேற்பட்ட பனைத் தொழிலாளர்கள் கூடினர். சேவியர் தலைமையில் கூட்டம்.

முதலில் மைக்கேல் பேசினான்; ''யென் அப்பா பனைலண்டு விழுந்த பெறவு, எங்க வீடு படியபாடு ஒங்ளுக்குத் தெரியும். அதுக்குப் பெறவும் ரெண்டு பேரு எறந்திருக்கினம். அதெவிட கை, காலு முறிஞ்சி நடக்க முடியாத படுத்த படுக்கையில கெடக்கியவியளெ நெனச்சா பரிதாபமாருக்கு. இறந்தவிய குடும்பத்துக்கோ, காலு கை வெளங்காதவிய குடும்பத்துக்கோ யாரும் எந்த ஒதவியும் செய்யேல.... பாத்துக்களுங்க... அரசாங்கம் கண்டு கொள்ளவே இல்லெ.... இதுபத்தி வெவரமாப் பேச தோழர் டி.கொச்சுமணியும் மற்ற தோழர்களும் வந்திருக்கினம். இப்போது தோழர் டி. கொச்சுமணி பேசுவார்.''

"தோழர்களே, நம்ம வௌவன்கோடு தாலுகாவுல பனைத் தொழிலாளிய அதியம் பாத்துக்களுங்க.... நாலஞ்சு தலைமொறயா பனெ ஏறினம். புருசன் பனெ ஏறினா பெண்டாட்டியும் பிள்ளையளும் அக்காணி காச்சினம். வெறவு பொறுக்கினம். சந்தைக்கடைக்குப்பெய் சாமானம் வாங்கினம். பனெயெ நம்பித்தான் அந்தக் குடும்பமே ருக்கு.

நம்மப் பெண்ணாப் பெறந்தவிய தொறப்பாயும் கடவமுமா அங்கங்கே கெடக்கிய சருவுவள அரிச்சி அக்காணி காச்சினம். நல்ல வெறவு உண்டெங்கி ரெண்டு துண்டெ அடுப்பில வச்சீண்டு..... கரையிய கொழந்தைக்குப் பால் குடுக்கிலாம். வெள்ளங்கோரப் போவுலாம்..... கெழங்க ஓடச்சிலாம். வெலய்க்கு வெறவு வேண்டி அக்கானி காய்ச்சினா அஞ்சு பைசாயும் மிஞ்சியதில்ல. மொதல்ல வெறவுக்கு ஒரு ஏற்பாடு செய்ய அரசாங்கத்தெ நாம் நிர்ப்பந்திக்கணம். நம்மள்ல நெறய ஆளுவ பனைஓலெ கட்ன வீடுவள்ளதான் ஜீவிச்சினம். அரசாங்கம் லோண் குடுத்தா எல்லாரும் ஆளுக்கொரு ஓடு போட்ட வீடு கட்டுலாம்.

வருசத்ல ஆறு மாசந்தான் அக்கானி ஊறுது. அடுத்த ஆறு மாசத்துக்கு வேற எந்தத் தொழிலும் இல்ல... ஒன்னிரண்டு பேரு பாண்டிக்குப் பனையேறப் போவினம். மத்தவிய சும்மா

கெடக்கினம். அவியளுக்கு வேல குடுக்க அரசாங்கத்திடம் எந்தத் திட்டமும் இல்ல. நம்ம தங்கையனெப்போல எதிர்பாராத எறந்திட்டா..... பாம்பு கடிச்சவன் தலையில இடிவிழுந்த மாதிரி பெண்டாட்டிப் பிள்ளைய அதோ கதிதான். பனைலண்டு விழுந்து கைகாலு.... வெளங்காத கெடக்கியவிய ‘யாரெங்கிலும் குடிச்ச வெள்ளம் தருவினுமா, ஒருபிடி சோறு கிட்டுமா’ன்னு ஏங்கிக் கெடக்கினம்.

நம்மெவுட மீனு பிடிச்சிய தொழிலாளிய கெட்டிக்காரங்க. மீனு பிடிக்கப்போறப்ப கடல்ல ஒரு அசம்பாவிதம் நடந்திட்டா... அவிய குடும்பத்துக்கு அரசாங்கம் அஞ்சாயிரம் ரூபா குடுக்குது. நமக்கு அஞ்சு பைசாகூட தாறதில்ல. அரசாங்கம் ஏன் நம்மெக் கவனிக்கேல தெரியுமா? நமக்குள்ள ஒத்துமெ இல்ல..... ஒரு ஸ்தாபனமா ஒண்ணு சேராம .... எவனுக்கோ ஓட்டப்போட்டூண்டு மிண்டாத வீட்ல வந்து கெடக்கியம். நம்ம ஒத்துமையா நின்னு நம்ம கோரிக்கைகளெ அரசாங்கத்தோட கவனத்துக்குக் கொண்டு போனா.... இப்பச் செத்துப்போன தங்கையன் குடும்பத்துக்குக்கூட நிவாரணம் வேண்ட முடியும்” முடித்தார் கொச்சுமணி.

சார்லஸ் எழுந்து ஓர் வேண்டுகோள் விடுத்தான். “தோழர் ஜி. எஸ். மணியும், தோழர் கொச்சுமணியும் ஊர் ஊராப்பெய் பனெயேறிமாரெக் கூட்டி இப்டிப் பேசிண்டு வருனம்... வாற வெள்ளியாச்ச காலத்த பத்து மணிக்குக் குழுத்தர தாலுகா ஆபீசுக்கு ஊர்வலமாப்போறம். அஞ்சாயிரம் பேரு வாறதா செல்லிருக்கினம். அந்தக் கூட்டத்துக்கும் ஊர்வலத்துக்கும் நீங்கேல்லாம் கண்டிப்பா வரணம்”

மைக்கேல் சொன்னான், “எல்லாரும் பனெ ஏறப்போற மாதிரி அருவாப்பெட்டி, மிருக்குத் தடியோட வரணம். அப்பதான் அரசாங்கம் கண்ணெத் தெறக்கும்”.

தொடர்ந்து கல்லடை, அருவை, விளாப்பட்டி, கம்பிளாறு கல்லுவிளை ஆகிய ஊர்களிலுள்ள பனைத் தொழிலாளர்களோடு உரையாடினர். எல்லாரும் வீட்டுக்குத் திரும்பும்போது, “நாளெய்க்கே நோட்டீஸ் வந்திரும். ஒங்ளுக்கு குடுத்துவிடியன்” என்றார் பால்ராசு.

மறுநாள் நோட்டிஸ் கட்டு வந்தது. ஐந்து நோட்டிசை ஒரு கவரில் போட்டான். சசிகலாவின் திருவனந்தபுரம் முகவரிக்கு அனுப்பினான் மைக்கேல். கவருக்குள் ஆங்கிலத்தில் ஒரு கடிதம். அதில் சசியையும் வாசுதேவனையும் பனைத்தொழிலாளர்கள்

பேரணிக்கு வருமாறு அழைத்திருந்தான். பின்பு ஊரிலுள்ள தொழிலாளிகளுக்கும், பக்கத்து ஊர்ப் பொறுப்பாளர்கட்கும் கொடுத்தான். பாக்கியிருந்தது தொழிக்கோடு சண்முகத்துக்கானது. அடுத்த நாள் தூங்கி எழுந்ததும் அவரைப் பார்க்கச் சென்றான் மைக்கேல்.

குறுப்புமார் வசிக்கும் பகுதி அது. காக்கி நிக்கரும் முண்டா பனியனும் போட்டு ஒருவர் கையில் கம்போடு நின்றிருந்தார். மாணவப்பருவத்தினர் சிலர் அமர்ந்திருந்தனர். அடிமுறையும் சிலம்பமும் கற்கிறார்கள் என்ற ஊகத்தோடு சண்முகம் வீட்டுக்குச் சென்றான் மைக்கேல். "தோழர்" என குரல் கொடுத்ததும், வெளியே வந்தார் சண்முகம். அவர் மில் தொழிலாளியாக இருந்தபோது சி.ஐ.டி.யூ. தொழிற்சங்கத்தில் செயல்பட்டவர். தற்போது ஒரு சைக்கிள் ரிப்பேர் கடை வைத்திருந்தார். இருவரும் பனைத் தொழிலாளர் வீடுகளுக்குச் சென்று நோட்டீசைக் கொடுத்தனர். திரும்பி இருவரும் தொழிக்கோடு முக்குக்கு வந்தபோது, காக்கிச்சட்டையும் முண்டா பனியனும் போட்டிருந்த நபர் பேண்ட், சட்டையோடு பஸ் நிறுத்தத்தில் நின்றிருந்தார். அவரைப் பார்த்ததும் சண்முகம் சொன்னார்.

"இவுரு ஆர்.எஸ்.எஸ்.காரர். தொழிக்கோடு, ஒழிபாறை, கல்லடை எனப் பல ஊர்களுக்கு இவர்தான் பொறுப்பாளராம்" வியப்பாக இருந்தது மைக்கேலுக்கு. மேலும் அவர் "இங்கல்லாம் இடதுசாரிச்சிந்தனைகள் பரவிருந்தா.. இதெல்லாம் வந்திருக்காது" என சற்று வருத்தத்தோடு சொன்னார். "நம்மால முடிஞ்சதெச் செய்லாம் தோழர்" எனக் கூறி வீட்டுக்குத் திரும்பினான் மைக்கேல்.

படந்தாலுமூட்டில் ஒரு சின்ன மேடை. அதன் முன்பு பனைத் தொழிலாளிகளும் குடும்பத்தினரும். மாலை நான்கு மணிக்குத் தொடங்கியது நிகழ்ச்சி. தொழிலாளி ஒருவர் அனைவரையும் வரவேற்றார். தோழர் ஜி.எஸ். மணி, தோழர் ஹேமச்சந்திரன் ஆகியோரின் உரைவீச்சு அனைவரையும் வீறுகொள்ளச் செய்தது. கடைசியாக விசுவநாதன் என்ற பனைத்தொழிலாளி தம் குடும்பப் பிரச்சினைகளை மிக உருக்கமாக வடித்து வைத்தார்.

ஊர்வலம், தோழர் டி. கொச்சுமணி தலைமையில், அதில் ஒவ்வொரு குடும்பமும் இணைந்தன. தங்கள் கருவிகளோடும், கவசங்களோடும் பனைத் தொழிலாளர்கள். இடுப்பில் அருவாப்பெட்டி, இடது தோளில் கலக்குமட்டை போடப்பட்டிருந்த குடுவை தொங்கும் மிருக்குத்தடி.

கோஷமிடத் தொடங்கினான் மைக்கேல். அப்போதுதான் சசிகலாவும் வாசுதேவனும் சாலை ஓரத்தில் நிற்பதைக் கண்டான். ஓரிரு புன்னகைகளை மட்டுமே அவளுக்குக் கொடுத்தான். மற்றபடி அவனது கவனம் கோஷங்கள் மீதே இருந்தது.

1. வெல்க, வெல்க, வெல்கவே!
பனைத் தொழிலாளர் ஒற்றுமை வெல்கவே!
2. தமிழக அரசே, தமிழக அரசே!
ஏற்பாடு செய், ஏற்பாடு செய்
குறைந்த விலையில் விறகு கிடைக்க
ஏற்பாடு செய்!
3. கடன் வழங்கு, கடன் வழங்கு
ஓடுபோட்ட வீடுகட்ட ஒவ்வொரு தொழிலாளிக்கும்
கடன் வழங்கு, கடன் வழங்கு!
4. நிவாரணம் கொடு, நிவாரணம் கொடு!
பனையிலிருந்து விழுந்து காலு கை முடமான
தொழிலாளிக்கு நிவாரணம் கொடு
5. மாநில அரசே, மத்திய அரசே!
அஞ்சாயிரம் கொடு, அஞ்சாயிரம் கொடு
அகால மரணமடையும் பனையேறி குடும்பத்துக்கு
அஞ்சாயிரம் கொடு, அஞ்சாயிரம் கொடு!

மைக்கேலோடு சேர்ந்து, சார்லஸ், சேவியர், வில்சன், அல்போன்ஸ் தொழிலாளர்கள் என எல்லாரும் முழக்கமிட்டனர். இரண்டாயிரத்துக்கும் மேற்பட்டோர் ஊர்வலமாயினர். சாலையின் இருபக்கங்களிலும் நகராத ஊர்வலமாய் மக்கள் கூட்டம். அனைவரின் கவனத்தையும் ஈர்த்தாள் ஒரு பெண். உயர்த்திப்பிடித்த அவளது வலது கையில் மிருக்குத்தடி; இடதுகையில் திளாப்பு; இடுப்பில் அருவாப்பெட்டி. ஊசி, மாலை விற்கவரும் குறத்திப் பெண்போல் குழந்தை உட்கார்ந்த முதுகுச் சேலையோடு வந்தாள் கிளாரா. ஊர்வலத்தின் மையப்புள்ளி அவளே.

குழந்தையைக் கேட்டான் சேவியர். “எனக்கத் தோளு அவனெச் சொமக்கட்டும்” என்பதில் ஒரு கண்டிப்பு இருந்தாலும் கனிவோடு பார்த்தாள் அவனை. அவனோ ‘அவள் முதுகு வலிக்கும் போதோ, குழந்தை அழும் போதோ அதை வாங்கலாம்’ என நினைத்து அவளுக்கு அருகிலேயே கோஷமிட்டு நடந்தான்.

முழக்கங்கள்-காதில் விழுந்ததோ இல்லையோ பனையேறிக் கோலங்கள் அரசாங்கத்தின் கண்ணில் விழுந்தது. பனைத்

தொழிலாளர்களுக்காகக் காத்திருந்தார் தாசில்தார். ஊர்வலம் முடிந்து வந்த தலைவர்களும் இரண்டு பனைத் தொழிலாளர்களும் கிளாராவும் உள்ளே நுழைந்தனர். தலைவர்கள் மனுக்கள் கொடுத்தபோது, கிளாராவும் ஒரு மனுவைச் கொடுத்தாள். தங்கையன் இறந்தபின்பு தாயும் அவளும் படும் துயரத்தை எழுதி அரசின் உதவியைக் கேட்டிருந்தாள்.

வெளியே வந்ததும், கிளாராவின் கண்ணில் பட்டாள் சசிகலா. "சசீ... சசீ..." விளித்தபடி வேகமாக நடந்தாள் கிளாரா. அவளது முதுகின் கிரீடத்தை வாங்கி, முத்தம் முத்தமாய்ப் பொழிந்தாள் சசிகலா. "நீங்கள் எல்லாப் பேரும் சுகந்தன்னே?"

"ம் அமலா மதுரைக்குப் போயிட்டா... நானும் அம்மயும் சொகந்தான். நீ இப்ப வீட்டுக்கு வாறதில்லியா?"

"அவிட வராம் பித்திமுட்டானு.... அது பின்னீடு பறயாம்"

குழந்தையோடு அவள் கொஞ்சிக் கொண்டிருக்கும் போது "ஆ.... அந்நா மிக்கேலு வாறான்" கிளாரா சொன்னதும் சசிகலாவின் கையிலிருந்த குழந்தையை வாங்கினான் சேவியர். சசியும் மைக்கேலும் சற்றுத் தள்ளி நின்று பேசினர்.

"நிங்கள் விளிச்ச முத்திரா வாங்கியங்கள் நந்நாயிருந்நு ..... எந்தாணு ஒரு கம்பீரம்? மகா மிடுக்கந்தன்னெ.... என்ற செறுக்கன். அதுபோட்டே... என்ற சகாவு லட்சுமிக்கு பேங்கு எக்ஸாமின்ற ஹால் டிக்கெட் வந்திட்டுண்ட!"

"எனக்கும் வந்திருக்கு..."

"ஈ எக்சாமில் பாசாயெங்கில்... மூணு மாசத்தினகம் நம்மளோட மேரியேஜ், ஞான் அம்மாவனோட பேசி, எல்லாம் செரியாக்கீட்டுண்டெ.... பேடிக்கண்டாம்...."

மைக்கேலின் உதடுகள் மெல்ல மெல்ல விரிய, வெள்ளி நூல்போல் ஒரு புன்னகை தெரிந்தது. வேறு ஒன்றும் பேச இயலாதவனாக நின்றான். அக்காவின் கல்யாணம், அம்மாவின் இயலாமை, பரிதாபத்துக்குரிய தங்கைகள், ஜோசப் சாரின் பிள்ளைகள், எல்லாரும் அவன் மனக்கண்ணில் தோன்றினார்கள். இருப்பினும் சசியை ஒரு பட்டை தீட்டிய வைரமாய் இதயத்தில் பதித்து வைத்திருந்தான்.

வாசுதேவன் வந்தார் "எவிட அந்த ஜான்சிராணி?" அவர் கிளாராளைத்தான் தேடுகிறார் என்பதைப் புரிந்த மைக்கேல், அவள்

நிற்கும் இடத்தைக் காட்டினான். கிளாராளைப் பார்த்துவிட்டு இருவரும் வந்தனர். அப்போது வாசுதேவன், “மைக்கேல், ஞான் இந்தியன் கம்யூனிஸ்ட் பார்ட்டியாணு. பட்ச அத்வானிகள் சமரம் செய்யும்போள் பார்ட்டி ஏதாயாலும் சப்போர்ட் செய்யும்” என்றார். சில நிமிடங்களில் வாசுதேவனும் சசிகலாவும் திருவனந்தபுரம் திரும்பினர்.

இருபத்தைந்து

கட்சி, போராட்டம் என்று அலைகிறான் மைக்கேல். அது தாய்க்குப் பிடிக்கவில்லை. இருப்பினும் அவனைக் கண்டிக்காது நாட்களை நகர்த்தினாள். ஒன்று மட்டும் தெரசம்மாளுக்கு உறுதியாயிற்று. இவனை நம்பி ரபேக்காளின் கல்யாணத்தைத் தள்ளிப்போடுவது முட்டாள்தனம். இவனால் சம்பாதிக்கவோ, தங்களுக்குச் சோறு போடவோ முடியாது. என்ன செய்வான் மைக்கேல்? தற்போது ஒரு டுட்டோரியலில் பாடம் நடத்துகிறான். ராமதாஸ், தேவதாஸ், பிஜ்லி போன்ற ஆசிரியர்கள் பெருந்தன்மையானவர்கள். மாணவ, மாணவிகளைச் சேர்க்க அலைபவர்கள். கடினமாக உழைப்பவர்கள். ஒப்பீட்டளவில் மைக்கேலுக்கு அதிகமாகச் சம்பளம் கொடுத்தார்கள். ஆனால் அது அவனது கைச்செலவுக்குக்கூட போதுமானதாக இல்லை. வீட்டுச்செலவை எப்படிக் கவனிப்பான்?

கொழுந்தனார் வீட்டுக்குச் சென்றாள் தெரசம்மாள். “ஒரு ஆளு கெடச்சா... நம்ம மரச்சீனி வச்சிய கண்டத்தெ வித்தீண்டு ரபேக்கா கல்யாணத்த முடிச்சிரலாம் பாத்துக்களுங்க” கேட்டதும் பொன்னையன் சற்று வருந்தினார். ‘குடும்பச்சொத்த அடுத்தவியளுக்கு விக்கிய நெலமெ வந்து போச்சே...!’ மனத்துக்குள் புலம்பிய அவர், “செல்லிவச்சியன் மயினி” என்றார். அதை வித்தா மீதி இருக்கியது வீடும் வீட்டடியும்தான். மிக்கேலும் ரெண்டு பெண்ணுவளும் இருக்கினம். மிக்கேலுக்கு ஒரு வேலெ கெடச்சேல்லிங்கி.... வீடு என்ன பாடுபடுமோ...? குழம்பிய தெரசம்மாள் இப்ப ரபேக்கா கல்யாணம் நடக்கட்டும்..... மத்ததெ பெறவு பாக்லாம் என அமைதியடைந்தார். இருப்பினும், சற்று வாடிய முகத்தோடு திரும்பினார் அவர்.

பனையேறிகள் குழித்துறையில் போராட்டம் நடத்தி ஒரு மாதம்தான் ஆகியிருக்கும். அதற்குள் கிளாராளுக்கு ஒரு கடிதம் வந்தது. பிரித்துப் படித்ததும், அவள் ஆச்சரியப்பட்டாள். சார்லஸ், சேவியர், வில்சன் மூவரிடமும் படிக்கக் கொடுத்தாள். வடக்கேயிருந்து வந்து கொண்டிருந்தான் மைக்கேல். இவர்கள் படித்து மகிழ்ந்ததோடு அவனிடமும் கொடுத்தார்கள். அவன் சொன்னான் “கிளாராளுக்கு மட்டுமில்ல.... கல்லுவெள, காப்புக்காடு, நட்டாலம், எலவெளல உள்ள இன்னும் நாலுபேருக்கு வந்திருக்கு. கானா பறக்கிய வெயில்ல... கொடி பிடிச்சி. கோஷம் போட்டு அலஞ்சமே...

இதுதான் மொத வெற்றி... பனெலண்டு விழுந்து எறந்து போனவிய குடும்பங்களுக்கு.... அஞ்சாயிரம் ரூபா அரசாங்கம் குடுத்திருக்கு. எல்லாருக்கும் நன்றி சொல்லிவிட்டு அம்மாவிடம் சென்றாள் கிளாரா. செய்தி கேட்டதும் நேசம்மாள் கணவன் உயிரோடு இருப்பது போன்ற ஓர் உணர்வைப் பெற்றார். “என்னக் கட்டினவன் செத்தும் எனக்குச் சோறு போடியான்” அவரை நினைத்து கண்கலங்கினார். சத்தம் போட்டு அழுதுவிடுவதுபோல் வாயைத் திறந்த அம்மாவைச் சமாதானப்படுத்த விரும்பி “இது செத்துப்போன ஒன் புருசன் வந்துசெல்லி அரசாங்கம் நமக்குத் தரேல. ஆயிரக்கணக்கில கம்யூனிஸ்ட் கட்சி ஆளுவளும் பனையேறிகளும் போராடி வேண்டிக்குடுத்தது. ஓர்மையில வச்சிக்க” விரல்களை மடக்கி முஷ்டியை உயர்த்திக் காட்டினாள் கிளாரா.

நேசம்மாள், கிளாரா, சேவியர் மூவரும் நாகர்கோவில் கலெக்டர் ஆபீசுக்குப் போய் பணத்தை வாங்கிவந்தார்கள். கோவிலுக்குப் போவோர் வருவோர் கண்களில் படும் விதமாகத் தன் வீட்டை ஒட்டிக்கிடந்த பாறைப்பகுதியில் ஒரு முறுக்கான் கடையைத் தாய்க்கு வைத்துக் கொடுத்தாள் கிளாரா. கடையைக் கட்டிக் கொடுப்பதில் சேவியரின் பங்கே மிகுதி. சந்தைக்குப் போய்ச் சாமான்கள் வாங்கி வருவதும் அவனே. தாய் மகிழ்ந்தார். கிளாராளும் தன் ஓலை வீட்டை இரண்டு அறைகள் கொண்ட ஓட்டு வீடாக மாற்ற எண்ணினாள். அதற்குக் கழிக்கோல்கள் தேவைப்பட்டன. கிளாரா கேட்டுக்கொண்டதால், வீட்டின் முன் நின்ற பனைகளில் உயரமாக நின்றதைப் பனை வெட்டிகள் வெட்டிச் சாய்த்தனர். அதன் தலைப்பகுதியில் இருந்த பச்சை மட்டைகளை ஒவ்வொன்றாக வெட்டினார் பனை வெட்டி. முதலில் தெரிந்தது பச்சையும் மஞ்சளும் கலந்த குருத்துகள். அடுத்தது மஞ்சளும் வெள்ளையும் கலந்த குருத்துகள். கடைசியில் தான் வெள்ளை வெளேர் என்று கறந்த பாலைவிட வெண்மையான குருத்துகள். அவை வெள்ளை மட்டைகளும் ஓலைகளுமாக இருந்தன. அவற்றை வெட்டி, அம்மா, சேவியர், மைக்கேல் ஆகியோருக்குக் கொஞ்சமாகக் கொடுத்தாள் கிளாரா. இனிப்பும் மாவும் குளிர்ச்சியும் உடையதாய், தின்னத்தின்னத் தெவிட்டாததாய் இருந்தது. மீதியிருந்ததை சித்திக்கும், அத்தைக்கும் கொண்டு கொடுத்தாள்.

பனை நன்றாக விளைந்து அரையடிவரை உள்ளே கறுத்திருந்தது. பனை வெட்டிகள் நான்காகப் பிளந்து போட்டார்கள். கூரையில்

ஓடு போடுவதற்கு ஏற்ற வகையில் ஆசாரிமார்கள் அவற்றைத் தோதுபடுத்தினார்கள். அதன்பின்பு புஷ்பாவும் எலிசபெத்தும் அதிகமாகச் சொந்தம் கொண்டாடினர்.

கிளாராளின் சித்தப்பா முத்தையா தற்போது எண்பது ரக வேட்டியை நெய்து வந்தார். அதை நெய்ய மிகுந்த அனுபவம் தேவை. புதியவர்களால் அந்த ரகத்தை நெய்ய முடியாது. அதனால் கிளாரா அவ்வப்போது செபஸ்தியான் தறியில் நெய்துவந்தாள். சேவியரின் தங்கைகள் பள்ளிக்குப் போகாத நாளோ, மாலையிலோ வருவாள். அல்லது செபஸ்தியாருக்கு இயலாதபோது வந்து நெய்வாள்.

கிளாரா தறியில் இறங்குவதும், குழந்தையை வாங்குவது போல் சேவியரின் கை அவள் கையில் படுவதும், அவன் கைகள் இவள் கைகளோடு பிணைவதுமாக இருந்தது. வெளியாட்களால் அடையாளப்படுத்த முடியாத, காதல் அல்லாத காதலில் மனம் ஒப்பி ஒருவரையொருவர் மௌனமாக நெருங்கிக் கொண்டிருந்தனர். இருவரும் பேசுவார்கள். சொற்களிடையே புடைத்துச் செல்வது என்னவென்று கணிப்பதற்குள் அது மாய்ந்துவிடும்.

இவற்றைக் கவனித்த செபஸ்தியான், “நான் இண்ணோ நாளெயோன்னு இழுத்தீண்டு கெடக்கியன்.... அந்த பெண்ணும் நல்லா நெய்யப் பழவிருக்கியா.. ஒனக்குப் பிடிச்சிதெங்கி.... அவளெக் கட்டிக்கல....”

“கட்லாம்.. அதெப்பத்தி நாங்க ஒண்ணிச்சிருந்து பேசேலப்பா... மூத்த தங்கச்சிக்கு கல்யாணத்தெ முடிச்சீண்டு கட்லாம்ப்பா... அதுவரெ அவ காத்திருப்பா”

“பின்னெ ஓங் இஸ்டம் போல செய். தங்கச்சிக்கு ஆத்தியம் ஒரு சம்மந்தம் பாக்கிலாம்”. பெண்ணுக்கு மாப்பிள்ளை தேடுவதில் தீவிரம் காட்டினார் செபஸ்தியான்.

அதேநேரம் சேவியர் செய்யும் உதவிகளையும், கிளாரா மீது அவன் கொண்டுள்ள அன்பையும் கண்காணித்த நேசம்மாள், “குட்டியே கொழந்தெயும் ஒன்னயும் பாத்துக்குவானங்கி, சேவியரக் கட்டீண்டு ஜீவிச்சப்பாரு...’ என்றார். அதற்குக் கிளாரா “பிராயமான ரெண்டு பெண்ணுவ இருக்கச்சில நானும் அவனும் ஒரு முறிக்குள்ள கெடந்தா.. நல்லாவாருக்கும்?” எதிர்கேள்வி கேட்டாள்.

கல்யாணம் பண்ணிக்கொள்ள இருவருக்கும் விருப்பம்தான். சேவியரின் தங்கைகளுக்காக காலத்தை மட்டும் உருட்டி விட்டார்கள்.

அதற்குள் தேர்தல் ஆணையம் உள்ளாட்சித் தேர்தலை அறிவித்தது. மெம்பர் வீட்டு மட்டம் ஆகிவிட்டார். தேர்தலில் அவர் நிற்கவில்லை. ராஜப்பன் வேட்புமனு தாக்கல் செய்திருந்தான். அவனை எதிர்த்து நிற்க யாரும் முன்வரவில்லை. மார்க்சிஸ்ட் கட்சியின் பூட்டேற்றி கிளை அவசரமாகக் கூடியது. ராஜப்பனுக்கு எதிராகக் கட்சி சார்பில் ஊராட்சி மன்றத் தேர்தலுக்கு ஒரு வேட்பாளரை நிறுத்துவது என்று முடிவெடுத்தது. கூட்டத்துக்கு மைக்கேலால் வர இயலவில்லை. அவன் வாலிபர் முன்னணி மாநிலக்குழுக்கூட்டத்துக்குப் போயிருந்தான். மற்றவர்கள் கூடினர்.

கட்சிக்கு ஆதரவாளர்களை உருவாக்குவது; நிலவுடைமை யாளர்களுக்கும் பெருமுதலாளிகளுக்கும் திட்டங்கள் தீட்டும் மத்திய, மாநில அரசுகளை அம்பலப்படுத்துவது. இவற்றோடு மண்சாலைகளைத் தார்சாலையாக்குதல், குளங்களைத் தூர்வாரி சப்பாத்து கட்டுதல், அரசு உதவிகளை மக்களுக்குப் பெற்றுத்தரல் என ஒரு நீண்ட பட்டியலைத் தயாரித்தனர்.

அடுத்து வேட்பாளர் யார்? ஒரு மணி நேரம் விவாதம். முடிவில் கிளாராளை முன்மொழிந்தான் சார்லஸ். எல்லாரும் ஏற்றுக்கொண்டனர். கிளாராளின் ஒப்புதலைப் பெற்றுச் சேவியர் எல்லாருக்கும் அறிவித்தான். தேர்தல் பிரச்சாரத்துக்குத் தோழர் ஜி.எஸ். மணியை அழைப்பது எனவும் முடிவாயிற்று

ஊருக்கு வந்ததும் கட்சி முடிவுகளை வரவேற்றான் மைக்கேல். மறுநாள் தோழர் ஜி.எஸ். மணியை அழைக்கும் முயற்சி, காலையில் மைக்கேல், சேவியர், சார்லஸ் மூவரும் கருங்கல் கிளைச் செயலாளர் மணிகண்டனை அணுகினார்கள். அவர், “தோழர் ஜி.எஸ்.மணி காஞ்சாம்புறத்தில் இருக்கியாராம். இரண்டு மூணு நாளா அங்கயே இருக்கியதா தாலுகா கமிட்டில செல்லுச்சினம்... எதுக்கும் அங்க பெய்ப் பாருங்க” என்றார்.

மூவரும் காஞ்சாம்புறம் வந்தனர்; புனித குழந்தை இயேசுவின் தெரசாள் ஆலய வளாகத்துக்குள் நுழைந்தபோது, தோழர் மணி வேறு மூன்று தோழர்களோடு பேசிக்கொண்டிருந்தார். இவர்களைக் கண்டதும் “வாருங்க தோழர் வாருங்க” என வரவேற்ற தோழர், “மிக்கேலு எப்டிருக்குதியா?” என்று விசாரித்தார் பாசத்தோடு. “சொகமாருக்கியன்.... இவுரு, சேவியர். பூட்டேற்றி கிளைக்கமிட்டிச்

செயலாளர். இவுரு சார்லஸ் 'நாடக ஆசிரியர்' என இருவரையும் அறிமுகப்படுத்தினான் மைக்கேல். "இவிய ரெண்டு பேரையும் பனைத்தொழிலாளர் ஊர்வலத்ல பாத்தமெ..... இந்த பெஞ்சில இருங்க" என்று சொல்லி முடிப்பதற்குள் மேடையிலிருந்து ஒரு பெஞ்சைக் கொண்டு வந்து போட்டார் ஒருவர். மூவரும் பெஞ்சில் அமர்ந்தனர். ஜி.எஸ்.மணி தனக்குப் பக்கத்தில் இருந்தவர்களை அறிமுகப்படுத்தினார். "இவுரு தோழர் ஸ்ரீதரன், இவுரு தோழர் தேவகி. இவுரு தோழர் ராஜமணி.... நாங்கேல்லாம் எம்.எக்ஸ். ஆர்ண்ணு விளிப்பம்; இந்தக் கோவிலுக்குப் பங்குச்சாமியாரு''..... மைக்கேலும் தோழர்களும் ஒரே குரலாய் "வணக்கம் பாதர்" கும்பிட்டு கையை எடுப்பதற்குள் கோயில் முன்பு அஞ்சாறுபேர் வந்துவிட்டனர். "பேசிண்டிருங்க. அஞ்சு நிமிசத்ல வந்திருவம்" என்றார் ராஜமணி. அவரும் ஜி.எஸ். மணியும் சென்றனர்.

சார்லசால் நம்ப முடியவில்லை. வழக்கமாக கிறித்தவக் குருக்கள் வெள்ளை அங்கியோடுதான் நடமாடுவார்கள். இவர் வேட்டியும் சட்டையும் போட்டுருக்காரு... அங்கி இல்லாவிடினும், அவர் முகத்தில் அன்பு ஒளிர்ந்தது. சேவியர்தன் பக்கத்தில் இருந்த ஸ்ரீதரிடம் கேட்டான் "யாரெங்கிலும் இவுரெ சாமியாருண்ணு செல்லுவினுமா?"

"வேட்டி சட்டெ போட்டதுக்கே அதிசயமா பாக்கிய நீங்க.... ஒவ்வொரு நாளும் அவரு வாழுற வாழ்க்கெலயும் ஒண்ணிரண்டு தெரிஞ்சிருக்கணம். மாசி மாதத்திலண்டு மரச்சீனி வெட்டத் தொடங்குவினம். அந்தச் சமயத்ல காலத்த பூசெ முடிஞ்சதும்.... குசினில இருக்கியதத் தின்னூண்டு மரச்சீனி வச்சிய வெளெய்க்கு வந்திருவாரு. ஒரு நம்மாட்டி எடுத்து பத்து இருபது குண்டு வெட்டீண்டு, கம்பெ தறிச்சி நடுவாரு.. எளங்குடிக்கு அவிய குடுக்கிய கருப்பட்டிய தின்னு, பச்சவெள்ளம் குடிச்சீண்டு மேடைக்கு வருவாரு".

அடுத்து ஸ்தனிஸ்லாசு சொல்லத் தொடங்கினார். "நானும் ஒண்ணுமட்டும் செல்லியன். வாறுவெளக் கோவிலு கட்டிண்டிருந்த சமயம், கூரெபோட கழிக்கோல் நெரப்பி வளெ அடிக்கணம். குஞ்சுகிருஷ்ணன் ஆசாரி ஏணியில ஏறிநின்னு வளெயடிச்சாரு.... அவரு டயடாயிட்டாரு.. அதெப்பாத்த பாதர் ராஜமணி ஏணில ஏறினாரு. சுத்தியல் எடுத்து ஒரு மணி நேரம் வளையடிச்சாரு... உச்சைக்கு அவிய காச்சின கஞ்சியெக் குடிச்சீண்டு வந்தாரு பாத்துக்களுங்க.."

பிளந்த வாயை மூட முடியாது மூவரும் வியந்து நின்றனர். அதற்கிடையிலும் மைக்கேல் கேட்டான், “இஞ்ச எதுக்கு தோழர் மணி வந்திருக்காரு?”

“நீங்க பேப்பர்ல படிச்சேலியா? அக்டோபர் மாசத்ல அடெமழெ பெய்ஞ்சிது ... அதே சமயத்ல பேச்சிப்பாறெ அணெயயும் தெறந்துவிட்னம். குழுத்தற ஆத்ல வெள்ளம் பெருவி மறிஞ்சி ஊரெல்லாம் வெள்ளக்காடாச்சி..... பாதர் ராஜமணியும் நற்பணி மன்றத்ல உள்ளவியளும் வெள்ளத்ல பெய் வைக்கலூரு, பள்ளிக்கல்லு, மாம்பழஞ்சி, மங்காடுபோல எறக்கமான எடத்தில் உள்ள ஜனங்களெ வள்ளத்ல ஏத்தீண்டு வந்து காஞ்சாம்புறம் கோவிலு, பாலர்பள்ளி, சுத்தியிருந்த வீடுவ எல்லாத்லயும் தங்க வச்சினம். அதில இந்து, கிறிஸ்டியன், முசுலிம் என எல்லா மதத்தினரும் இருந்தினம்.....

வெள்ளம் வடிஞ்ச பெறவு பெய் பாத்தா... குடிசெ வீடுவெள வெள்ளம் இழுத்தீண்டு பெய்யிருந்துது, சிலருக்கு வீட்டுச் சொவரெல்லாம் இடிஞ்சி போச்சி.... கூட்ல அடச்சிருந்த கோழியளெ வெள்ளம் அடிச்சீண்டு பெய்யிருந்துது.

வீடில்லாத நாலஞ்சு ஊருஜனங்க.... வீடு கட்ட உதவி கேட்டு நாலஞ்சு தடவ அதிகாரிகளுக்கிட்ட மனு குடுத்தினம்... அவிய கருணெ காட்டவே இல்ல..... அந்தச் சமயத்ல கலிங்கராசபுரத்ல... பஞ்சாயத்துக்குச் சொந்தமான அஞ்சு ஏக்கர் நிலமிருந்துது... அது வெறும் மணல்காட்டுப்பூமி. அதில வீடு கட்டிக்குடுக்கத் திட்டமிட்டுது மார்க்சிஸ்ட் கம்யூனிஸ்ட் கட்சி.

ஒரு நாளு ராத்ரி கம்புவளும் ஓலையும் சொமந்தீண்டு பெய் முந்நூற்று எண்பத்தைந்து (385) குடிசெகளெப் போட்னம். அந்த எடத்துக்கு ஜி.எஸ். நகருண்ணு பேரு வச்சினம்.... அவியளுக்கு ஜி.எஸ். மணிதான் பாதுகாவலு.... அந்தக் குடிசெகளெப் பிரிச்ச போலீசும், அதிகாரிகளும் ரொம்ப நிர்ப்பந்திச்சினம். எல்லாரையும் தடுத்தது ஜி.எஸ். மணிதான். கொஞ்சம் நாள்ல ஜி.எஸ். மணியும் டி.கொச்சுமணியும் முயற்சி எடுத்து.. குடிசெ வீடுவளெ ஓடு போட்ட காலனி வீடுவளா ஆக்கிச்சினம். அதெக் கவனிக்கத்தான் ஜி. எஸ்.மணி இங்கருக்காரு... ராஜமணி சாமியாரு. முயற்சியில் நெறயபேரு மார்க்சிஸ்ட் கட்சியிலயும், சி.ஐ.டி.யு. சங்கத்லயும் சேந்திருக்கினம்.

ஜி.எஸ். மணியும் பாதரும் திரும்பி வந்தனர். பின்புதான் விசயத்தைச் சொல்ல முடிந்தது. "வாற பஞ்சாயத்துத் தேர்தல்ல தோழர் கிளாராள நெறுத்தியிருக்கியம்"

"ஓ.. குழித்தற ஊர்வலத்ல கொழந்தய முதுவுல செமந்தீண்டு வந்தினுமே அந்தத் தோழரா?"

"ஓங் அவியதான்.. தேர்தல் பிரச்சாரத்துக்கு ஒரு நாள் நீங்க வரணம்"

"ம்" கையிலிருந்த டைரியைப் புரட்டிய தோழர், "எனக்கு வாறதுக்கு நேரமில்ல பாத்துக்களுங்க... கொச்சுமணியெ அனுப்பி வச்சியன்" திருப்பித் திருப்பிக் கேட்டும் அதே பதில்தான் கிடைத்தது. கடைசியில் சேவியர் "செரி, தோழர் கொச்சுமணி பெயரெப்போட்டு நோட்டிசு அடிச்சி அனுப்பி வச்சியம்" என்றான். அதற்குள் "ஒரு நாளு எங்க பங்குக்கு வாருங்க பாதர்" ராஜமணியை அழைத்தான் சார்லஸ். அழகிய புன்னகை ஒன்றைப் பரிசளித்துப் "பாக்கிலாம்" என்றார். குறுக்கிட்ட ஜி. எஸ். மணி "அவரெ மதத்துறவியா விளிச்சிதியளா, மார்க்சிய துறவியா விளிச்சிதியளா?"

"ரெண்டுமாவே வரட்டுமே" என்றான் அவன். அப்போது ஜி. எஸ். மணி "தோழர் மைக்கேல், மாநிலம் முழுக்க ஒம்மப் பத்தித்தான் பேசினம்... எப்ப முழுநேர ஊழியரா வரப்போறிய..?" மைக்கேல், பதில் சொல்லத் தாமதித்தான். அதனால் சேவியர் சொன்னான், "அவனுக்க அக்கா கல்யாணம் முடிஞ்சதும் வந்திருவான் தோழர்"

"ரெம்ப சந்தோசம்" மகிழ்ந்தார் ஜி.எஸ்.மணி. எல்லாருக்கும் வணக்கம் சொல்லிவிட்டு மூவரும் கிளம்பினர்.

கால்களே வாகனம், மூவரும் நடந்தார்கள். வழியில் விழுந்தையம்பலம் என்னும் ஊர். அதன் முக்கிலும், அதை ஒட்டியிருந்த கோவில் கேட்டிலும் போலீசார். மூவரும் ஒரு முறுக்கான் கடையில் நின்றார்கள். மைக்கேலைக் கண்டதும் ஐரேணிபுரத்தில் அவனுடன் படித்த சார்லஸ் என்பவர் வந்தார். அவர் ஒரு விவசாயக் கூலிதான். ஆனாலும் சம்பவங்களைக் காரணகாரியத்தோடு கணிக்கும் திறமை கொண்டவர். அவரிடம் விசாரித்தார்கள். "கோவில் குருசடியில் ஒரு தூணெப் பேத்திருக்கினம்; காணிக்கப் பெட்டிய ஒடச்சி கெடந்ததெல்லாம் எடுத்திருக்கினம்"

என்றார். “கள்ளப் பயலுவ இப்டியுமா செய்வினம்” மெல்லச் சொன்னான் சேவியர். “இது கள்ளப்பயலுவ செய்த மாதிரி தெரியேல ஓய்... ஆர்.எஸ்.எஸ்.சைச் சேந்தவிய செய்திருக்கணம். தொழிக்கோடு, ஒழிவாறே, கல்லட, அருவேண்ணு பல எடங்கள்ல அவிய வேலெ செய்னம்.” இது அந்த மண்ணின் மைந்தரின் கணிப்பு. சற்று பதற்றத்தோடு ஒரு கேள்வியைக் கேட்டார் சேவியர், “அரசியல் அதிகாரத்தெப் பிடிச்சியதுக்கு ஒவ்வொரு ஊருலயும் மதச்சண்டைகளெத் தூண்டிவிடுவினுமோ?”

“பின்னெ.... சேவியரு... கிறித்தவியளாருந்தாலும் செரி.... இந்துக்களாருந்தாலும் செரி; எப்டி பிரசங்கம் செய்னம்? எங்க மதமே உண்மையான மதம்; எங்க கடவுளே உண்மையான கடவுள், எங்க வழிபாடுகளும் மந்திரங்களும்தான் கடவுளுக்குப் பிடித்தமானது. மற்ற மதத்தவிய செல்லியதெக் கேட்டா மோச்சத்துக்குப் போமுடியாது..... நாங்க செல்லியதக் கேட்டாத்தான் மோச்சம் கிட்டும்”ண்ணு பிரச்சாரம் செய்யும்போது மதவாதம் வளருது.... அதெ அரசியல் அதிகாரத்தெப் பிடிக்கும் கருவியாக்கி ஆயுதம் எடுத்து நிலைநாட்ட எத்தனிக்கும் போது..... கொலெவெறி தாண்டவமாடுது ... படுகொலைகள் நடக்குது” மைக்கேல் சொன்னதும் அவனது பள்ளித் தோழன்,

“இந்தப் பிரபஞ்சத்தெயும், மனுசனுவளெயும் படைச்ச கடவுள்தானே இந்தியாவில ஒரு மதம், சீனாவில ஒரு மதம், ஐரோப்பாவில ஒரு மதம், அரேபியாவில ஒரு மதம்ண்ணு எல்லா மதங்களெயும் படெச்சிருக்கணம். அதில ஒரு மதம்தாங் உயர்ந்தது. இன்னொரு மதம் தாழ்ந்ததுன்ணு பேசினா.... கடவுளுக்கு முதல் எதிரி இந்த மதங்களாத்தாங் இருக்கணம்”.

“ஓய்... இந்த மதங்களுக்கெல்லாம் ஒரு ஒத்துமையிருக்கு தெரியுமா? ஜனங்க நெலங்களெ போரிட்டு அபகரிச்சவன், தொழிலாளர்களெ ஒட்டச் சுரண்டினவன், லஞ்சம், ஊழல், மோசடிண்ணு குற்றங்களே செய்யியவன் பக்கம்தான் காலம் காலமாகச் சேவெ செஞ்சிருக்கினம்” எனச் சேவியர் சொன்னதும் “இதுக்குமேல் பிரச்சினை எதுவும் வராம பாத்துக்களுங்க. அப்டி ஏதெங்கிலும் வந்தா எங்களுக்கும் செல்லுங்க. வாறம்” என நண்பன் சார்லசிடம் சொல்லிவிட்டு மைக்கேல் கிளம்பினான். சேவியரும் சார்லசும் உடன் சென்றனர்.

வேட்பு மனுதாக்கல் முடிந்தது. கிளாராளுக்கு வாக்களிக்கக் கோரும் கட்சி போஸ்டர்கள் ஒட்டப்பட்டன. தேர்தலுக்கு நான்கு

நாட்கள் இருக்கும்போது பொதுக்கூட்டம். கொடி மரத்துக்கு அருகே மேடை. கல்லடை, பரமன் கோணம் எனப் பல ஊர்களிலிருந்து நூறு பேருக்கு மேல் கூடியிருந்தனர். அடையாளம் தெரியாத சிலர் மைக்கேலின் கண்களில் பட்டார்கள். ராஜப்பனின் அடியாட்களாக இருக்குமோ? சந்தேகம் மைக்கேலுக்கு. தோழர் கொச்சுமணி வந்துவிட்டதால் கூட்ட ஏற்பாடுகளில் அவன் கவனமிருந்தது.

இரவு ஏழு மணிக்குத் தொடங்கியது கூட்டம். சேவியரின் தலைமையுரை, சார்லசின் பாடல், மைக்கேலின் உரைவீச்சு, முடிந்ததும் கிளாரா குழந்தையோடு மேடையில் ஏறி தனக்கு வாக்களிக்குமாறு கேட்டுக்கொண்டாள். அதற்குள் ஒரு மணி நேரம் கடந்தது. தோழர் கொச்சுமணி ஒரு மணி நேரம் பேசினார். அவர் பேச்சைக் கேட்ட ஒருவர், கிளாராளைத் தவிர வேறு எவருக்கும் வாக்களிக்க மாட்டார். அப்படி ஒரு நியாய வாதமும் ஈர்ப்பும் அவர் உரையில் இருந்தது. அவர் பேசி முடிந்ததும் கூட்டம் கலையத்தொடங்கியது.

தோழர் கொச்சுமணியை அனுப்பிவைக்க சார்லசும் அல்போன்சும் சென்றனர். மற்றவர்கள் நின்றிருந்தனர். சற்று நேரத்தில் ஒலி, ஒளி அமைப்பாளர் தன் வேலையைத் தொடங்கினார். ஒலிப்பெருக்கி, டியூப்லைட்டுகள் எல்லாம் அவிழ்த்தார். கடைசியாக மேடை விளக்கை அணைத்தார். “அடத் தாயோளி மோனுவளே.. கம்யூனிஸ்ட் கட்சிக்கா கூட்டம் நடத்துதிய... ஒங்க சின்னத்தில இல்லல... இந்நா ஓங்க முதுவுல முத்திரெ குத்தியம்” சொல்லி முடிப்பதற்குள் விழுந்தது இரண்டு தடிகளின் அடி. ஒன்று மைக்கேல் முதுகில்; இன்னொன்று சேவியர் முதுகில். தற்செயலாக மைக்கேல் குனிந்திருந்தான், அதனால் அவன் தோளைத் தாக்கியது. சேவியர் நகர்ந்ததால் பக்கத்தில் நின்றவர் முதுகில் பட்டது. அவரோ, “அய்யோ.... அம்மா” சத்தம் போட்டார். அடித்தவர்களைப் பிடிப்பதற்குள் புளியமர நிழல் இருட்டில் மாயமாகிவிட்டனர். தேடியும் எந்தத் தடயமும் கிடைக்கவில்லை .

ராஜப்பனுக்கு, கம்யூனிஸ்ட்கள் வளர்வதோ தன்னை யாரேனும் எதிர்ப்பதோ பிடிக்காது. காஞ்சிரம்பழத்தைக் கடித்த மாதிரி கதிகலங்கிப் போவார். ஒரு வாரத்துக்கு முன்பு கிளாராளைப் பார்த்து, “சின்னப்பயலுவ செல்லியதெக்கேட்டு எலக்சன்ல நிக்கப்பாது பாத்துக்க.. கொழந்தயும் ஒன்னெயும் பொன்னுப்போல பாக்கிய ஒரு பையன் இருக்கியான்.. பஞ்சாயத்து யூனியன்ல பில் கலெக்டரு, அவனுக்கும் ஒனக்கும் கல்யாணம் செய்து வச்சியன்.

மூணு தலெமொறய்க்கு கால்மேலக் காலு போட்டு ஜீவிச்சிலாம் அம்பிடு சொத்திருக்கு....'

"ரெம்ப சந்தோசம்..... அந்த மாப்பிள்ளய ஒம்ம மோளுக்குக் கட்டி வையும் ஓய்... அவ நல்லாருக்கட்டும்... ஜெயிச்சாலும் செரி, தோத்தாலும் செரி நிக்கியது நிக்கியதுதான் ஓய்..." உறுதியாகக் கிளாரா சொன்னதும் பதுங்கிக்கொண்டார் ராஜப்பன். ஆனால் அவன் அடியாட்களை வைத்து அடிப்பான் என யாரும் எதிர்பார்க்கவில்லை. கம்யூனிஸ்ட்களை ஒழிக்க அகிம்சையை விற்று ஆயுதம் வாங்கவும் தயாராக இருக்கிறான் என்பது தெரிந்தது.

அதனால் கிளாரா வீட்டுக்குச் சேவியரும் அல்போன்சும் பாதுகாப்பு. எங்கு சென்றாலும் இரண்டு மூன்று பேர் சேர்ந்துதான் சென்றார்கள். இரவு நேரங்களில் கத்தி, கம்பு போன்றவைகளோடு அவர்கள் நடமாட்டம். தாக்கினால் திருப்பித் தாக்காமல் விடக்கூடாது என முடிவு செய்திருந்தார்கள்.

ராஜப்பன் தொடங்கிவைத்தான். இப்போது எதிர்தாக்குதலுக்கு இளைஞர்களும் தயார். இனி ஒவ்வொரு நிமிடமும் பயங்கரமானது. வெட்டு, குத்து நடந்தால் இரத்தம் குடிக்கும் பூமி. இருட்டிய பின்பு கணவரையோ, பிள்ளைகளையோ வெளியே அனுப்ப பெண்கள் அஞ்சினர். சிலர் ராஜப்பனைத் திட்ட ஆரம்பித்தனர். "ராஜப்பனுக்குத் தலைக்குச் சரியில்லெ. அவனேல்லாம் பஞ்சாயத்துக்கு யூனியனுக்கு அனுப்பப்பாதுல..... ஊளம்பாறைக்குத்தான் அனுப்பணம்" என உரக்கக்கூவினர்.

தேர்தல் நாள் காலை; அடித்த நபர்களை அடையாளம் கண்டான் மைக்கேல், மாலையில் பழிவாங்கத் திட்டமிட்டான். வாக்களிப்பு முடிந்தது. அந்தி மயங்கிய நேரம், மூன்று ரவுடிகள் நேசம்மாள் கடையில் நின்று சிகரட் பிடித்தனர். ஒருவன், "ஓய், இந்த எடத்தில உள்ள பயலுவ... அடி வேண்டிச் சாவியதுக்கு பெறந்தவனுவ... அண்ணைக்கு ரெண்டு நாயளெ அடிச்சமே.. மீண்டு கேக்க.. ஆளு உண்டா? பயந்தாங்கொள்ளிய...." திமிர் பிடித்துக் கையும் காலையும் தூக்கினான். மைக்கேல் மெல்ல கடைக்குப் போய் வாரியில் சொருகி வைத்திருந்த நெடுந்தடியை எடுத்தான். அந்தத் திமிர் பிடித்தவனின் முதுகில் ஒரு போடு போட்டான். அதற்குள் மற்ற இருவரும் மைக்கேலைத் தாக்குவதற்கு அடவு கட்டினர். கணப்பொழுதில் தடியின் நடுப்பகுதியை வலக்கையில் பிடித்து, முன்னும், பின்னும், பக்கவாட்டிலும் சுழற்றினான். 'பளீர் பளீர்'

என்னும் சத்தம். கம்பு கையில் இருக்கிறதா, இல்லையா? என நம்ப முடியாத அளவுக்கு மைக்கேலைச் சுற்றி ஒரு ஒளிவட்டம் சுழன்றது. கால் செவிடுகளை மாற்றி மாற்றி கம்பைச் சுழற்றினான். கம்பைப் பிடிக்க முடியாது மூவரும் திணறினர். அடி, அவர்களின் முதுகு, கை, கால்கள், தொப்புள் எனப் பதம் பார்த்தது. பட்ட இடங்கள் கன்றிச்சிவந்தன. அடி படப்பட மூவரும் பின்வாங்கினர். அப்போது வந்தான் சேவியர். அவன் மூவரையும் அடிக்கவும் சவுட்டவும் தொடங்கினான். வில்சன், சார்லஸ், ஜான் போன்றவர்கள் வந்து அவர்கள் பங்குக்கு மூவரையும் அடித்து கொடி மரத்தின் கீழே போட்டனர். "ஓய் கொடி மரத்ல கட்டி வையுங்க.... கம்யூனிஸ்ட் அடி எப்டி இருக்குமிண்ணு தெரியட்டும்... ராஜப்பன் வந்த பெறவு பாக்லாம்" என்று சொல்லிவிட்டு மைக்கேல் ஒரு கல்லில் அமர்ந்தான்.

எல்லாருக்கும் ஆச்சரியம்! மைக்கேல் இந்த அடிமுறைகளை எங்கிருந்து கற்றான்? யாருக்கும் தெரியாத ரகசியமாக இருந்தது. தண்ணீர் கோரிய விவகாரத்தில் பாஸ்கரபிள்ளை பண்ணை ஆட்களை வைத்து அடித்தார். அதன்பின்பு மைக்கேலும் கல்லடை நடராஜனும் குஞ்சாகோட்டில் ஒரு ஆசானிடம் அடிமுறை, செரமம் கற்றனர். வேட்டியை மடித்துக் கட்டிக்கொண்டு வீறாப்போடு வந்தான் ராஜப்பன், "யாருல இவியளெக் கட்டிப்போட்டது?" அவன் அவர்களின் கட்டை அவிழ்க்க எத்தனித்தான். சேவியர் கேட்டான் "இந்த ரவுடிகளுக்கும், ஒமக்கும் என்னா சம்பந்தம்?" முறைத்தான் ராஜப்பன்.

"செறஞ்சிப்பாத்துப் பிரயோசனமில்ல ராஜப்பா.... முதுவுல புண்ணிருந்தா குனிஞ்சா நோவும் பாத்துக்க ... எங்ள அடிச்சா.... நாங்க போலீசுக்குப் பெய் கேசு குடுக்கமாட்டம்... இங்கயே கணக்குத் தீத்திருவம், இனுமே எங்ள அடிச்ச ஆளனுப்பினா... ஒம்ம பெண்டாட்டிப் புள்ளயளுக்குத்தான் ஆபத்து... ஓர்மிச்சி நடயும்...."

"மத்னா ஓட்டு எண்ணி முடிஞ்ச பெறவு.. நான்தான் பெல பஞ்சாயத்துத் தலைவரு..... எவனும் என் மயிரக்கூட பிடுங்க முடியாதுல" கர்ஜித்தான் ராஜப்பன். கோபமடைந்த இளைஞர்கள் ஓரடி முன்னால் வர, மைக்கேலோடு சேர்ந்து எல்லாரும் "மத்தினா தெரியும் ஓய் யாரு மயிர யாரு பிடுங்கியதுண்ணு .பாக்கிலாம்" என எதிர் சவால் விட்டனர்.

வாக்கு எண்ணும் நாள். ராஜப்பன் ஆதரவாளர்கள் கொட்டு, வெடி, மாலைகளோடு வெற்றிக் கொண்டாட்டத்துக்குத் தயாராக இருந்தார்கள். கூடுதலோ, குறைவோ, ஒவ்வொரு சுற்று அறிவிப்பின் போதும் கொட்டும் வெடியும் உரக்கச் சத்தமிட்டது.

கிளாரா, சேவியர், மைக்கேல், சார்லஸ் இன்னுமுள்ள நண்பர்கள் அப்பாவிகள்போல் ஒரு ஓரத்தில் நின்றிருந்தார்கள். முடிவு வெளியாகும் தருணம். ஒவ்வொரு வேட்பாளருக்கும், நெஞ்சுக்குள் தோல்வி பயம்; வெளியே வெற்றிக் கொண்டாட்டம். இரண்டும் ஏறி இறங்கி மனங்களைக் கலவரப்படுத்தியிருந்தது. முந்நூறு வாக்குகள் வித்தியாசத்தில் கிளாரா வெற்றி பெற்றதாக அறிவித்தார்கள். சான்றிதழை வாங்கிவிட்டு கம்பீரமாக வந்தாள் கிளாரா. மற்ற தோழர்கள் பெருமிதத்தோடு நெஞ்சை நிமிர்த்தினர்.

ராஜப்பனின் பரிவாரங்கள் சாணிக்குழியில் விழுந்த பன்றிகள் போல் அடையாளம் தெரியாது போனார்கள். பூட்டேற்றி ஊராட்சி மன்றத்தலைவரானாள் கிளாரா.

கிளாரா தலைவரான ஒரு வாரத்தில் ரபேக்காளுக்குக் கல்யாணம். மரச்சீனி வைத்து வந்த கண்டத்தை விற்றுச் செலவு செய்தார் தெரசம்மாள். ஆனாலும் மாப்பிள்ளைக்குக் கையில் கொடுக்க வேண்டிய பணத்தில் மூவாயிரம் ரூபாய் பாக்கி. அதை மைக்கேலுக்கு வேலை கிடைக்கும்போது அல்லது அவனது கல்யாணத்தின்போது தருவோம் எனப் பேசி முடித்திருந்தார்.

பந்தல் போட்டாயிற்று. அரிசியும் காய்கறிகளும் வீட்டுக்குள் வந்தன. வார்ப்பு, குட்டுவம் எல்லாம் தயார். எல்லாவற்றையும் மைக்கேலும் தோழர்களும் செய்தனர். கிளாராளும் அனைத்து வேலைகளிலும் பங்கேற்றாள். இரவு சாப்பாட்டுக்கான வேலைகளைத் தொடங்கும் நேரம். கையால் கன்னத்தைத் தாங்கியபடி ஏதோ ஆழ்ந்த யோசனையில் தெரசம்மாள். அதைக் கவனித்த மைக்கேல், "நம்ம வீட்ல ஆத்தியம் அவசரம் எடுக்கியம்... நீ ஏம்மா இப்டி சங்கடத்ல இருக்கியா?" "ஒண்ணுமில்ல மோன.... நான் அங்கோடி இஞ்சோடி அலஞ்சி.. இருந்த பெரேடத்தெ வித்து. கொக்கா கல்யாணத்த நடத்தியன். இன்னும் ரெண்டு சின்னுதுவ இருக்கினம்..... அவிய கல்யாணத்த நெனச்சித்தான் ஒண்ணும் பிடிபடாம இருக்கியன்...'

"அவியளுக்கு நான் இருக்கியம்மா.... நல்லா படிக்க வச்சி, வேலெ வேண்டிக்குடுத்து, கல்யாணத்தெ ஓகோண்ணு நடத்தி வைப்பன்... நீ சந்தோசமா இரும்மா"

"இல்ல மோன... நீ எங்ளேல்லாம் விட்டுண்டு கம்யூனிஸ்ட் கட்சிக்கு வேலெ செய்யப்போறதா செல்லினம்!"

"எங்க போனா என்னம்மா? யெங் தங்கச்சியளெ நான் பாக்காத வேற யாரு பாப்பினம்? ஓனக்க மதிப்பு ஓனக்கே தெரியேலம்மா.. நீ எல்லாரப் போலவுள்ள தாயில்ல. வானத்தெப்போல பெரிய வயிறுள்ள தாய்.... ஒன் வயித்திலண்டு நாலு மக்கயில்ல நாலு கோடி மக்க பெறந்திருக்கினம்.... நாகர்கோவிலு மணிக்கூண்ட்ல ஏறி நின்னு 'மோனே'ண்ணு விளிச்சிப்பாரு... ஆயிரக்கணக்கான வாய்கள் ஒன்னெ 'அம்மா அம்மா'ண்ணு அழைக்கும். நீ ஏன்ம்மா நான் ஒருத்தன்தான் ஒனக்குப் பெறந்ததா நெனச்சியா..? ஒன்னெக் கொண்டாட ஆயிரமாயிரம் மக்க இருக்கினம்... இனி பாரு.. நீ போற எடத்திலேல்லாம் ஒனக்க மக்க கூட வருவினம்..."

"நீ செல்லியதெக்கேக்க சொகமாயிருக்குது மோன..."

அதற்குள் தங்கைகள் இருவரும் வந்தார்கள். மூத்தவள் எஸ்.எஸ்.எல்.சி. (பதினொன்று) தேறியிருந்தாள். தன்னைக் கல்லூரியில் சேர்ப்பார்கள் என்ற நம்பிக்கையில் அண்ணனையும், அம்மாவையும் பார்த்தாள். மூத்தவளின் எதிர்பார்ப்பையும் இளையவளின் கனவையும் அறியாதவனா மைக்கேல்? அறிவேன் என்பதுபோல் அவர்களைப் பார்த்துப் புன்னகைத்தான்.

'இவுனுக்கு ஒரு வேல கெடச்சிதெங்கி... கடன் வேண்டிங்கிலும் மூத்தவளெக் காலேசில சேத்திருவென்...' மனத்துக்குள் ஏங்கினார் தெரசம்மாள். இரு பெண்களின் படிப்பு, வேலை, கல்யாணம் அனைத்துக்குமான நம்பிக்கையாகத் தாய்க்கு மகன் மட்டுமே தெரிந்தான். அவனால் தனித்து நின்று தீர்க்கக்கூடிய பிரச்சினைகளா அவை? இவர்களைப்போல் லட்சக்கணக்கான பெண்கள் தங்கள் எதிர்காலத்தை நீர்க்குமிழிபோல் கையில் ஏந்திக்கொண்டு வாழ்கிறார்கள். எதிர்காலம் ஒரு பந்துபோல் கட்டியாக அவர்கள் உள்ளங்கையில் இருக்க வேண்டும். அதற்குள் பல்லாயிரக்கணக்கானோர் தொடர்ந்து போராடியாக வேண்டும். அதற்கான உந்துதல் தற்போது மைக்கேலின் தங்கைகளுக்கில்லை.

மாலை ஐந்து மணிவாக்கில் டெய்சியும் பிள்ளைகளும் வந்தார்கள். தந்தையை இழந்த பிள்ளைகளுக்கு மைக்கேல் அண்ணனாக மட்டுமன்று பாதுகாவலனாகவும் தெரிந்தான். தன் பிள்ளைகளை மைக்கேல் காப்பாற்றுவான் என்பதே டெய்சியின்

நம்பிக்கை. மைக்கேலுக்கு வேலை கிடைக்கும் நாளுக்காக அவரும் தவமிருந்தார்.

மறுநாள் தான் சசிகலா வந்தாள். வழக்கம் போல் அவள் கூட வாசுதேவன் வரவில்லை. அவள் பாதுகாப்புக்கு ரகசியப் போலீசை அவள் அப்பா அனுப்பியிருப்பாரோ? துல்லியமாகக் கூற முடியாது.

கோவிலில் தாலிகட்டும் பூசையும் முடிந்தது. மாப்பிள்ளையும் பெண்ணும் வீட்டுக்கு வந்தனர். அவர்களுக்குக் குழந்தைகள் மங்கல வாழ்த்துப் பாடியதும், சாப்பாடு பரிமாறப்பட்டது. சற்றுநேரத்தில் மணமக்களும் மாப்பிள்ளை வீட்டாரும் கிளம்பினர். டெய்சி குழந்தைகள், தெரசம்மாளின் தம்பி வீட்டார், பொன்னையன் குடும்பத்தார், கிளாரா, சசிகலா போன்ற சிலரே நின்றிருந்தனர்.

வந்தார் தபால்காரர். பதிவுத்தபால் ஒன்றைக் கொடுத்து மைக்கேலிடம் கையெழுத்து வாங்கினார். பிரித்துப் படித்தான்.

ஒவ்வொரு சொல்லையும் படிக்கப் படிக்க மைக்கேல் முகம் பளபளத்துக்கொண்டே போனது. அதைக் கூர்ந்து கவனித்தாள் சசிகலா. அந்தத் தபாலை வெடுக்கென்று பிடுங்கினாள். படித்ததும் ஆனந்தத்தில் அக்களித்தது அவள் மனம். துள்ளிக்குதித்த அவள், வீட்டுக்குப் பின்னால் அவனை இழுத்துச்சென்று முத்தம் முத்தமாய்ப் பதித்தாள் அவன் முகத்தில், தன் மார்பு நசுங்க நசுங்க கட்டியணைத்தாள் அவனை. அதை யாரும் பார்க்காமல் மைக்கேல் தப்பித்ததே பெரிய காரியம்.

“ஈ, பேங்குக்கு புதனாச்ச கீர்த்தியம் ஒன்பது மணிக்கு ஞான் வந்தெத்தும், திரிச்சி வரும்போள் நமக்கு ஒண்ணிச்சி வராம்.” அவள் சொல்லித்தான் ஸ்டேட் பேங்க் ஆப் இந்தியாவில் மைக்கேலுக்கு வேலை கிடைத்திருக்கு என்ற செய்தி எல்லாருக்கும் தெரிந்தது. வரும் புதன்கிழமை பணியில் அவன் சேரவேண்டும்.

ரபேக்காளின் திருமணத்தைவிட, மைக்கேலுக்கு வேலை கிடைத்ததே எல்லாரையும் மகிழ்ச்சியில் ஆழ்த்தியது. அண்ணன் வாழவைப்பான் என்று நம்பிக்கைக் கொண்டிருந்த தங்கைகள், வானத்தையும் மேகங்களையும் சூரிய, சந்திரரையும் மடியில் வைத்துக்கொண்டு பயணிப்பதுபோல் கனவுலகில் சஞ்சரித்தார்கள். ஜோசப் சாரின் பிள்ளைகள், “அண்ணா, அண்ணா” என அழைத்தபடி அவன் கையையும் காலையும் மாறிமாறிப் பிடித்து நின்றனர். தெரசம்மாள் முகத்தில் மட்டும் ஒரு பதற்றம்.

கட்சியில் முழுநேர ஊழியராகப் பணியாற்ற மைக்கேல் அனுமதி கோரியிருந்தான். அது மார்க்சியப் புலமை, வர்க்க, வெகுஜன அமைப்புகளை உருவாக்கி வழிநடத்தும் திறன் ஆகியவற்றை அடிப்படையாக வைத்துத் தீர்மானிக்கப்படுவது. மைக்கேலுக்கு கட்சி அனுமதியளித்திருந்தது.

மைக்கேலுக்கு வங்கி வேலைக்கான உத்திரவு வந்திருப்பதை உறுதிப்படுத்திக்கொண்ட சேவியர், சார்லஸ், வில்சன், அல்போன்ஸ் நால்வரும் கூடினர். சில நிமிடங்களில் கிளாராவும் வந்தாள். சார்லஸ் கையில் நோட்டீசு; வில்சன் கையில் போஸ்டர். அவற்றை ஒட்டலாமா? வேண்டாமா? தயக்கத்தில் அவர்கள்.

நாடெங்கும் விலைவாசி விஷம்போல் ஏறியிருந்தது. எங்கும் ஊழல்; எதிலும் ஊழல். பஞ்சத்திலும், பசியிலும் வாடிய மக்கள் இந்தியா முழுவதிலும் போராடினர். ஆந்திராவிலும் மேற்கு வங்கத்திலும் மிசா சட்டத்தில் ஆயிரக்கணக்கில் கைது செய்யப்பட்டனர்.

விலைவாசி உயர்வையும் லஞ்ச, ஊழலையும் எதிர்த்துக் குஜராத் முழுவதும் போர்க்களமாயிற்று "மக்கள் பிரச்சினைகளைத் தீர்க்காத அரசே பதவி விலகு" தெருவெங்கும் மாணவர்கள் முழக்கம். அதன் விளைவு? குஜராத் முதல்வர் பதவி விலகினார். சட்டமன்றம் கலைக்கப்பட்டது.

குஜராத் மாணவர்களின் வெற்றியைக் கண்ட பீகார் மாணவர்களும் கொதித்தெழுந்தனர். விலைவாசி உயர்வு, லஞ்சம், ஊழல், அடக்குமுறை போன்றவற்றை எதிர்த்துக் கிளர்ச்சிச் செய்தனர். பாட்னாவிலும் கயாவிலும் மிகக் கொடூரமான துப்பாக்கிச் சூடுகள். அரசின் காட்டுமிராண்டித்தனத்தைக் கண்டித்து சட்டமன்றத்தின் எதிரில் மாணவர்களின் ஆர்ப்பாட்டம். அன்று நடந்த துப்பாக்கிச்சூட்டில் இருபத்தேழுபேர் கொல்லப்பட்டனர்.

பீகார் துப்பாக்கிச்சூட்டைக் கண்டித்தும், ஜனநாயக உரிமைகளைப் பாதுகாக்கவும் நாகர்கோவிலில் மறியல் போர் என சோசலிஸ்ட் வாலிபர் முன்னணி அறிவித்தது. தலைமை தோழர் ஜி.மைக்கேல். மறியல் செய்வோர் மிசா சட்டத்தில் கைது செய்யப்படும் ஆபத்து இருந்தது. இருப்பினும் நூற்றுக்கணக்கான இளைஞர்கள் தயாராக இருந்தனர். மைக்கேல் போவானா? மாட்டானா? சிலருக்குச் சந்தேகம்.

சார்லஸ் சொன்னான், “தோழர்களே! கட்சிக்கு மார்க்சிய ஞானமும், செயல்துடியும் இருக்கிய இளைஞர்கள் வேணும். வீட்ல உள்ளவியளுக்கு, தனக்க வேர்வயெ ரூபாய் நோட்டா அச்சடிச்சிக் குடுக்கிய ஒரு எந்திரம் வேண்டும். அதெ அப்பா, அண்ணா , புருசன், அக்காண்ணு எந்தப் பேருலயும் விளிச்சிலாம்..... இந்த ரெண்டும் கெட்டான் நெலமயில வாழியம்.. பாத்துக்களுங்க...” இதைக் கேட்ட சேவியர், “தோழர், மிக்கேலு பேங்கு வேலைக்குப் போமாட்டான்.... மறியலுக்குத்தான் தலைமை தாங்குவான்.... அவன் பெயரெ பெரிதாப் போட்டிருக்கிய போஸ்டரெ ஒட்டுவம்.... நோட்டீசெயும் குடுப்பம்” என்றான்.

இருவர் கருத்துக்களையும் கேட்டு, மைக்கேல் வீட்டார் மீது பரிதாபப்பட்ட வில்சன் சொன்னான். “வேண்டாம்.... பாவம் தோழர், அவனுக்க அம்மா...! அம்மைக்கும் தங்கச்சியளுக்கும் அவனெவிட்டா வேற யாரு இருக்கினம்... எத்தனெ வருசமா மோனுக்கு ஒரு வேலெ கிட்டணுண்ணு வேண்டிச்சினம்... நாம போஸ்டர் ஒட்டி அவிய சோத்தில் மண்ணெவாரிப் போடாண்டாம். மிக்கேலு வேலய்க்குப் போனானங்கி.... என்னப் பாடுபட்டாவது சசிகலா அவனெ கல்யாணம் செய்வா.... பெறவு என்ன? வயலு... தென்னந்தோப்பு, மட்டுப்பாவு வீடுண்ணு பணக்காரன் ஆவிருவான்.... அதெ நாம் பாக்கத்தான் போறம்” இதை ஏற்கத் தயாராக இல்லை சேவியர். மைக்கேலோடு நெருங்கிப் பழகியவன் அவன். அதைக்கேட்ட கிளாரா, “அப்டி கோடீஸ்வரன் ஆவணன்னு அவனுக்கு ஆசெ இல்ல... வேல பாத்திண்டே கட்சி வேலைகளெச் செய்லாம். தொழிற்சங்கங்கள் கட்லாம். நெறய பேரு அப்டித்தான் வேலசெய்னம். மிக்கேலும் அப்டித்தான் செய்வான்” என்றாள்.

“ஏழைகள் மீதும், பாட்டாளிகள் மீதும் அன்பும் அக்கறையும் வச்சிருக்கிய ஒருத்தரு... மார்க்சியத்தையும், லெனினியத்தையும் படிச்சா தீப்பிழப்பாயிருவாரு.... அதெக் கூடப் பிறப்புகளின் கரைச்சலோ, காதலியின் கண்ணீரோ தணிக்க முடியாது..... ஒரு புரட்சியில் முங்கி எழும்பினாத்தான் அது தணியும் பாத்துக்களுங்க....’ சொல்லிக்கொண்டே இரண்டு போஸ்டர்களையும் மக்கள் பார்க்கும் இடங்களில் ஒட்டினான் சேவியர். அந்த வழியில் வந்தோர்க்கெல்லாம் நோட்டீசையும் கொடுத்தான். இரண்டிலும் மறியல் போர் என்றும், தலைமை ஜி.மைக்கேல் என்றும் பெரிய எழுத்தில் அச்சிடப்பட்டிருந்தது.

அதைப் படித்தவர்கள் மைக்கேல் பேங்க் வேலைக்குப் போகும் நாளும், மறியல் போர் நடக்கும் நாளும் ஒரேநாள் என்பதைக் கவனிக்கத் தவறவில்லை. 'வாற பொதனாச்ச இவன் வேலைக்குப் போவானா? போருக்குப் போவானா?' இந்தக் கேள்வியோடு ஒவ்வொருவரும் நகர்ந்தனர்.

தெரசம்மாள், மகள்கள், டெய்சி பிள்ளைகள், ரபேக்கா, கணவர் என எல்லாரும் மைக்கேல் வேலைக்குப் போக வேண்டும் என கோவிலில் பிரார்த்தனை செய்தனர். சசிகலாவும் அவனுக்காக அர்ச்சனை செய்து வந்தாள்.

சேவியர், சார்லஸ் உட்பட சில பனையேறிகள் மைக்கேல் ஒப்புக்கொண்டதுபோல் மறியலுக்குத் தலைமை தாங்கவேண்டும்; இதுபோன்ற போர்களின் வழியேதான் ஜனநாயகத்தைப் பாதுகாக்க முடியும். ஜனநாயக உரிமைகள் இருந்தால்தான் மக்கள் ஜனநாயக அரசை நிறுவி, சோசலிசத்தை நோக்கி நடைபோட முடியும். இதுவே இவர்களின் உள்ளக்கிடக்கை. அதனால் அந்தப் புதன்கிழமை அவர்கள் மறியலுக்குச் சென்றார்கள்.

அன்று காலையில் குளித்துவிட்டு வந்தான் மைக்கேல். தாய் கொடுத்த பழஞ்சியைக் குடித்துவிட்டு பேண்ட், சட்டை போட்டான் .....ஓரிரு நிமிடங்களில் ஒரு புத்தகத்தை எடுத்துக்கொண்டு தன் கால்களை நடக்கவிட்டான். தாயும், தங்கைகளும் கண்களிலிருந்து மறையும்வரை அவனையே பார்த்துக்கொண்டு நின்றனர்.

■■■

ஆசிரியரின் பிற நூல்கள்

1. முதல் காந்தியத் தமிழ்ப்புதினம் (ஆய்வு)
2. காந்தாரியின் தராசு (நாடகம்)
3. அமைதிக்காக (கட்டுரை)
4. மீண்டெழுதல் (சிறுகதை)
5. தமிழ் நிலமும் இனமும் (ஆய்வு)
6. வலிகளைக் கடத்தல் (ஆய்வு)
7. பன்முகக் கலைஞன்
8. இருட்டைத் தின்றவர்கள் (சிறுகதை)
9. இந்திய இலக்கிய சிற்பி தமிழ்நாடன்-சாகித்ய அகாதெமி வெளியீடு
10. இராமகிருஷ்ண பரமஹம்சர் (மொ.பெ.)-சாகித்ய அகாதெமி வெளியீடு
11. தமிழ் இலக்கிய வரலாற்றில் உண்மையான இருண்ட காலம்

தொகுத்தவை

1. உயர்வுள்ளல்
2. இடும்பை இல
3. எண்ணித் துணிக
4. யாவரும் கேளிர்

www.ingramcontent.com/pod-product-compliance
Lightning Source LLC
LaVergne TN
LVHW060334051026
849517LV00004B/1308

9789395776660